GIẢI THOÁT TRONG LÒNG TAY

PABONGKA RINPOCHE

GIẢI THOÁT TRONG LÒNG TAY

Liberation in the Palm of Your Hand

Việt dịch

THÍCH NỮ TRÍ HẢI

tập 1

NHÀ XUẤT BẢN THỜI ĐẠI

Nguyên tác Tạng ngữ.

Tác giả: Pabongka Rinpoche.

Thích nữ Trí Hải dịch sang Việt ngữ từ bản dịch Anh ngữ của Michael Richards:

Liberation in the Palm of your Hand.

Wisdom Publications, 199 Elm St, Somerville, MA 02144, USA.

Dịch phẩm được xuất bản theo hợp đồng chuyển nhượng bản quyền giữa Tuệ Uyển Vạn Hạnh và Wisdom Publications.

Chăm sóc bản thảo: Thích nữ Tuệ Dung.

LỜI GIỚI THIỆU

Các đệ tử Ni trưởng Thích nữ Trí Hải có trình cho chúng tôi xem dịch phẩm *Giải thoát trong lòng tay* do Ni trưởng chuyển dịch.

Dịch phẩm là một công trình lớn, chuyển tải nhiều quan điểm và phương pháp thực nghiệm sâu sắc của truyền thống Phật giáo Tây Tạng. Tác giả là ngài Pabongka Rinpoche, một vị Lama thuộc phái Hoàng mạo, có kiến thức uyên bác và kinh nghiệm thực hành sâu sắc. Điểm đặc biệt của ngài Pabongka Rinpoche là, trong những bài thuyết giảng của mình, Ngài luôn luôn đặt trọng tâm vào việc thực hành bằng cách chỉ rõ những cách thức đơn giản và cụ thể nhất để mọi người có thể ứng dụng các pháp môn tu tập của đạo Phật. Dịch phẩm này đã được dịch giả rà soát lại rất kỹ trước ngày về hầu Phật tổ, chắc chắn sẽ giới thiệu nhiều nội dung sâu sắc của truyền thống Phật giáo Tây Tạng, rất lợi lạc và bổ ích cho những ai trân trọng con đường tâm linh.

Cảm niệm thâm ân của Thầy mình, các đệ tử của Ni trưởng đã nỗ lực xem lại bản thảo của dịch phẩm và mong muốn được ấn hành; một mặt để cúng dường Tam bảo, mặt khác để giới thiệu một công trình Phật pháp, làm lợi ích cho nhiều người. Đây là việc làm rất có ý nghĩa của người con Phật.

Chúng tôi có lời tán thán các đệ tử Ni trưởng Thích nữ Trí Hải và trân trọng giới thiệu công trình dịch thuật này.

Thiền viện Vạn Hạnh.

Mùa an cư PL. 2549

Tỷ-kheo THÍCH MINH CHÂU

Viện trưởng Viện Nghiên cứu

Phật học Việt Nam

ĐÔI LỜI CỦA DỊCH GIẢ

Đây là lần đầu tiên dịch giả có dịp rà soát lại bản thảo trước khi in. Những bản in trước đây toàn ngoài tầm kiểm soát của dịch giả nên có khá nhiều luộm thuộm sai sót.

Sau hết và trước hết, xin dâng lên Tam Bảo, long thần hộ pháp và chư thượng sư lòng tri ân đã cho con có được những bạn đạo xa gần hỗ trợ cho pháp sự này. "Xa" là những thiện tri thức từ khắp nơi đã hỗ trợ phương tiện. "Gần" là các pháp tử trong vườn Tuệ, nhất là cô Tuệ Dung, người cộng sự đắc lực trong việc điều chỉnh in ấn tất cả các dịch phẩm từ trước đến nay, và các cô Tuệ Khai, Tuệ Nhã, đã góp phần rà soát lại cách trình bày mục lục sách này.

Tuệ Uyển Vạn Hạnh,

ngày 22 tháng 10 năm 2003

Dịch giả cẩn bút,

Thích nữ Trí Hải

Ghi chú về cách ghi số mục các tiêu đề trong bản Việt dịch

Những số mục cho các tiêu đề chính và phụ từ ngày đầu cho đến ngày thứ ba khá đơn giản. Nhưng từ ngày thứ tư (đoạn IV: Trình tự chỉ giáo) trở đi, bắt đầu có quá nhiều tiểu mục phân chia nhỏ dần, quá rườm rà nên chúng tôi theo quy ước sau:

Tiêu đề sau số La Mã I, II, III, IV là chữ in (ví dụ A)
Tiêu đề phụ kế tiếp là số Ả Rập (ví dụ IVA1)
Chia nữa là một chấm rồi số (ví dụ IVA1.1)
Chia nữa thì thêm một số (ví dụ IVA1.1.1)
Chia nhỏ nữa lại thêm một số (ví dụ IVA1.1.2.1)
Sau ba số thì đến a,b,c (ví dụ IVB2.3.2.1.a).

Nếu sau đó còn thêm những tiểu mục chi tiết hơn nữa, thì dùng số La Mã nhỏ (i), (ii), ví dụ B2.321a (iv). Như vậy mỗi tiểu mục thực tế có thể phân tối đa bảy ký tự (không kể số La mã). Sau đó thì chỉ in đậm hoặc in nghiêng, để khỏi có quá nhiều số mục làm rối trí.

LỜI GIỚI THIỆU

Năm 1921, khoảng bảy trăm tăng, ni, cư sĩ tụ họp tại am thất Chuzang gần Lhasa để nghe pháp tu Lamrim do bậc thầy Kyabje Pabongka Rinpoche giảng. Suốt ba tuần lễ kế tiếp họ được hấp thụ những thời pháp nổi tiếng nhất đã từng được giảng ở Tây Tạng.

Từ ngữ "Lamrim" có nghĩa là những bước tiến đến giác ngộ. Nó ám chỉ một số giáo lý đã được phát huy tại Tây Tạng trong một ngàn năm qua, dựa trên tác phẩm cô đọng khúc chiết của bậc thầy Atìsha người Ấn, nhan đề Dipamkàra Shrijnàna (*Đèn soi nẻo Giác*) soạn vào khoảng năm 982-1054. Tác phẩm *Giải thoát trong tầm tay* này là tinh túy của truyền thống Lamrim Tây Tạng. Đối với người phương Tây, sách này đã thành một trong những giáo lý ý nghĩa nhất về Lamrim.

Trên hai ngàn năm trăm năm trước, Phật Thích-ca đã trải qua bốn mươi lăm năm giảng dạy giáo lý một cách rộng rãi cho vô số người thuộc nhiều hạng khác nhau. Ngài không thiết kế sẵn những bài giảng, mà tùy theo nhu cầu tâm linh của thính giả. Bởi thế, bất cứ ai khảo cứu toàn bộ tác phẩm của đức Phật cũng thấy thực khó tìm cho ra một con đường rõ rệt để áp dụng thực hành. Tầm quan trọng của pháp Lamrim do Atìsha kết tập là, ngài đã sắp xếp lại những lời giảng dạy của đức Phật theo một trật tự hợp lý, vẽ ra một đường lối từng bước một để bất cứ ai muốn theo cũng có thể hiểu và thực hành được, dù người ấy thuộc trình độ nào.

Không những luận sư Atìsha y cứ vào những gì Phật thuyết, mà ngài còn mang theo đến Tây Tạng những giáo lý truyền khẩu còn lưu hành qua một hệ truyền thừa không gián đoạn, cả về lý thuyết (tuệ giác) lẫn thực hành (pháp tu để đạt tuệ giác ấy), truyền từ đức Phật đến hai ngài Di-lặc (Maitreya) và Văn-thù (Manjusri), xuống đến Vô Trước (Asanga) và Long Thọ (Nagarjuna) và nhiều luận sư vĩ đại khác của xứ Ấn cho đến những bậc thầy của luận sư Atìsha. Như vậy, không những Atìsha đã viết những văn bản Lamrim đầu tiên, mà ngài còn thu thập những giáo lý khẩu truyền vô cùng quan trọng tồn tại đến ngày nay, được giảng dạy cho người phương Tây nhờ những vị tu sĩ vĩ đại đương thời như đức Dalai Lama thứ 14.

Đồ đệ của Atìsha lập thành một tông phái lấy tên là Kadam, phần lớn những truyền thống của phái này được phái Gelug (mũ vàng hay Hoàng mạo) của Phật giáo Tây Tạng hấp thụ. Phái Gelug do Tsongkapa (1357-1419) sáng lập. Nhiều tu sĩ phái Kadam và Gelug viết những luận giải Lamrim, nổi tiếng nhất là kiệt tác của Tsongkapa nhan đề *Những giai đoạn chính của con đường tu tập* (Lamrim Chen-mo). Năm 1921 Pabongka Rinpoche đã giảng dạy dựa trên cơ cấu của tác phẩm này, những bài pháp mà về sau đã được tập hợp thành tác phẩm *Giải thoát trong tầm tay*. Tuy nhiên, trong khi tác phẩm của Tsongkapa có tính cách bác học thì tác phẩm của Pabongka lại tập trung nhiều hơn vào việc đáp ứng nhu cầu thực hành cho những hành giả. Tác phẩm này đi vào chi tiết khi bàn các vấn đề như làm thế nào để chuẩn bị cho thiền, pháp Đạo sư Du-già và sự phát bồ-đề tâm. Bởi thế, sách *Giải thoát trong tầm tay* này là một tác phẩm đặt trọng tâm ở thực hành, phù hợp với những hành giả phương Tây trong thời đại này cũng như với những Phật tử Tây Tạng sống ở phương Tây.

Trong số những người có mặt tại pháp hội vào năm 1921 là Kyabje Trijang Dorje Chang (1901-1981), một trong những đệ tử thân cận của Pabongka Rinpoche, về sau là thầy giáo đạo cho đức Dalai Lama thứ 14 và là bổn sư của nhiều Lạt-ma thuộc phái mũ vàng (Gelug) đã rời khỏi Tây Tạng vào năm 1959. Trijang Rinpoche ghi chú những lời giảng dạy của thầy mình, và suốt 37 năm sau đó đã khổ công rà soát lại những ghi chú ấy cho đến khi sẵn sàng để được ấn loát thành tác phẩm *Giải thoát trong tầm tay*, bằng Tạng ngữ.

Pabongka Rinpoche có lẽ là vị Lạt-ma mũ vàng có nhiều ảnh hưởng nhất của thế kỷ này. Ngài nắm giữ tất cả những trường phái quan trọng về kinh giáo và mật điển, và truyền lại cho hầu hết những tu sĩ xuất sắc nhất của Hoàng mạo phái trong hai thế hệ kế tiếp. Bảng kê những bài thuyết giảng khẩu truyền của ngài thật vĩ đại cả về chiều sâu lẫn chiều rộng. Ngài cũng là bổn sư của Kyabje Ling Rinpoche (1903-1983), vị phó giáo đạo của đức Dalai Lama thứ 14, và của nhiều bậc tôn sư khác rất được kính nể. Toàn bộ tác phẩm của ngài chiếm mười lăm pho sách lớn, bao gồm mọi khía cạnh của giáo lý Phật. Ai đã từng thụ giáo với một vị tu sĩ thuộc Hoàng mạo phái, đều chịu ảnh hưởng của Pabongka Rinpoche. Một tác phẩm tương tự quyển sách này có lẽ sẽ không bao giờ được viết trở lại, vì lẽ đó mà tôi nói rằng sách này là cao điểm của giáo lý thuộc truyền thống Lamrim.

Có bốn trường phái chính trong Phật giáo Tây Tạng, trường phái nào cũng có giáo lý Lamrim riêng, nhưng phái Nyingma, Sakya và Kagyu không nhấn mạnh nhiều đến Lamrim như phái Gelug. Mặc dù thông thường, trong chương trình giảng dạy ở các tu viện Hoàng mạo phái, pháp Lamrim chỉ được giảng dạy cho các tu sĩ vào giai đoạn thuần thục của họ trên đường tu tập, song với người phương Tây, pháp này lại thường được giảng dạy trước tiên. Và đấy là giáo lý mà những bậc thầy thuộc Hoàng mạo phái thường giảng dạy nhiều nhất; nó là sở trường của đức Dalai Lama, của hai vị giáo đạo ngài, Serkong Rinpoche, Song Rinpoche, và những vị pháp sư uyên bác như Geshe Ngawang Dhargyey, Geshe Rabten, Geshe Sopa, Lama Thubten Yeshe và Lama Thubten Zopa Rinpoche.

Trong lời Dẫn nhập ngắn gọn của ngài, Kyabje Trijang Rinpoche cho độc giả cảm thấy thực diễm phúc như thế nào để được tham dự pháp hội năm ấy. Quả thế, sách này là tác phẩm rất hiếm có trong số những kinh sách Tây Tạng, ở chỗ nó là bút ký của một nền giáo lý khẩu truyền, chứ không phải là một luận văn. Do vậy, không những chúng ta nhận được một số lời dạy rất quý báu, nghĩa là tinh yếu của tám Lamrim nòng cốt, mà chúng ta còn thấy được bằng cách nào những lời giảng ấy đã được giảng dạy tại Tây Tạng. Những điểm chi tiết về những nét đặc sắc của giáo lý này có thể tìm thấy trong phần giới thiệu của Trijang Rinpoche vào cuối Ngày thứ nhất.

Mỗi chương tương ứng với một ngày giảng dạy, thường khởi đầu bằng một mẩu chuyện ngắn để khơi dậy nơi người nghe một động lực tốt. (Muốn biết qua chi tiết toàn thể tiến trình đưa đến giác ngộ theo trình bày trong sách này, xin xem dàn bài). Trong đây, phần động lực tu tập đã được giản lược, nhưng chương đầu, Ngày thứ nhất, nói đầy đủ về động cơ và trình bày một cách tuyệt hảo toàn thể pháp Lamrim. Có thể nói toàn bộ tác phẩm chỉ là một bình giảng về chương này. Pabongka Rinpoche luôn luôn khải thị sự phát bồ-đề tâm là cách ý nghĩa nhất để lèo lái cuộc đời ta, và những nhận thức tuần tự được đúc kết trong Ngày thứ nhất đưa ta đến mục đích ấy. Ở phần cuối sách, ngài nói, *"Hãy làm bất cứ gì bạn có thể làm, để chứng tỏ sự giảng dạy của tôi không là công uổng... Nhưng trên hết, hãy làm sao để việc phát bồ-đề tâm là pháp tu chính yếu của bạn."*

Những giáo lý này chứa đựng nhiều điều mới mẻ, xa lạ, nhưng nếu kiên trì học hỏi và tư duy, hành giả sẽ được sáng tỏ.

GHI CHÚ CỦA DỊCH GIẢ BẢN ANH NGỮ

Tôi đã cố làm cho bản dịch càng dễ đọc càng hay, mà không mất sự chính xác. Tuy nhiên, vì tác giả Trijang Rinpoche vốn là một thi sĩ nổi tiếng, chắc chắn bản dịch này đã mất đi một phần vẻ đẹp của bản văn Tạng ngữ. Dù sao, tôi nghĩ tôi cũng đã duy trì được bản chất bình dị tự nhiên của những bài giảng của Pabongka Rinpoche, và đem lại cho bản dịch tính chất trực chỉ đầy năng lực của nguyên tác.

Để giúp độc giả phương Tây dễ hiểu, tôi đã trình bày tài liệu này theo một cơ cấu có hệ thống mà bản Tạng ngữ không có. Có tất cả mười một phân đoạn mà nguyên bản không phân chia. Những tiêu đề tóm tất đại ý được trình bày trong phần Phụ lục 1, có thể xem như một bảng mục lục chi tiết.

Tôi không dịch tất cả những tiếng Phạn, mà để nguyên những từ nào không có tương đương Anh ngữ. Chẳng thà như vậy còn hơn là đặt ra một từ Anh mà có lẽ đối với độc giả còn xa lạ hơn danh từ tiếng Phạn. Vả lại càng ngày càng có nhiều từ Phạn ngữ về Phật học trong các từ điển Anh ngữ.

Xin chân thành tri ân Bổn sư Gen Rinpoche Geshe Ngawang Dhargyey, người đã giảng dạy bản văn này tại Thư viện tàng trữ những tác phẩm và văn khố của Tây Tạng, và đã khẩu truyền cho tôi toàn bộ tác phẩm vào năm 1979. Tôi cũng rất tri ân Amchok Rinpoche, người đã nỗ lực làm việc suốt năm năm để duyệt lại toàn bộ tác phẩm, cải thiện bản dịch này với những đề nghị tuyệt hảo. Gala Rinpoche cũng đã giúp tôi khi dịch Ngày thứ mười một và mười hai tại Úc vào năm 1980-1981, và Rilbur Rinpoche, một trong số ít những đệ tử còn sống của Pabongka Rinpoche, đã cho tôi những hồi ức về bậc thầy của mình; đối với cả hai vị, tôi đều chân thành ghi ân.

Tôi cũng cảm ơn nhiều bằng hữu và cộng sự ở Dharamsala về sự trợ giúp, khuyến khích và nâng đỡ của họ: Losang Gyatso, lúc bấy giờ là người thông dịch cho Geshe Dhargyey, đã đề nghị tôi dịch sách này; Gyatsho Tshering và các cộng sự tại thư viện Tây Tạng; Jean-Pierre Urolixes, Mervyn Stringer cùng tất cả mọi người ở Bệnh viện Delek về sự giúp đỡ của họ trong thời gian tôi bị tai nạn giao thông vào năm 1983; cảm ơn David Stuart đã lấy lại bản dịch thảo Ngày thứ chín và mười từ Jammu, ở đấy bản dịch được hoàn tất sau tai nạn; cảm ơn Cathy Graham và Jeremy Russell đã có những gợi ý quý giá để cải thiện bản thảo; cảm ơn mẹ và cha đã quá cố, những người luôn nâng đỡ tôi; cảm ơn Alan Hanlay, Lisa Heath và Michael Perrott; cảm ơn các bạn Keith Kevan và Andy Brennand; cảm ơn Angela, người vợ thân yêu đã san sẻ tất cả khó nhọc mà công việc lâu dài này đem lại. Nàng luôn luôn kiên nhẫn và hi vọng; sự khuyến khích và hi sinh của nàng thực là vô bờ bến.

Cuối cùng, tôi xin ghi ơn Eva Van Dam và Robert Beer về những minh họa tuyệt hảo của họ, Gareth Sparham và Trisha Donnelly về cuộc phỏng vấn Rilbur Rinpoche, ghi ơn thầy Sonam Jampa đã viết Chỉ mục (Index) và những vị trong Nhà xuất bản Wisdom về việc in ấn sách này: Nick Ribush, Robina Courtin, Sarah Thresher, Lydia Muellbaauer và Maurice Walshe.

Michael Richards

PABONGKA RINPOCHE

Do Rilbur Rinpoche ghi lại

Thầy tôi, người tử tế trong ba cách[1], người đã giáp mặt thần Heruka, người mà tôn hiệu tôi không dám thốt lên – Lord Pabongka Vajradhra Dechen Nyingpo Pael Zango – ngài đản sinh ở miền Bắc Lhasa vào năm 1878. Thân phụ ngài là một quan chức nhỏ nên gia đình ngài không giàu lắm.

Lúc ngài chào đời, có ánh sáng chiếu khắp phòng mặc dù đang đêm tối mịt, và bên ngoài, người ta trông thấy một vị thần hộ mạng đứng trên mái nhà.

Pabongka Rinpoche là một hóa thân của học giả vĩ đại Jangkya Rolpao Dorje (1717-1786), trong khi

1. Truyền giới, giảng dạy và chỉ cách tu – *DG phụ chú*

trước đấy ngài là tái sinh của một vị Geshe uyên bác ở tu viện Sera-mae. Ngài nhập tu viện vào năm lên bảy, theo học chương trình thông thường của tu sĩ, lấy bằng Geshe (tiến sĩ Phật học) và theo học hai năm ở Đại học Mật giáo Gyutoe. Bổn sư của ngài là Dagpo Lama Rinpoche Jampael Lhuendrub Gyatso, ở Lhoka. Ngài hẳn là một vị Bồ-tát hóa thân, và Pabongka Rinpoche là đệ tử đầu tiên của ngài. Ngài sống trong một hang động ở Pasang và việc hành trì chính yếu của ngài là bồ-đề tâm; thần hộ mạng của ngài là Quán Tự Tại (Avalokitesvara). Ngài thường niệm câu thần chú OM MANI PADME HUM mỗi đêm năm vạn lần. Khi lần đầu gặp Dagpo Rinpoche tại một lễ Tsog ở Lhasa, Kyabje Pabongka đã xúc động đến rơi lệ vì niềm kính ngưỡng.

Xong khóa học, Pabongka Rinpoche viếng thăm Dagpo Lama Rinpoche trong động của ngài, và được đưa đến một nơi nhập thất tu Lamrim gần đấy. Dagpo Lama Rinpoche cho một đề mục Lamrim để Papong Rinpoche về thiền quán, rồi sau đó trở lại trình bày chỗ mình đã ngộ. Dagpo lại dạy một pháp khác để thiền quán, cứ thế tiếp tục trong mười năm (hỏi còn chuyện gì lạ lùng hơn thế!)

Pabongka có bốn đại đệ tử là Kyabje Ling Rinpoche, Kyabje Trijang Rinpoche, Khangsar Rinpoche và Tathag Rinpoche, một vị nhiếp chính của Tây Tạng. Vị này là thầy giáo đạo chính của đức Dalai Lama khi ngài còn thơ ấu và là người đã thế phát quy y cho ngài.

Tôi sinh ở tỉnh Kham về phía đông Tây Tạng, trong số những vị thầy đầu tiên của tôi có hai vị là đệ tử của Pabongka Rinpoche. Bởi thế tôi lớn lên trong bầu không khí tin tưởng tuyệt đối vào Pabongka như là tin chính đức Phật. Một trong hai vị thầy của tôi có một tấm ảnh của Pabongka Rinpoche đang nhỏ những giọt cam lộ từ giữa hai lông mày. Chính mắt tôi trông thấy chúng, bởi thế, các bạn có thể tưởng tượng tôi sung sướng xiết bao khi cuối cùng tôi được diện kiến ngài.

Nhưng còn có lý do riêng tư khiến tôi đặt hết tin tưởng vào Pabongka Rinpoche. Tôi là con trai duy nhất trong một gia đình danh giá, và mặc dù đức Dalai Lama thứ 13 đã công nhận tôi là một vị Lama tái sinh, và Pabongka Rinpoche bảo tôi nên vào tu viện Sera ở Lhasa, cha mẹ tôi không mấy hoan nghênh việc này. Nhưng không bao lâu thì ông chết, và tôi có thể khởi hành đi Lhasa. Bạn không thể nào tưởng tượng nổi sự sung sướng của tôi khi khởi sự cuộc du hành suốt hai tháng trường trên lưng ngựa ấy. Lúc ấy tôi mới mười bốn tuổi, và đi tu quả là chuyện mà một bé trai ở tuổi ấy nên làm. Tôi có cảm tưởng rằng cơ hội đi Lhasa để thụ giới và sống cuộc đời của một bậc chân tu như lời đức Dalai Lama phán dạy, tất cả chuyện đó đều là một phép lạ của Pabongka Rinpoche.

Khi tôi mới đến Lhasa, Pabongka Rinpoche đang ở Tashi Choeling, một hang động phía trên tu viện Sera. Tôi xin một buổi gặp và ít hôm sau, tôi cùng mẹ tôi và một gia nhân cưỡi ngựa lên núi. Chúng tôi không định trước giờ gặp, nhưng khi chúng tôi vừa lên đến, thì Pabongka đã cho người hầu dọn thức ăn và trà bánh mới làm xong. Điều này làm tôi tin chắc Pabongka có thiên nhãn thông, vì ngài cũng là một hiện thân của đấng Kim Cương Trì (Vajradhara).

Sau khi ăn xong, tôi đến ra mắt Rinpoche. Tôi nhớ rõ việc này như mới hôm qua. Một cầu thang hẹp dẫn lên căn phòng nhỏ của ngài, ở đấy ngài đang ngồi trên giường. Ngài trông giống như bức ảnh của ngài – mập, thấp người. Ngài bảo: *"Ta biết con sẽ đến, và bây giờ chúng ta đã gặp nhau."* Ngài vuốt hai bên má tôi. Khi tôi đang ngồi đấy, thì một vị tân tiến sĩ (Geshe) từ tu viện Sera đi vào dâng cho Rinpoche một đĩa tsampa đặc biệt vốn chỉ làm vào dịp có người lãnh bằng tiến sĩ. Rinpoche nhận xét thật là một điềm lành, khi vị tân tiến sĩ này đến mà có tôi hiện diện ở đấy, và ngài bảo ông ta hãy đổ đầy bát của tôi như đã đổ cho ngài... Bạn cũng có thể tưởng tượng điều ấy làm tôi xúc động tới mức nào.

Căn phòng hầu như trống trơn. Cái vật lạ lùng nhất là một pho tượng cao hai tấc Anh bằng vàng ròng của Dagpo Lama Rinpoche, bổn sư của Pabongka Rinpoche. Pho tượng được vây quanh bằng nhiều vật cúng dường nhỏ bé. Sau lưng tượng là năm bức tranh (thangka) trình bày linh kiến của Khaedrubje về Tsongkapa sau khi vị này đã viên tịch. Ngoài ra trong phòng chỉ còn một chỗ để ngồi uống trà. Tôi cũng có thể nhìn thấy trong góc có một gian phòng nhỏ để thiền, và tôi không ngừng trộm nhìn về phía ấy (tôi chỉ mới là bé trai 14 tuổi, rất tò mò). Rinpoche bảo tôi cứ việc vào trong mà xem cho biết. Nó chỉ gồm một tọa cụ và một bàn thờ nhỏ. Rinpoche gọi tên tất cả những tượng trên bàn thờ: từ trái sang phải có thầy Tsongkapa, Heruka, Yamantaka, Naeljorma và Paelgon Dramze, một hóa thân của thần Mahakala. Dưới những pho tượng ấy bày những đồ cúng.

Tôi chưa thành tu sĩ, nên Jamyang, người thị giả lâu năm của Rinpoche, được sai đi lấy một quyển lịch để định ngày cho tôi xuống tóc, mặc dù tôi chưa mở miệng xin xuất gia gì cả. Rinpoche quả đang cho tôi tất cả mọi sự tôi hằng khát khao, và tôi cảm thấy ngài thật quá từ bi. Khi từ giã ngài, lòng tôi sung sướng như bay bổng tận mây xanh.

Người hầu của Rinpoche là một người có vẻ dữ tợn, người ta bảo ông ấy là hóa thân của một thần hộ pháp. Một lần, vào dịp Rinpoche du hành xa, ông ta đã phá cái nhà cũ kỹ của thầy mình để xây lại một tư dinh rộng lớn gần bằng tư dinh của đức Dalai Lama. Khi Rinpoche trở về, ngài hoàn toàn không hài lòng, bảo: "Tôi chỉ là một ẩn sĩ quèn, đáng lẽ ông không nên xây cho tôi một ngôi nhà như thế này. Tôi không có tiếng tăm, và cốt tủy những gì tôi dạy là sự từ bỏ đời sống xa hoa thế tục. Bởi thế tôi rất lúng túng vì những căn phòng sang trọng này."

Tôi thụ giáo Lamrim với Pabongka Rinpoche nhiều lần. Những sổ ghi chú của tôi sau này đã bị thất lạc, nhưng kết quả của những lời dạy ấy tôi vẫn còn đeo mang trong mình, một cái gì rất đặc biệt. Mỗi khi nghe ngài dạy, tôi lại mong muốn trở thành một thiền sư thực thụ, rút vào một am ẩn cư, bôi tro đầy mặt mà ngồi thiền. Càng lớn cảm giác này càng phai dần trong tôi, và bây giờ thì tôi hoàn toàn không nghĩ gì tới chuyện ấy, nhưng tôi thực tình muốn trở thành một thiền giả chân chính như thầy tôi.

Thầy làm nhiều pháp quán đảnh như pháp quán đảnh Yamantaka, Heruka và Guhyasamàja. Chính tôi cũng nhận những pháp ấy từ nơi thầy. Tôi thường vào tư thất của thầy để làm những lễ khai đạo quan trọng trong mật giáo, còn thầy thì thường xuống tu viện để giảng dạy cho tất cả mọi người. Thỉnh thoảng thầy lại đi chiêm bái các tu viện. Viếng thăm Pabongka Rinpoche có lẽ cũng giống như thăm viếng Lama Tsongkapa lúc sinh tiền.

Mỗi khi dạy, ngài thường ngồi suốt tám tiếng đồng hồ không cử động. Khoảng chừng hai ngàn con người tới nghe pháp và nhận lễ quán đảnh, với những giáo lý đặc biệt thì số người theo học ít hơn, nhưng khi ngài truyền bồ-đề tâm giới thì có tới mười ngàn người hiện diện. Khi ngài làm phép quán đảnh của thần Heruka, ngài thường có một vẻ rất lạ lùng. Đôi mắt ngài mở lớn, long lanh, khiến tôi tưởng như ngài chính là thần Heruka, một chân dang ra một chân co lại. Tôi bị kích động mãnh liệt tới nỗi òa khóc như thể đã thấy chính vị thần Heruka. Thật là chuyện đặc biệt lạ lùng.

Với tôi, ngài là vị Lạt-ma quan trọng nhất của Tây Tạng. Ai cũng biết bốn đệ tử chính của ngài vĩ đại tới mức nào. Thế mà ngài lại là thầy của họ. Ngài bỏ nhiều thì giờ nghĩ về ý nghĩa thực tiễn của giáo lý, và thực chứng những giáo lý ấy bằng tim của ngài. Ngài đã thực hành tất cả những gì ngài học gần đến mức độ viên mãn. Ngài không chỉ nói suông mà cố thực chứng mọi sự. Lại nữa, không bao giờ ngài nổi giận; bất cứ sự giận dữ nào cũng hoàn toàn bị dập tắt bởi bồ-đề tâm nơi ngài. Nhiều khi có những hàng dài người đứng chờ ngài ban phép lành, thế mà Rinpoche vẫn hỏi thăm từng người một, vỗ đầu họ. Đôi khi ngài cho thuốc. Ngài luôn luôn từ hòa. Tất cả điều này làm cho ngài thật đặc biệt.

Theo tôi, ngài có hai đức chính yếu; về phương diện mật tông, ngài đã thực chứng và có khả năng hóa hiện làm thần Heruka, còn về phương diện kinh điển thì ngài có khả năng giảng dạy Lamrim.

Ngay trước khi viên tịch, ngài được mời giảng vắn tắt về Lamrim ở ngôi chùa của bổn sư ngài, tu viện Dagpo Shidag Ling ở Lhoka. Ngài đã chọn một bản văn ngắn nhan đề "Con đường nhanh" của Panchen Lama thứ hai. Đấy là bài Lamrim đầu tiên mà Dagpo Lama Rinpoche đã dạy cho ngài, và ngài nói nó sẽ là bài pháp cuối cùng ngài giảng dạy. Mỗi khi viếng thăm tu viện của bổn sư, Pabongka Rinpoche thường xuống ngựa ngay khi vừa trông thấy tòa nhà xuất hiện, và từ chỗ xuống ngựa, ngài lạy dài cho đến khi tới cổng. Khi rời tu viện thì ngài đi lùi cho đến khi không còn trông thấy bóng. Lần này khi rời tu viện, ngài lạy thêm lần nữa khi ngôi chùa đã khuất dạng, và đến ở lại trong một ngôi nhà lân cận. Hơi đau bụng, ngài lui vào nghỉ đêm. Ngài bảo thị giả đi ra trong khi ngài tụng kinh cầu nguyện, và ngài tụng lớn tiếng hơn lệ thường. Lúc ấy nghe dường như ngài đang giảng về Lamrim. Khi ngài tụng xong, các người hầu đi vào phòng thì thấy ngài đã chết. Mặc dù rất đỗi bối rối, Thatag Rinpoche cũng sai bảo được chúng tôi phải làm gì. Tất cả chúng tôi đều đau buồn. Di hài của Pabongka Rinpoche được bọc trong lụa thêu và hỏa táng theo nghi thức cổ truyền. Có một bảo tháp thực đẹp được xây lên. Tuy thế, tôi cũng lấy lại được vài xá lợi của ngài, và đã hiến tặng cho tu viện Sera-mae. Ngày nay các bạn có thể đến đấy chiêm ngưỡng xá lợi.

Ngày nay tôi có thành công phần nào về phương diện học giả, và về phương diện hành giả, tôi cũng là một Lama có hạng, song những điều ấy không có gì là quan trọng. Điều duy nhất có ý nghĩa đối với tôi, ấy là được làm đệ tử của Pabongka Rinpoche.

(Rilbur Rinpoche, người ghi lại tiểu sử trên đây, sinh tại miền đông Tây Tạng vào năm 1923. Lúc lên năm, ông được đức Dalai Lama 13 nhận ra là hóa thân thứ sáu của Sera-mae Rilbur Rinpoche. Ông vào Đại học tu viện Sera ở Lhasa năm 14 tuổi, đỗ tiến sĩ Phật học năm 24 tuổi, Ông thiền định, giảng dạy cho đến năm 1959. Cuối đời ông sang Ấn Độ, sống ở tu viện Namgyal tại Dharamsala.)

LAMRIM

Một chỉ dẫn sâu sắc, hoàn toàn chính xác để trao truyền pháp *Giải thoát trong lòng tay* của bạn, tinh hoa tư tưởng của Tsongkapa, bậc tướng quân chánh pháp vô song.

Văn tự ghi lại một bài giảng khúc chiết về các giai đoạn trên con đường đến giác ngộ. Tinh túy của mọi kinh điển. Cô đọng Pháp vũ cam lồ.

LỜI DẪN NHẬP
CỦA TRIJANG RINPOCHE

Hỡi Lama Lozang Dragpa,
Ngài là một với Thích-ca Mâu-ni và Kim Cương Trì,
Tổng thể của mọi nơi nương tựa tuyệt hảo,
Một mandala toàn vẹn với ba đức nhiệm mầu
của Giác ngộ,
Hãy mưa xuống cho chúng con mười triệu điều lành.
Ôi hỡi đấng Đạo sư của con, Người che chở cho con,
Người với Cỗ xe tối thượng,
Đã chiến thắng cực đoan, tìm bình an vị kỷ,
Người không màng tiện nghi thế tục,
Đã đề cao Ba vô lậu học
Và giáo lý của Đấng Chiến thắng
Người mà những thiện sự cao cả

Không bị hoen ố vì tám bận tâm của thế gian
(lợi, hại, khen, chê, vinh, nhục, được, thua)
Ngài chính là suối nguồn của mọi điều lành.
Mọi lời Thầy nói ra đều là thuốc hay
Để xua tan hàng trăm chứng bệnh;
Tâm non dại của chúng con
thật là những bình chứa nhỏ nhoi
Đối với biển giáo lý bao la của Thầy.
Một nguồn suối diệu pháp ngọt ngào như thế
Giáo lý vi diệu này mà bị quên lãng
Thì thực đáng buồn xiết bao
Ở đây con chỉ ghi lại được một phần nhỏ.

Trong quá khứ có vô lượng vị Phật đã xuất hiện, nhưng những chúng sinh vô phúc như tôi đã không đủ xứng đáng để làm đệ tử trực tiếp của đức Thích-ca Mâu-ni, Người che chở tốt nhất, Người nổi bật như một đóa sen trắng muốt trong số ngàn đức Phật vĩ đại, những bậc cứu tinh của thời kiếp may mắn này. Trước hết trong quá khứ chúng ta đã phải cố gắng phát khởi thiện tâm dù trong một giây lát, nhờ thế mà ta mới được tái sinh làm một con người. Rồi chúng ta lại được chỉ dạy con đường chân chính không chút lỗi lầm này, con đường sẽ dẫn ta đến trình độ toàn trí, lúc đó ta sẽ đạt giải thoát.

Nhưng nói tóm lại, tôi đã được cứu vớt nhiều lần thoát khỏi vô số điều xấu ác đủ loại khác nhau, và được đưa tiến đến càng ngày càng gần vô lượng điều vi diệu. Chính bậc Đạo sư thánh thiện quang vinh của tôi đã làm việc này. Lòng từ bi của ngài thật là vô bờ bến. Danh hiệu của ngài – tôi xin trân trọng nhắc lại vì một mục đích tốt lành – là Jetsun Jampa Taenzin Trinlae Gyatso Paelzangpo. Mặc dù những người như tôi rất thiếu trưởng thành, thiếu văn hóa và thiếu tính sáng tạo, có một thời tại nơi ẩn cư Chuzang, tôi đã được thưởng thức những giáo lý khẩu truyền của ngài khai thị vào diệu pháp Tối thượng thừa. Đấy là một thánh địa đã trở thành thiêng liêng nhờ sự hiện diện của nhiều thiền gia vĩ đại.

Ngài đã khai giảng khóa học khẩu truyền này vào ngày ba mươi tháng bảy năm Con Chim sắt, 1921 (tức năm Dậu, thuộc hành Kim, theo âm lịch), và kéo dài trong 24 ngày. Mọi người đã phải vất vả lắm mới đến được đấy. Họ đến từ ba tu viện chính ở Lhasa, từ miền Trung Tây Tạng, từ tỉnh Tsang, Amdo và Kham, để thưởng thức vị cam lồ của giáo lý khẩu truyền từ nơi ngài, như những người khát cháy cổ khát khao được nước uống. Có khoảng ba mươi vị Lama và tái sinh của Lama, và nhiều vị tinh thông ba tạng giáo điển, tất cả gồm trên bảy trăm người. Giáo lý ngài giảng dạy phối hợp nhiều truyền thống Lamrim khác nhau – những chặng đường đến giác ngộ. Có hai truyền thống khẩu thuyết liên hệ đến bản kinh Ngôn thuyết của đức Văn-thù. Một trong những truyền thống này rất chi ly, đã phát triển ở miền Trung Tây Tạng; một truyền thống khác thịnh hành ở miền Nam. Ngài còn giảng dạy một giáo lý cô đọng, Lamrim Con Đường nhanh; và trong phần Phạm vi Rộng lớn nói đến sự đổi địa vị mình với người, ngài dạy cách luyện tâm gồm bảy điểm.

Mỗi phần của giáo lý được làm cho phong phú thêm bằng những lời chỉ dạy rút từ những giáo lý khẩu truyền bí mật. Mỗi phần đều được minh họa bằng những ẩn dụ, luận lý hình thức, những mẩu chuyện, và những trích dẫn đáng tin cậy. Sự giảng dạy này người sơ học cũng có thể hiểu được một cách dễ dàng, nhưng sự thực hành thì lại dành cho mọi trình độ tri thức và tâm linh. Giáo lý này thật bổ ích vì nó gợi nhiều cảm hứng tốt. Đôi khi chúng ta phải phì cười, đâm ra tỉnh táo hẳn lên, và bừng sống dậy. Đôi lúc chúng ta phải rơi lệ, khóc ròng. Lại có những lúc ta đâm ra sợ hãi, và cảm thấy muốn hăng hái từ bỏ mọi sự để hoàn toàn dấn mình vào việc thực hành giáo lý. Cái cảm giác muốn từ bỏ này trào dâng mãnh liệt.

Đấy, những lời giảng dạy của ngài kỳ diệu như thế đấy, phát sinh những cảm xúc đa dạng như thế đấy. Làm sao tôi có thể ghi hết lại trên giấy được! Tuy nhiên, thật đáng tiếc biết bao nếu những điểm then chốt trong những lời giảng dạy đầy cảm hứng này phải bị mai một. Ý nghĩ ấy khiến tôi mạnh dạn viết ra quyển sách này. Bậc tôn sư đã khuyên tôi: "Một số những người hiện diện không thể theo dõi hết những lời giảng. Tôi e rằng tôi không tin cậy nổi những lời ghi chú mà mọi người ghi trong lúc nghe. Bởi thế yêu cầu ông hãy ấn hành một quyển sách, đưa vào trong ấy bất cứ gì ông cảm thấy chắc chắn."

Trong tác phẩm này tôi đã ghi lại một cách chân xác những lời dạy của thầy tôi, với hi vọng làm lợi lạc cho những ai muốn tu tập thành công.

PHẦN MỘT

NHỮNG CHUẨN BỊ SƠ KHỞI

Ngày thứ nhất

Kyabje Rinpoche, một bậc tướng quân chánh pháp vô tỷ, đã nói ít lời chuẩn bị cho chúng ta có những động lực thích đáng khi đón nhận những lời giảng dạy tiếp theo. Ngài nói:

Đức Tsongkapa, bậc đại nhân, bậc tướng quân chánh pháp của cả ba cõi, đã nói:

Thân thể vật lý thuận lợi này
Có giá trị hơn cả viên ngọc như ý.
Bạn chỉ được nó một lần mà thôi.
Khó thay được thân người, dễ thay bị mất nó,
Nó như một làn chớp giữa bầu trời.
Hãy quán tưởng điều ấy, rồi bạn sẽ thấy
Mọi hoạt động thế gian như trấu bị thổi bay
Và bạn phải nỗ lực đêm ngày

Để rút được một ít tinh hoa từ đời sống bạn.
Tôi, một ẩn sĩ Du-già, đã tu tập như thế;
Những người khát khao giải thoát nên tu.

Từ thời gian vô thủy, chúng ta đã mang không biết bao nhiêu thân xác cho đến ngày nay, nhưng ta đã không rút tỉa được một tinh túy nào từ những thân xác ấy. Không có một kiểu khổ đau nào mà ta chưa từng nếm trải, cũng không có một kiểu hạnh phúc nào mà ta chưa từng thưởng thức. Nhưng dù ta đã có bao nhiêu xác thân đi nữa, ta cũng đã không rút tỉa được chút tinh hoa nào từ nơi chúng. Bây giờ khi ta đã được may mắn mang thân người, thì ta nên làm cái gì để rút tỉa ít tinh hoa từ đó. Nếu không suy nghĩ chín chắn, thì ta không cho thân người quý báu này có tầm quan trọng chút nào, ta cũng không tiếc nuối gì khi lãng phí cơ may được sinh làm người. Có lẽ nếu bị mất tiền, chúng ta sẽ nuối tiếc nhiều hơn. Thế mà cái thân người ta đang có lại vô vàn quý báu hơn bất cứ viên ngọc như ý nào.

Nếu bạn phải lau chùi một viên bảo châu như ý bằng cách mỗi ngày rửa ba lần, đánh bóng ba lần, rồi đặt trên đỉnh một cái tràng phan của sự chiến thắng, bạn sẽ có được dễ dàng tất cả những sự tốt đẹp của thế gian như đồ ăn mặc ở, vân vân. Bạn có thể được hàng trăm, hàng ngàn, hàng trăm ngàn viên ngọc như thế, nhưng chúng không thể đem lại cho bạn dù chỉ một điều nhỏ nhất trong những điều mà bạn có thể thành tựu được nhờ mang thân người trong đời này; bởi vì bạn không thể sử dụng những bảo châu ấy để che chở mình khỏi tái sinh vào các đọa xứ trong đời sau. Nhưng với thân người hiện tại của bạn, bạn có thể tự đề phòng cho khỏi sa đọa vào các cõi xấu ác. Hơn nữa, nếu bạn muốn tái sinh làm Phạm vương, Đế thích, vân vân, bạn cũng có thể làm điều ấy nhờ thân người hiện tại. Nếu bạn muốn đi đến những cõi tịnh như cõi trời Thắng Lạc (Abhirati), cõi Cực Lạc (Sukhàvati), cõi Đâu-suất (Tushita), bạn cũng có thể làm được, nhờ cái thân người hiện tại của mình. Nhưng chưa hết đâu, bởi vì bạn còn có thể đạt đến những trạng thái giải thoát giác ngộ nhờ thân này. Điều bạn cần làm là, hãy tóm lấy cơ hội. Điều quan trọng hơn cả là nhờ thân tái sinh hiện tại mà bạn có thể đạt tới địa vị Kim Cương Trì (hợp nhất giữa thân như huyễn với đại lạc) trong vòng một đời ngắn ngủi, ngay trong thời đại suy đồi này; một kết quả mà thông thường phải mất tới ba a-tăng-kỳ kiếp mới thành tựu được. Như vậy, được tái sinh làm người còn giá trị hơn cả ngàn tỷ viên ngọc quý.

Nếu bạn lãng phí cuộc đời này mà bạn đã có được, thì điều ấy còn đáng tiếc hơn là nếu bạn mất đi ngàn tỷ viên ngọc báu. Không có sự mất mát nào lớn hơn sự mất mát này, không có sự mù quáng nào hơn sự mù quáng này, không có sự lầm lạc nào hơn sự lầm lạc này. Shantideva có nói:

– Không có sự mê lầm nào tệ hơn. Nếu không sử dụng thân này để tu tập sau khi đã được thân người như một cơ may hiếm có. Không có sự mù quáng nào lớn hơn thế nữa.

Bởi thế bạn phải nỗ lực rút tỉa một ít tinh túy từ cuộc đời này ngay bây giờ. Dù thế nào đi nữa, chắc chắn bạn sẽ phải chết, và bạn không biết được lúc nào thì cái chết đến với mình.

Hiện tại chúng ta đang theo học pháp, nhưng trong vòng một trăm năm nữa, không ai trong chúng ta còn sống sót. Trong quá khứ, đức Phật, đấng Đạo sư của chúng ta nhờ đã tích lũy công đức và trí tuệ trải vô số kiếp mà được thân Kim cương bất hoại. Tuy thế, đối với con mắt phàm thì ngay cả Ngài cũng đã nhập Niết-bàn. Sau Ngài còn nhiều học giả, luận sư, dịch giả và những bậc hiền trí ở Ấn cũng như Tây Tạng, nhưng tất cả các vị ấy cũng đều đã từ giã cuộc đời này. Không còn gì về họ ngoài danh hiệu và những gì mà người ta còn nói về họ. Tóm lại là bạn không thể đưa ra một ví dụ nào chứng minh vẫn còn có người được cái chết buông tha. Thế thì làm sao riêng bạn có thể sống hoài không chết? Bạn không hi vọng gì thoát khỏi chết.

Không những chắc chắn bạn phải chết, mà bạn còn không biết chắc lúc nào thì cái chết sẽ đến với mình. Bạn không biết chắc năm tới bạn còn sống trong thân xác này không, còn mang ba y Tỳ-kheo không nữa. Vào ngày này năm sau, có thể rằng các bạn đã tái sinh thành một con thú mang lông đội sừng cũng nên. Hoặc các bạn cũng có thể tái sinh làm một ngạ quỷ, phải sống mà không kiếm được một chút gì để ăn, cũng không tìm được một giọt nước uống. Hoặc các bạn cũng có thể tái sinh vào các địa ngục, phải chịu đựng những nỗi khổ nóng, lạnh, bị luộc trong nước sôi hay thiêu trong lửa đỏ.

Tâm bạn vẫn tiếp tục sau khi chết, nên nó phải chấp nhận tái sinh. Chỉ có hai con đường luân chuyển cho tái sinh, đó là đường đi lên các cõi cao và đường đi xuống các đọa xứ. Nếu bạn tái sinh vào Địa ngục vô gián, thì bạn phải ở đấy với một thân thể tràn khắp hỏa ngục, không khác gì với hỏa ngục ấy. Trong những địa ngục nhẹ hơn, như Địa ngục sống lại liên tục, thì bạn bị chết đi sống lại mỗi ngày hàng trăm lần, liên tục chịu đựng những cực hình. Làm sao có thể chịu đựng điều ấy khi mà bàn tay bị bỏng một chút bạn đã không chịu nổi? Ấy vậy mà ta sẽ phải đau đớn như thế đấy, hệt như khi thân thể hiện tại của ta phải chịu đựng cơn nóng bức. Chúng ta có thể tự hỏi, "Phải chăng khi vào đấy sẽ dễ chịu đựng hơn, nỗi đau đớn không nhiều như ta tưởng?" Nhưng không phải thế đâu.

Nếu tái sinh làm ngạ quỷ, thì trải qua nhiều năm bạn sẽ không kiếm được một giọt nước. Bây giờ bạn thấy khó chịu nổi một kỳ nhập thất nhịn đói, thì làm sao bạn chịu nổi tái sinh làm ngạ quỷ? Còn tái sinh làm súc sinh, chẳng hạn làm con chó. Bạn hãy xem kỹ những chỗ chó thường ở, cách chúng kiếm ăn, loại thực phẩm mà chó thường tìm được. Bạn có nghĩ rằng bạn chịu nổi kiểu sống như vậy không? Bạn có thể nghĩ rằng, các đọa xứ thật xa vời quá. Nhưng kỳ thực, sở dĩ bạn thấy mình còn xa xôi với các đọa xứ, chỉ là vì bạn đang còn thở được.

Nếu không suy xét kỹ, thì chúng ta không bao giờ ngờ rằng mình có thể đang đi đến các đọa xứ. Chúng ta có thể nghĩ rằng chúng ta có phần nào tuân giữ giới luật, tụng kinh hàng ngày, không vi phạm tội lỗi nào trầm trọng như giết người, cướp của. Phiền một nỗi là, ta đã không nhìn sự việc một cách thích đáng. Nghĩ kỹ lại mới thấy rằng ta không có tự do để chọn lựa mình có đi xuống những cõi tái sinh thấp hay không. Điều này được định đoạt bởi nghiệp lực của ta. Trong dòng tâm thức của chúng ta, có những nghiệp xấu tốt lẫn lộn. Vào lúc ta chết, thứ nào mạnh hơn trong hai thứ này, sẽ được châm ngòi bằng tham ái và chấp thủ. Khi nhìn lại dòng tâm thức của ta xem thói nào mạnh hơn, ta sẽ thấy rằng khuynh hướng bất thiện thắng lướt. Mức độ mạnh yếu được định đoạt bởi năng lực của động lực hành động, bởi việc làm, và bởi bước cuối cùng. Như vậy, mặc dù ta có thể nghĩ là mình chỉ làm những điều ác nhỏ nhặt, không đáng kể, song kỳ thực sức mạnh của nó rất lớn lao.

Ta hãy lấy một ví dụ. Giả sử bạn la rầy đệ tử. Bạn bị thúc đẩy bởi cơn hằn học là động lực, còn việc làm là bạn sử dụng những từ ngữ gay gắt nhất làm sao cho họ phải đau đớn. Và bước cuối là, bạn cảm thấy kiêu hãnh và bản ngã căng phồng lên, thấy mình quan trọng. Ba phần này – động lực, việc làm, bước cuối – thật là toàn vẹn, không thể nào toàn hảo hơn thế! Hoặc giả khi bạn giết một con rận. Động lực của bạn là sự thù ghét mãnh liệt. Bạn lăn tròn nó giữa hai ngón tay, hành hạ nó một hồi lâu, rồi cuối cùng mới giết nó. Bước cuối là bạn trở nên rất cao ngạo, cảm thấy mình làm như vậy là có lý lắm. Thói ác đã trở thành cường liệt qua ba giai đoạn ấy.

Chúng ta cứ tưởng đức độ của mình lớn lắm, song kỳ thực nó rất nhỏ bé. Nếu thiện tính nơi ta thực mãnh liệt, thì ba giai đoạn của việc lành – động lực, việc làm, bước cuối, tức phần hồi hướng công đức – phải được thực hiện một cách thuần tịnh. Trước tiên, có động lực thúc đẩy ta hành thiện. Tôi nghĩ, hiếm khi chúng ta làm việc lành vì khao khát có được một tái sinh tốt hơn – chỉ một động lực tối thiểu như thế còn không có, nói gì đến động lực tốt nhất, tức bồ-đề tâm hướng đến giác ngộ, hay tốt nhì là sự từ bỏ. Ngay từ đầu, chúng ta thường chỉ ước ao thành tựu những nguyện vọng liên hệ đến chuyện ăn, mặc, ở trong đời này mà thôi. Bất cứ lời nguyện nào ta làm để đạt mục đích ấy quả thực là tội lỗi. Còn về phần chính của hành động, thì mọi việc ta làm đều có tính cách chiếu lệ; chẳng hạn niệm một chuỗi OM MANI PADME HUM ta cũng không chuyên chú cho hết chuỗi. Hoặc ta ngủ gục, hoặc ta suy nghĩ mông lung. Thật khó mà tập trung dù chỉ trong thời gian đọc một lần câu thần chú *Một trăm vị chư thiên ở cõi Đâu-suất*. Và khi đến giai đoạn hồi hướng, thì ta lại thụt lui, hướng những ước nguyện của ta về cuộc đời này. Bởi thế, mặc dù chúng ta tưởng mình làm công đức lớn, kỳ thực những công đức ấy rất nhỏ bé.

Đôi khi chúng ta không làm công việc một cách thích đáng; khi khác ta lại bỏ qua động lực và bước cuối; và có những lúc chúng ta không thực hiện một bước nào trong ba bước ấy một cách thích đáng cả. Bởi thế chỉ có nghiệp bất thiện trong dòng tâm thức của chúng ta là rất cường liệt; chính nó là yếu tố duy nhất có thể được khởi động khi ta chết. Và nếu đấy là điều thực sự xảy ra thì chúng ta chỉ còn nước tái sinh vào các đọa xứ, đó là cái chắc. Chúng ta lại bảo, các thầy của chúng ta có khả năng bói toán, ta sẽ xin thầy tiên đoán xem ta sẽ tái sinh về cõi nào. Chúng ta cảm thấy nhẹ nhõm nếu được thầy tiên đoán sẽ có tái sinh tốt đẹp, và đâm ra lo sợ nếu thầy bảo là xấu lắm. Nhưng làm sao ta có thể đặt tin tưởng vào những chuyện bói toán ấy? Chúng ta không cần bói bằng xúc xắc, coi thầy, hay xem thiên văn lý số để biết đời sau ta sẽ đi về đâu. Đấng Đạo sư đầy từ mẫn của chúng ta đã tiên đoán cho ta trong kinh tạng, và ta cũng được nhiều bậc hiền trí uyên bác, ở Ấn cũng như Tây Tạng, chỉ bảo cho biết. Chẳng hạn bậc thánh Long Thọ (Nagarjuna) đã nói trong tác phẩm *Chuỗi ngọc quý* rằng:

Từ bất thiện, phát sinh mọi đau khổ và các đọa xứ.
Từ đức hạnh, phát sinh mọi cõi cao
và tái sinh đầy phúc lạc.

Chúng ta không thể chắc chắn về những chuyện như kiếp sau mình sẽ đi về đâu. Nhưng bậc Đạo sư của chúng ta đã thấy rõ và đã giảng dạy một cách không lầm lẫn. Chúng ta chỉ có thể tin được nhờ suy luận, và chúng ta nên tin tưởng sự công bố chân chính của đức Phật về vấn đề này.

Bởi thế, nếu điều chắc chắn là ta sẽ bị đọa, thì ngay từ giờ phút này trở đi ta phải tìm phương thế gì ngăn chuyện ấy khỏi xảy ra. Nếu thực tình muốn thoát khỏi các đọa xứ, chúng ta phải tìm một chỗ nương tựa che chở – như kẻ tử tội tìm sự bảo bọc của một quan chức có ảnh hưởng lớn để thoát khỏi tử hình. Nếu ta đã bị nhiễm ô vì nghiệp ác không thể dung thứ, vì những tội lỗi ta đã làm, thì ta có nguy cơ chịu sự trừng phạt của luật nhân quả nghiệp báo và phải đi đến các đọa xứ. Ta nên tìm chốn nương tựa là Ba ngôi báu Phật, Pháp, Tăng, vì chỉ có Ba ngôi báu này mới che chở chúng ta khỏi rơi vào đọa xứ. Nhưng tìm nơi nương tựa mà thôi chưa đủ, ta phải thay đổi cách hành xử của mình cho phù hợp với giáo lý về sự quy y. Nếu chư Phật có thể xóa sạch tội lỗi nghiệp chướng của ta, chẳng hạn bằng cách lấy nước rưới đầu, hay đưa tay dắt dẫn, thì các ngài đã làm vậy từ khuya, chúng ta đâu có còn khổ cho tới bây giờ.

Không, các ngài không thể làm chuyện ấy được. Đấng Đạo sư giảng pháp, nhưng chính chúng ta phải thay đổi cách hành xử đúng theo luật nhân quả mới được. Một bản kinh có nói:

Chư Phật không rửa sạch tội lỗi

Không đưa tay ban phép

Để cho hữu tình bớt khổ đau

Không trao sự chứng ngộ chân như của ngài cho kẻ khác.

Ngài giải thoát cho con người

Bằng giáo lý về chân như.

Đến đây bạn có thể nghĩ, "Tôi sẽ tìm trú ẩn trong Ba ngôi báu để khỏi sa vào đọa xứ, và sẽ áp dụng những phương pháp giải thoát khỏi đọa xứ, Tôi sẽ thay đổi cách hành xử phù hợp với luật nhân quả." Đấy là bạn đã khởi lên một động lực ở trình độ Lamrim thuộc Phạm vi Nhỏ.

Tuy nhiên, có phải chỉ cần giải thoát khỏi đọa xứ mà thôi chăng? Chưa đủ. Cùng lắm là bạn sẽ leo lên được các cõi trên chừng một hai kiếp, rồi lại rớt trở lại vào những đọa xứ, nơi mà nghiệp ác bắt kịp bạn. Vậy đấy không phải là giải pháp tối hậu, bạn không thể tin cậy vào nó. Quả thế, chúng ta đã bao nhiêu kiếp từng được sinh vào các cõi trời, rồi sau đó rơi trở lại vào các đọa xứ. Bây giờ chắc chắn ta cũng sẽ lâm vào tình trạng tương tự. Trong những kiếp quá khứ, ta đã từng làm Phạm vương, Đế thích, sống trong các cung trời. Điều này đã nhiều lần xảy ra, tuy thế chúng ta lại phải từ giã những cõi ấy mà quằn quại trên giường sắt nóng của địa ngục. Chuyện này cũng đã từng nhiều phen tái diễn. Ở các cung trời, chúng ta thưởng thức vị cam lồ của chư thiên; rồi khi rời khỏi cõi ấy, chúng ta phải uống nước đồng sôi trong địa ngục. Chúng ta đã từng hưởng lạc thú cùng với những tiên ông tiên bà, rồi lại phải sống trong địa ngục với ngưu đầu ngục tốt vây quanh. Chúng ta được sinh làm vua Chuyển Luân cai quản hàng trăm ngàn thần dân, rồi lại tái sinh làm những tôi tớ nô tì hạng bét như cưỡi lừa và giữ trâu. Có lúc ta được sinh làm thần mặt trời, thần mặt trăng, thân thể chúng ta tỏa ra nhiều ánh sáng tới nỗi ta chiếu sáng khắp bốn châu lục địa. Rồi chúng ta lại tái sinh vào dưới đáy đại dương, khoảng giữa các châu lục, nơi hoàn toàn tối tăm tới nỗi ngay đến tay chân ta, ta cũng không nhìn thấy được. Đại loại như thế. Dù bạn có thành tựu được bao nhiêu phúc lạc thế gian, điều ấy thực không đáng tin cậy, không có một thực chất nào.

Chúng ta đã trải qua không biết bao nhiêu là nỗi khổ, nhưng chừng nào chưa thoát khỏi vòng luân hồi sinh tử, thì chúng ta vẫn còn phải chịu đựng dài dài nhiều khổ đau hơn nữa. Nếu đem chất đống lại một nơi tất cả những phân uế và những thứ dơ dáy mà chúng ta đã ăn trong bao đời kiếp làm thân súc sinh, thì cái đống phân uế ấy có thể là cao hơn núi Tu-di, vua của các dãy núi. Ấy vậy mà ta còn phải ăn nhiều phân dơ hơn thế nữa, nếu ta chưa thoát khỏi luân hồi. Nếu đem tất cả những cái đầu của ta bị kẻ thù chặt trong những kiếp quá khứ mà chất đống lại, thì cái núi đầu ấy còn cao hơn cõi Phạm thiên. Tuy thế nếu ta không chấm dứt vòng luân hồi sinh tử của ta, thì ta còn phải mất nhiều đầu hơn nữa. Trong quá khứ vào những kiếp ta phải tái sinh ở địa ngục, thứ nước đồng sôi mà ta đã từng uống tính ra còn nhiều hơn cả nước trong bốn biển, nhưng ta còn phải uống nhiều hơn nữa nếu chưa thoát khỏi sinh tử luân hồi. Nghĩ đến chuyện cứ phải lang thang mãi không mục đích vì chưa thoát vòng luân hồi sinh tử, ai mà không lo sầu thống thiết?

Ngay cả khi được tái sinh làm chư thiên hay loài người, ta cũng chưa hẳn đã thoát khỏi bản chất của khổ đau. Loài người có cái khổ sinh, già, bệnh, chết, xa lìa những gì ta thân yêu, gần gũi những gì ta khó chịu, mong cầu gì cũng không được toại ý. Loài trời, tu la cũng có nỗi khổ bị thương tật, bị què quặt trong khi đánh trận, và luôn luôn khổ vì lòng ganh ghét ray rứt tâm can. Tái sinh ở những cõi trời Dục giới thì có nỗi khổ là, khi năm suy tướng xuất hiện là thấy cái chết đã gần kề. Chư thiên hai cõi trên (sắc và vô sắc) không có nỗi khổ nào hiện rõ. Tuy thế tự bản chất, họ vẫn ở trong tầm của cái khổ liên hệ đến mọi pháp hữu vi, bởi họ chưa đạt tới trình độ tự tại để duy trì trạng thái thanh tịnh của mình.

Cuối cùng họ sẽ rớt xuống cõi dưới, vậy nên họ cũng không thoát khỏi khổ.

Nói tóm lại, chừng nào chưa vĩnh viễn ra khỏi luân hồi, thì bạn vẫn chưa thoát khỏi bản chất của khổ đau. Bởi thế cần phải dứt khoát tự giải thoát mình ra khỏi luân hồi, và bạn phải làm chuyện ấy ngay trong đời sống này của bạn.

Thường chúng ta nói: "Tôi không thể tu kiếp này được" và cầu nguyện cho kiếp sau. Nhưng ta có thể làm việc ấy ngay trong đời này. Chúng ta đã được thân người thuận lợi, đấy là hình thể vật lý thuận lợi nhất cho việc thực hành chánh pháp. Chúng ta đã gặp được nhiều duyên lành, gặp giáo lý của Phật, vân vân. Vậy nếu ta không tu hành để đạt giải thoát ngay bây giờ, thì đợi đến khi nào?

Như vậy, bạn có thể nghĩ, dù sao đi nữa ta nhất quyết phải thoát khỏi sinh tử luân hồi. Và giải thoát chỉ có thể thực hiện nhờ ba vô lậu học. Bởi thế, ta sẽ tu học ba môn ấy để giải thoát ta ra khỏi biển trầm luân rộng lớn này. Đấy là bạn đã khởi một động lực tu tập Lamrim thuộc trình độ Phạm vi Trung bình.

Nhưng cả đến cách khởi tâm này cũng chưa đủ. Dù có tu hành để chứng đến quả Thanh văn hay Độc giác bạn cũng chưa hoàn tất những nhu cầu của riêng mình, và hầu như chưa có một chút gì lợi ích cho người khác. Ấy bởi vì bạn chưa từ bỏ một vài điều cần phải từ bỏ, đấy là những chướng ngại che lấp trí giác toàn vẹn và bốn nguyên nhân của vô minh. Chuyện này cũng giống như phải lội qua sông hai lần: mặc dù có thể bạn đã đạt tất cả quả vị tu hành lên tới quả vị A-la-hán trong đạo lộ Thanh văn thừa, khi ấy bạn vẫn còn phải phát bồ-đề tâm và tu tập các pháp tu căn bản của một người con đấng Pháp vương, khởi đầu bằng con đường tích tập công đức của Đại thừa. Giống như là khi gia nhập một tu viện, bạn phải tu tập từ địa vị một người phụ bếp trở lên cho đến khi thành tu viện trưởng. Rồi khi gia nhập một tu viện khác, bạn lại phải trở lui về phục vụ trong nhà bếp như cũ.

Chandragomin viết trong *Thư gửi một đệ tử:*

Họ như những bà con đang mắc kẹt trong
biển luân hồi,
Bị rơi vào luồng sóng dữ giữa đại dương;
Vì trải qua nhiều phen sống chết và tái sinh
Nên bạn không nhận ra họ, và bạn làm ngơ.
Bởi thế, bạn thật tệ nếu chỉ lo thoát lấy mình.

Nói cách khác, mặc dù chúng ta không thể nhìn nhận được nhau, kỳ thực không có một chúng sinh nào không từng là mẹ của bạn. Vì bạn đã trải qua vô số kiếp tái sinh, nên bạn cũng đã có vô số mẹ. Và lòng thương yêu mà những bà mẹ trong quá khứ trút lên bạn cũng không khác gì lòng thương yêu mà bà mẹ hiện tại dành cho bạn. Không một mảy may khác biệt giữa sự tử tế của mẹ bạn và sự tử tế của mỗi hữu tình.

Tuy nhiên, có lẽ bạn nghĩ: "Tất cả hữu tình không phải mẹ tôi. Nếu họ là mẹ tôi, thì tôi phải nhận ra ngay chứ. Thế mà tôi không nhận ra." Nhưng điều có thể xảy ra là, ngay trong đời hiện tại, cũng có người không nhận ra mẹ mình. Vậy, không thể chỉ vì "không nhận ra" mà bạn có thể bảo là không phải mẹ. Có những người nghĩ rằng, "Mẹ trong các đời trước đã thuộc về quá khứ. Thật không nên nói rằng hiện tại họ vẫn còn là những bà mẹ nhân từ của ta." Nhưng sự tử tế của những bà mẹ trong quá khứ với sự tử tế của bà mẹ hiện tại đối với bạn thực không có khác nhau chút nào cả. Lòng tử tế vẫn là một, dù bạn nhận một viên ngọc từ người nào năm ngoái hay năm nay. Thời gian của hành vi không làm cho mức độ của lòng tốt ấy có thay đổi. Vậy thì, mọi hữu tình đều có lòng từ mẫn đối với bạn.

Bạn nỡ nào có thể làm ngơ những bà mẹ từ mẫn của mình đang bị chìm đắm trong biển sinh tử, mà chỉ cầu giải thoát cho riêng mình? Điều ấy cũng chẳng khác nào những đứa trẻ cứ đứng trên bờ mà nhảy múa ca hát trong khi một người rất thân của chúng, ví dụ mẹ chúng, đã rớt vào một đợt thủy triều trên biển. Lượn sóng đang cuồn cuộn ra khơi, bà mẹ đang hãi hùng kêu cứu, vậy mà bọn trẻ hoàn toàn bỏ mặc bà. Còn gì tàn nhẫn hơn, đáng khinh hơn thế? Những đợt sóng đại dương được gọi là xoáy nước; điều kinh khủng nhất là khi một con thuyền, chiếc bè hay vật gì khác bị lọt vào đấy, thì chắc chắn sẽ bị cuốn hút và chìm nghỉm. Bây giờ bạn dường như không có chút liên hệ nào với hữu tình, những người đã rơi vào xoáy nước trên biển khổ luân hồi. Nhưng kỳ thực, họ đều là những bà mẹ từ bi của bạn, bạn phải báo đáp lòng thương của họ. Đem thức ăn cho kẻ đói, thức uống cho người khát, tài sản cho người nghèo, thỏa mãn những nhu cầu của họ, là bạn trả được phần nào ân đức của họ, nhưng kỳ thực điều ấy không lợi lạc bao nhiêu. Cách hay nhất để trả ơn là làm sao cho họ được hưởng mọi hạnh phúc, thoát khỏi mọi đau khổ. Không cách đền đáp nào tốt hơn thế.

Với những tư duy như trên, bạn có thể khởi lên ý nghĩ: "Mong sao cho những hữu tình này có đủ mọi thứ an lạc." Đấy gọi là phát triển tâm từ. Bạn cũng nghĩ: "Mong sao cho họ thoát khỏi mọi đau khổ". Đấy là phát triển tâm bi. Bạn phát triển tâm vị tha khi bạn nghĩ: "Tôi và chỉ mình tôi phải gánh lấy trách nhiệm thực hiện hai mục tiêu ấy. Tôi sẽ làm việc cho hai cứu cánh ấy."

Nhưng, bạn có thể làm những việc ấy ngay bây giờ không? Bạn không thể cứu tất cả khổ, ban tất cả vui dù cho chỉ một người, nói gì đến tất cả hữu tình. Vậy thì ai có thể? Chư vị Bồ-tát trú trong các địa vị thanh tịnh, và các bậc Thanh văn hay Duyên giác có thể lợi lạc hữu tình phần nào, nhưng họ chỉ làm được một ít những gì mà chư Phật có thể làm. Mỗi tia sáng phát từ thân Phật có năng lực đưa vô lượng hữu tình đến trình độ thuần thục, ngay cả đến giải thoát. Chư Phật hóa ra nhiều thân xuất hiện trước mỗi hữu tình. Những thân hình ấy ứng hợp với tính tình, khả năng, ước nguyện và bản năng của các hữu tình ấy. Chư Phật giảng dạy pháp cho chúng sinh bằng chính ngữ ngôn của chúng. Đấy là sơ lược vài khả năng của Phật. Bởi thế chư Phật là những đấng Vô tỉ trong cách các ngài làm việc lợi lạc cho hữu tình.

Chúng ta có thể thành tựu Phật quả không? Có thể, và muốn đạt thành Phật quả thì ta phải có một thân tái sanh thuận lợi. Chúng ta đã được một loại thân tái sanh rất đặc biệt là được sinh ra từ bào thai người ở lục địa phương Nam (Nam thiệm bộ châu), lại có đủ giác quan. Ta chỉ cần lợi dụng cơ hội này để thành tựu Kim cương trí ngay trong đời này. Phương tiện để đạt thành Phật quả là pháp tối thượng thừa, và giáo lý của Tsongkapa, đấng Chiến thắng thứ hai (sau Phật), về cỗ xe tối thượng thừa thật là toàn hảo. Những lời giảng dạy vô cấu của ngài phối hợp vừa kinh giáo vừa mật giáo. Chúng ta đã được gặp một nền giáo lý như thế.

Tóm lại, chúng ta đã gặp mọi điều kiện thuận lợi, không bị một chướng ngại nào trong việc tu tập. Chúng ta chỉ có thể tu sai đường, đi lạc hướng nếu không nỗ lực đạt thành Phật quả. Thân tái sanh lành mạnh như thế này không phải luôn luôn ta có được, cũng không phải ta sẽ luôn luôn gặp được giáo lý như thế này. Có người bảo: "Chúng ta thật đã không may sinh nhằm thời mạt pháp, gặp thời ác ôn." Nhưng kỳ thực, kể từ dòng luân hồi vô thỉ đến nay, chưa bao giờ ta gặp được một thời gian có nhiều tiềm năng lợi lạc hơn bây giờ. Không thể có thời nào tốt hơn. Ta chỉ gặp được hoàn cảnh này có một lần, bởi vậy cần phải tu tập hướng đến giác ngộ cho dù bất cứ điều gì xảy đến.

Như thế, điều này phải làm bạn phát nguyện: "Tôi sẽ làm mọi sự có thể làm để đạt mục tiêu là thành Phật vì tất cả hữu tình." Ý nghĩ ấy khơi dậy tâm bồ-đề, và như thế là bạn đã phát khởi động lực tu tập của bạn theo *Phạm vi rộng lớn* của Lamrim. Bạn đã phát tâm bồ-đề nếu bạn thực tình cảm nghiệm ý tưởng ấy một cách tự nhiên mà không có một gượng ép nào trong tâm.

Bạn phải thực hành để đạt thành Phật quả ấy. Và bạn cần biết phải thực hành như thế nào để thành công. Nhiều người muốn tu nhưng không biết tu cách nào nên đi đến một chỗ vắng nào đó, tụng vài câu thần chú, lập ít lời cầu nguyện, ngay cả cố tìm cách chứng được một vài tầng trong chín tầng thiền chứng, nhưng ngoài ra họ không biết làm gì khác. Bạn phải nghiên cứu học hỏi những giáo lý không lỗi lầm, những giáo lý không bỏ sót một chuyện gì trong việc thực hành pháp, thì bạn mới biết được phải làm những gì. Và vua của những giáo lý ấy chính là Lamrim, mô tả những bước đường đi đến giác ngộ. Bởi thế bạn phải khởi lên một động lực như sau: "Tôi sẽ chú ý lắng nghe Lamrim, rồi thực hành theo đấy."

Thông thường, cần yếu là phải khởi đầu mọi sự tu tập bằng một trong những động lực nói trên. Nhưng quan trọng hơn nữa, khi bạn nghe giảng về Lamrim, thì một trong những động lực trên chưa đủ. Ít nhất bạn phải lắng nghe kèm với một tâm bồ-đề gượng ép. Với người đã kinh nghiệm sự phát bồ-đề tâm, họ có thể nhớ nghĩ một công thức ngắn gọn như "Vì tất cả chúng sinh" là đủ. Tuy nhiên, điều này không đủ chuyển hóa nổi tâm một người mới học đạo. Nếu bạn nghĩ về Lamrim, khởi từ sự khó khăn muôn vàn để có được thân người thuận lợi, khi ấy tâm bạn sẽ quay về bồ-đề tâm. Điều này không phải chỉ áp dụng cho việc nghe Lamrim mà thôi. Những tu sĩ phái Gelug chúng tôi mỗi khi tham dự một pháp hội nào, như lễ quán đảnh, lễ khẩu truyền, giảng kinh, hay bất cứ gì khác, chúng tôi thường ôn lại tất cả giai đoạn Lamrim kể như chuẩn bị để có một động lực đúng. Ngay cả những thời cầu nguyện ngắn cũng phải bao gồm cả ba phạm vi của Lamrim. Đây là nét đặc sắc nhất của giáo lý thuộc phái Kadampas ngày xưa và của chúng tôi ngày nay, những người thuộc phái Kadampas mới. Bậc tôn sư của tôi đã nói điều này nhiều lần. Các bạn nào muốn nhận trách nhiệm bảo trì nền giáo lý này thì cần phải học tập theo cách ấy. (Tuy nhiên, khi làm lễ quán đảnh cầu sống lâu thì người ta có lệ không nói về vô thường – chết – vân vân, vì đấy là điềm gở:

chỉ nói đến sự được sinh làm thân người thuận lợi này là rất khó.)

Có những người tham dự một thời pháp mà nghĩ rằng: "Tôi thật may phước được học giáo lý này, nhưng tôi không thể thực hành được." Có người đi nghe vì bắt chước: "Nếu bạn đi thì tôi cũng đi với cho vui." Không ai đi nghe pháp để kiếm sống bằng cách đi làm lễ cho các gia chủ. Nhưng việc này có xảy ra với những giáo lý khác, chẳng hạn những phép quán đảnh chính yếu. Khi bạn theo học những giáo lý này, có thể bạn nghĩ mình sẽ có được khả năng tụng thần chú để trừ tà đuổi quỷ, hoặc chữa bệnh, hàng phục ma, có tài sản, có quyền lực, vân vân. Có những người, dù đã học bao nhiêu là giáo lý Phật, cũng vẫn xem pháp của ngài như là cái vốn để làm ăn; họ trông giống như những người sắp đi những nơi như Mông-cổ để kinh doanh buôn bán. Những người như thế đã tích lũy vô số tội nghiệp bằng phương tiện pháp của Phật. Đức Phật, đấng Đạo sư của chúng ta, bàn đến những phương tiện để đạt giải thoát và toàn tri. Khai thác lợi dụng những giáo lý ấy vì những mục tiêu thế tục thì chẳng khác nào ép một ông vua đang ngồi trên ngai xuống chùi nhà.

Bởi thế, nếu bạn tình cờ dường như cũng có những động lực xấu xa tương tự, thì hãy xua đuổi chúng đi; hô triệu một cái tâm bồ-đề bất đắc dĩ nổi lên đi cũng được, rồi nghe pháp. Thôi, chừng ấy cũng đủ để kết thúc phần khởi động lực cho đúng.

Sau đây sẽ là phần chính của giáo lý.

Trước hết, pháp mà bạn sắp tu tập phải là do Phật nói ra, và do những bậc thánh Ấn Độ giảng giải. Sự tu tập của bạn phải là pháp tu mà từ đó những bậc hiền trí vĩ đại đã rút tỉa được những tuệ giác và thực chứng; nếu không, một sự giảng dạy có thể được gọi là "sâu xa" mặc dù nó không do Phật thuyết và các bậc học giả hiền trí chưa từng biết tới. Nếu bạn quán tưởng về những thứ giảng dạy kiểu đó thì bạn có nguy cơ sẽ đạt một vài kết quả mà từ trước chưa ai từng đạt, kể cả chư Phật cũng chưa từng đạt tới! Bởi thế bạn phải xét kỹ cái pháp mà bạn sẽ dùng làm pháp tu của mình. Sakya Pandit nói:

Khi kinh doanh buôn bán
Làm lái ngựa, buôn châu...
Bạn tra xét đủ điều
Và đặt nhiều nghi vấn.
Bạn cần mẫn làm sao
Với việc vặt đời này.
Tương lai hạnh phúc hay khổ đau
Đều do bạn có hiểu sâu vi diệu pháp,
Thế mà với pháp ấy bạn có thái độ
Như con chó ngốn thức ăn:
Bạn đón ngay cái gì gặp được
Không cần xem kỹ nó chánh hay tà.

Khi muốn mua một con ngựa chẳng hạn, ta xem xét nhiều thứ, trước hết là coi bói, và đi hỏi những người ngoài. Ngay cả một tu sĩ thông thường khi mua một ấm pha trà cũng xem kỹ màu sắc, trọng lượng, hình dáng để bảo đảm nó không rỉ nước, và lại còn hỏi ý kiến nhiều người. Nếu không may gặp cái bình xấu thì bất quá nó cũng chỉ ảnh hưởng đến vài tách trà. Bạn thường tra tầm rất kỹ về những chuyện chỉ có giá trị nhất thời; thế mà bạn dường như không tra tầm chút nào cái pháp mà bạn phải tu tập, mặc dù điều này là căn bản cho những hi vọng tái sinh của bạn trong tương lai. Đấy là cách một con chó nuốt trọng thực phẩm vào bụng. Thật sai lầm biết bao! Nếu sai lầm ở bước đầu, là bạn đã tàn hại những hi vọng về đời tương lai của bạn. Bởi thế, cần phải xét kỹ pháp mà bạn định tu tập trước khi khởi công tu hành.

Nếu xét pháp hiện tại của chúng ta là Lamrim, bạn sẽ thấy pháp ấy là tuyệt hảo trong tất cả các pháp. Tính sâu sắc kỳ diệu của mật tông xuất xứ từ Lamrim. Nếu không khai triển ba căn bản của sự tu hành (sự từ bỏ, bồ-đề tâm và chánh kiến về Tánh không) trong dòng tâm thức, thì bạn không thể đạt giác ngộ ngay trong một đời. Tôi đã nghe nhiều giáo lý được cho là sâu sắc, phát xuất từ tri kiến sâu xa hay từ những mật điển, những giáo lý được xem là mang lại các năng lực thần thông biến hóa – so với những giáo lý ấy thì quả thực ba căn bản của sự tu hành không có vẻ gì là một giáo lý hấp dẫn đặc biệt cho lắm.

Pháp Lamrim không phải do Je Rinpoche (Tsongkapa) sáng chế, hay do Atìsha đặt ra. Hệ truyền thừa của nó bắt nguồn từ chính đức Phật, đấng Toàn giác, và chỉ từ nơi Ngài mà thôi. Nhưng khi bạn hiểu ra rằng có một pháp được gọi là Lamrim trong khi các pháp khác không có tên gọi ấy, bạn sẽ thấy rằng tất cả mọi kinh điển đều là Lamrim. Bộ kinh tôn quý *Bát-nhã Ba-la-mật* là bộ kinh tối thượng trong tất cả kinh điển của đấng Đạo sư chúng ta. Trong kinh ấy Ngài dạy rõ phần thâm thúy nói về những giai đoạn trên đạo lộ đưa đến trí Bát-nhã (thực chứng Tánh không) mà là cốt lõi của tám muôn bốn ngàn pháp; ngài cũng ám chỉ cái phần rộng rãi của Lamrim trong những phương pháp của chư Phật. Vậy, đây là nguồn gốc của hệ truyền thừa. Phần rộng rãi này được truyền cho đệ tử trước tiên của Phật là Di-lặc (Maitreya), Di-lặc truyền cho Vô Trước (Asanga). Phần sâu xa của Lamrim truyền từ Văn-thù (Manjusri) đến Long Thọ (Nàgàrjuna). Đấy là cách mà truyền thống Lamrim được tách làm hai – pháp Sâu và pháp Rộng.

Để làm sáng tỏ Lamrim, Di-lặc đã soạn năm bộ luận, Vô Trước viết *Năm luận về các trình tự*, Long Thọ viết *Sáu luận*, vân vân. Như vậy các hệ phái Lam-rim Sâu và Rộng đã truyền xuống cho bậc thánh vô tỉ là Atìsha. Ngài nhận hệ phái Rộng từ Suvarnadvìi, và hệ phái Sâu từ Vidyakokila; ngài phối hợp hai hệ phái thành một dòng. Ngài còn thừa kế hệ phái Những Hành động Uy mãnh nhất mà Shantideva hấp thụ của

Văn-thù, cũng như những hệ phái về mật chú, vân vân. Như thế, những hệ phái mà ngài thừa kế bao gồm cả kinh giáo lẫn mật giáo.

Atìsha soạn tác phẩm *Đèn soi nẻo Giác* tại Tây Tạng. Tác phẩm này phối hợp những điểm then chốt trong toàn bộ giáo lý. Những lời giảng dạy về sau được mang tên "Lamrim". Từ thời Atìsha, những hệ phái liên hệ tri kiến sâu xa và hành động rộng rãi đã phối hợp thành một dòng duy nhất. Nhưng dòng này lại tách làm ba hệ phái vào thời đại của phái Kadampa: hệ phái Cổ điển, hệ phái Những giai đoạn của đạo lộ, và hệ phái Chỉ giáo (Instruction.) Mỗi hệ phái tập trung vào một khía cạnh khác nhau. Về sau, Je Tsongkapa hấp thụ cả ba hệ phái này từ Namkha Gyaeltsaen ở Lhodrag, vị này là một học giả uyên bác, và từ Chekyab Zangpo, tu viện trưởng của tu viện Dragor. Từ thời ấy trở đi, truyền thống trở lại thành một phái duy nhất.

Đức Je Tsongkapa vĩ đại đã làm lễ cầu nguyện với những bậc tiền bối trong hệ truyền thừa của ngài bên Tảng đá hình sư tử tại Retreng về phía bắc Lhasa, tại đấy ngài khởi sự viết một cuốn sách về con đường tu tập. Ngài mang theo mình một pho tượng vị thánh tăng Atìsha. Pho tượng trình bày bậc thánh với chiếc đầu nghiêng về một phía. Mỗi khi ngài cầu xin trước pho tượng này, ngài liền thấy được những linh ảnh của tất cả những bậc thầy của hệ phái Lamrim hiện ra cùng ngài đàm luận về pháp. Lại nữa, ngài còn thấy những linh ảnh của Atìsha, Dromtoenpa, Potowa và Sharawa trong suốt một tháng trời. Ba linh ảnh sau cuối cùng tan thành một với linh ảnh Atìsha, vị này đặt tay lên đầu ngài Tsongkapa mà nói:

– Hãy giảng dạy giáo lý này đi, ta sẽ giúp ngươi.

Điều này có nghĩa rằng chính Atìsha đã xui khiến Tsongkapa viết tác phẩm *Những giai đoạn chính của con đường tu tập*. Tsongkapa hoàn tất tác phẩm này đến cuối phần nói về tịnh chỉ. Đại sĩ Văn-thù (Manjusri) yêu cầu ngài hoàn tất tác phẩm, kết quả là ngài viết thêm chương nói về tuệ quán đặc biệt. Vậy, ta phải ý thức rằng sách này là một kho tàng được sự gia trì của nhiều phép mầu nhiệm, mặc dù ta không biết được những người nào đã yêu cầu ngài soạn sách. Điều này được ám chỉ trong đoạn bắt đầu: "Nhờ những phép mầu kỳ lạ của các đấng Chiến thắng và những pháp tử của các ngài..."

Về sau, ngài soạn tác phẩm *Những giai đoạn giữa của đạo lộ* để tóm tắt cốt tủy của vấn đề đã không được nói đến trong *Những giai đoạn chính của đường tu*. Tác phẩm này phần lớn bàn về những hệ phái khẩu truyền trực tiếp và những hệ phái giảng kinh cổ xưa hơn; cả hai Lamrim này được cho là bổ túc lẫn nhau với những điểm then chốt khác nhau rút từ những lời dạy truyền khẩu.

Có lẽ bạn không biết làm sao để thể nhập những bản văn này vào việc tu tập của mình. Je Rinpoche (tức Tsongkapa) nói về sau:

– Những người thấy không thể nào hiểu nổi làm sao thực hành tất cả giáo lý này, thì nên tham khảo những bản văn ngắn gọn hơn nhiều, chỉ dạy cách tu tập.

Bởi thế bạn phải tham khảo những văn bản sau đây. Đức Dalai Lama thứ Ba – Lama Soenam Gyatso – viết tác phẩm *Tinh chất của vàng ròng*. Đức Dalai Lama thứ Năm vĩ đại viết *Lamrim* do chính đức Văn-thù nói, kể như một luận giải cho tác phẩm này. Đức Panchen Lama (Ban-thiền Lạt-ma) – Lozang Chekyi Gyaeltsaen – viết *Con đường Dễ*, và Lozang Yeshe (một tái sinh khác của Panchen) soạn luận giải cho sách này với tác phẩm *Con đường Nhanh*. Chính đức Tsongkapa cũng viết ba tác phẩm về Lamrim: *Đường Lớn, Đường Trung bình, Đường Nhỏ* (còn gọi là Những bài ca từ kinh nghiệm hay *Chứng đạo ca*). Ngoài bốn sách giáo lý khúc chiết của các vị Dalai Lama và Panchen Lama nói trên, Ngagwang Dragpa ở Dagpo còn viết *Con đường của kinh giáo vi diệu*. Đấy là tám giáo lý nổi tiếng nhất về Lamrim.

Bạn phải thụ giáo những bài giảng truyền thừa về những kinh văn căn bản này cùng với những luận giải. Chỉ thụ giáo một bài giảng mà thôi thì không đủ. Lại nữa, có đến hai bài giảng về tác phẩm *Lời đức Văn-thù*, một bài chi tiết hơn bài kia. Một trong hai bản văn này được truyền ở tỉnh Trung ương, bản kia truyền ở miền Nam; do vậy mà có sự phân thành hai phái. Bạn cũng phải thụ giáo riêng rẽ cả hai hệ phái này. Vị quan tể tướng Tagpugpa và các đồ đệ ngài về sau đã đánh giá cao hệ truyền thừa bản văn này. Ngài tuyên bố rằng nếu gặp bản này sớm hơn, thì ngài đã không trải qua bao nhiêu vấn đề nan giải liên hệ những đề mục tu thiền trong Lamrim. Điều này đúng như ngài nói: giáo lý cô đọng của *Con đường Nhanh*, và hai dòng trong tác phẩm *Lời đức Văn-thù* phối hợp lại, làm thành một giáo lý vô cùng sâu sắc.

Khi đức Phật, đấng Đạo sư của chúng ta giảng dạy, thì không có chuyện phân thành hai hệ phái – một hệ phái truyền khẩu và một hệ phái giảng kinh. Chỉ về sau, khi giáo lý của Ngài không còn hoàn toàn dễ hiểu, thì mới có chuyện giảng kinh tách biệt với thuyết pháp. Những bài giảng nào bàn chi tiết về những từ ngữ trong kinh được gọi là "giảng có bài bản". Ngược lại sự "giảng gọn", ám chỉ những lời giảng dạy không căn cứ nhiều trên danh từ của kinh văn, mà lại trình bày cốt tủy của giáo lý, thiện xảo như những y sĩ giải phẫu một tử thi trước mặt các học trò. Cái cách họ chỉ rõ lục phủ ngũ tạng, vân vân, đem lại cho người học một sự dẫn nhập sống động. Trong bài giảng theo kiểu "nói chuyện thân mật", vị thầy nói kinh nghiệm của riêng mình, cách dạy này cốt gây một ảnh hưởng lớn nhất trên dòng tâm thức của những môn sinh. Còn lối "giảng thực tiễn" là như sau: Môn sinh ở chung trong một nhà nhập thất. Họ được dạy một đề mục để thiền quán. Họ không được dạy thêm đề mục nào nếu chưa đạt một vài tuệ giác về đề mục trước. Lối giảng dạy này truyền xuống chúng ta qua những hệ phái thiên về tuệ quán. Đấy là những phương pháp tốt nhất để hàng phục dòng tâm thức.

Giáo lý mà tôi sắp giảng dạy thuộc về loại "nói chuyện thân mật". Một vài vị hiện diện trong đây cũng khá không may vì chỉ được theo học giáo lý này một vài buổi. Họ cũng ham thích giáo lý này thực, nhưng sau đó họ phải đi con đường của mình. Vì những người này mà tôi sẽ phối hợp *Con đường Nhanh* và hai hệ phái giảng về tác phẩm *Lời đức Văn-thù*. Về sau, khi giảng đến phần ấy, tôi sẽ đưa ra Bảy điểm tu tâm bằng cách đổi địa vị mình với người.

Tôi không có sự dè dặt nào trong khi giảng giáo lý này. Nó sẽ tạo công đức cho hai nhà quý tộc quá cố mà khóa giảng này được làm để tưởng niệm. Và khi giảng dạy Lamrim, tôi không phải cân nhắc lợi hại đối với thầy hay môn đệ, nhưng tôi phải cân nhắc khi dạy những giáo lý khác, chẳng hạn các pháp quán đảnh. Sự giảng dạy về Lamrim chỉ có thể đem lại lợi lạc mà thôi.

Tất cả các bạn, hãy tu kiểu nào bạn có thể tu, và nhớ cầu nguyện cho hai nhà quý tộc quá cố.

(Kyabje Pabongka Rinpoche khẩu truyền những dòng mở đầu của những bản văn Lamrim này. Sau đó chúng tôi được giải tán.)

Ngày thứ hai

Lama Pabongkā Rinpoche mở đầu:

Đức Tsongkapa vĩ đại (trong lời Dẫn nhập tác phẩm *Ba căn bản của sự tu hành*) đã viết:

Tôi sẽ cố giải thích ý nghĩa
Tinh túy của tất cả kinh điển
Của đấng Chiến thắng,
Đạo lộ được tán dương
Bởi tất cả chư Phật và những pháp tử các ngài.
Đó là cửa vào cho những người may mắn
muốn đạt giải thoát.

Giáo lý này là tinh túy của tất cả kinh điển Phật thuyết. Trong phần Phạm vi Nhỏ, bạn được thúc giục phải từ bỏ những cõi xấu ác, trong phần Phạm vi

Trung bình, bạn được thúc giục phải từ bỏ toàn bộ vòng sinh tử luân hồi, vân vân. Nhưng bạn sẽ không làm nổi những việc ấy nếu không dựa vào Lamrim. Tâm bồ-đề tôn quý là con đường mà tất cả chư Phật và các đấng Pháp vương tử (Bồ-tát) đều ca ngợi. Cửa vào cho những người mong đạt giải thoát chính là chánh kiến về Tánh không, xa lìa hai cực đoạn thường kiến và đoạn kiến, bạn cũng không thành tựu được điều này nếu không dựa vào hệ thống giáo lý Lamrim. Bởi thế, để đạt thành Phật quả, cần phải phát triển trong dòng tâm thức bạn ba căn bản ấy của sự tu hành. Muốn phát sinh ba căn bản này trong tâm thức, bạn phải dựa vào Lamrim. Bởi thế mà ngay từ đầu, hãy khởi động lực như sau: Tôi sẽ đạt thành Phật quả vì lợi lạc cho tất cả hữu tình – và vì lý do ấy tôi sẽ tham dự buổi nói chuyện thân mật này về ba phạm vi khác nhau của Lamrim. "Hãy tập trung tất cả những động lực và hành động của bạn theo chiều hướng những ý tưởng ấy, rồi hãy lắng nghe".

Và pháp mà các bạn sắp nghe là pháp gì? Đó là pháp Tối thượng thừa, giáo lý đưa người may mắn đến Phật quả. Đó là con đường truyền thống của hai vị tiên phong vĩ đại là Long Thọ và Vô Trước. Đó là tinh hoa tư tưởng của đức Atìsha vô song và đức Tsongkapa, pháp vương của ba cõi. Giáo lý này sâu xa là như vậy đó. Nó có mọi điểm then chốt được tìm thấy trong tinh hoa của tám vạn bốn ngàn kinh điển, nó tổ chức những thực tập tuần tự đưa ta đến giác ngộ.

Những "câu chuyện thân mật" về những giai đoạn của con đường đến giác ngộ có thể nằm dưới một tiêu đề căn bản: "Giáo lý thực thụ." Nhưng có những tiêu đề được đưa thêm vào để ấn định bản chất của Lamrim, những bản kê khác nhau về nó, và thứ tự giảng dạy giáo lý này. Bạn phải quen thuộc với những tiêu đề này để biết chắc cái nào đi với đề mục thiền đặc biệt nào, chúng được giải thích như thế nào, những trích dẫn đưa ra trong những tiêu đề ấy, hệ giáo lý khẩu truyền về chúng, và những chỉ dẫn mà chúng hàm chứa. Nếu không, nghĩa là nếu bạn nghe một giáo lý khơi khơi không có tiêu đề nào cả, thì sẽ khó làm cho những thiền quán trở thành lợi lạc cho dòng tâm thức bạn. Nó sẽ giống như là bạn cố lấy riêng ra xài hoặc trà, hoặc bơ, muối, soda... sau khi chúng đã được bỏ chung một bình. Có nhiều loạt tiêu đề khác nhau, một số dùng cho những Lamrim ngắn gọn, một số dành cho những bản dài hơn. Bạn nên theo những tiêu đề của giáo lý mà bạn đã hấp thụ.

Bây giờ tôi sẽ theo phần lớn sự thực hành của tôn sư tôi áp dụng tiêu đề cho *Con đường Nhanh*. Loạt tiêu đề đặc biệt này được trang điểm bằng nhiều chỉ giáo khẩu truyền. Trước đây nó chưa từng được bút ký, nhưng ngài hết sức cẩn thận khi giảng dạy chúng một cách công khai; và tôi cũng đã được thụ giáo những tiêu đề ấy một mình với thầy. Tôi đã hết sức thận trọng thu thập chúng lại và viết lên giấy. Những tiêu đề ấy không quá ngắn cũng không quá dài, và có nhiều điểm độc đáo đã được cho là rất công hiệu.

Những học giả của tu viện Nalanda ưa nói đến ba sự thanh tịnh trước khi giảng pháp: sự thanh tịnh của giáo lý khẩu truyền của vị thầy, sự thanh tịnh của dòng tâm thức nơi môn sinh, và sự thanh tịnh của pháp đang được trình bày. Những học giả của Vikramashìla trong những phần dẫn nhập thường nói đến tính vĩ đại của tác giả, tính vĩ đại của pháp, và cách lắng nghe giáo lý ấy. Tôi sẽ theo truyền thống sau cùng này.

Bài giảng về những giai đoạn của *Con đường đến Giác ngộ* có bốn phần chính:

I. Tính vĩ đại của các tác giả, được nói lên để chứng minh rằng giáo lý này có một nguồn gốc trong sạch.

II. Tính vĩ đại của pháp Lamrim, được nói để tăng niềm kính pháp.

III. Cách thích đáng để giảng dạy và lắng nghe pháp.

IV. Thứ tự những chỉ giáo thực thụ.

Bốn tiêu đề này được tìm thấy trong tác phẩm *Những giai đoạn lớn của con đường* (của Tsongkapa). Bất kỳ loại Lamrim nào được trình bày – *Con đường Dễ, Con đường Nhanh*, vân vân – bất kể nó được giảng chi tiết đến đâu, truyền thống khẩu truyền nói bạn phải khởi sự bằng những tiêu đề ấy, nếu không người ta sẽ không phát sinh đầy đủ niềm tin.

I. TÍNH VĨ ĐẠI CỦA CÁC TÁC GIẢ, ĐƯỢC NÓI LÊN ĐỂ CHỨNG MINH RẰNG GIÁO LÝ NÀY CÓ MỘT NGUỒN GỐC TRONG SẠCH.

Như phần trước tôi đã nói, theo truyền thống của những học giả Ấn, thì pháp mà bạn sẽ thực hành phải là do Phật dạy, được giảng giải bởi những bậc học giả hiền trí, và được sử dụng để thiền quán bởi những hành giả uyên bác có thể phát sinh những thực chứng về thần thông và tuệ giác trong dòng tâm thức họ.

Về phần chúng ta, chúng ta cần nhiều hơn là đức tin, trí tuệ, và kiên trì tinh tấn; nếu thực hành một pháp chỉ "có vẻ hữu lý", thì ta sẽ không đạt được kết quả nào. Ta đã thấy tận mắt nhiều người vừa trí tuệ vừa kiên nhẫn đã lãng phí thì giờ vô ích kiểu ấy. Hơn nữa, dù một giáo lý có được cho là phát xuất từ những linh kiến sâu xa đến đâu, thì ba căn bản của sự tu hành như tôi đã nói, vẫn quan trọng hơn các sàdhanas (những phương pháp đắc quả) và những giáo lý dạy cách chứng các thần thông, bởi vì những thứ này thậm chí còn không hơn được việc giảng dạy ba pháp quy y.

Muốn tìm về nguồn của một con sông, bạn cần phải đi ngược về lằn ranh tuyết. Cũng thế, bạn phải truy tầm một pháp trở lui về đức Phật, bậc Thầy của chúng ta. Nếu có thì giờ để bàn chi tiết điều này, tôi sẽ khởi sự với lịch sử cuộc đời đức Phật và tiểu sử của những bậc thầy thuộc tất cả các hệ phái, làm thế nào các ngài đã sử dụng con đường này để đạt đến những quả vị cao siêu. Nhưng tôi không đủ thì giờ để bàn dài dòng như thế. Tôi chỉ kể cho các bạn nghe một ít chuyện này thôi.

(*Khi ấy, Pabongka Dorje Chang (Kim Cương Trì) kể sơ cho chúng tôi nghe làm thế nào đã có hai hệ truyền thừa từ đức Phật xuống Atìsha; và làm thế nào Atìsha đã phối hợp hai hệ phái thành một dòng. Ngài tiếp:*)

Atìsha viết *Đèn soi nẻo Giác* tại Tây Tạng; từ ngữ "Lamrim" về sau mới xuất hiện. Trong tất cả những tác phẩm về giáo lý Lamrim như *Con đường Tối thượng*, *Giáo lý tuần tự*, vân vân, tác phẩm chính về đề tài này – *Đèn soi nẻo Giác* – là kiệt tác của ngài. Bởi thế Atìsha gần như là tác giả của tất cả những pháp môn ấy. Ngay cả Tsongkapa vĩ đại cũng viết: *Tác giả sách này kỳ thực chính là Atìsha.* Bởi thế đáng lẽ tôi phải kể cho các bạn nghe lịch sử chi tiết cuộc đời ngài, song vì ít thì giờ, tôi chỉ nói sơ lược.

Tiểu sử này có ba tiêu đề:

IA. Atìsha sinh vào một gia đình quý tộc

IB. Ngài đã đạt được những kỳ đức ngay trong đời này như thế nào?

IC. Những việc Ngài đã làm sau khi có được những sở đắc

IA. Atìsha sinh vào một gia đình quý tộc

Atìsha sinh tại miền đất nổi tiếng ở Đông Ấn, bây giờ là Bengal, nơi một đô thị lớn có một trăm ngàn hộ dân cư, tổng số dân là ba triệu năm trăm ngàn. Lâu đài của thân phụ ngài được gọi là "Lâu đài của những lá cờ vàng chiến thắng." Có mười ba ngôi chùa vàng, và hai mươi lăm tràng phan chiến thắng bằng vàng. Gia đình ngài rất giàu và có thế lực. Thân phụ ngài là vua Kalyànashrì, thân mẫu là Prabhàvatì. Lúc ngài ra đời có nhiều điềm lạ.

IB. Ngài đã đạt được những kỳ đức ngay trong đời này như thế nào?

Khi vị thái tử hài nhi chỉ mới mười tám tháng tuổi, song thân ngài viếng thăm một ngôi đền ở Vikramapuri. Dân chúng sắp hàng hai bên đường để xem thái tử. Ngài trông thấy đám đông và hỏi cha mẹ:

– Những người này là ai thế?

Họ trả lời: – Đấy là thần dân của con.

Hài nhi nhìn mọi người với vẻ thương xót và thốt ra lời kệ:

Ước gì họ đều như tôi:

Giàu có, nhiều công đức sáng chói,

Thừa kế ngai vàng, một thái tử đầy quyền lực.

Ước sao tất cả họ đều tin theo diệu pháp!

Mọi người rất đỗi kinh ngạc. Khi vào đền, mọi người, kể cả cha mẹ ngài, đều cầu nguyện không bệnh, sống lâu, giàu có, khỏi sa vào đọa xứ, được sanh lên thượng giới, vân vân. Riêng thái tử lại cầu nguyện như sau:

Tôi đã được tái sanh làm người,
Một người được ưu đãi.
Giác quan tôi không tì vết,
Tôi gặp được Ba ngôi báu.
Mong sao con luôn luôn kính cẩn
Đội trên đầu con Ba ngôi tôn quý.
Kể từ hôm nay, xin Ba ngôi báu làm chỗ nương của con.
Mong sao con đừng bao giờ bị công việc gia đình trói buộc,
Mong sao con có năng khiếu về pháp
Ở giữa đại chúng tăng-già.
Mong sao con cúng dường Tam bảo
Mà lòng không một chút kiêu căng.
Mong sao con nhìn mọi hữu tình với lòng thương xót.

Mới mười tám tháng tuổi, vị thái tử hài nhi đã nói đến chuyện quy y và phát tâm bồ-đề. Ngay từ điểm này trong tiểu sử đời ngài, ngài đã làm cho chúng ta tin tưởng.

Tác phẩm *Quyển sách của hệ phái Kadampas* cho chúng ta biết về sự phát triển sớm của ngài:

Khi thái tử lên ba
Ngài đã giỏi về toán,
Văn chương và thi phú.
Khi lên sáu tuổi
Ngài có thể phân biệt Phật pháp, phi Phật pháp.

Phân biệt Phật pháp với không phải Phật pháp thật là chuyện vô cùng khó khăn. Có lẽ chuyện sau đây sẽ cho bạn vài khái niệm. Có lần Atìsha đã nói:

– Ở Ấn Độ chỉ có ba người biết phân biệt Phật pháp và phi Phật pháp là Nàropa, Shàntipa và tôi. Nàropa đã chết, còn tôi đã đi Tây Tạng. Có thời nào mà xứ Ấn lâm vào một tình thế tệ hơn không?

Chính sự kiện Atìsha có thể phân biệt như vậy vào lúc lên sáu, đối với tôi dường như là dấu hiệu chứng tỏ ngài đã uyên bác ngay từ lúc nhỏ.

Khi ngài mười một tuổi, nhiều công nương công chúa xứng đôi vừa lứa đã tìm đủ mọi nghệ thuật múa hát để quyến rũ ngài; nhưng những cảnh tượng ấy chỉ gợi cho ngài sự gớm ghiếc và xuất ly. Có một cô gái làn da ngăm đen vốn là hóa thân của Tara, đã nói với ngài:

Thái tử, chớ bị vướng mắc.
Hỡi người diễm phúc, đừng bị vướng
Nếu một anh hùng như ngươi

Mà bị tóm trong vũng lầy dục vọng
Thì cũng như con voi sa lầy.
Những người mặc áo giáp giới đức thì không chìm đắm.

Ta hãy suy xét rộng rãi lời nói của nàng. Nàng bảo thái tử đừng vướng mắc, trước hết là vào đời này, và thứ đến là vướng vào sinh tử luân hồi nói chung. Ví dụ nàng dùng về con voi sa lầy có nghĩa rằng, vì con voi có thân xác khổng lồ, nên còn khó gỡ mình ra khỏi sình lầy hơn những con vật khác. Nếu những người bình thường mà phạm vài điều quấy, thì chỉ có hại cho bản thân họ chứ không thể phương hại đến sự lan truyền giáo lý. Nhưng nếu những tu sĩ vĩ đại hoặc những tái sanh của Lama mà hành xử sai trái, thì sẽ làm cho sự giảng dạy giáo lý trong vùng ấy mất ảnh hưởng. Nếu những vị này hành xử thích đáng, thì giáo lý ở vùng ấy sẽ thịnh. Lại nữa, với tôi dường như điều ấy muốn nói rằng điều quan trọng nhất là những người lớn như quý vị cần phải đa văn, có đạo đức, từ bi, và quý vị nên giữ gìn những truyền thống Gelugpa thuần tịnh.

Thái tử trả lời rằng những yêu cầu của cô gái làm cho thái tử rất hài lòng.

Không lâu sau đó, vua cho một trăm ba mươi kỵ sĩ vây quanh thái tử. Thái tử giả vờ ra đi thám hiểm núi rừng ở vùng lân cận. Mục đích thực của ngài là ra đi tìm thầy học đạo. Ngài gặp Bà-la-môn Jitarì đang sống trong một ngọn núi, ông cho thái tử quy y và thọ giới Bồ-tát, và cho thái tử biết về Bodhibhadra (Trí Hiền) ở Nalanda, người có duyên nghiệp với thái tử từ đời quá khứ. Thái tử liền đi gặp bậc thầy ấy và dâng cúng ngài nhiều ngọc ngà châu báu. Bodhibhadra rất hoan hỉ. Bậc thầy nhập định và làm phép tịnh hóa ba cửa (thân khẩu ý) cho thái tử. Ngài cũng cho thái tử nhiều lời chỉ giáo liên hệ đến sự phát tâm bồ-đề, rồi giới thiệu thái tử đến bậc thầy Vidyakokila, vị này cũng dạy thái tử về sự phát bồ-đề tâm rồi gởi thái tử đến một bậc thầy từ đời trước của thái tử là Avadhutipà.

Avadhutipà bảo thái tử:

– Hãy trở về kinh đô của phụ vương ngay hôm nay. Hãy quán xét những khuyết điểm nơi lối sống của một cư sĩ thế tục.

Và thế là thái tử về nhà, khiến phụ vương mẫu hậu rất đỗi vui mừng. Họ hỏi:

– Con đi đâu thế, hỡi Chandragarbha (Nguyệt Tạng). Con có mệt chăng? Có sầu muộn chăng? Ôi thật tốt lành thay, con đã trở về.

Thái tử trả lời:

Con đã đi tìm thầy học đạo
Vì thầy là nơi nương tựa quý báu như Phật.
Con đã tìm trong hang núi
Và những nơi tịch mịch hoang vu,

Nhưng dù đi đến đâu
Con cũng có thể thấy lỗi lầm của sinh tử.
Bất cứ người bạn nào con gặp
Đều nói cho con nghe những lỗi lầm của sinh tử.
Mặc dù thế, con vẫn chưa được vừa lòng.
Xin cho con tự do để quay về với pháp.

Phụ vương bảo với thái tử rằng, nếu cảnh sinh tử làm cho ngài đau khổ như thế thì thái tử nên lên ngôi vua rồi tha hồ mà cúng dường Tam Bảo, bố thí cho người nghèo, xây chùa, trai tăng tạo phước. Như vậy ngài sẽ hoàn toàn hạnh phúc. Thái tử trả lời:

– Con đã thấy nhiều cảnh khổ sinh tử. Con không chút nào bị lôi cuốn vào cạm bẫy của cuộc đời làm vua chúa. Cung vàng điện ngọc đối với con không khác gì lao ngục. Những mỹ nữ đối với con không khác gì con gái của ma vương. Ba chất ngọt ngào chẳng khác gì thịt chó, mủ và máu. Mặc lụa là, trang sức châu báu với đắp một cái mền rách không có khác gì nhau. Con sẽ vào rừng để thiền định. Hôm nay hãy cho con một ít thịt, sữa, mật, đường mía để con đi đến bậc thầy Avadhutìpà.

Đấy là đại ý những bài ca được thái tử hát cho phụ vương mẫu hậu. Song thân cho phép ngài làm theo ý muốn, và thái tử khởi hành vào rừng cùng với một ngàn kỵ sỹ đi theo.

Ngài trở thành một đồ đệ của Avadhutipà, người khai thị cho ngài sự phát tâm bồ-đề. Ông bảo:

– Hãy đi đến chùa Krshnagiri (Hắc sơn) nơi tiên Ràhulagupta đang ở. Ông ấy cũng từng là thầy con trong quá khứ.

Bậc thầy Ràhula lúc ấy đang giảng dạy giáo lý mật tông. Khi thấy thái tử đi vào, mặc dù đã biết thái tử đến cầu pháp, để thử thách, ông tung một luồng sét đánh vào thái tử, rồi đi lên đỉnh núi chỗ có một ngôi tháp tà thần Tìrthika màu đen. Các ẩn sĩ tùy tùng hỏi Ràhula người ấy là ai thế. Ràhula trả lời:

– Trong năm trăm năm mươi hai đời tái sinh, ông ấy luôn luôn làm học giả. Bây giờ ông là thái tử sắp nối ngôi vua Pháp ở xứ Bengal là Kalyànashrì. Ông ta không màng đời sống vương giả, mà mong muốn thực tập khổ hạnh.

Mọi người đều ngạc nhiên. Họ đứng lên mời thái tử gia nhập đoàn ẩn sĩ.

Khi gặp bậc thầy này, Atìsha nói:

Hỡi Đạo sư thánh thiện, xin nghe con đây:
Con đã từ bỏ gia đình
Con mong đạt giải thoát
Nhưng con đã sinh vào nhà danh tiếng
Và có thể bị trói buộc vào xứ Bengal.

Con đã tôn thờ những bậc thầy
Jitàri, Bodhibhadra, Vidyakokila và Avadhutìpà,
những bậc Đạo sư có thần thông
Nhưng ngay đến bây giờ, con vẫn chưa thoát khỏi
những phận sự làm vua.
Nay con được gởi đến Thầy, hỡi bậc Đạo sư;
Xin hãy khai thị cho con giáo lý Đại thừa
Và sự phát bồ-đề tâm,
Mong sao con thoát khỏi những trói buộc.

Thái tử tiếp tục năn nỉ vị thầy suốt mười ba ngày. Cuối cùng ông đáp ứng, làm pháp quán đảnh Hevajra cho thái tử và truyền riêng cho ngài tất cả những chỉ giáo. Thái tử được pháp danh trong mật giáo là Jnànaguhyavajra.

Rồi Ràhula bảo tám vị nam nữ khổ hạnh lõa thể có nhiều thần thông khủng khiếp rằng:

– Hãy đi theo ông ấy về Bengal, làm cho nhà vua đổi ý. Khi thái tử đã được giải thoát khỏi phận sự làm vua, thì hãy đưa ông đến bậc thầy của ông là Avadhutìpà.

Bấy giờ thái tử trang phục như thần Heruka, đi vào hoàng cung. Mọi người khi trông thấy đều nhận ra ngài và rất hoảng sợ. Ngài lang thang suốt ba tháng, hành xử như một người điên. Những tu sĩ khổ hạnh đi theo ngài thì chạy nhảy cùng khắp. Mọi người đều quyết định rằng ngài không còn đủ tư cách để trị vì nữa, và không ai cầm được nước mắt.

Phụ thân ngài là người buồn sầu nhất. Ông nói:

Ôi con tôi! Từ khi con sinh ra,
Cha đã thấy con có giá trị phi thường
Cha những tưởng con sẽ làm phận sự quốc vương
Còn ai hạnh phúc hơn con nữa?
Sự ẩn cư trong rừng đã tác hại gì đến tâm con?

Thái tử đáp:

Thưa cha, nếu con làm vua
Con chỉ được sống với cha trong đời này
Nhưng rồi cha con không nhận ra nhau trong những đời sắp tới.
Thật sai lầm biết bao khi làm một việc
Không đem lại lợi ích gì mà chỉ có hại.
Nếu con từ bỏ đời sống vương giả
Mà thực hành Con đường bảo đảm
Đưa đến giải thoát giác ngộ,
Thì cha con mình sẽ được hạnh phúc
Trong những đời tương lai.
Bởi thế, cha hãy buông con ra!

Bà mẹ nói:

Mẹ không thể thuyết phục con
Nghiệp đã ném chúng ta vào sinh tử.
Con hãy tu pháp gì con xem là tốt nhất
Mẹ cầu được gặp con trong tất cả các đời sau.

Rồi cha mẹ đều cho phép thái tử xuất gia.

Thái tử cùng với những tu sĩ khổ hạnh rời cung điện từ sáng sớm để đi đến nơi ẩn cư trong rừng của bậc thầy Avadhutìpà, ở đấy ngài học pháp của trường phái Trung quán. Từ năm 21 tuổi cho đến năm 29 tuổi, Atìsha được thụ giáo về những điều vi tế sâu xa của luật nhân quả, cuối cùng ngài gần ngang với bậc thầy Avadhutìpà. Vắn tắt là ngài đã thiền quán, chiêm nghiệm về mọi pháp ngài học được. Tác phẩm *Quyển sách xanh về những bùa chú* nói: "Ngài đã theo học Avadhutìpà trong bảy năm."

Atìsha đáng lẽ đã lên làm vua, sự nghiệp rực rỡ không thua gì hoàng đế Trung quốc Lý Thế Dân mà hoàng cung có đến mười vạn ngôi nhà với những tràng phan chiến thắng, hai mươi lăm ngàn ao tắm, bảy trăm hai mươi lạc viên, và năm mươi sáu ngàn cổ thụ. Ngài đã có thể sở hữu ba triệu rưỡi thần dân. Cung điện của ngài được vây quanh với bảy lớp trường thành nối liền bằng ba trăm sáu mươi ba cây cầu bắc ngang. Có hai mươi lăm ngàn tràng phan chiến thắng bằng vàng ròng, và cung điện ở giữa có mười ba ngôi chùa. Nhưng tôn giả Atìsha đã hiến mình cho Chánh pháp, từ bỏ tất cả cạm bẫy của vương quyền như nhổ nước bọt. Đức Phật, đấng Đạo sư của chúng ta, cũng đã từng làm tương tự: mặc dù trong tay nắm chắc ngôi vị chuyển luân vương đầy quyền uy, ngài đã từ bỏ để xuất gia. Bởi vậy, các bạn phải đọc lại một cách say sưa lịch sử của các ngài. Còn chúng ta bây giờ nếu có ai bảo xả giới hoàn tục sẽ được làm quận trưởng, có lẽ ta xả giới ngay không chút do dự. Thế cũng đủ chứng minh mức độ phát tâm của chúng ta. Chúng ta khó mà từ bỏ những vật vặt vãnh trong căn phòng nhỏ hẹp của mình, nói gì đến chuyện từ bỏ uy quyền của vương vị. Thật hoàn toàn trái ngược với Atìsha, người vứt bỏ vương vị xem như đờm dãi, người theo thầy học đạo trải qua bảy năm ròng. Ngài còn thọ giáo Kim cang thừa với nhiều bậc Đạo sư có thần thông khác, và trở thành một học giả về tất cả cổ thư và về mọi ngành giáo lý. Một hôm ngài khởi lên ý nghĩ "Ta thật uyên thâm về mật giáo" thì bỗng mộng thấy một số nữ thần (dàkinìs) cho xem nhiều pho sách mật giáo mà ngài chưa từng thấy. Từ đó ngài hết kiêu mạn về sự uyên bác của mình. Và khi ngài có tư tưởng, "Ta sẽ đạt những thần thông tối thượng về Đại thủ ấn (mahàmudrà) ngay trong đời này bằng cách áp dụng một kiểu hành xử có nhiều tính chất mật giáo hơn nữa" (nghĩa là có vợ), thì Đạo sư Ràhulagupta hiện đến với ngài bằng thần thông đi xuyên qua tường vách mà bảo:

– Cái gì? Con đã quên chúng sinh rồi sao? Hãy thụ giới ngay. Điều ấy sẽ làm lợi lạc cho nền giáo lý và cho nhiều chúng sinh hơn.

Khi ấy thần Heruka xuất hiện trước ngài, và cũng yêu cầu như thế. Ngài cũng mộng thấy đức Thích-ca Đạo sư chúng ta và đức Di-lặc bảo ngài phải thụ giới. Ngài bèn thọ giới cụ túc với ngài Shìlaraksha (Giới hộ), một tu viện trưởng thuộc bộ phái Mahàsamgika (Ma-ha tăng-kỳ-vực), người đã đạt giai đoạn Nhẫn trên đạo lộ chuẩn bị. Atìsha được thọ cụ túc giới vào năm 29 tuổi.

Atìsha đã theo học một trăm năm mươi bảy bậc thầy, học tất cả các học thuật, kinh giáo và mật giáo cùng những bài dạy truyền khẩu liên hệ. Ngài làm một khảo cứu đặc biệt về tất cả những điểm then chốt trong Tứ phần Luật dưới sự hướng dẫn của Dharmarakshita (Pháp hộ), và làm một bộ luận khổng lồ bao gồm một trăm lẻ tám bài tụng trình bày bảy phần của Thắng pháp (Abhidharma) gọi là "Luận về những điểm đặc biệt." Ngài nghe giảng những giáo lý này trong mười hai năm, và nghiên cứu tường tận. Ngài còn am tường tất cả những pháp tu khác nhau của mười tám bộ phái (thuộc phái Vaibhashika – Đại tỳ-bà-sa), về những vấn đề như thành phần nào trong tăng chúng phải tịnh thí một phần thực phẩm mình xin được, hoặc thứ nước nào được phép uống, vân vân. Bởi thế ngài trở thành viên ngọc tối thượng của cả mười tám bộ phái Ấn Độ.

Nhưng mặc dù ngài đã học và hành tất cả kinh giáo và mật giáo có thể tìm thấy được vào thời ấy tại Ấn, ngài vẫn không ngừng tự hỏi con đường nào là đường nhanh nhất đến giác ngộ, và Ràhulagupta bậc thầy ngài, đang ở trong hang động núi Krishnagiri, biết được tâm niệm ngài nhờ tha tâm thông, liền đi đến bảo:

– Có gì hay ho trong việc thấy những linh kiến về các thần bảo hộ, làm xuất hiện được nhiều bộ loại chư thần trong những đồ hình, phô diễn được vài thần thông vặt vãnh, hoặc đạt được định vững như núi đá? Hãy luyện tâm ngươi về lòng từ mẫn và tâm bồ-đề. Đức Thiên thủ Quán Thế Âm là vị Bồ-tát của lòng từ mẫn, hãy cầu ngài làm thần bảo hộ cho ngươi và phát nguyện làm lợi lạc hữu tình cho đến khi cõi sinh tử trống rỗng.

Một ngày kia, trong khi đang kinh hành quanh Kim cang tòa của Phật tại bồ-đề tràng, Atìsha nghe cuộc đàm thoại giữa hai pho tượng. Một lần khác, có hai thiếu nữ đã vượt qua được những giới hạn của thân xác con người, đang nói chuyện trên bầu trời phía nam của bồ-đề tràng. Một cô hỏi:

– Muốn đạt giác ngộ cho toàn vẹn và nhanh thì người ta nên tu theo pháp nào?

Cô kia bảo:

– Hãy tu luyện tâm bồ-đề.

– Phải đấy, bồ-đề tâm là phương tiện cao cả nhất.

Atìsha đã dừng kinh hành để nghe cuộc đàm thoại, và ghi hết vào trong tim như một bình chứa nhận nước trút từ bình khác.

Có lần trong lúc đang đứng cạnh bức tường rào bằng đá do bậc thầy Long Thọ dựng lên, Atisha nghe một bà già bảo một cô gái:

– Bất cứ người nào muốn đạt giác ngộ sớm đều phải tu luyện tâm bồ-đề.

Lại có lần trong khi đang kinh hành gần pho tượng Phật ở hành lang ngôi đại điện tại bồ-đề tràng, pho tượng bảo Atìsha:

– Hỡi khất sĩ, nếu muốn đạt giác ngộ sớm, thì ngươi hãy tu luyện tâm từ, tâm bi và tâm bồ-đề.

Một lần khác, khi ngài đi quanh vách đá một am cốc nhỏ, pho tượng đức Thích-ca bằng ngà voi nói với ngài:

– Hỡi thiền giả, hãy tu luyện tâm bồ-đề nếu ngươi muốn sớm đạt toàn giác.

Từ đấy Atìsha phát triển tâm bồ-đề hơn bất cứ lúc nào, và vì muốn đạt đến trạng thái cao nhất của bồ-đề tâm, ngài tự hỏi: "Ai là người nắm giữ toàn bộ giáo lý về bồ-đề tâm nhỉ?" Ngài tra tầm, và nhận ra chính Suvarnadvìpi ở Nam Dương là bậc thầy nổi tiếng về tâm bồ-đề. Ngài dự định đi đến Nam Dương để thụ giáo một cách toàn triệt về bồ-đề tâm. Ngài vượt qua đại dương suốt mười ba tháng trên một con thuyền cùng với vài thương gia đi buôn bán. Khi ấy thần dục lạc (Kàmadeva) vì không chịu nổi sự lan truyền của Phật pháp, muốn cản trở tâm bồ-đề của Atìsha liền thổi một luồng gió mạnh làm cho chiếc thuyền xoay quanh, lại hóa một con cá voi lớn án ngữ trước mũi thuyền không cho đi tới, hóa sấm chớp, vân vân, gây khá nhiều rối loạn. Hiền trí Kshitagarbhà xin Atìsha sử dụng thần thông giận dữ. Ngài bèn nhập định, quán tưởng thần Yamàntaka màu đỏ hiện ra để hàng phục đám quỷ quấy phá, và cuối cùng đoàn người đến Nam Dương.

Atìsha đã trở thành một học giả và hành giả vĩ đại. Như ta đã nói, lúc mới mười tám tháng tuổi, ngài đã tự thốt ra những lời chứng tỏ ngài đã am tường về tâm bồ-đề. Thế mà ngài vẫn tình nguyện trải bao gian khổ để đến Nam Dương, điều ấy chứng tỏ cho chúng ta thấy trong Đại thừa, không có gì quan trọng cốt cán hơn là bồ-đề tâm.

Atìsha trải qua cuộc hành trình đến mười ba tháng nhưng không bao giờ ngài cởi chiếc áo tu sĩ, dấu hiệu của giới pháp. Ngài không du hành như chúng ta ngày nay. Các tu sĩ bây giờ mỗi khi đi xa, vừa ra khỏi tu viện là đã khoác y phục thế gian, một số người lại còn đeo gươm dài vào nữa. Tôi nghĩ có lẽ người ta phải sợ hãi khi trông thấy họ và tự hỏi, “Có phải là bọn cắt cổ người ta chăng?” Vậy ta phải nêu gương bằng cách đừng cởi bỏ pháp phục, dấu hiệu chứng tỏ ta đã thụ giới cụ túc. Kaedrub Rinpoche nói:

– Thân thể vị tỷ-kheo đẹp là nhờ pháp phục. Khi tu sĩ mặc y phục thế gian là dấu hiệu giáo lý suy tàn.

Một vài người tuyên bố: "Người ta nên thuần thục bên trong" và không giữ bề ngoài chút nào. Điều này không tốt cho giáo lý nói chung. Mọi hoạt động của tăng chúng cần được thực hiện có giới luật và an tịnh. Xá-lợi-phất đạt đến địa vị kiến đạo là nhờ thấy cung cách của Ashvaji.

Trở lại chuyện Atìsha đến đảo Nam Dương. Ngài trông thấy một vài thiền giả đệ tử của Suvarnadvipì. Atìsha cùng những đồ đệ của ngài nghỉ ngơi nửa tháng và yêu cầu các thiền giả kể cho nghe câu chuyện về cuộc đời Đạo sư Suvarnadvipì. Nếu là chúng ta thì khi đến đấy, chúng ta sẽ đến diện kiến bậc thầy tức khắc; nhưng Atìsha không làm vậy. Thay vì thế, ngài xem xét cuộc đời của bậc thầy. Ngài nêu một tấm gương cho ta: trước hết phải tra tầm về bậc thầy cho đúng cách.

Một vài người vội vã đi đến bậc thầy Suvarnadvipì và bạch:

– Bạch thầy, nhà đại học giả Dìpamkàra Shrijnana, người nổi tiếng nhất khắp vùng đông và tây Ấn, đã vượt biển với bao gian nan suốt mười ba tháng cùng với một trăm hai mươi lăm đồ đệ, đã đến để thụ giáo với ngài về Bát-nhã, mẹ của tất cả chư Phật. Họ cũng đến để học pháp Đại thừa về huấn luyện tâm để phát nguyện và khai triển những hình thức tu tập tâm bồ-đề.

Suvarnadvipì nói:

– Kỳ diệu thay một học giả vĩ đại như thế đã đến xứ ta. Chúng ta phải đến chào đón.

Khi Atìsha đến gần tòa lâu đài của Suvarnadvipi, ngài và tùy tùng trông thấy từ xa một đám rước đang đến đón mừng, dẫn đầu chính là bậc thầy Suvarnadvipì, theo sau là năm trăm ba mươi lăm tu sĩ. Họ trông như những vị A-la-hán, mặc ba y có màu sắc thích đáng với tu sĩ, mang theo đồ đựng nước và gậy sắt thực đẹp, có sáu mươi hai sa-di theo hầu. Tất cả đoàn gồm năm trăm chín mươi bảy vị đã thọ đại giới. Vừa trông thấy đám rước trang nghiêm ấy, giống như những vị La-hán thời Phật, đoàn của Atìsha vô cùng hoan hỉ.

Rồi những bậc hiền trí tinh thông ngũ minh như Atìsha và Kshitagarbha, và những tỷ-kheo thông ba tạng, khởi sự đi đến tư thất của bậc thầy Suvarnadvìpi. Họ đều mang dép đúng luật và đắp ba y nhuộm màu vàng của xứ Kashmir, được phái Mahasamghika (Đại chúng bộ) ưa chuộng. Để mọi người bản xứ có thể tu phước cúng dường, họ mang bát khất thực bằng sắt đã được tu bổ chỉnh tề, và đem theo tất cả dụng cụ đúng luật của tỷ-kheo, như bình chứa nước bằng đồng có thể chứa một drona, đơn vị đo ở Magadha (Ma-kiệt-đà), và chiếc gậy bịt sắt mà đức Thế Tôn thường ca ngợi. Tất cả đều đội mão học giả với những chóp mão cùn, không nhọn, để chứng tỏ sự vắng bóng kiêu căng. Và tất cả đều trịnh trọng cầm những chiếc phất trần. Cả đoàn gồm một trăm hai mươi lăm vị đi hàng một tháp tùng Atìsha, cách khoảng nhau đúng phép – một dòng người đi toàn hảo như một cái ráng cầu vồng ngũ sắc. Mọi sự thật huy hoàng, làm cho chư thiên hoan hỉ mưa hoa xuống cúng dường. Mọi người dân trên quần đảo đều ngạc nhiên tán thán những cung cách của hai bậc Đạo sư này, và phát sinh tịnh tín. Atìsha dâng vị thầy một cái bình trong suốt đựng đầy vàng, bạc, xa cừ, san hô, hổ phách. Cử chỉ tốt lành này báo trước ngài sẽ thụ giáo tất cả những chỉ giáo về đào luyện tâm bồ-đề, hệt như một cái bình chứa tất cả những gì mà một bình khác trút sang.

Họ lui về phòng của bậc thầy trong tòa lâu đài với lọng che bằng bạc. Tại đây, bậc thầy Suvarnadvì đầu tiên dạy họ mười lăm (trong số bảy mươi) đề tài từ tác phẩm của đức Di-lặc, "Sự trang hoàng cho thực chứng", kèm theo những chỉ giáo khẩu truyền liên hệ. Bậc thầy ngay tức khắc rất hài lòng với Atìsha, họ cùng nghỉ đêm tại một nơi. Và thế là bắt đầu mười hai năm ròng, trong thời gian ấy Atìsha và những môn đệ của ngài thụ giáo toàn bộ những lời giảng dạy về ý nghĩa thâm áo của tôn kinh *Bát-nhã Ba-la-mật-đa* – "bà mẹ thánh" theo hệ truyền thừa mà Di-lặc đã truyền cho

Vô Trước. Họ cũng nhận những chỉ giáo đặc biệt về sự đào luyện tâm bồ-đề nhờ phương pháp đổi địa vị mình với người; hệ phái này là từ đức Văn-thù truyền xuống Shantideva. Họ học hỏi, quán tưởng, và thiền định về những lời chỉ giáo ấy một cách toàn triệt. Nhờ trao đổi địa vị mình với người, họ đã phát triển tâm bồ-đề chân thực trong tâm thức, ở dưới chân bậc thầy.

Một ngày kia, bậc thầy gọi Atìsha – bây giờ đã làm chủ nền giáo lý – tiên đoán ngài đi Tây Tạng sẽ có nhiều môn đệ.

Thưa ngài, ngài không nên ở lại đây
Mà hãy đi về phương bắc
Hướng đến Xứ Tuyết.

IC. Những việc Ngài đã làm sau khi có được những sở đắc

Có hai phần: (IC1) Ngài làm gì ở Ấn Độ;
(IC2) Ngài làm gì ở Tây Tạng.

IC1. Tại Ấn Độ

Khi trở về xứ Ma-kiệt-đà (Magadha), Atìsha cư trú tại bồ-đề tràng, và đã ba lần ngài luận bại (đánh bại bằng tranh luận) những người theo các tà giáo, đưa họ về chánh pháp. Ngài còn làm sáng nền giáo lý bằng những cách khác nữa. Vua Mahàbala (Đại lực) đề cử ngài đến cai quản thư viện của tu viện Vikramashìla. Mặc dù chính yếu theo truyền thống Đại chúng bộ (Mahasamghika), Atìsha còn tinh thông những truyền thống của tất cả bộ phái khác; và chính vì ngài không có đầu óc bè phái nên đã trở thành viên bảo châu tột đỉnh của tất cả hội chúng ở Ma-kiệt-đà cũng như khắp xứ Ấn. Ngài được toàn thể công nhận là bậc thầy của toàn bộ giáo lý gồm ba tạng kinh và bốn loại mật giáo. Nói về sự giảng dạy của ngài, người ta có cảm tưởng gần như là chính đức Phật đã tái thế.

IC2. Tại Tây Tạng

Những giáo lý phổ cập đầu tiên đến Tây Tạng vào lúc bấy giờ đã mai một. Sự truyền bá giáo lý hậu kỳ đang được thịnh hành; nhưng một số người tập trung vào tạng luật mà bỏ qua mật giáo; một số khác thì ngược lại. Kinh giáo và mật giáo trở thành đối chọi nhau như nước với lửa. Nhiều học giả nổi danh từ Ấn đến Tây Tạng, bị viễn ảnh vàng ở đấy dụ dỗ họ lừa bịp người bản xứ với nhiều mật điển xấu ác, đầy dục tính. Tình trạng đã trở nên hết sức khó khăn để gieo rắc nền giáo lý thuần tịnh của đấng Pháp vương. Quốc vương Tây Tạng bấy giờ là Lhalama Yeshe Oe rất đau lòng trước tình trạng ấy. Vì muốn hoằng truyền nền giáo lý thuần tịnh, vua đã gửi hai mươi mốt sinh viên thông minh của Tây Tạng sang Ấn hầu mong khi trở về họ sẽ thành những bậc hiền trí có thể ích lợi hơn cho dân Tây Tạng. Tất cả đều chết chỉ còn lại hai vị: Rinchen Zangpo và Legdaen Sherab; cả hai đều tinh thông giáo lý nhưng vẫn chưa có thể rước Atìsha theo họ về Tây Tạng. Khi về nước, họ yết kiến nhà vua để bàn cách làm thế nào hòa hợp kinh giáo và mật giáo với cách hành trì và tin tưởng của mọi học giả Ấn. Họ nói:

– Những học giả kia không ích lợi gì cho Tây Tạng. Ở Vikramashìla, có một vị tăng dòng dõi vua chúa đã đạt giải thoát. Ngài có danh hiệu là Dipankara Shrijnàna. Nếu bệ hạ mời được vị ấy thì chắc chắn sẽ lợi lạc cho xứ Tây Tạng.

Họ cũng nói rằng tất cả những học giả khác đều đồng ý về điểm này.

Lời họ nói làm cho nhà vua an tâm, nhưng quan trọng hơn nữa là vua đã phát sinh một lòng tin mãnh liệt không lay chuyển ngay khi vừa nghe đến danh hiệu Atìsha. Vua phái Gyatsoen Senge cùng với tám vị khác đi rước Atìsha về. Họ đem theo nhiều vàng nhưng họ đã thất bại. Chính vị vua cầu pháp cũng đi tìm thêm vàng để có thể rước bậc hiền trí ấy về xứ mình.

Trưởng bộ lạc Garlog biết vua đang tìm cách truyền bá Phật pháp nên bắt cóc nhà vua cầm tù và hăm dọa giết nếu không bỏ ý định. Jangchub Oe, cháu gọi vua bằng chú, đến tìm cách giải thoát cho vua nhưng viên tù trưởng nói:

– Một là ngươi bỏ ý định rước học giả ấy về nước, và ngươi phải làm nô lệ cho ta, hai là đem một số vàng bằng sức nặng của vua, thì ta mới thả vua về.

Jangchub Oe hứa giao vàng. Ông đưa ra hai trăm lượng vàng mang theo, nhưng người tù trưởng nhất định không chịu. Cuối cùng ông đem đến tất cả số vàng bằng sức nặng của con người vua, trừ cái đầu. Tù trưởng cũng không bằng lòng, bảo:

– Tôi cần cả cái đầu, tất cả.

Jangchub không có cách nào kiếm thêm vàng, nên đến cửa ngục khóc mà thưa với vua:

– Chú ơi, chú đã sống rất nhân từ, nhưng chú phải làm nạn nhân của những nghiệp quá khứ. Nếu cháu cử binh để đánh bại tên tù trưởng này thì sẽ có rất nhiều người chết và cháu sợ chúng sẽ đọa vào các cõi thấp xấu. Tên tù trưởng này bảo cháu không được đi mời vị học giả về, và phải làm nô lệ cho y. Nhưng nếu chúng ta từ bỏ pháp Phật tức đã đầu hàng tên tù trưởng tội lỗi này. Cháu nghĩ tốt hơn chú hãy kiên trì với chánh pháp. Y bảo cháu phải đem một trọng lượng vàng bằng cả người chú, nhưng cháu chỉ kiếm được số vàng nặng bằng thân thể chú trừ cái đầu. Y không chịu, nên bây giờ cháu lại ra đi tìm thêm vàng cho đủ số để chuộc chú về. Trong thời gian đó, xin chú hãy nghĩ đến nghiệp quá khứ, cầu xin Ba ngôi báu, và nhất là chú nên dũng cảm mà tạo phước nghiệp.

Đức vua cười lớn bảo:

– Ta cứ tưởng là cháu đã sống một đời dễ chịu sung túc nên không chịu nổi gian nan, không có chút can đảm nào. Bây giờ ta mới thấy cháu cũng có thể chấn hưng truyền thống của tổ tiên sau khi ta chết. Cháu đã hành động rất tốt, ta rất hài lòng. Ta nghĩ thật sai lầm nếu ta chết mà chưa thiết lập được một nền chánh pháp không lỗi lầm cho xứ Tây Tạng. Ta đã già, và nếu chưa chết bây giờ thì ta cũng chỉ sống thêm mười năm nữa là cùng. Nếu ta bỏ ra quá nhiều vàng như thế chỉ để sống thêm chừng ấy tuổi, thì thật làm cho Ba ngôi báu cũng phải thất điên bát đảo. Trong những đời quá khứ của ta, trong vòng vô thỉ sinh tử, ta chưa một lần nào được chết cho chánh pháp. Vậy thì, cháu đừng đưa cho tên tù trưởng này một vụn vàng nào cả, thật tốt biết bao nếu ta được chết cho chánh pháp. Mà chúng ta có thể đào đâu ra được số vàng để chuộc cái đầu ta? Hãy đem hết vàng đi Ấn Độ, và làm mọi cách cháu có thể làm để thỉnh bậc hiền trí Atìsha về.

Nếu ngài cho cháu tiếp kiến, thì hãy trao lại thông điệp này của ta: "Con hi sinh mạng sống vì giáo lý của Phật và của chính ngài. Xin hãy che chở cho con trong những đời còn lại, bằng lòng bi mẫn của ngài. Ý định duy nhất của con là rước ngài về Tây Tạng; và con làm thế chỉ vì mong cho giáo lý Phật được lan truyền khắp xứ. Bởi vậy xin ngài hãy chấp nhận lời yêu cầu của con. Xin hãy gia hộ cho con để chắc chắn chúng ta sẽ gặp gỡ trong những đời vị lai." Này cháu, cháu hãy quên chú đi, và nghĩ đến những lời dạy của đức Phật.

Nhà vua đã yếu, giọng ngài rất đỗi thương tâm, nhưng Jangchub có thể tin chắc rằng ngài chỉ nghĩ đến thần dân Tây Tạng, đến giáo lý Phật, và đến Atìsha. Ông bất đắc dĩ phải từ giã người chú thân yêu. Lòng ông thêm can đảm, và ông đã hành động theo đúng ước nguyện của người chú.

Ở Tây Tạng có nhiều người tin theo rất nhiều tín ngưỡng sống sượng mà họ cho là mật tông. Một vài phái như vậy là Đạo sư váy Đỏ, Hiền trí váy Xanh vô sỉ, và mười tám khất sĩ của Artso. Muốn dẹp những người này một cách êm thấm ("dứt đẹp"), vua Jangchub Oe cầu xin Tam Bảo chỉ dẫn cho biết trong đình thần ai là người sẽ thỉnh Atìsha về được. Tất cả những lần xin xăm bói tinh tú đều ám chỉ vị dịch giả tên Nagtso. Vị này khi ấy đang ở ngôi chùa Vàng tại Gungtang. Vua triệu vời ông tới Ngari, nhưng sợ ông không chịu sang Ấn, vua bèn mời ông lên ngồi trên ngai và tặng ông nhiều quà mà bảo:

– Ông phải năn nỉ Atìsha, hãy thay ta mà nói với ngài như sau, "Ngài đã được nhiều người ca tụng về sự uyên bác, đạo đức, và lòng từ bi của ngài. Tổ tiên tôi, những vị vua trong quá khứ và đình thần, đã thiết lập nền giáo lý của Phật tại vương quốc này. Giáo lý ấy đã trở thành tục lệ, được phát triển, lan rộng.

Nhưng hiện tại nền giáo lý của Phật đang lâm vào tình trạng đáng buồn. Một giống nòi quỷ sứ đã thắng lướt. Những bậc học giả quá cố chắc phải rầu rĩ về chuyện này. Cả tôi lẫn chú tôi đã gửi rất nhiều vàng sang Ấn, hao tốn rất nhiều người và của mà vẫn không đưa được ngài về. Vua chúng tôi không chịu nổi việc này, đã đích thân đi tìm vàng. Một tộc trưởng ác độc đã cầm tù vua. Nhà vua đã bỏ mạng. Nếu thấy chúng tôi đã chứng tỏ nhiều can đảm như vậy mà ngài vẫn làm thất vọng chúng tôi, những chúng sinh ngu muội ở vùng đất Tây Tạng xa xôi này, thì làm sao ngài còn được xem là từ bi và là nơi nương tựa của mọi hữu tình?

Ta còn đây một ngàn bốn trăm lượng vàng. Hãy đem theo mà dâng cho bậc Đạo sư và nói:

– Xứ Tây Tạng chúng tôi giống như đô thị của quỷ đói. Tìm vàng ở xứ tôi chẳng khác gì tìm bắt rận trên con cừu, thật rất khó khăn. Số vàng này là toàn thể tài sản của dân Tây Tạng. Nhưng nếu ngài không chịu đi đến Tây Tạng, hỡi bậc Đạo sư, thì điều ấy chứng tỏ ngài ít từ bi làm sao. Khi ấy chúng tôi không còn biết làm gì để tự cải thiện mình nữa. Này Nagtso, ông đang nắm giữ tạng Luật. Hãy đích thân kể cho Atìsha câu chuyện của chúng ta. Nếu ngài từ chối, thì hãy trình bày hoàn cảnh thế nào cho ngài hoàn toàn thông cảm.

Vua khóc nhiều tới nỗi nước mắt vua rơi xuống mặt bàn, xuống bắp vế. Nhà phiên dịch Nagtso, mà tên thực là Tsultrim Gyaelwa, từ trước chưa từng đi đây đi đó, và hoàn toàn không thích phiêu lưu đến vùng đất xa xôi. Nhưng ông ta không nỡ nào nói lên tất cả những điều ấy. Chúng ta có câu ngạn ngữ: "Người nào thấy người khác khóc sẽ khởi sự khóc theo." Ông chưa từng gặp Yeshe Oe, nhưng biết rõ những gì vua nói là hoàn toàn đúng sự thật. Ông biết vị vua chú đã tiêu phí nhiều vàng, và cả hai chú cháu đã từ bỏ hạnh phúc riêng tư chỉ vì mong muốn hạnh phúc cho thần dân. Vua đã làm cho Nagtso rất xúc động. Ông không thốt được lời nào, toàn thân run lên và mặt ông tràn đầy nước mắt tới nỗi ông không thể nhìn lên vua. Vua yêu cầu ông hãy liều cả mạng sống và tay chân, nhưng ông không có gì ràng buộc với hạnh phúc cõi đời này, và nói ông sẽ tuân lệnh ra đi.

Ông nhận một ngàn bốn trăm lượng vàng từ nhà vua và bảy vị bộ trưởng, rồi khởi hành đi Ấn Độ. Nhà vua tiễn ông một quãng đường dài và bảo:

– Này tỷ-kheo, ông đang làm việc này nhân danh tôi. Ông đang liều cả mạng sống và chân tay, với một sự kiên nhẫn lớn lao, ông đang đi đến những nơi chốn gây nhiều khó khăn gian khổ cho ông. Khi ông trở về, tôi sẽ đền ơn ông.

Nhà vua tiễn ông thêm một đoạn đường và bảo:

– Hãy cầu nguyện đức Đại từ bi Quán Thế Âm trong khi ông du hành.

Khi đến kinh đô Nepal, nhà phiên dịch Nagtso và đoàn tùy tùng gặp một người đàn ông cao ráo bảo họ:

– Tôi thấy các ngài đi xa vì một sứ mệnh trọng đại. Các ngài sẽ thành công nếu giữa đường cứ niệm: "Nam mô Tam Bảo! Cầu xin Chánh pháp vi diệu, suối nguồn của chư Phật trong ba đời, sẽ lan truyền trên xứ Tuyết." Hành trình của các ngài sẽ an ổn nếu các ngài vừa đi vừa niệm như thế.

Đoàn người lữ hành hỏi ông ta là ai, ông nói:

– Rồi đây các ngài sẽ biết.

Còn nhiều hóa thân khác nhau của Dromtoenpa (sẽ là cao đồ của Atìsha về sau). Những hóa thân này đã dẹp nhiều nguy hiểm đe dọa Nagtso và đoàn tùy tùng trên đường đi.

Cuối cùng họ tới cổng Vikramashila. Trên cổng có một điếm canh, và Gyatsoen Senge hiểu được Tạng ngữ nên gọi xuống qua một khe hở trên điếm canh. Tiếng nói từ bên kia vọng xuống:

– Thưa các ông Tây Tạng, các ông từ đâu đến?

Họ trả lời:

– Chúng tôi đến từ vùng thượng Ngari.

– Có một người gác cổng. Các ngài cứ giao cho người ấy giữ đồ đạc. Hãy ngủ ngon tại một chỗ trú đêm nào đó. Ngày mai cổng sẽ mở ngay khi trời vừa sáng.

Họ đưa số vàng cho con trai người gác cổng cất vào buồng trong, nó nói:

– Hãy tin tôi như bạn thân. Đừng lo lắng. Chúc ngủ ngon.

Họ nghĩ rằng một bé trai mà biết nói những lời như thế thực không phải người tầm thường, và điều đó làm cho họ an tâm.

Sáng hôm sau, vừa khi cổng mở, một đứa bé xuất hiện. Nó đội một chiếc mão nhọn và phục sức như một dân du mục Tây Tạng – áo đủ hai lớp len, mang một cái bát bằng gỗ. Em bé hỏi:

– Các vị người Tây Tạng này từ đâu đến? Coi bộ các vị đi đường cũng không đến nỗi nào.

Đoàn lữ hành của Nagtso cảm thấy thật ấm lòng khi gặp được một người nói thổ ngữ của dân du mục. Họ trả lời:

– Chúng tôi đến từ miền thượng Ngari. Chúng tôi đã có một chuyến hành trình êm xuôi. Cái gì đã đưa bạn đến đây? Bây giờ bạn đi đâu?

Đứa bé trả lời:

– Cháu cũng người Tây Tạng. Cháu đang đi về Tây Tạng. Những người Tây Tạng chúng ta có thói vào tai ra miệng. Chúng ta quá ngây ngô, không thể giữ một bí mật nào cả. Cho nên chuyện gì quan trọng phải làm thật kín đáo. Gyatsoen Senge đang ở trong khu vực của người Tây Tạng. Cứ hỏi lần đường, rồi các ngài sẽ gặp.

Nói xong cậu bé bỏ đi.

Đoàn người đi vào một con đường dài, theo con đường ấy và gặp một ông già trông rất thánh thiện tay cầm chiếc gậy trúc. Ông hỏi:

– Các ông từ đâu đến? Có chuyện gì quan trọng khiến các ông đến nơi này?

Họ trả lời:

– Chúng tôi từ miền Thượng Ngari đến đây. Chúng tôi đến để thỉnh ngài Atìsha uyên bác về. Nhà của Gyatsoen Senge ở đâu, thưa cụ?

Ông già thánh thiện chống gậy đứng và đưa mắt nhìn khắp lượt.

– Thằng bé các ông gặp sáng nay nói không sai. Người Tây Tạng không giữ mồm giữ miệng gì cả. Cứ nói toạc mọi sự ra cho mọi người ngoài đường biết hết. Các bạn còn mong làm được việc gì với kiểu thẳng như ruột ngựa ấy! Cũng may mà bạn nói với tôi. Nhưng bây giờ, đừng nói cho ai biết ngoại trừ Atìsha. Tôi sẽ chỉ đường đi đến Gyatsoen Senge.

Ông già đi chậm rãi, thế mà Nagtso không tài nào theo kịp. Nagtso trông thấy ông đứng đợi trên ngưỡng cửa lối vào khu vực của người Tây Tạng. Ông già bảo:

– Những việc trọng đại cần phải làm từ từ. Gấp rút một cách từ từ. Điều bạn muốn đang ở một khoảng cách rất xa, bạn phải trèo một ngọn núi theo từng bước một. Đây, nhà ông ta đây.

Nagtso đi vào và dâng vàng cho Gyatsoen Senge, vị dịch giả. Gyatsoen trông thấy ông liền hỏi:

– Ông từ đâu tới?

Nagtso kể tỉ mỉ câu chuyện của mình. Gyatsoen nói:

– Thì ra bạn đã có lần là đệ tử của tôi. Thế mà tôi không nhận ra. Đừng cho ai biết bạn tới đây để thỉnh Atìsha, mà hãy nói các bạn đến để học. Ở đây có một trưởng lão tên Ratnàkarashànti, là người có rất nhiều uy lực, và là thầy của Atìsha. Chớ để ông ta nghi ngờ việc các bạn dự định làm. Bây giờ chúng ta sẽ dâng cúng ông một lượng vàng. Hãy nói với ông: "Chúng tôi đã không mời được học giả nào cả." Rồi đừng hấp tấp vội vàng gì hết, đừng lo lắng gì hết. Khi thời cơ thuận tiện đến, ta sẽ khéo léo mời Atìsha đến đây.

Nagtso và Gyatsoen Senge cùng đi thăm trưởng lão Ratnà và hiến tặng lượng vàng. Nagtso nói chuyện một lát với ông ta, nói những gì đã định nói.

Vị trưởng lão nói:

– Thật kỳ diệu, những bậc hiền trí khác không thể nào hàng phục hữu tình được. Điều ấy không phải nói quá đáng. Giáo lý Phật đã phát xuất từ xứ Ấn thật đấy, nhưng nếu không có Atìsha thì chúng hữu tình ở đây cũng sẽ hao mòn công đức.

Ông ta còn nói nhiều điều khác.

Trong một thời gian, họ rất khó mà gặp được Atìsha. Nhưng những hóa thân của Quán Tự Tại đã cung cấp nhiều cơ hội tốt lành cho Atìsha du hành đến Tây Tạng. Vào một ngày, khi không có vị vua chúa hay học giả nào của Ấn ở quanh quẩn để có thể nghi ngờ chuyện gì xảy đến, Gyatsoen Senge gọi Nagtso đến và đưa ông vào phòng Atìsha. Họ dâng cúng cho ngài một đồ hình (mandala) về thế giới cao một trượng, vây quanh bằng vàng ròng.

Dịch giả Gyatsoen Senge thay mặt nói về quốc vương xứ Tây Tạng là một vị Bồ-tát, và pháp đã được lan truyền dưới ba triều đại của ba vị Pháp vương Songtsaen Gampo, Trisong Detsaen, và Raela Saen. Ông kể nào là vua Langdharma đã tàn hại nền giáo lý như thế nào, làm thế nào vị Lama vĩ đại là Gompa Rabsael đã cố bảo tồn tăng-già, làm cho số lượng tăng chúng nhiều thêm. Ông nói về sự hi sinh của vị vua thúc phụ đã làm để rước cho được Atìsha đến Tây Tạng. Ông nói lại thông điệp của Jangchub Oe, và mô tả loại pháp quái gở đang thắng thế tại Tây Tạng.

Gyatsoen nói:

– Bạch đại sĩ, vị Bồ-tát vua của xứ Tây Tạng đã phái người này đến gặp ngài. Xin ngài chớ từ chối, bảo để đến sang năm tới sẽ đi. Hãy thương xót xứ Tây Tạng chúng tôi.

Atìsha nói:

– Vua xứ Tây Tạng là một vị Bồ-tát. Ba vị Pháp vương là những hóa thân của Bồ-tát. Gompa Rabsael cũng là Bồ-tát hóa thân, nếu không thế thì ông đã không thể khơi dậy những tàn lửa của nền giáo lý. Những vị vua Tây Tạng đều là Bồ-tát. Thật không phải lẽ nếu tôi bất tuân mệnh lệnh của một vị Bồ-tát. Tôi cảm thấy hổ thẹn trước vị vua này. Ngài đã tốn nhiều vàng bạc. Những người Tây Tạng các ngài đang lâm vào tình trạng thực đáng thương. Nhưng tôi đang giữ chìa khóa của nhiều ngôi điện thờ trong tu viện này, tôi lại già cả. Tôi có nhiều phận sự phải chu toàn. Đi Tây Tạng thì tôi không còn hi vọng gì về nước lại. Tuy thế tôi sẽ xem xét lại vấn đề này. Bây giờ, các vị cứ giữ lấy số vàng cái đã.

Rồi ngài cho họ lui ra.

Atìsha xét xem nếu vì lòng thương tưởng những môn đồ Tây Tạng tương lai mà ngài đi đến đấy, thì việc ấy có lợi ích gì cho nền giáo lý của Phật hay không. Ngài cũng xét xem việc này có làm ngài giảm bớt thọ mạng không. Các vị thần linh như Quán Tự Tại, Tara, vân vân, đều cho ngài biết nếu ngài ra đi thì điều ấy sẽ rất lợi ích cho tất cả hữu tình và cho nền giáo lý. Nhưng ngài cũng sẽ giảm thọ nếu ngài ra đi. Atìsha hỏi giảm thọ bao nhiêu. Thần cho biết, nếu không đi thì ngài sẽ sống tới chín mươi mốt tuổi, mà đi thì ngài chỉ sống tới bảy mươi ba, vậy có nghĩa ngài sẽ giảm thọ đến gần hai mươi năm. Khi ấy, Atìsha nghĩ đến tất cả những lợi lạc của việc đi Tây Tạng, nếu vì thế mà giảm thọ thì cũng không sao. Ý thức về mục đích nơi ngài thật mãnh liệt tới nỗi ngài không kể gì tới thọ mạng.

Tuy nhiên, Atìsha lại không muốn đi ngay, vì Tăng chúng ở Ấn và cư sĩ ngoại hộ sẽ bảo rằng nguồn cội của giáo lý Phật tại Ấn sẽ đi đến suy tàn. Muốn tránh những lời như vậy, Atìsha đã dùng phương tiện thiện xảo là, thay vì nói với mọi người rằng ngài sắp đi Tây Tạng, ngài lại nói ngài sẽ làm một cuộc du hành rộng rãi chiêm bái Phật tích tại bồ-đề tràng và những nơi thánh địa, đi chỗ này chỗ kia. Dromtoenpa vốn dĩ là một ông vua pháp chính hiệu, khôn khéo hóa hình làm những thương gia. Không để ai ngờ vực gì cả, họ đã đem theo về Tây Tạng nhiều thánh tượng của đức Manjuvajra (một hóa thân của Guhyasamàja) vân vân, biểu tượng cho những thân Phật, và nhiều kinh điển, biểu tượng cho Lời của đấng Giác ngộ. Atìsha đến vị Trưởng lão thầy ngài để hỏi ngài có được phép đi Nepal và Tây Tạng chăng, vì ở những nơi ấy có nhiều bảo tháp và thánh địa đặc biệt ngài muốn viếng thăm cho biết. Vị trưởng lão quán sát thấy Atìsha dường như rất muốn ra đi, và những người Tây Tạng coi bộ cũng nhất quyết rước Atìsha về bằng được, bởi thế ngài cho phép Atìsha ra đi một thời gian. Nagtso vị dịch giả phải hứa đưa Atìsha trở về Ấn trong vòng ba năm tới.

Thế là Atìsha và đồ đệ rời xứ Ấn để đi đến vương quốc Nepal. Quốc vương Tây Tạng đi đón với ba trăm kỵ sĩ và lễ chào mừng trọng hậu. Người ta kể lại rằng dân chúng địa phương vừa trông thấy ngài đã phát sinh tín tâm thanh tịnh đối với Tam bảo, dòng tâm thức của họ được nhiếp phục.

(*Pabongka Dorje Chang còn nói chi tiết về cuộc gặp gỡ giữa Atìsha và Rinchen Zangpo nhà dịch thuật vĩ đại.*)

Khi ấy vua Jangchub Oe trình bày với Atìsha như sau. Trong quá khứ ba vị vua pháp đã chịu đựng bao nhiêu gian khó để thiết lập nền giáo lý Phật tại phương Bắc xứ Tuyết. Nhưng Langdharma đã phá hoại Phật pháp. Tổ tiên của Jangchub Oe, những vị vua pháp ở Ngari, đã tái lập chánh pháp tại Tây Tạng không kể đến mạng sống của mình. Nhưng hiện tại, có nhiều người chỉ chuyên thực hành mật giáo mà bỏ luật. Những người khác thì lại thề chỉ theo luật mà bài xích mật tạng. Kinh giáo và mật giáo được xem là đối nghịch nhau như nước với lửa. Mọi người mạnh ai nấy tu theo kiểu mình ưa thích, và nhất là hai Đạo sư váy Đỏ và váy Xanh lại giảng dạy một thứ lý thuyết chơi bời phóng đãng cho những hành giả tóc dài theo mật điển xưa. Nền giáo lý đã suy đồi tới nỗi chỉ còn giống như những tiếng bập bẹ vô ý nghĩa. Vua tiếp tục kể lể chi tiết dông dài cho Atìsha nghe, mắt vua đầm đìa những giọt lệ. Ngài nói:

– Hỡi ngài Atìsha từ bi, bây giờ ngài đừng giảng dạy những giáo lý sâu sắc cao siêu của chánh pháp cho những đồ đệ thiếu văn hóa của ngài tại Tây Tạng. Tôi chỉ xin ngài giảng dạy về luật nhân quả. Lại nữa, xin ngài từ bi giảng dạy một pháp gì không lỗi lầm, dễ thực hành, một pháp mà chính ngài đã tu tập, bao gồm toàn thể chánh đạo, một pháp gì sẽ lợi lạc cho tất cả mọi người Tây Tạng và được nói trong mọi kinh điển của đấng Chiến thắng – trong kinh giáo, mật giáo và trong các luận giải.

Lại nữa, thưa ngài, người ta có cần phải thọ giới Biệt giải thoát mới có thể đủ tư cách để thọ giới liên hệ đến bồ-đề tâm hay không? Người ta có thể đạt giác ngộ mà không cần phối hợp phương tiện và tuệ giác không? Có được phép tham dự một buổi giảng về mật tông mà chưa được làm lễ quán đảnh (khai đạo) hay không? Có được phép trao truyền một lễ khai đạo về tuệ giác thực thụ[1] cho những người đã phát nguyện giữ tịnh giới không? Có được phép làm những pháp thực hành của con đường mật giáo khi chưa từng thọ pháp quán đảnh Kim cang Thượng sư không?

Đấy chỉ là một số ít trong số những câu hỏi vua đặt ra. Atìsha rất hoan hỉ khi nghe những lời ấy, và

---

1. Nghĩa là, một lễ khai đạo trong đó bậc thầy chỉ định cho đệ tử phải lấy một người nào làm phối ngẫu – *DG*

đã soạn tác phẩm *Đèn soi nẻo Giác* (đã được Việt dịch). Chỉ trong ba tập ngắn gọn, ngài đã làm cho sáng tỏ tất cả những tư tưởng trong kinh giáo và mật giáo. Tác phẩm khởi đầu như sau:

Kính lễ tất cả đấng Chiến thắng trong ba đời,
Kính lễ Pháp và Tăng.
Theo yêu cầu của Jangchub Oe,
Vị đệ tử thánh thiện của con,
Con sẽ thắp lên ngọn đèn
Soi đường đến giác ngộ.

Atìsha không khen đệ tử Jangchub Oe là thánh thiện chỉ vì đã cúng dường ngài hậu hĩ, mà khen vì những lời lẽ ông hỏi về pháp. Bổn sư tôi dạy rằng, chắc chắn Atìsha sẽ không hài lòng chút nào nếu ngài được yêu cầu như sau ‘Cho tôi một pháp gia trì cao cấp hoặc một phép quán đảnh thứ yếu.’

Tác phẩm *Đèn soi nẻo Giác* bao gồm giải đáp cho những câu hỏi trên. Ngay sau khi tác phẩm này xuất hiện, những giáo lý quái đản sống sượng tan biến vào hư vô.

Atìsha hoằng pháp ở vùng Ngari. Khi thời hạn ba năm sắp hết, do lời hứa với vị trưởng lão, dịch giả Nagtso nói:

– Bây giờ ta phải trở về Ấn Độ.

Atìsha giả vờ đồng ý, và họ đến Puhreng. Nhưng Tara đã nhiều lần bảo Atìsha:

– Sẽ có lợi ích cho nền giáo lý nhiều nhất nếu ông nhận một đệ tử cư sĩ vĩ đại ở Tây Tạng.

Bây giờ nữ thần Tara nhắc lại nhiều lần:

– Cư sĩ ấy sẽ đến.

Bởi thế Atìsha trông đợi. Ngài nói:

– Cư sĩ nào đâu, bà ấy đã nói dối ta.

Một hôm Dromtoenpa xuất hiện trong khi Atìsha đang viếng nhà một thí chủ. Drom đi đến phòng Atìsha và được cho biết ngài đi đến nhà người ngoại hộ đang trên đường về. Ông nói:

– Tôi không thể ở lại đây mà đợi thêm giây lát nào nữa trong khi chưa gặp được bậc hướng đạo tâm linh của tôi trong đạo Đại thừa. Tôi sẽ đi đến chỗ ông.

Drom bỏ ra đi, và gặp Atìsha trên một con đường nhỏ. Drom Rinpoche lạy dài rồi đến gần Atìsha. Ngài đặt tay lên đầu ông và nói những điều chúc lành bằng Phạn ngữ.

Trong khi Atìsha đang ở nhà người ngoại hộ, ngài bảo:

– Tôi cần thêm một phần ăn cho người đệ tử may mắn của tôi.

Và bởi thế ngài đang mang theo thức ăn. Atìsha là một người ăn chay nghiêm nhặt, và bữa ăn ngài khất thực được hôm ấy là những bánh tròn làm bằng bột lúa mạch chiên bơ. Drom ăn bánh lúa mạch, để dành lại chất bơ trong và đổ vào một bình đèn đủ để thắp suốt đêm. Ông đặt đèn ấy bên cạnh chiếc gối của Atìsha, và tương truyền suốt chuỗi ngày còn lại trong đời Atìsha ông đều cúng đèn như vậy. Đêm ấy Atìsha đã làm phép quán đảnh chính yếu cho Drom và nhận ông làm pháp tử.

Họ khởi hành từ Puhreng và đi đến Kyirong ở vùng Mangyul, dự tính sẽ đi qua Nepal trên đường về Ấn. Nhưng đường bị phong tỏa vì có cuộc chiến bùng nổ; họ không thể đi thêm nữa. Khi ấy Drom giục Atìsha quay về Tây Tạng, trong khi Nagtso năn nỉ ngài phải đi Ấn. Vị dịch giả này cảm thấy buồn sầu vì không thể về lại Ấn Độ.

Atìsha bảo ông:

– Ông không cần phải lo lắng quá như vậy. Không phải lỗi tại ông, vì ông không thể nào làm theo lời hứa.

Lời ngài nói làm cho Nagtso rất sung sướng; ông bảo:

– Vậy thì rất tốt, chúng ta hãy quay trở về Tây Tạng.

Thế là Atìsha quyết định trở về Tây Tạng. Ngài không thể tiếp tục hành trình đi Ấn Độ, vì lúc ấy - do cộng nghiệp của Tây Tạng - đường sá đã bị phong tỏa.

Họ gửi một bức thư sang Ấn nói: "Atìsha không thể đi qua Nepal theo lệnh của Trưởng lão, vì giữa đường gặp đánh nhau. Việc này làm cho chúng tôi phải trở lại Tây Tạng một thời gian nữa. Ngài có thể đợi đến khi chiến cuộc kết thúc rồi sẽ mời Atìsha về chăng? Vì lợi lạc cho tất cả hữu tình, ngài có bằng lòng cho phép Atìsha ở lại Tây Tạng chăng? Trong lúc Atìsha ở Tây Tạng, ông ấy sẽ viết nhiều bộ luận giống như bộ luận gửi kèm theo đây."

Họ gửi bản chép tay của Atìsha tác phẩm *Đèn soi nẻo Giác* cùng với nhiều vàng. Vào thời ấy, Ấn Độ không phải như xứ Tây Tạng chúng ta ngày nay đâu. Những tác phẩm mới trong năm đều phải đệ trình cho một hội đồng học giả, từng tờ một được chuyền cho những vị trong hội đồng này phán đoán giá trị. Tác phẩm nào không lỗi về văn phạm và nội dung thì được gửi lên cho vua xem, và tác giả được thưởng. Chỉ có những tác phẩm này mới được phép xuất bản. Còn những luận án nào có nội dung lầm lạc – mặc dù có thể viết bằng thơ văn bay bướm – thì bị cột vào một cái đuôi chó. Con chó được dẫn đi qua tất cả các đường phố, khiến cho cả tác giả lẫn tác phẩm đều bị chọc quê. Nhà vua sẽ được yêu cầu đừng cho ấn hành tác phẩm đó. Những trước tác của Atìsha thực không cần phải trải qua một thử thách như vậy; song cũng được đưa đến cho hội đồng học giả. Họ rất đỗi hài lòng, vì tác phẩm ngắn gọn của Atìsha đề cập được một cách súc tích toàn bộ đề tài của tất cả kinh giáo và mật giáo, và căn cứ vào tác phẩm này, người ta có thể tự mình đọc hiểu tất cả kinh điển.

Những học giả đồng thanh khoái chí tuyên bố:

– Không những việc Atìsha đi Tây Tạng có lợi cho Tây Tạng, mà còn rất có lợi cho Ấn Độ chúng ta nữa. Nếu ông ấy ở Ấn, ông sẽ không bao giờ viết được một tác phẩm như thế. Vì người Ấn chúng ta minh triết hơn, kiên nhẫn hơn. Ông ấy biết dân Tây Tạng ít minh triết và thiếu kiên trì, nên đã viết bộ luận ngắn gọn rất lợi ích này.

Họ không tiếc lời ca tụng việc Atìsha đi Tây Tạng. Trưởng lão Ratnàkarashànti viết thư cho đoàn tùy tùng của Atìsha như sau: "Những học giả hiền trí ca ngợi Atìsha như thế đấy, nên tôi phải cho phép ông ta ở lại Tây Tạng, vì điều ấy sẽ lợi lạc cho hữu tình. Tôi chỉ yêu cầu ông ấy viết thêm một luận giải về tác phẩm kia, để bù lại sự kiện ông ấy đã không trở về Ấn." (Tuy nhiên, tác phẩm trình bày trong sách này, luận giải tác phẩm *Đèn soi nẻo Giác* tương truyền do chính ngài Atìsha giải, thì dường như không phải vậy.)

Nagtso vô cùng sung sướng khi được bức thư ấy, ông bảo:

– Tôi đã gánh một trách nhiệm nặng như núi do Trưởng lão phó thác. Bây giờ tôi đã được nhẹ gánh.

Không lâu trước khi Atìsha đi đến tỉnh Trung ương Tây Tạng, Drom Rinpoche viết thư cho những nhân vật quan trọng ở đấy rằng, "Tôi đã khổ công hết sức để rước Atìsha đến tỉnh Trung ương, vậy khi nào nhận được thư lần tới, xin quý vị hãy khởi hành ra đón tiếp ngài tức khắc." Trong bức thư sau đó ngài viết: "Yêu cầu những bậc thầy trong tỉnh Trung ương, như là Kawa Khàkya Wangchung, vân vân, hãy khởi hành ngay để đón ngài." Drom đã trưng ra tên của Kawa như là bậc thầy quan trọng nhất của Tây Tạng.

Khi khởi hành cuộc đón rước, một người tên Kutoenpa la lớn:

– Thế thì tên tôi ở đâu?

Người ta bảo ông:

– Ông ở trong số vân vân ấy.

– Tôi không phải là người để xếp vào hạng vân vân!

Ông nói thế, và cố chen lấn đi dẫn đầu đoàn đón rước. Thế là tất cả bọn họ chen nhau giành đi hàng đầu.

Những thầy Tây Tạng hồi đó thường đội mũ rộng vành, mặc áo choàng thêu, xem như dấu hiệu chứng tỏ ta đây là những tu sĩ cao cấp. Vừa khi Atìsha trông thấy họ từ xa tiến lại, ngài nói:

– Thôi rồi, một lũ ác ma của Tây Tạng đã xuất đầu lộ diện ra đấy!

Rồi ngài lấy khăn trùm đầu lại. Khi ấy những Lạt-ma cao cấp bèn xuống ngựa, mặc vào ba y mà đến gần. Atìsha lấy làm hoan hỉ đón nhận họ.

Cuối cùng ngài đến tỉnh Trung ương, và làm nhiều việc ở đây để chuyển Bánh xe Chánh pháp. Ngài chứng tỏ một năng lực lớn lao. Atìsha ở ba năm tại miền thượng Ngari, chín năm ở Nyetang, năm năm ở Tsang và các tỉnh trung ương, tổng cộng mười bảy năm. Những tác phẩm như *Lịch sử phái Kadampas* nói Atisha chỉ ở Tây Tạng mười ba năm, nhưng theo Tsongkapa là mười bảy năm, như ngài đã nói:

– Nagtso tận tụy với ngài (Atìsha) suốt thời gian hai năm ở Ấn, và mười bảy năm ở Tây Tạng. Như thế ông ta đã hầu hạ ngài tận tâm suốt mười chín năm.

Lý do chính yếu khiến Janchub Oe cố hết sức để thỉnh Atìsha đến Tây Tạng là để ngài giảng dạy giáo lý, và quan trọng nhất trong nền giáo lý của ngài là tác phẩm *Đèn soi nẻo Giác*.

Hành trình đến Tây Tạng của ngài đã được nữ thần Tara tiên đoán. Bậc thầy của ngài là Halakrshna nói:

– Nếu ông đi Tây Tạng, thì con sẽ giàu hơn cha. Cháu sẽ giàu hơn con. Chắt sẽ giàu hơn cháu. Chít sẽ giàu hơn chắt. Rồi sau đó, tình trạng sẽ lụn bại dần.

Ở đây, "Cha" là Atìsha. "Con" là Dromtoenpa, Legdaen Sherab, vân vân. "Cháu" là ba anh em Kadampa (Potowa, Gampopa, Chaen Ngawa). "Chắt" là Langri

Tanpa, Geshe Sharawa, vân vân. "Chít" là Sangyae Boentoen, Sangyae Gompa, và những người khác cùng thời đại ông. Câu "sẽ giàu hơn" có nghĩa nền giáo lý sẽ được lan truyền từ thế hệ này đến thế hệ khác. Atìsha đã làm sống lại những truyền thống giáo lý gần mai một, và hoằng dương những truyền thống hiếm hoi khác. Ngài đã thanh lọc những giáo lý này khỏi những tư tưởng tà vạy hòa lẫn vào và làm cho dơ bẩn; bởi thế ngài đã làm cho nền giáo lý tôn quý trở thành vô cấu.

Nhưng sau đó, trên những đoạn đường, những tầng bực của đạo lộ, nền giáo lý lại bị che mờ vì những mật điển vô dụng và những phép điểm đạo nhỏ nhen, làm cho gần như lụn bại.

Giáo lý về *Những giai đoạn trên đường đến Giác ngộ* này đã được truyền cho Drom. Drom hỏi:

– Tại sao thầy cho những người khác những chỉ giáo về mật tông, còn Lamrim thì thầy chỉ truyền cho con mà thôi?

Atìsha đáp:

– Ta không tìm được người nào khác ngoài con ra để phó thác giáo lý ấy.

Ngài đã truyền pháp này riêng cho Drom. Drom truyền lại giữa công chúng, nên từ đấy phát sinh ra ba hệ phái. Truyền thống Kadampa cổ điển truyền từ Potowa đến Sharawa. Phái này đề cập những bước đường tiến đến giác ngộ nhờ trung gian những tác phẩm cổ điển vĩ đại. Truyền thống Kadampa Lamrim được truyền từ Gampopa đến Neuzurpa. Phái này đề cập Lamrim ngắn gọn, đưa ra những giai đoạn của con đường đến giác ngộ theo thứ tự của chúng. Truyền thống Kadampa khẩu giáo truyền từ Geshe Chaen Ngawa đến Zhoenue Oe. Phái này đề cập những chỉ giáo của các bậc thầy về những giáo lý như tinh túy của mười hai mắc xích duyên sinh.

Những giáo lý nói trên hiện vẫn còn tồn tại nhưng không mang tên cũ. Lối giải thích cổ truyền phát xuất từ Ngagwang Norbu, một người giữ chiếc ngai tu viện trưởng Ganden, nói rằng những người thiên về kiểu học "hàn lâm" thì nên thực hành Lamrim theo năm đề tài tranh luận chính yếu. Đây chính là truyền thống cổ điển. Những người không thực hành cách đó được, nhưng lại có nhận thức sắc bén, có sự kiên trì, thì nên nghiên cứu và quán niệm những Lamrim lớn và trung bình (của Tsongkapa). Lối thực hành này là truyền thống Kadampa Lamrim. Những người nào không thể thực hành điều này được thì nên theo một vài chỉ giáo ngắn gọn, như *Con đường Dễ* hay *Con đường Nhanh*. Họ sẽ theo tất cả những phần trong các giai đoạn của Con đường. Đây là truyền thống Kadampa khẩu giáo. Bậc tôn sư tôi, nơi nương tựa tối thượng của tôi, đã cho tôi các giải thích truyền thống ấy.

Như tôi đã nói với các bạn, Tsongkapa đã phối hợp cả ba truyền thống ấy thành một dòng. Tôi cũng đã nói Tsongkapa viết những Lamrim Con đường Lớn, Con đường Trung bình và Con đường Nhỏ. Đức Văn-thù xuất hiện nhiều lần trước mặt Tsongkapa, hai vị ấy đã thiết lập một liên hệ thầy trò. Đức Văn-thù đã truyền cho Tsongkapa vô lượng diệu pháp sâu xa về kinh giáo và mật giáo. Điều này có thể được tìm thấy trong tiểu sử của Tsongkapa. Bởi thế ta có thể cho rằng Tsongkapa hấp thụ pháp Lamrim từ đức Văn-thù, nhưng chính Tsongkapa thì lại tập trung nỗ lực để phăng manh mối của truyền thống này trở lui về Phật Thích-ca Mâu-ni, đức Đạo sư của chúng ta. Ngài không bao giờ bảo truyền thống này đến từ một linh kiến nào cả, hay đến từ một hệ truyền thừa nào mới mẻ hơn, vân vân. Đấy là một trong những điều kỳ diệu về lịch sử đời ngài.

Khi Tsongkapa viết *Những giai đoạn lớn của Đạo lộ* đến đoạn nói về tuệ quán đặc biệt, đức Văn-thù đã nói đùa với ngài:

– Không phải tất cả những điều này đều thuộc về giáo lý ta nói về Ba điều căn bản của đạo lộ hay sao?

Tsongkapa thưa với đức Văn-thù rằng ngài sẽ viết sách này theo cách như sau. Ngài sẽ lấy Ba Căn bản xem như huyết mạch của đạo lộ, và sử dụng những điều ngài đã bàn trong *Đèn soi nẻo Giác* làm khởi điểm. Ngài sẽ lọc hết khỏi nó những chỉ giáo của những phái Kadampa khác. Nhưng Tsongkapa nghĩ rằng cho dù ngài có viết phần nói về tuệ quán đặc biệt trong Lamrim vĩ đại của ngài, thì điều ấy cũng không lợi lạc cho hữu tình bao nhiêu. Đức Văn-thù bảo ngài:

– Cứ viết về tuệ quán đặc biệt đi, vì nó sẽ có lợi lạc trung bình cho các hữu tình.

Có nhiều chi tiết huyền bí bất khả tư nghì trong lịch sử cuộc đời ngài như vậy. Ngang đây đáng lẽ tôi phải nói chi tiết về tiểu sử đức Je Tsongkapa, nhưng chúng ta không có nhiều thì giờ để làm việc ấy. Các bạn nên khảo cứu kỹ về những cuốn tiểu sử đã được viết về ngài.

Giáo lý của Tsongkapa bao gồm tất cả những lời giảng dạy của Atìsha. Nó cũng chứa đựng những chỉ giáo sâu sắc vô song đặc biệt, nhờ đó chúng ta có thể đạt đến chỗ hợp nhất với bậc Vô học ngay trong một đời, ở vào thời đại suy đồi này. Những trước tác về Lamrim của Tsongkapa chứa đựng nhiều điều cực kỳ thâm thúy mà ta không thể tìm thấy ngay cả trong Lamrim của những phái Kadampa trong quá khứ. Ta sẽ thấy rõ điều này sau khi đọc những tác phẩm ấy một cách chi tiết.

Về Lamrim, có nhiều hệ phái truyền từ Tsongkapa xuống. Những hệ phái chính, nổi tiếng nhất trong số này là tám truyền thống khẩu thuyết liên hệ đến tám giáo lý lớn. Hôm qua chúng ta đã nói điều này. Hai tác phẩm *Tinh chất của vàng ròng* và *Lời đức Văn-thù* được nói là căn cứ theo kinh mà viết ra. *Con đường Dễ* và *Con đường Nhanh* được nói là liên hệ đến các mật điển.

Ở đây ta sẽ nói sơ qua làm thế nào hệ phái *Lời đức Văn-thù* được truyền thừa ở phương Nam. Bản luận giải về tác phẩm này ở phương Nam là bản ngắn hơn trong hai bản luận giải. Đức Dalai Lama đệ ngũ đề nghị một kiểu giảng ngắn hơn bằng cách đánh dấu vài đoạn trong kinh. Ngài cũng cho một số chỉ giáo khác về các pháp quán tưởng "quy y," "ruộng phước," và những pháp quán liên hệ đến nhà tắm, vân vân. Những chỉ giáo này khác hẳn những chỉ giáo của các hệ phái ở tỉnh Trung ương. Đức Dalai Lama truyền Hệ phái phương Nam cho Lama Purchog Ngagwang Jampa Rinpoche ở Epa, vị này lại truyền cho Lozang Kaetsuen, chức vị tu sĩ chuyên trông coi chỗ ở của đức Dalai Lama. Tiểu sử vị này có một chi tiết lạ lùng đặc biệt. Ông có trí thông minh phi thường, và đã sáng chế ra nhiều kiểu giảng dạy giáo lý – khi thì nhiều chi tiết hơn, khi thì ít chi tiết hơn. Để giải quyết những rối ren, ông biết cần phải thỉnh vấn ngay đức Dalai Lama, vị chúa tể của pháp. Ông xin một buổi tiếp kiến, và thụ giáo tất cả giáo lý trong chừng một hai tiếng đồng hồ. Đức Dalai Lama đã cho ông làm tu viện trưởng trong cung Potala. Ông trải qua phần cuối cuộc đời để tu tập ở một nơi cô tịch gọi là Lamrim Choeding, tại đây ông đã đạt đến một trình độ tu hành rất cao.

Lozang Kaetsuen truyền giáo lý cho Puentsog Gyatso, một học giả uyên bác ở Yerpa, người đã hoàn tất mọi bài giảng thực hành trong vòng ba tháng (xem Ngày thứ nhất). Puentsog Gyatso đã tu tập đến một trình độ phi thường là thực chứng tâm tịnh chỉ và tuệ quán đặc biệt, và đã giảng lại cho nhiều đệ tử ở Yerpa. Ông tu các năng lực thần thông nhờ phép quán mandala về thân của thần Heruka, và tương truyền phần lớn những tu sĩ thuộc Hệ phái phương Nam đã theo mẫu mực này.

Puentsog Gyatso truyền xuống Lama Kachoe Taendar ở Epa, vị này truyền cho Tu viện trưởng Gedun Jamyang. Gedun Jamyang viết một tác phẩm riêng về Hệ phái phương Nam, vì sợ rằng đã có một số điểm sai lầm liên hệ đến vấn đề những đoạn nào trong kinh *Lời đức Văn-thù* đã thực sự được đức Dalai Lama đệ ngũ đánh dấu dành cho Hệ phái phương Nam. Tác phẩm của ông chỉ lưu hành dưới dạng những bản chép tay cho đến khi Kyabje Drubkang Geleg Gyatso cho khắc thành bản gỗ.

Gelun Jamyang truyền cho Je Ngagwang Tutob; Tutob truyền đến Taenpa Gyatso, tu viện trưởng đại học Dagpo. Trong khi Taenpa Gyatso đang hoàn tất sự học, ông được cắt phiên làm nhiều việc vặt vãnh, và theo truyền thuyết, ông đã đạt chánh kiến về Trung đạo (chánh kiến về Tánh không) trong khi bổ củi. Ông truyền pháp Hệ phái phương Nam cho Seto Lama Kaeldaen. Seto Lama có chuyện kỳ lạ này trong tiểu sử: Ông hoàn toàn không quan tâm tới bất cứ thứ gì người ta cúng dường cho ông như tiền, khăn quàng cổ (theo tục lệ Tây Tạng), áo len, và những thứ tương tự. Mà ông cũng không cho lại ai những thứ ấy. Ông chỉ bỏ chúng vào trong một góc hang động bên cạnh chỗ ông ở. Nhiều thế hệ sau đó, người ta lục lọi mới tìm thấy những đồng tiền và len đã bị mối ăn. Sở dĩ ông không cho ai những thứ này vì nghĩ rằng điều ấy về sau có thể làm tăng thói kiêu mạn nơi ông.

Seto Lama truyền giáo lý này cho Je Lozang Choepel, vị này lại truyền cho Geshe Tubtaen Rabgyae. Mỗi khi tu quán, Tubtaen thường tụng những lời cầu nguyện của pháp Lamrim, xong ông giữ im lặng. Những người đến viếng tưởng ông ngủ, nhưng kỳ thực họ đang chứng kiến sự tịnh chỉ nhất tâm nơi ông. Ông truyền hệ phái này cho một tu sĩ tên Jangchub Togme.

Người này chỉ là một tu sĩ bình thường, không phải một vị Geshe – tiến sĩ Phật học, cũng không phải một Lama – thượng tọa. Ông sống trong am ẩn cư Dragri. Hàng ngày, sau khi dâng cúng những chiếc bánh theo thường lệ, ông thiền quán Lamrim một cách nhất tâm trên thảm cỏ ngoài am. Ông phát triển tâm từ và tâm bi đến mức độ ông luôn luôn cảm thấy buồn bã. Hàng ngày những trẻ mục đồng thường giải trí bằng cách lén nhìn ông. Đối với chúng thì ông có vẻ chỉ là một ông già đang cám cảnh tủi thân khóc một mình.

Vào thời gian ấy, Hệ phái phương Nam của *Lời đức Văn-thù* có nguy cơ suy tàn bởi vì hệ phái giảng kinh chỉ trao cho tu sĩ này. Một vị tu viện trưởng của đại học Dagpo đã hồi hưu tên Lozang Jinpa – vị này lại là người truyền giới xuất gia cho chính tôn sư tôi

– cố truy tầm cho ra những người khác thuộc truyền thống giảng Hệ phái phương Nam, nhưng khám phá ra rằng chỉ có Jangchub Togme là người duy nhất đã được truyền thụ pháp ấy. Lozang Jinpa hoài nghi, không nghĩ rằng ông thầy tu này có thể giảng theo kiểu "Nói chuyện thân mật", nhưng nếu không yêu cầu ông giảng, thì truyền thống sẽ bị gián đoạn.

Một ngày kia ông đến thăm vị tỳ-kheo và nói:

– Bây giờ không có ai khác nắm giữ truyền thống giảng *Lời đức Văn-thù* thuộc Hệ phái phương Nam. Thực đáng tiếc vô cùng nếu truyền thống này bị gián đoạn. Ông có thể truyền cho tôi chỉ vì để khỏi gián đoạn dòng truyền thừa không? Khi ấy tôi có thể đưa cho ông bài giảng đã được làm cho văn hoa với những trích dẫn trong kinh, và những luận chứng hợp lý.

Thầy tỳ-kheo nói:

– Làm sao một người như tôi có thể trao truyền được?

Ông cứ tiếp tục nói mình không đủ khả năng làm chuyện đó, nhưng cuối cùng khi ông chịu giảng, thì ông đã chêm vào những chỉ giáo sâu sắc, kết quả của kinh nghiệm thân chứng. Je Lozang Jinpa rất đỗi kinh ngạc về việc này; ông đã thuật lại:

– Tôi hổ thẹn bảo ông ta: thực sự là tôi đã đến đây để thụ giáo chứ không chỉ là ghi lại những chỉ giáo truyền khẩu. Và ông ca tụng: "Vị ấy đích thực là một geshe vĩ đại của phái Kadampa thuộc truyền thống Khẩu giáo."

Chính Lozang Jinpa cũng đã đạt được tịnh chỉ và tuệ quán đặc biệt nhờ thực hành phép quán mandala thân của thần Heruka. Ông sống trong tu viện Bangrim Choede thuộc miền Hạ Dagpo. Je Kalzang Taenzin em trai ông về sau đến ở Am thất ẩn cư Lhading thuộc miền thượng Dagpo. Ông thường mời Lozang viếng thăm Lhading. Mặc dù Lozang chưa từng đích thân đến thăm, một hôm nhập định ông đã thấy mọi chi tiết trong ngoài của am thất. Ông bảo người em trai về sau khi ông này đến thăm:

– Tôi đã trông thấy nơi ẩn cư của chú từ trong ra ngoài.

Ông còn kể ra những chi tiết như có những cây gì bên phải và bên trái của ngôi nhà.

– Và còn một vật trắng thật lớn luôn luôn lay động trên một lan can của ngôi nhà nữa. Cái gì vậy?

Đó là một cái màn lung lay theo gió; Lozang đã thấy trong khi nhập định.

Lozang truyền hệ phái này cho em trai Kaelzang Taenzin. Vị này trở thành một học giả uyên bác về cả kinh điển lẫn mật điển. Mỗi khi ngài giảng dạy, thường có những luồng ánh sáng chiếu ra từ đôi mắt ngài, bao quanh thính chúng đồ đệ. Cuối thời giảng, những luồng sáng ấy thu trở lại vào đôi mắt ngài. Mọi người đều trông thấy nhiều lần như thế. Nhiều người kinh ngạc khi vừa thấy ngài giảng dạy lại vừa thấy ngài tản bộ trên đường kinh hành, vân vân. Ngài có những linh kiến về toàn thể phước điền trong pháp thực hành Cúng dường Đạo sư. Khi ngài viên tịch, trên đỉnh sọ đầu ngài có một hình vẽ kỳ diệu về ruộng phước Cúng dường Đạo sư. Chiếc sọ này hiện vẫn còn ở Am thất Lhading.

Ngài truyền giáo lý cho Kaelzang Kaedrub, vị này cũng đạt những thần thông nhờ pháp quán Heruka. Và ngài đã trao truyền cho chính tôn sư tôi, người bảo hộ và nơi nương tựa của tôi.

Đấy là vắn tắt về sự truyền thừa của Hệ phái phương Nam đối với tác phẩm *Lời đức Văn-thù*. Các bạn cần xem kỹ chi tiết hơn. Hãy tham khảo những bản tiểu sử đáng tin cậy.

Bây giờ, về Hệ phái truyền thừa *Lời đức Văn-thù* ở tỉnh Trung ương, thì đức Dalai Lama đệ ngũ đã truyền cho Jinpa Gyatso, một người giữ ngai tu viện Ganden. Cuối cùng hệ phái này truyền đến Lozang Lhuendrub, một người khác kế vị chiếc ngai Ganden. Je Lozang Jinpa đã tiếp nhận truyền thống này từ nơi ông ta.

Những bài giảng kiểu "Nói chuyện thân mật" về *Con đường Nhanh* có lịch sử như sau. Vị Panchen Lama là Lozang Yeshe, người thấy tất cả, đã đọc bản kinh, nhưng chưa ai từng hỏi ngài bài giảng truyền thừa của hệ phái. Khi về già, mắt ngài bị lòa, và khi có người muốn được khẩu truyền một vài đoạn quan trọng trong kinh, họ phải viết lại những đoạn ấy bằng chữ thật lớn. Bấy giờ học giả uyên bác Lozang Namgyael đang ở Am thất Jadrael. Ông đọc tác phẩm *Con đường Nhanh* và nghĩ rằng hậu thế sẽ càng nghèo nàn hơn nếu ông không được truyền thừa hệ phái bài giảng này. Ông bèn quảy hành lý đi đến Tashi Lhuenpo, và bảo người hầu của vị Panchen Lama rằng ông muốn được truyền tất cả tác phẩm của Panchen Lama nói chung, nhưng đặc biệt là được bài giảng về *Con đường Nhanh*.

Lozang Namgyael lúc ấy chỉ là một tu sĩ thường, vậy mà ông đòi hỏi quá đáng, và thị lực của Panchen Lama thì quá yếu. Người hầu hết sức ngạc nhiên mắng cho Lozang Namgyael một trận. Lozang trở về nhưng không thể chịu nổi tình trạng ấy. Ông đến yêu cầu thêm ba lần nữa, nhưng người hầu nhất định không giúp ông. Lozang nói trong cơn tuyệt vọng:

– Nghe này, tôi không xin ông giảng dạy! Ông hãy chuyển lời yêu cầu của tôi đến đức Panchen Lama.

Người hầu nổi cáu, và đi đến trình đức Panchen Lama trong khi y vẫn đang tức giận. Đức Panchen Lama trái lại rất sung sướng truyền cho Lozang Namgyael, và suốt buổi giảng dạy, mắt ông tuyệt đối không sao cả.

Bậc tôn sư tôi đã kể lại cho tôi nghe câu chuyện này nhiều lần. Tuy nhiên, Lozang Namgyael không được chính thức kể trên danh sách như là một trong những bậc thầy của hệ phái chúng ta. Hệ phái được xem là truyền cho Purchog Ngawang Jampa, như được nói rõ trong phần tụng đọc chuẩn bị, nhan đề “Một sự trang hoàng cho yết hầu những người may mắn” (xem Ngày thứ sáu).

Như vậy là tôi đã nói sơ lược về sự vĩ đại của những tác giả, mặc dù chưa nói đến tất cả các Lama và những môn đệ của họ. Nếu đi vào chi tiết, thì có lẽ tôi phải theo hai pho tiểu sử của những bậc thầy các hệ phái do Yeshe Gyaeltsaen, một vị giáo đạo của đức Dalai Lama viết ra. Ít nhất, trên đây là những gì mà tôn sư tôi đã dạy. Tôi không có thì giờ làm chuyện ấy, nhưng nếu các bạn có bản tiểu sử này, thì nên đọc thường xuyên.

Khi kết thúc một sự giảng dạy về cuộc đời các bậc thánh tăng, chúng ta phải tiến hành cầu nguyện như sau:

Hỡi bậc thầy, mong sao thân con
được như thân của thầy;
Mong sao quyến thuộc, cuộc đời và hoàn cảnh
của con cũng được như của thầy;
Mong sao cả đến tên con
Cũng là danh hiệu tối thượng của thầy.

Chúng ta cũng nên quán tưởng về niềm hỉ lạc mà ta phải cảm thấy (sau khi nghe về những cuộc đời ấy.)

Ngày thứ ba

Shàntideva đã nói:

Tôi đã được tái sanh làm thân người thuận lợi,
Cái thân người rất khó được,
Có thể giúp ta hoàn thành những mục tiêu.
Nếu tôi không rút lợi lạc nào từ thân này
Thì làm sao tôi có thể hi vọng thừa hưởng
Một sự tái sinh thuần tịnh như thế này trở lại?

Nói cách khác, bây giờ khi ta đã được thân người thuận lợi, thì không nên chỉ ham muốn những hạnh phúc thế gian. Cũng không nên chỉ chuyên lo hàng phục kẻ thù, che chở người thân, vân vân: thú vật cũng có thể làm chuyện ấy. Nếu ta không dùng thời gian còn lại của mình trên đời để thực hành pháp –

một điều chắc chắn lợi lạc cho những đời sau của ta, và khiến ta khác với loài thú – thì thật khó cho chúng ta có được một tái sinh như thế này trong tương lai. Bây giờ, một khi đã được thân người, thì chúng ta phải thận trọng.

Muốn làm lợi lạc cho những đời sau, chúng ta phải thực hành pháp này, nghĩa là những giai đoạn trên đường đến giác ngộ. Bởi thế bạn phải lấy bồ-đề tâm làm động lực tu hành, và khởi tâm: "Tôi sẽ đạt thành Phật quả vì lợi lạc tất cả hữu tình. Bởi thế tôi sẽ lắng nghe giáo lý sâu xa này về những giai đoạn của con đường đến giác ngộ, và thực hành đúng theo đó." Chỉ sau khi khởi tâm như vậy rồi các bạn mới nên lắng nghe.

Pháp mà bạn sắp nghe là gì? Đó là pháp Đại thừa, pháp đưa những người may mắn đến quả vị Phật.

Rồi Kyabje Pabongka Rinpoche tiếp tục nói một mạch như hôm qua. Ngài tóm tắt bốn tiêu đề mà ngài đã nói, rút về một tiêu đề duy nhất là: "Bài giảng về Những chặng đường đến Giác ngộ." Mặc dù hôm qua chúng tôi đã nghe qua tiêu đề thứ nhất trong bốn tiêu đề, hôm nay ngài cũng nhắc nhở lại rằng giáo lý này được truyền xuống từ đức Thích-ca, bậc Đạo sư của chúng ta. Ngài cũng nhắc lại rằng rất lâu về sau, nền giáo lý này mới có nhiều hình thức khác nhau, như Lamrim, những giai đoạn của giáo lý, vân vân. Nhưng tất cả những hình thức giáo lý này đều lấy *Đèn soi nẻo Giác* làm bản kinh gốc. Điều này được đề cập chi tiết trong những tiểu sử của các bậc thầy trong những hệ phái Lamrim.

Sau khi tóm tất như thế, ngài nói tiếp:

– Hôm nay, tôi sẽ giảng tiêu đề thứ hai.

II. TÍNH VĨ ĐẠI CỦA PHÁP LAMRIM, ĐƯỢC NÓI ĐỂ TĂNG NIỀM KÍNH PHÁP

Pháp Lamrim có bốn vĩ đại và ba đặc thù để phân biệt với những giáo lý cổ điển khác. Bốn vĩ đại là:

IIA. Tính vĩ đại giúp bạn nhận ra rằng mọi giáo lý đều nhất quán.

IIB. Tính vĩ đại khiến mọi kinh điển đối với bạn đều trở thành lời chỉ giáo.

IIC. Tính vĩ đại giúp bạn dễ dàng khám phá ý thật của Phật.

IID. Tính vĩ đại giúp bạn tự cứu mình khỏi những tà hạnh.

IIA. Tính vĩ đại giúp bạn nhận ra rằng mọi giáo lý đều nhất quán.

Giáo lý ở đây chỉ cho kinh điển của Phật thuyết. *Luận về ngọn đèn Tuệ* của Bhàvaviveka nói:

"Giáo lý là những kinh điển Phật dạy cho kẻ nào muốn thưởng thức vị cam lồ về những điều họ cần biết, những điều họ cần từ bỏ, những điều họ cần thể hiện, và những điều họ cần tư duy quán tưởng."

"Nhận ra tính nhất quán của giáo lý" có nghĩa rằng mỗi người đều phải thực hành những lời dạy ấy để được giác ngộ. "Nhất quán" có nghĩa là liên hệ với nhau, không chống trái. Đại thừa, Tiểu thừa, Luật và Mật điển... có vẻ đối chọi lẫn nhau trên phương diện ngữ ngôn văn tự, nhưng tất cả đều là pháp tu chính yếu đưa đến giác ngộ hoặc là một con đường tất đưa đến giác ngộ. Bởi thế những giáo lý ấy đều nhất quán, ăn khớp với nhau. Giả sử bạn bị sốt nặng; lúc đầu y sĩ cấm bạn dùng thịt, rượu, vân vân, và bảo: "Những thứ ấy sẽ nguy hiểm cho ông nếu ông không từ bỏ chúng." Nhưng sau khi cơn sốt đã hạ, và yếu tố "phong" quá thịnh nơi con bệnh, thì bác sĩ lại khuyên ăn thịt, vân vân. Cũng một con bệnh ấy, một y sĩ ấy, mà có hai lời khuyên trái ngược – lúc đầu cấm thịt, lúc sau khuyên ăn – dường như không ăn khớp nhau, song kỳ thực không phải vậy, vì cả hai lời khuyên đều cốt chữa bệnh.

Tương tự, bạn có thể nghĩ Tiểu thừa, Đại thừa, Kinh giáo, Mật giáo, vân vân, mỗi thứ cốt dành cho những hạng đệ tử đặc biệt, không phải tất cả giáo lý ấy đều dành cho một người thực hành để đạt giác ngộ. Nhưng cũng không phải vậy. Một người đang nói cho một người nghe về những pháp tu để giác ngộ. Khi người nghe đang ở trình độ Nhỏ hay Trung bình, thì đầu tiên Phật giảng giáo lý Tiểu thừa. Vị ấy phải quán vô thường, khổ. Sau khi đã tiến bộ, vị ấy bây giờ ở vào trình độ Phạm vi Lớn, nên giáo lý Đại thừa được giảng cho vị ấy. Bây giờ vị ấy thụ giáo về tâm bồ-đề, về sáu hạnh Ba-la-mật, vân vân. Và khi vị ấy đã trở thành một Pháp khí thích hợp với mật điển, đức Phật giải thích về Kim cang thừa: hai giai đoạn của Du-già tối thượng và những thực hành mật có đôi. Tuy nhiên tất cả những pháp ấy đều thích hợp cho một người như bạn tu để đạt giải thoát. Bởi thế bất cứ một kinh điển nào của đấng Chiến thắng cũng thuộc về, hoặc là một dòng chính của đạo lộ hoặc là một trong những con đường rẽ của đạo lộ; không một kinh nào là thừa đối với một người tu để đạt tuệ giác.

Mối bận tâm chính của một Bồ-tát là làm việc cho lợi ích của tất cả hữu tình. Như vậy Bồ-tát phải dạy cả ba con đường để hướng dẫn ba hạng đệ tử (Thanh văn, Duyên giác, Bồ-tát) đi đến giải thoát theo cách riêng của họ. Nhưng nếu Bồ-tát tự mình không biết ba con đường ấy thì không thể dạy lại cho người khác. Dharmakìti (Pháp Xứng) nói trong tác phẩm *Luận về những pháp có giá trị* rằng: "Những phương tiện để đạt đến những cứu cánh này thật tối nghĩa, thật khó bàn luận về chúng." Con đường đưa đến sự liễu tri cả ba thừa là cái mà Bồ-tát cần phải khai triển trong dòng tâm thức mình để bảo đảm có thể đem đến lợi lạc cho hữu tình. Kinh dạy:

"Này Tu-bồ-đề, Bồ-tát tu tập tất cả các đạo lộ, dù là đạo lộ Thanh văn, đạo lộ của Duyên giác hay đạo lộ của Bồ-tát. Bồ-tát liễu tri tất cả đạo lộ."

Trong tác phẩm của Maitreya (Di-lặc) nhan đề *Trang hoàng cho sự thực chứng*, chúng ta gặp câu này: "Những ai muốn làm việc cho hữu tình cần phải liễu tri tất cả các đạo lộ tu tập để làm lợi lạc tất cả chúng sinh."

Một điểm khác: cứu cánh là Phật quả, đấy là một quả vị có được mọi đức tính tốt đẹp, tất cả lỗi lầm đều đã tận trừ. Muốn đạt đến quả vị này, con đường Đại thừa là phải khiến cho tất cả lỗi lầm của một người đều chấm dứt, làm cho họ thể hiện tất cả đức tính. Bởi vì không có quyển kinh nào mà không trừ diệt một hạng lỗi lầm nào đó, hay khiến tu tập một loại đức tính nào đó, cho nên tất cả kinh điển đều bao hàm Đại thừa.

Ta hãy xét vấn đề "tính nhất quán của kinh điển" một cách chi tiết. Có hai cách: Bạn nên hiểu thế nào về tất cả những giáo lý được truyền lại – nghĩa là những sự trình bày về đề tài chính – đều ăn khớp nhau; và bạn nên hiểu thế nào về các pháp được chứng ngộ – nghĩa là bản thân mỗi đề tài – đều ăn khớp nhau.

Ba tạng kinh điển, bốn loại mật điển, vân vân, làm nên kinh và luận giải về kinh. Và như tôi đã giải thích, tất cả đều hợp thành một pháp thực tập nhịp nhàng để đưa một con người tiến đến giác ngộ. Đây là cách hiểu về "tính nhất quán của mọi giáo lý được truyền lại."

Đề tài của những giáo lý này là những con đường khác nhau thuộc cả ba phạm vi. Phạm vi Nhỏ bao hàm những nhân tố để được tái sinh vào các thượng giới như trời, người. Những nhân tố này chính là đạo đức từ bỏ mười bất thiện hành, vân vân. Phạm vi Trung bình bao hàm những pháp tu đưa đến sự vi diệu của giải thoát – những pháp tu như là từ bỏ hai sự thật đầu[1] trong bốn sự thật, và thực hiện hai sự thật cuối[2] và pháp tu ba vô lậu học. Phạm vi Lớn gồm những pháp tu đưa đến sự vi diệu của toàn trí – những pháp như phát bồ-đề tâm, sáu Ba-la-mật, vân vân. Do vậy, tất cả đề tài này lập thành một pháp tu hài hòa đưa hành giả đến giác ngộ, và cần hiểu là hoàn toàn ăn khớp nhau.

Dromtoenpa, một trong những ông vua về pháp, nói:

– Thầy tôi biết cách xem tất cả những giáo lý như bốn góc của một con đường có bốn mặt.

Đây là lời chính xác của ngài, nhưng được giải thích nhiều cách. Bốn góc là ba phạm vi với mật điển là góc thứ bốn. Hoặc, bất kể bạn tung một trong hai

1. Là Khổ và Tập – *DG*

2. Là Diệt và Đạo – *DG*

con xúc xắc như thế nào, luôn luôn có một mặt tứ (?) xuất hiện; cũng thế, mỗi đề tài thiền quán đều bao hàm toàn thể đạo lộ.

Ta có thể theo những cách giải thích ấy, nhưng tôn sư tôi, người che chở và nơi nương tựa của tôi, đã dạy:

– Khi bạn kéo một góc của chiếc chiếu bốn góc, là bạn di chuyển được toàn thể chiếc chiếu. Cũng tương tự như thế, đề tài của một quyển kinh nào cùng với những luận giải về kinh ấy, đều đưa đến một pháp thực hành để đạt giác ngộ. Có thể nói là bạn đang kéo một trong bốn góc của pháp thực hành này.

Đây là một lối giải thích rất quan trọng.

IIB. Tính vĩ đại khiến mọi kinh điển đối với bạn đều trở thành lời chỉ giáo.

Nếu bạn chưa gặp hệ thống "Những giai đoạn trên đường đến giác ngộ" này, thì đối với bạn kinh điển không phải là những lời chỉ giáo. Nhưng kỳ thực, kinh Phật và những luận thư giải nghĩa lý của kinh chính là những chỉ giáo tối thượng cho ta tu tập. Trên thế gian chưa từng có một bậc Thầy nào hơn đức Thích-ca Mâu-ni, đấng Thế Tôn, đấng Thiện Thệ, Người phá hủy toàn triệt tất cả ô nhiễm. Tác phẩm của Maitreya (Di-lặc) nhan đề *Dòng tương tục vi diệu của Đại thừa*, nói:

Trên đời này không học giả nào
Vượt qua đấng Chiến thắng.
Với toàn trí ngài liễu tri chân như tối thượng
Và liễu tri vạn pháp.
Vậy không nên thêm bớt bất cứ gì
Mà bậc Đại thánh đã tuyên thuyết trong kinh
Vì như thế là làm hại cho Thánh pháp.

Ngày nay không còn ai xem kinh Phật thuyết là cốt để thực hành, mà chỉ để tụng vào những dịp lễ. Dù có người nghiên cứu những tác phẩm cổ điển của hai nhà tiên phong (Long Thọ và Vô Trước) luận giải về kinh điển thì họ cũng chỉ nghiên cứu để trích dẫn vào những dịp tranh luận. Ngay cả những học giả uyên bác nhất, mỗi khi khởi sự hành thiền cũng không biết làm sao để hội nhập những bản kinh ấy vào sự tu tập của mình, mặc dù đã bỏ cả đời để nghiên cứu và chiêm nghiệm những kinh ấy. Họ đi đến những người nổi tiếng là thiền giả vĩ đại mà kỳ thực chả biết gì, theo học vài pháp quán (sàdhanas) để biết những vận hành của tâm, rồi quán những pháp ấy một cách nô lệ. Đức Tsongkapa vĩ đại đã nói:

Họ nghiên cứu thật nhiều,
Nhưng vẫn nghèo nàn về pháp –
Chỉ vì đã không xem kinh điển
Là chỉ giáo để thực hành.

Nghĩa là, thật tai hại vô cùng nếu không xem kinh điển như những lời chỉ giáo.

Ví dụ một tiến sĩ trong tu viện chúng ta trước khi về thăm nhà ở tỉnh Kham, đã đến một vị thầy phái Nyingma xin một lời chỉ giáo để tu tập, rồi thiền quán theo sự chỉ dạy vắn tắt của vị ấy. Vì việc này mà những người địa phương tuyên truyền rằng pháp của phái Gelugpa chắc chỉ để tranh luận, trong đó không có gì để thực hành. Bởi thế mọi người đều làm ngơ giáo lý của phái Gelugpa. Theo tôi thì vị tiến sĩ này đã làm gương xấu, và thấy chuyện này thật rất đáng buồn.

Các bạn phải thực hành bất cứ pháp gì mà mình đã hiểu rõ ý nghĩa nhờ học hỏi và quán tưởng; và ý nghĩa của pháp nào bạn đang tu cũng phải được kiểm chứng bằng sự học và thiền quán. Nếu bạn đã nắm vững một pháp nào nhờ học hỏi và thiền quán, rồi lại đi thực hành một pháp gì khác, thì cũng giống như trong một cuộc đua ngựa, sau khi đã ấn định con đường đua, vào ngày đua bạn lại cho ngựa chạy ngả khác. *Những giai đoạn lớn của con đường* đã dùng ví dụ ấy. Có lẽ cần giải thích một chút. Bạn sắp tổ chức một cuộc đua ngựa. Bạn chỉ một nơi nào đó, và bảo mọi người:

– Ngày mai chỗ này sẽ là đường ngựa chạy đua.

Thế nhưng vào đúng ngày đua ngựa, bạn lại tổ chức cuộc đua tại một địa điểm khác.

Vậy, nếu bạn không thể xem kinh điển như những chỉ giáo để thực hành, thì chính là vì bạn đã không nắm vững những giai đoạn của Con đường đến giác ngộ. Nhưng khi đã nắm vững, bạn sẽ hiểu được rằng tất cả văn hệ cổ điển – những kinh luận Phật thuyết – đều có thể xếp vào khuôn khổ Lamrim, rằng đấy là những pháp hoàn toàn dành để tu tập.

Một thời, Ngawang Chogdaen giữ ngai tu viện trưởng Ganden. Sau khi hoàn tất sự huấn luyện ở tu viện, ngài nhận nhiều chỉ giáo từ Jamyang Shaypa – như Ba căn bản đạo lộ của Tsongkapa. Ngài được khai thị vào phương pháp thiền quán về những tư tưởng chứa đựng trong toàn bộ kinh điển và mật điển. Về sau ngài tuyên bố rằng cuối cùng ngài mới hiểu được thời gian ngài nghiên cứu phạm vi rộng lớn của văn học Phật giáo cổ điển hóa ra cũng là thời gian ngài học Những giai đoạn chính của con đường. Điều này chứng tỏ đối với ngài, kinh điển là những chỉ dẫn tu tập.

Khi Lozang Namgyael một đại học giả đang khẩu truyền tác phẩm *Bát-nhã bát thiên tụng*, thỉnh thoảng ngài lại nói:

– Ôi, ước gì ta chưa già quá thế này. Đấy là điều ta cần nên thiền quán tư duy!

Khi bạn hiểu Lamrim, tất cả mọi thực tập thảo luận trong sân tu viện cũng phải thuộc về Lamrim: bạn phải xem sự thực tập thảo luận này như một hình thức của chỉ giáo về thiền. Giả sử bạn đang thảo luận về đề tài phát bồ-đề tâm: bạn sẽ lập tức rút ra những so sánh với chương Phạm vi Lớn đề cập sự đào luyện tâm bồ-đề. Hoặc, bạn sẽ so sánh một thảo luận về Mười hai Nhân duyên với Phạm vi Trung bình. Hoặc, bạn cũng làm tương tự với cuộc thảo luận về những cảnh giới thiền định thuộc Sắc Giới và những tầng thiền chứng Vô Sắc, và so sánh những thiền này với phần nói về tâm Tịnh chỉ trong Lamrim. Ngay cả khi tụng đọc một nghi thức tụng niệm, bạn cũng phải hội nhập được nghi thức ấy vào Lamrim, bất kể bài tụng ấy rút từ kinh nào.

Bạn cũng phải sẵn sàng làm được việc ấy mỗi khi tình cờ gặp một trang kinh sách tả tơi trong một điện thờ nằm bên đường. Thủa còn bé, một lần tôi trông thấy một trang sách bỏ rơi trong một điện thờ nằm trên đường đến tu viện. Trang sách ấy là một bài ca của Kaelzang Gyatso, đức Dalai Lama thứ bảy:

Con ong nhỏ trong hoa Đỗ quyên
Bay từ hoa này đến hoa khác.
Nó di chuyển nhanh làm sao.
Tôi sẽ giải thích hình ảnh này:
Thời mạt pháp nhiều người có tâm ô nhiễm,
Chúng ngụp lặn trong những việc tầm thường.
Hãy nhìn chúng, mới là bạn đã hóa kẻ thù.
Khó tìm được một người bạn kiên cố.

Đọc xong bài thơ, tôi nối kết ngay kinh nghiệm ấy với phần Phạm vi Trung bình đề cập nỗi khổ vì tính bất trắc trong cõi luân hồi sinh tử.

Khi Je Rinpoche (Tsongkapa) hỏi học giả Rinchen Pel ý nghĩa danh từ "Kadam" (nghĩa đen là "chỉ giáo của kinh điển"), ông đã trả lời:

– Dù chỉ một chữ N trong kinh điển đối với mình cũng là một lời chỉ giáo không được bỏ qua.

Câu trả lời ấy làm Je Rinpoche hài lòng tới nỗi ngài ca ngợi trong một buổi giảng dạy công cộng:

– Hôm nay một học giả đã khai triển được ý tôi. Đúng như lời ông ấy nói.

Bởi thế, tất cả kinh điển – cả đến một tờ kinh bị bỏ rơi trong chánh điện – đều là những chỉ giáo để hướng dẫn một người đến giác ngộ. Điều này áp dụng cho bạn và sự giác ngộ của bạn. Nó như thể là đức Phật và các tác giả khác đã giảng những kinh ấy đặc biệt cho riêng bạn. Một thái độ như thế sẽ đem lại cho bạn niềm tin tuyệt đối vào tất cả kinh điển.

Jangchub Rinchen, một hành giả mật tông, nói:

– Không ai bảo chúng ta phải tìm những chỉ giáo để đạt giác ngộ trong một tuyển tập những bùa chú – chúng ta phải tìm sự chỉ giáo trong tất cả kinh điển.

Chúng ta phải suy nghĩ cách ấy mới được; những lời này đánh ngay vào gốc rễ. Vậy xem tất cả kinh điển như những chỉ giáo là chuyện rất nên làm.

Bạn có thể tự hỏi: "Có thật đầy đủ không nếu ta chỉ học Lamrim?" Ý nghĩa của kinh và luận đều chứa đựng trong Lamrim – kể từ đoạn nói về nương tựa một bậc thầy cho đến chương nói về tâm tịnh chỉ. Một pháp Lamrim thực thụ có thể có một số tiêu đề chi tiết hoặc ngắn gọn. Một ít tiêu đề trong số này đòi hỏi một pháp thiền quán phân tích[1] trong khi một số khác đòi hỏi một pháp thiền định chuyên nhất[2]. Khi đã nắm vững bộ sườn của những tiêu đề này, bạn sẽ biết được loại thiền định nào áp dụng cho mỗi tiêu đề. Với sự hiểu biết này, bạn sẽ sẵn sàng liên kết bất cứ kinh nào bạn gặp với pháp thực hành một đề tài Lamrim đặc biệt nào đó, điều này chứng tỏ bạn đang xem kinh điển như là những lời chỉ giáo thực hành.

Sau đây là một ví von dễ hiểu mà bậc thầy tôn quý của tôi thường đưa ra. Giả sử một người không có chỗ để chứa gạo, lúa mạch, đậu, vân vân, và tình cờ y gặp một nắm gạo chẳng hạn. Người ấy không biết phải làm gì với nó và có lẽ sẽ vứt bỏ nó. Cũng thế, nếu bạn chưa nắm được toàn vẹn cơ cấu của đường tu, và tình cờ gặp một cuốn kinh, bạn sẽ không nhận thức được rằng mình phải liên hệ kinh ấy với một đề tài Lamrim. Bạn sẽ không biết làm thế nào để thực hành theo kinh ấy. Nếu bạn đang có gạo, lúa mạch, đậu, mỗi thứ chỉ có một cân, mà có thêm được một

1. Như tưởng niệm về Phật, Pháp, Tăng – DG.

2. Như quán biến xứ hay kasina – DG

nắm gạo, thì bạn sẽ sung sướng bỏ thêm gạo ấy vào kho lương thực của bạn. Khi bạn đã nắm vững cái sườn của những đề tài thiền quán Lamrim, bạn sẽ dễ dàng liên kết bất cứ quyển kinh nào với một tiêu đề Lamrim đặc biệt.

(Khi ấy Rinpoche giảng chi tiết về cái sự làm thế nào, một bản văn về Lamrim có toàn bộ sườn của Lamrim thì có thể dẫn hành giả đi qua Con đường, bất kể độ dài của bản văn ấy. Ngài so sánh điều này với hai căn phòng, một phòng của một viên chức chính phủ, phòng kia của một tu sĩ bình dị: cả hai phòng đều chứa đủ những bàn ghế cần dùng cho mục đích của họ.)

Lại nữa cần chú ý: có khác nhau giữa nhận thức rằng tất cả kinh điển đều nhất quán, và nhận thức rằng tất cả kinh điển đều là lời chỉ giáo thực hành. Có được nhận thức đầu không nhất thiết có nghĩa là có được nhận thức sau. Nhưng nếu bạn có được nhận thức sau, thì đương nhiên bạn có được nhận thức đầu.

IIC. Tính vĩ đại giúp bạn dễ dàng khám phá ý thật của Phật.

Những kinh và luận như tôi đã nói, chính là những chỉ giáo thực hành tốt nhất. Tuy nhiên bạn không thể khám phá ra những ý tối hậu của đấng Chiến thắng chỉ nhờ đọc những tác phẩm cổ điển vĩ đại ấy, nếu không có một chỉ giáo nào của bậc thầy về những giai đoạn của con đường đến giác ngộ, kể như một cái sườn để tham khảo, mặc dù đề tài của những kinh điển ấy biểu trưng ý tối hậu của Phật. Muốn tự mình khám phá được những ý ấy từ nơi kinh luận, bạn phải nắm lấy kinh luận trong một thời gian dài. Nhưng nhờ Lamrim, bạn sẽ dễ dàng khám phá ý nghĩa mà không cần phải khổ công như vậy.

Có lẽ bạn đang tự hỏi: Những ý tối hậu của đấng Chiến thắng là gì? Bậc tôn sư tôi, nơi nương tựa và che chở tôi, đã dạy rằng thông thường, những ý ấy được xem là ba phạm vi; nhưng còn quan trọng hơn nữa là, sự cần thiết phải thực hành Ba căn bản của đạo lộ. Điều này chắc chắn đúng. Đức Tsongkapa vĩ đại đã làm sáng tỏ những ý tối hậu của đấng Chiến thắng về Chánh kiến. Trong tác phẩm *Ba căn bản của đạo lộ*, Tsongkapa nói:

"Các tướng do duyên sinh không phải là ảo tưởng; nhưng có những người hiểu Tánh không là vắng mặt các tướng duyên sinh. Khi còn thấy Tánh không và Duyên khởi là hai chuyện khác nhau, thì bạn sẽ không bao giờ nhận ra được tôn ý của đức Đạo sư."

Điều này thực sự có nghĩa rằng, bạn chưa hiểu được ý Phật nếu chưa có chánh kiến. Chính nhờ năng lực chánh kiến mà cuối cùng bạn mới nắm được ý Phật. Trong cùng bài kệ ấy, Tsongkapa nói: Ý nghĩa tinh túy của mọi kinh điển của đấng Chiến thắng..." Điều này ám chỉ Căn bản Từ bỏ. Ngài nói tiếp: "...

con đường mà chư Phật và con Phật ca ngợi..." Điều này ám chỉ Căn bản bồ-đề tâm. Cuối cùng ngài nói: "... cửa vào cho những người may mắn muốn giải thoát." Điều này ám chỉ Căn bản Chánh kiến. Như vậy ngụ ý rằng bạn vẫn cần hai Căn bản kia là từ bỏ và tâm bồ-đề. Bởi thế, khi căn cứ vào Lamrim, bạn sẽ dễ dàng khám phá rằng đề tài của những tác phẩm cổ điển vĩ đại là nhắm đến sự phát triển ba Căn bản ấy trong dòng tâm thức. Khi ấy bạn sẽ dễ dàng tìm ra ý của đấng Chiến thắng.

Giả sử kinh sách cổ là một biển cả, thì tôn ý của đấng Chiến thắng – Ba căn bản của đạo lộ – là châu ngọc trong biển ấy; Lamrim như con thuyền; bậc thầy giảng dạy giáo lý ấy như thuyền trưởng. Trong biển có châu báu, song nếu không có thuyền mà đi kiếm châu báu thì bạn chỉ có nước bỏ mạng trong biển. Nếu không sử dụng Lamrim như chiếc thuyền, thì bạn sẽ rất khó mà khám phá ra tôn ý của đấng Chiến thắng, dù có tham khảo cổ thư. Cần phải nương vào một bậc thầy như thuyền trưởng thiện xảo, bước lên con thuyền là Lamrim, rồi bạn sẽ dễ dàng tìm thấy châu ngọc trong các cổ thư: ý tối hậu của Phật.

IID. Tính vĩ đại giúp bạn tự cứu mình khỏi những tà hạnh.

Ở đây, *Những giai đoạn lớn của Đạo lộ* và các kinh luận khác đều dạy rõ rằng bạn không nên làm một điều gì sẽ đem lại cho bạn cái nghiệp và sự chướng ngại phát sinh từ nghiệp ấy, kèm theo là sự từ bỏ pháp. Nhưng nếu bạn chưa để vào tâm bạn ba vĩ đại đầu trong bốn sự vĩ đại này, thì bạn sẽ luôn luôn làm những phân biệt vặt vãnh khiến bạn kính trọng một pháp này hơn những pháp khác – những phân biệt như Đại thừa đối với Tiểu thừa, hay pháp lý thuyết đối lại pháp thực hành.

Từ bỏ một vài phần của pháp thường phát sinh một dòng tương tục những loại nghiệp xấu nhất, từ đó có những chướng ngại nghiêm trọng nhất. Kinh *Dệt mọi pháp vào với nhau* nói:

"Này Văn-thù, những chướng ngại phát sinh do cái nghiệp từ bỏ Diệu pháp thuộc loại rất vi tế. Văn-thù, người ta từ bỏ pháp khi họ xem một vài kinh điển của đức Như Lai là hay, còn vài kinh khác thì dở. Bất cứ kẻ nào từ bỏ pháp thì hậu quả là cũng phỉ báng Phật và nói xấu Tăng. Một người từ bỏ pháp khi tuyên bố: "Kinh này đúng, kinh kia sai." Một người từ bỏ pháp khi tuyên bố: "Kinh này dạy cho Bồ-tát," hoặc "Kinh này dạy cho Thanh văn." Một người từ bỏ pháp khi tuyên bố: "Pháp này dành cho Độc giác." Một người từ bỏ pháp khi tuyên bố: "Điều này không phải là một trong những điều mà Bồ-tát nên tu tập."

Từ bỏ pháp là một hành vi hết sức nguy hại, như kinh *Vua của định Nhất tâm,* nói:

Từ bỏ kinh tạng là một tội lớn hơn nhiều,
Hơn cả tội phá hết tháp ở Nam thiệm bộ châu.
Từ bỏ kinh tạng là một tội lớn hơn nhiều,
Hơn cả tội giết hằng sa vị La-hán.

Nếu bạn đã tin chắc về ba vĩ đại đầu trong bốn sự vĩ đại, thì bạn sẽ không làm ngơ bất cứ một giáo lý nào của đấng Chiến thắng; bạn sẽ kính trọng ngang nhau tất cả kinh điển, vì tất cả kinh điển đều là những pháp để thực hành. Bạn sẽ thoát khỏi tình trạng xem một vài pháp là hay và vài pháp khác là dở, vì điều này là yếu tố trọng đại nhất góp phần vào việc từ bỏ pháp. Lại nữa, nếu bạn suy nghĩ về những cách làm thế nào để tận tụy với bậc thầy của mình cho thích đáng, thì bạn sẽ trừ được những nghiệp chướng mà bạn có thể có đối với bậc thầy ấy. Và khi đã tin chắc sự thật về vô thường và về thân người quý báu, thì bạn sẽ tự nhiên chấm dứt những ác hành do bám víu vào cuộc đời này. Bạn sẽ chấm dứt những tà hạnh liên hệ đến ngã ái khi bạn theo đề mục thiền định về phát tâm bồ-đề. Khi tu tập thiền quán vô ngã, bạn sẽ chấm dứt bám víu vào một bản ngã. Một cách tự nhiên bạn sẽ dừng lại tất cả những lối hành xử tà vạy và phi pháp nhất, nhờ phát triển thực chứng từng đề mục thiền quán của Lamrim.

Tôi sẽ đưa ra một ví dụ để giải thích làm thế nào ba sự vĩ đại đầu tiên giúp tăng tiến sự tu hành của bạn. Giả sử bạn sắp vẽ một bức tranh có tính tôn giáo. Bạn cũng biết là bạn phải chuẩn bị những điều kiện thích nghi như là phông để vẽ, sơn, cọ, vân vân. Sự biết này cũng tương tự như nhận thức rằng tất cả kinh điển đều ăn khớp nhau. Bạn phải biết vẽ như thế nào, làm sao để sử dụng những dụng cụ ấy – cũng như bạn phải xem tất cả kinh điển đều là những lời chỉ giáo. Và vẽ cho đẹp cũng tương tự như khám phá được tôn ý của Phật.

Bốn sự vĩ đại này thông thường được hiểu theo hai cách: bốn vĩ đại của sự trình bày, nghĩa là danh từ được sử dụng; và bốn vĩ đại của đề tài, tức ý nghĩa của những danh từ ấy. Kinh điển có bốn vĩ đại liên hệ đến trình bày. Tuy nhiên điều quan trọng hơn nữa là con người lại có bốn vĩ đại liên hệ đến đề tài.

Đến đây kết thúc phần *Bốn vĩ đại*. Ngoài bốn vĩ đại này ra Lamrim còn có ba đặc sắc: toàn diện; dễ thực hành vì nhấn mạnh những bước điều phục tâm; và thù thắng hơn các pháp khác. Ta sẽ tuần tự bàn về ba đặc sắc ấy:

Lamrim toàn diện, vì chứa đựng tất cả đề tài của kinh giáo và mật giáo

Trong khi Lamrim không thể nào bao gồm tất cả những lời lẽ trong kinh luận, nó lại chứa đựng và giảng dạy tất cả những ý nghĩa nòng cốt của kinh luận. Ngay cả một bản văn ngắn nhất của Lamrim cũng làm được việc này. Toàn bộ ý nghĩa của kinh và luận đều bao hàm trong ba phạm vi của Lamrim; Lamrim bao gồm và giảng giải đề tài của toàn thể kinh và luận. Đức Tsongkapa vĩ đại đã nói như sau trong một thư gửi Lama Umapa:

"Chỉ giáo này – *Đèn soi nẻo Giác* – từ Dìpamkàra shrìjnana, chứa đựng mọi lời chỉ giáo của kinh và luận. Nếu người ta biết cách giảng dạy hay nghiên cứu tác phẩm này, thì đấy không những là những chỉ giáo thực hành mà còn là tổng hợp của tất cả kinh giáo."

Những giáo lý các trường phái khác có nhiều bảng kê khác nhau: bốn chỉ giáo về những chuẩn bị tiên quyết như quy y, vân vân; giảng dạy về những pháp tu chính yếu, vân vân. Tuy nhiên, những phái Kadampa tiền kỳ và hậu kỳ của chúng ta ngày nay đều có truyền thống bỏ qua những liệt kê dông dài ấy, và giảng dạy mọi sự theo Lamrim. *Đèn soi nẻo Giác* dạy tổng hợp mọi đề tài kinh điển trong khoảng phạm vi ba tập giấy mỏng. Tất cả những bản Lamrim khác cũng cô đọng mọi đề tài và dùng *Đèn soi nẻo Giác* làm bản kinh gốc. Tsongkapa nói:

Nó cô đọng tinh yếu của mọi kinh điển,
Dù chỉ nghiên cứu Lamrim chốc lát,
Ta cũng được lợi ích
Như nghiên cứu toàn thể diệu pháp.
Hãy quán sát ý nghĩa Lamrim
Chắc chắn bạn sẽ tăng tiến trong giáo pháp.

Nói khác đi, nghiên cứu, quán tưởng, giảng dạy, và thụ giáo một giáo lý Lamrim chính là nghiên cứu, quán tưởng và học hỏi về ý nghĩa trọn vẹn của tất cả kinh luận. Khi bạn thực hành dù chỉ một chuỗi phản quan thiền định về Lamrim, thực tập thiền định ấy cũng bao quát tất cả kinh và luận. Geshe Toelungpa nhân vật vĩ đại phái Kadampa nói:

"Khi tôi giảng dạy những giai đoạn con đường đến giác ngộ, bạn có được một hiểu biết khái quát về tất cả những kinh sách trên thế gian. Những kinh sách ấy sẽ nghĩ: 'Lão thầy tu già tóc hoa râm này đã móc tim ta ra!' và phải run lên trước ý nghĩ ấy."

Thật vậy, nếu một buổi giảng về Lamrim tiến hành tốt, thính chúng chú tâm, thì cũng như là tinh túy của tất cả sách vở trên thế gian đã được đề cập. Như vậy, một mặt Lamrim bao hàm ý nghĩa tất cả kinh điển, mặt khác, nó là chìa khóa để mở kinh. Không thể có sự tóm thâu pháp yếu nào tốt hơn thế. Bởi vậy mà Geshe Toelungpa đã nói về sự giảng dạy Lamrim rằng:

"Tôi đã chặt thành từng mảnh con trâu pháp khổng lồ."

Những người căn cơ thấp kém có thể không hiểu được những bản Lamrim giảng giải chi tiết, nhưng họ vẫn có thể dựa vào một bản Lamrim ngắn, chứa đựng những giáo lý rõ ràng mà vẫn bao quát toàn bộ sườn của Lamrim. Giáo lý rõ ràng này cũng vẫn có thể hướng dẫn họ trên đường tu. Nhưng nếu bản văn bỏ ra ngoài dù chỉ một trong những đề mục thiền, thì nó không thể hướng dẫn bất cứ ai.

Hãy lấy ví dụ thứ thuốc hạ sốt gọi là Camphor 25. Bạn không cần phải mua một gói lớn đầy đủ từng món một trong 25 thành phần và uống từng món. Nếu thứ thuốc ấy đã được bào chế đúng cách, thì dù một viên cũng có thể làm hạ ngay cơn sốt. Nhưng nếu thiếu mất một trong 25 thành phần thì thuốc ấy sẽ không làm hạ nhiệt được, dù bạn có uống thật nhiều vào.

Bây giờ khi đã may phước gặp được nền chỉ giáo tuyệt diệu này, thì bạn phải chuyên tâm trong lĩnh vực ấy.

Lamrim dễ thực hành vì nhấn mạnh những bước điều phục tâm

Chúng ta đã từng trải bao nhiêu là đau khổ trong cõi sinh tử luân hồi, và cũng đã lên tột đỉnh hạnh phúc mà cõi sinh tử có thể đem lại. Tất cả những đau khổ và hạnh phúc ấy đều do chính tâm ta tạo nên. Không có pháp nào tốt để điều phục tâm hơn là Lamrim; Lamrim đặc biệt nhấn mạnh những phương tiện để đạt được tâm điều phục. Bởi thế Lamrim dễ áp dụng cho sự thực hành.

Lamrim thù thắng hơn những truyền thống khác vì chứa đựng những chỉ giáo từ hai bậc thầy đã được học các truyền thống của hai bậc tiên phong

Bậc thầy thuộc trường phái Long Thọ là Vidyakokila; bậc thầy thuộc trường phái Vô Trước là Suvarnadvìpi. Giáo lý được những chỉ giáo của các vị này làm cho phong phú; bởi thế nó thù thắng hơn các truyền thống khác. Như đức Tsongkapa vĩ đại có nói:

Những giai đoạn của con đường đến giác ngộ
Phát xuất từ Long Thọ và Vô Trước –
Hai bảo châu trong giới học giả ở thế gian,
Danh tiếng các ngài vang dội cùng khắp.

Ngay cả tác phẩm (của Di-lặc) *Trang hoàng cho thực chứng* và *Guhyasamaja Tantra* vua của mật điển cũng không có được ba đặc điểm này. Hai tác phẩm này không chứa đựng tất cả đề tài của kinh giáo và mật giáo, cũng không nhấn mạnh đến việc điều phục tâm.

Bây giờ, khi đã có đủ diễm phúc để nghiên cứu, quán tưởng và thiền định về Lamrim với những tính vĩ đại và nét thù đặc ấy, thì bạn không nên thỏa mãn với những chỉ giáo bất toàn vụn vặt. Điều thật thiết yếu là bạn phải hết sức nỗ lực để đi trên con đường này.

Đến đây là xong phần tiêu đề chính thứ hai: "Tính vĩ đại của Pháp."

III. CÁCH THÍCH ĐÁNG ĐỂ GIẢNG DẠY VÀ LẮNG NGHE

Đây là một tiêu đề rất quan trọng. Ngagwang-Dagpa, một thiền giả vĩ đại ở Dagpo có nói:

Phần chỉ giáo tiên khởi tốt nhất
Là dạy về cách nói pháp và cách nghe pháp.
Hãy yêu mến pháp...

Nói cách khác, tiêu đề này sẽ định đoạt xem những giáo lý sắp nói có tác động gì trên dòng tâm thức của bạn hay không. Bạn sẽ khó mà chuyển lời giảng của tôi thành quán tưởng và thiền định, nếu bạn hiểu sai tiêu đề này. Cũng như khi tính ngày từ mồng một đến rằm, mà bạn tính nhầm ngày mồng một thì bạn sẽ sai tất cả mọi ngày khác.

Ở điểm này có ba mục:

IIIA. Cách lắng nghe pháp;

IIIB. Cách giảng dạy pháp;

IIIC. Điều cả thầy và trò cùng nên làm vào cuối thời giảng.

IIIA. Cách lắng nghe pháp

Ở đây lại có ba tiêu đề phụ:

(IIIA1) Quán sát những lợi lạc của việc học pháp;

(IIIA2) Làm thế nào để chứng tỏ sự kính trọng đối với pháp và người giảng pháp;

(IIIA3) Cách thực thụ nghe pháp.

IIIA1. Quán sát những lợi lạc của việc học pháp;

Điều quan yếu trước tiên là phải thấy những lợi lạc của việc học pháp, vì chỉ khi ấy bạn mới phát sinh ước muốn mạnh mẽ đối với việc học pháp. Nếu sự quán tưởng được làm một cách thích đáng, thì bạn sẽ vô cùng sung sướng khi khởi sự học pháp. Trong tác phẩm *Những lời Phật dạy* có nói:

Nhờ học pháp, mà bạn hiểu được pháp;
Nhờ học pháp, bạn chấm dứt gây tội;
Nhờ học pháp, bạn từ bỏ những cái vô nghĩa;
Nhờ học pháp, bạn đạt đến Niết-bàn.

Nói cách khác nhờ sự học pháp mà bạn sẽ biết được tất cả những điểm then chốt để thay đổi lối hành xử của mình. Bạn sẽ hiểu được ý nghĩa của tạng Luật và nhờ vậy sẽ tuân theo tăng thượng Giới để chấm dứt gây tội. Bạn sẽ hiểu được ý nghĩa của tạng Kinh, và kết quả là bạn sẽ tu tập Tăng thượng Định để từ bỏ những chuyện giải trí tầm thường, vô nghĩa. Và bạn sẽ đào luyện tăng thượng Tuệ để hiểu được ý nghĩa của tạng Luận và từ bỏ những mê lầm. Do vậy sự học pháp sẽ giúp bạn đạt đến Niết-bàn.

Trong "*Bản sanh truyện*" có nói:

Học là ngọn đèn
Xua tan bóng đêm,
Là tài sản quý nhất
Trộm không đoạt được.
Là khí giới đánh bại kẻ thù–
Sự ngu tối về mọi sự.
Học là bạn tốt nhất
Dạy cho bạn các phương tiện;
Là một người quyến thuộc
Không bỏ bạn khi bạn khó nghèo.
Là phương thuốc giải sầu
Không làm hại bạn.
Là đạo quân tốt nhất
Phái đi dẹp giặc tà hạnh.
Là vốn tối thượng của
Danh tiếng và vinh quang.
Không gì quý hơn là có học.
Khi bạn gặp những người giỏi.
Bạn sẽ làm cảm kích những học giả
Trong bất cứ hội chúng nào.
Sự học như ngọn đèn xua tan bóng tối vô minh

Bậc tôn sư của tôi dạy rằng, khi biết dù chỉ một chữ trong mẫu tự là bạn cũng đã xua tan được sự tối tăm liên hệ đến nó, bạn đã thêm một tí vào cái kho trí tuệ của mình. Cũng thế, khi biết thêm những mẫu tự khác, bạn cũng xua được sự ngu dốt đối với những chữ này, và dồn thêm vào kho trí tuệ của bạn. Nếu không học chút gì, thì cả đến một chữ A ta cũng không nhận ra được dù chữ ấy có được viết lớn bằng cả cái đầu lừa, ta cũng chỉ có nước lắc đầu kinh quái. Các bạn cứ tưởng tượng những người không biết tí chữ nghĩa nào, thì sẽ hiểu lời tôi.

Càng học bạn càng bớt được sự ngu dốt. Ánh sáng trí tuệ bạn tăng dần theo tỉ lệ học. Trong *Những lời của Phật,* chúng ta tìm thấy câu sau:

Một người dù đã biết rành một ngôi nhà,
Nhưng trong đêm tối sẽ không thấy gì
Dù vẫn còn đôi mắt.
Cũng vậy, đệ tử Phật không học
Thì không phân biệt được tội và phúc.
Khi một người có mắt
Đem theo cây đèn
Sẽ thấy được hình sắc.
Cũng vậy, nhờ có học
Người ta biết phân biệt phước và tội.

Nói cách khác, bạn không thể thấy được gì trong một phòng tối om, mặc dù xung quanh bạn có rất nhiều vật và mặc dù bạn mở mắt thật lớn. Cũng tương tự, bạn có thể có con mắt tuệ nhưng nếu không có ngọn đèn học, thì bạn sẽ không biết gì về những điểm cần yếu để thay đổi lối hành xử của mình cho đúng. Nếu thắp lên một ngọn đèn trong phòng tối, bạn có thể trông thấy mọi sự vật trong đó một cách rõ ràng; như vậy, với con mắt tuệ và ngọn đèn học, bạn sẽ hiểu được tất cả các hiện tượng.

Tác phẩm *Những cấp bậc Bồ-tát* của Vô Trước có đề cập chi tiết những lợi lạc này, và nói người ta nên lắng nghe giáo lý với năm thái độ. Thái độ thứ nhất là xem giáo lý như con mắt, nhờ con mắt ấy mà bạn phát triển trí tuệ. Rồi bạn nên xem giáo lý như ánh sáng, nhờ ánh sáng và mắt tuệ mà bạn thấy được chân lý tương đối (tục đế) và tuyệt đối (chân đế). Bạn nên xem giáo lý như báu vật rất hiếm có trên đời. Xem giáo lý như một cái gì hết sức lợi lạc, nhờ đó mà bạn đạt được quả vị của những đại Bồ-tát. Cuối cùng, bạn nên xem giáo lý như một cái gì hoàn toàn rộng mở vì nó sẽ giúp bạn thành tựu được tâm tịnh chỉ và tuệ quán đặc biệt.

Sự học của bạn cũng là tài sản tối thượng không ai đoạt được. Kẻ trộm có thể mang đi tài sản thế gian của bạn, nhưng không thể lấy của bạn Thất thánh tài – bảy báu vật của những bậc thánh – nghĩa là sự học, vân vân; cũng không thể cướp được những đức đa văn, giới, bố thí, vân vân. Ngay cả vào thời vàng son nhất của bạn, những của cải thế tục cũng đem lại cho bạn nhiều cơn nhức đầu. Lại nữa, khi trở về nơi từ đó bạn đã sinh ra, bạn sẽ mang theo được gì trong cuộc hành trình? Chỉ có sự học là bạn có thể mang theo khi chết. Bởi thế, điều quan trọng nhất là những tu sĩ khờ khạo chúng ta không nên ao ước những ấm pha trà kiểu cọ hay những bình đồng, vân vân; mà chúng ta nên khát khao bảy châu báu của bậc thánh (*Thất thánh tài.*)

Sự học như một khí giới để đánh bại kẻ thù là sự mù mịt ngu tối. Nhờ học mà bạn có thể phá hủy tất cả những si mê lừa dối, kẻ thù thực sự của bạn. Sự học cũng là người bạn tốt nhất không bao giờ cho bạn những lời khuyên bậy. Khi làm một việc gì, chính sự học sẽ khuyến cáo bạn đã đúng thời tiết để làm hay chưa, nếu đã đúng thời tiết thì phải làm cách nào, nếu chưa đúng thì làm sao để khỏi làm, nó có lợi gì, hại gì, vân vân. Bậc tôn sư tôi thường dạy:

"Khi ở một mình trong nhà giam, vua Lhalama Yeshe Oe càng lúc càng quyết tâm. Đấy là nhờ lời khuyến cáo của bạn ông, nghĩa là của những gì đã học trong quá khứ."

Sự học cũng là người bạn không bao giờ bỏ ta trong lúc hiểm nghèo. Những quyến thuộc thông thường chỉ làm bộ thân thiện với ta khi ta khá giả, còn khi ta gặp vận xui, họ giả vờ không nhận ra ta. Nhưng sự học thì lại là quyến thuộc tốt nhất, vì nó đặc biệt giúp bạn khi bạn gặp rủi ro, lúc bạn bị đau khổ, bệnh, chết.

Trước khi trở thành thầy giáo đạo cho một vị Dalai Lama, Tsechogling Rinpoche đã có một thời gian rất nghèo. Khi gặp một người chú đang đi buôn bán, ông hỏi một điều gì đó nhưng người chú giả vờ không nhận ra. Sau khi Rinpoche làm thầy giáo đạo cho đức Dalai Lama và trở thành một trong những vị có quyền hành cao nhất, thì người chú liền đến nhận bà con.

Ngày xưa, có một người xuất thân nghèo khó, nên không người nào nhận bà con với anh ta. Sau khi làm ăn buôn bán có được chút ít tiền, thì nhiều người đến nhận là có liên hệ máu mủ. Anh ta gọi họ đến đãi một bữa ăn. Anh đặt những chồng tiền trên bàn, quỳ trước đống tiền ấy mà nói:

– Một người không phải chú tôi cũng trở thành chú tôi. Ôi hỡi những đồng tiền khả ái, ta phải lạy các ngươi.

Nói khác đi, bạn không thể tin tưởng ngay cả bà con của bạn. Nếu ta muốn tìm những quyến thuộc bền lâu, thì tại sao không tìm sự học, sự tu thiền quán?

Sự học cũng là một phương thuốc chữa bệnh mê lầm, và là một đạo quân chống lại bất thiện. Nó cũng là kho chứa danh xưng và vinh dự tốt nhất; phần thưởng tốt nhất ta có được từ những bậc thánh, là cách tốt nhất để được sự tôn trọng của những bậc hiền trí.

Truyện Bản sanh cũng nói:

Người nào có học sẽ phát triển đức tin;
Kiên trì hoan hỉ trong những điều thù thắng;

Phát triển trí tuệ, không còn bóng tối ngu si.
Dù phải cắt thịt bán để học cũng nên làm.
Nói cách khác, sự học có vô số điều tốt lành.

Nhờ sự học, bạn sẽ phát sinh niềm tin vào những đức tính của Ba ngôi báu; bạn sẽ nỗ lực cúng dường chư Phật, vân vân. Lại nữa, vì tin ở định luật nghiệp báo, bạn sẽ vui vẻ thay đổi lối hành xử của mình, vân vân. Bạn sẽ bắt đầu hiểu ra những lỗi lầm của hai đế đầu (khổ và nguồn gốc của khổ), và những đức tính của hai đế sau (sự chấm dứt khổ và con đường chấm dứt khổ). Như thế bạn luôn luôn hành động hướng về mục tiêu tối hậu là Phật quả.

"Dù phải cắt thịt mà bán để học cũng nên làm." Thế mà bây giờ các bạn được học trong tiện nghi, khỏi phải cắt xả thân thể, thì bạn phải nên nỗ lực học. Câu thơ trên được đặt vào miệng của Bồ-tát Chandra, một tiền thân Phật Thích-ca sau khi Ngài đã tự đóng một ngàn cái đinh vào thân thể cho mỗi dòng kệ Ngài học được.

Càng chiêm nghiệm nhiều thì sự học càng sâu, càng thiền định nhiều thì tuệ quán càng mau phát triển; và bạn sẽ có được trí tuệ.

Khi vào nội trú tại một trong những tu viện lớn, các tu sinh phải học năm đề tài thảo luận. Có một sự khác biệt lớn lao giữa người có học và không học – ngay cả trong cách nhận thức của họ về Ba ngôi báu.

Bạn có thể phải trông coi vài chú tiểu. Nếu chính bạn ít học thì bạn không nên để chúng lớn lên thành người dốt như mình. Hãy cho chúng học, rồi trong đời sau bạn cũng sẽ có được trí tuệ như chúng có được trong đời này. Những người liệt tuệ, già cả, vân vân, có thể muốn học những cổ thư vĩ đại, nhưng cái chết sẽ đến gián đoạn sự học của họ trong khi họ chưa ra khỏi được những tà giải. Bởi thế những người như vậy không thể nào hoàn tất một số lượng học hỏi lớn lao. Nhưng nếu học một pháp như Lamrim, họ sẽ có được một vài hiểu biết về toàn bộ con đường. Có lần Tsongkapa đã báo mộng cho Panchen Lama Lozang Choekyi Gyaeltsen như sau:

Muốn tự lợi và lợi người,
Thì đừng bao giờ tự mãn với sự học của mình.
Hãy xem những Bồ-tát ở địa vị thứ ba:
Họ luôn bất mãn với mức học hành của họ.

Bất kể suy nghĩ ở mức độ thấp đến đâu, chắc chắn ai cũng có được một ít thời gian dành cho việc học – chẳng hạn học một bài giảng ngắn gọn về Lamrim. Tại sao họ có thể không tìm cách thực hiện một việc học giản dị như thế? Tại sao họ có thể sống một cuộc đời với quá ít phần pháp như vậy? Làm sao họ có thể tuyên bố: "Chúng tôi không thuộc hạng mọt sách"? Tại sao, ngay cả ngựa, bò cái và cừu cũng biết làm thế nào để có được phần mình cho công bằng.

Các bạn phải học theo trình độ tri thức của riêng mình. Nhưng bất kể bạn học cái gì, dù là một bản văn ngắn gọn hay bản văn nhiều chi tiết, thì nó cũng phải chứa đựng toàn bộ các đề tài thiền quán, khởi đầu từ sự nương tựa một bậc Hướng Đạo sư và kết thúc bằng sự tịnh chỉ nhất tâm của bậc Vô học. Nếu một bản văn mà thiếu sót, thì nó sẽ không có toàn bộ các đề tài thiền quán. Dù nó có chứa nhiều chi tiết về một vài đề tài khác, nó cũng không bù được sự thiếu sót ấy. Chuyện ấy cũng giống như trong phòng bạn có hàng trăm tấm thảm trải nền nhưng lại không có áo quần để mặc; hoặc có hàng trăm bộ y phục mà lại không có thảm trải nhà. Nếu bản văn chỉ dẫn mà đầy đủ, thì nó sẽ dẫn bạn từng bước trên đạo lộ, bất kể nó có nhiều hay ít chi tiết – cũng như cái phòng của ông bộ trưởng và cái cốc của một thầy tu đều phục vụ được mục đích riêng của mỗi người.

IIIA2. Làm thế nào để chứng tỏ sự kính trọng đối với pháp và người giảng pháp;

Kinh *Kshitagarbha* (Địa Tạng?) nói:

Hãy nghe pháp với niềm kính tín.
Đừng nhạo báng chê bai những người giảng;
Hãy cúng dường những vị giảng pháp,
Xem như những người ngang hàng với Phật.

Bạn phải kính lễ những bậc thầy giảng dạy pháp mỗi khi nghe giáo lý cũng như kính lễ đức Phật, đấng Đạo sư của chúng ta.

Tác phẩm *Các địa vị Bồ-tát* của Vô Trước nói ta phải lắng nghe không vọng tưởng, tâm không bị tán loạn vì năm sự sẽ được giải thích dưới đây. Ta cũng phải tẩy tâm khỏi thói kiêu mạn.

Lại có sáu điều cần có khi bạn lắng nghe pháp:

1. Thời gian thích hợp;
2. Lễ độ;
3. Sự tôn trọng;
4. Không sân;
5. Thực hành giáo lý nghe được;
6. Không tìm lỗi trong giáo lý.

– Hãy nói về yếu tố đầu tiên: Thời gian thích hợp. Vị thầy chỉ nên cho một buổi giảng dạy nếu ông cảm thấy sung sướng khi làm việc ấy, nếu ông không bận những việc khác, vân vân. Bởi thế, bạn không được yêu cầu thầy giảng hay chỉ nghe giảng lúc nào thuận tiện cho mình, vì điều ấy sẽ chứng tỏ bạn quá tự phụ và ích kỷ. Tiến sĩ Potowa có lần ở lại tu viện Kakag ở cao nguyên của tỉnh Trung ương, đang in ấn nhiều kinh sách và rất bực dọc. Có một người đến xin ông dạy giáo lý. Ông đứng lên giận dữ xua đuổi, người kia vội vàng rút lui. Điều này chứng tỏ bạn cần phải thiện xảo về phương diện thời tiết giờ giấc.

– Người ta chứng tỏ sự lễ độ bằng cách sụp lạy và đứng lên khi có mặt bậc thầy.

– Tỏ dấu tôn trọng bằng cách rửa tay chân cho thầy.

– Không sân là không đổ quạu khi thầy sai bảo làm một việc gì.

– Tìm lỗi nghĩa là phàn nàn. Hoặc cũng có nghĩa khinh bỉ pháp và người giảng dạy, một hành vi do vọng tưởng mê si. Người học cũng không nên chú ý vào năm sự nơi vị thầy: thiếu đạo đức, thuộc giai cấp hạ tiện, y phục tồi, nói dở hoặc giọng không hay, và sử dụng ngôn ngữ thô tháo. Phải từ bỏ mọi ý niệm coi năm sự ấy như là những lỗi lầm.

IIIA3. Cách thực thụ nghe pháp

Có hai phần:

(IIIA.3.1) Từ bỏ ba lỗi khiến bạn không thành một bình chứa xứng đáng;

(IIIA.3.2) Đào luyện sáu thái độ tốt.

IIIA.3.1. Từ bỏ ba lỗi khiến bạn không thành một bình chứa xứng đáng;

Ba lỗi ấy là:

(IIIA3.1.1) Giống như một bình chứa bị lật úp;

(IIIA3.1.2) Giống như một bình chứa hôi hám;

(IIIA3.1.3) Giống như một bình chứa bị rò rỉ.

IIIA3.1.1. Giống như một bình chứa bị lật úp

Nếu một cái bình bị lật úp, thì dù có đổ vào đấy bao nhiêu chất uống bổ dưỡng, cũng không một giọt nào vào được bên trong. Bạn có thể ngồi trong hàng thính chúng để nghe pháp, nhưng bạn sẽ không hiểu được chút gì nếu tâm bạn phân tán và bạn không để vào lỗ tai những gì giảng sư đang nói. Như thế thì đi nghe giảng cũng như không. Bạn phải lắng nghe như một con nai – một sinh vật bị âm thanh lôi cuốn. Bạn phải đặt hết sự chú ý vào lời giảng dạy. "Đặt hết sự chú ý" có nghĩa không phải chỉ để một nửa tâm nghe pháp còn nửa kia lang thang. Có nghĩa là bạn phải theo dõi sát thời giảng pháp; phải làm như con nai hoàn toàn bị thu hút bởi tiếng sáo của người thợ săn đến nỗi nó có thể bị bắn chết.

IIIA3.1.2. Giống như một bình chứa hôi hám

Một bình chứa có thể không bị lật úp, song nếu nó chứa độc dược thì bất cứ thứ gì đổ vào đấy cũng không thể dùng được, mặc dù nó còn lành lặn. Lỗ tai các bạn có thể thu vào mọi sự, nhưng có người đi nghe pháp vì muốn tăng thêm hiểu biết, có người nghe để kể lại cho người khác, vân vân. Nghe vì muốn đạt đến sự bình an cho riêng mình là một động lực khá hơn những động lực nói trên, song thái độ này vẫn bị xem là có lỗi, giống như một bình chứa hôi hám. Bởi thế bạn phải lắng nghe với động lực tối thiểu là một bồ-đề tâm gắng gượng.

IIIA3.1.3. Giống như một bình chứa bị rò rỉ.

Một bình chứa có thể không bị lật úp, cũng không hôi hám, song nếu đáy bình thủng lỗ thì cũng không chứa được chút nước nào, dù có đổ vào nhiều nước bao nhiêu cũng vô ích. Tai bạn có thể thu vào mọi sự, bạn có thể có động lực không lỗi lầm, song nếu không nghe cho thật kỹ thì bạn sẽ quên hết mọi sự ngay sau đó. Thật khó mà nhớ cho hết nội dung một bài giảng, bởi thế ta phải dùng cái gì để giúp trí nhớ, chẳng hạn ghi lại một loạt những tiêu đề. Ta phải thường xuyên xem lại tài liệu và tự hỏi giáo lý đã dạy những gì trong mỗi tiêu đề ấy. Quan trọng hơn nữa là nhóm họp những bạn đồng học để ôn lại những gì đã nghe.

Để tránh ba lỗi của một bình chứa, trong các kinh đức Thế Tôn thường nhấn mạnh: "Hãy lắng nghe, khéo suy nghĩ, ghi vào trong tâm." "Lắng nghe" để từ bỏ lỗi của bình chứa hôi hám; "khéo suy nghĩ" để từ bỏ lỗi của đồ chứa bị lật úp; và "ghi vào trong tâm" là từ bỏ lỗi của đồ chứa bị rò rỉ.

Vậy, đấy là cách nghe pháp.

IIIA.3.2. Đào luyện sáu thái độ tốt

Đó là:

(IIIA3.2.1) Khởi tâm xem mình như con bệnh;

(IIIA3.2.2) Khởi tâm xem diệu pháp như thuốc;

(IIIA3.2.3) Khởi tâm xem thầy giảng pháp như lương y;

(IIIA3.2.4) Khởi tâm xem việc thực hành pháp giống như chữa bệnh;

(IIIA3.2.5) Khởi tâm xem vị hướng đạo tâm linh như Phật;

(IIIA3.2.6) Khởi tâm mong chánh pháp tồn tại lâu dài.

IIIA3.2.1. Khởi tâm xem mình như con bệnh

Trước hết phải có thái độ xem mình như bệnh nhân, thì tự nhiên sẽ phát sinh những thái độ kế tiếp. Xem mình là bệnh nhân có vẻ ngược đời trong khi thân thể chưa đau ốm. Nhưng "bệnh" muốn nói ở đây là cái bệnh si mê lầm lạc mà ai trong chúng ta cũng đang mắc phải. Geshe Kamaba nói, kỳ thực chúng ta đã nhiễm chứng bệnh trầm trọng kinh niên có ba độc tố (tham, sân, si) mặc dù ta không biết đến.

Có thể bạn nói:

– Làm sao có chuyện tôi bị bệnh mà tôi không biết?

Nhưng có khi trong cơn sốt cao người ta nói nhảm, ca hát mà không tự biết. Cũng thế chúng ta đang bị bệnh trầm trọng với những vọng tưởng mê lầm mà ta không ý thức.

Bạn cũng có thể hỏi: "Nếu có bệnh, thì tôi phải cảm thấy những cơn đau nhức khó chịu chứ? Nhưng tôi không đau nhức gì cả." Kỳ thực thỉnh thoảng bạn có những cơn đau nhức do ba độc tố gây nên. Ví dụ khi ra phố trông thấy một món hàng hấp dẫn, song bạn không có tiền để mua. Về nhà bạn đau khổ vì không có được món hàng mình thích. Đấy là cơn đau nhức do tham luyến. Khi thấy, nghe hay nhớ lại một chuyện gì khó chịu, ví dụ nhớ lại một nhận xét châm chích người ta đã nói về mình, bạn cảm thấy đau khổ không thể chịu nổi. Đây là điển hình của cơn đau nhức do sân hận. Hãy quán sát phần này một cách chi tiết, đi sâu vào thói kiêu mạn, ganh tị, vân vân. Những si mê vọng tưởng là những chứng bệnh kinh niên trầm trọng, đau đớn, khó kham nhẫn.

Bởi thế, bạn đã mắc phải nhiều chứng bệnh: bệnh tham, bệnh thù hận, bệnh ganh ghét, vân vân. Bạn hết sức cẩn thận để khỏi mắc phải một chứng bệnh thông thường, thế mà những si mê vọng tưởng đủ thứ ấy không làm cho bạn lo lắng mảy may. Shantideva nói trong tác phẩm *Nhập Bồ-tát hạnh* rằng:

Khi bị một cơn bệnh thông thường,
Bạn còn phải vâng lời thầy thuốc

Nói gì đến bệnh nguy hiểm hơn trăm lần
Mà bạn luôn mắc phải, như bệnh tham?

Chúng ta hết sức lo sợ khi bị một cơn bệnh kéo dài hai ba tháng chưa khỏi. Nhưng chứng bệnh si mê thì chúng ta đã mắc phải từ vô thỉ luân hồi cho đến ngày nay. Chúng ta không thể nào khỏi bệnh nếu chưa giải thoát khỏi vòng luân hồi sinh tử. Geshe Potowa nói:

– Người bệnh không bao giờ khỏi, người lữ hành không bao giờ đến đích...

Câu này diễn tả thân phận chúng ta một cách tuyệt hảo.

IIIA3.2.2. Khởi tâm xem diệu pháp như thuốc

Khi bệnh nhân nhận ra mình bị bệnh, thì họ cần tìm thứ thuốc cho đúng bệnh. Vị thuốc duy nhất làm lắng dịu cơn bệnh si mê là diệu pháp của Phật, đây là món thuốc mà bạn phải tìm kiếm.

IIIA3.2.3 Khởi tâm xem thầy giảng pháp như lương y

Khi đau ốm mà không có bác sĩ, bạn uống đại vài thứ thuốc, thì bạn có thể nhầm lẫn về bệnh trạng của mình, – không biết nó thuộc bệnh nhiệt hay bệnh hàn – và không biết nó đã đến giai đoạn nào. Thứ thuốc bạn dùng có thể không ích gì mà còn nguy đến tánh mạng. Vậy đương nhiên là bạn rất cần nương tựa vào một vị lương y. Có thể bạn không cần nương tựa vào một vị thầy hướng đạo tâm linh, vì nghĩ rằng xem sách mà tu cũng đủ. Nhưng bạn sẽ không phát triển được một thực chứng hay tuệ giác nào chỉ nhờ đọc tụng, thiền quán, vân vân. Dòng tâm thức của bạn sẽ càng ngày càng ăn sâu vào những tập quán của chính nó. Vậy, khi quyết định thực hành pháp, bạn phải nghiêm túc nương tựa một bậc Hướng Đạo sư như bệnh nhân nương tựa vào một y sĩ. Khi bị bệnh, bạn rất sung sướng gặp thầy thuốc giỏi. Bạn sẽ lắng nghe những gì lương y bảo bạn; và vì lòng kính trọng, bạn đối xử với y sĩ ấy rất lễ độ. Bạn cũng phải có thái độ tương tự như thế, khi đã tìm ra một hướng đạo tâm linh. Trong tác phẩm *Tóm tắt những đức tính quý báu* có nói:

Người trí khát khao giác ngộ
Hãy hoàn toàn chế ngự thói kiêu căng
Cũng như con bệnh muốn khỏi bệnh
Phải theo lời thầy thuốc,
Người tìm đạo phải kiên trì nương tựa
Một vị hướng đạo tâm linh.

IIIA3.2.4. Khởi tâm xem việc thực hành pháp giống như chữa bệnh

Thuốc là cái giúp con bệnh, nhưng có khi bạn không theo lời thầy thuốc, thay vì uống thuốc thầy dặn thì bạn lại để nó một bên giường. Nếu bạn không khỏi bệnh thì không thể trách thầy thuốc, vì bạn chưa hề dùng thuốc.

Vị hướng đạo tâm linh giống như lương y, nhưng nếu sau khi nghe thật nhiều lời chỉ giáo – giống như thuốc chữa bệnh si mê – mà bạn không thực hành, thì cũng không có lợi gì cho dòng tâm thức của bạn, dù lời chỉ giáo ấy hay ho đến đâu. Bạn không nên chê bậc Đạo sư, chê pháp. Lỗi là ở nơi chính bạn. Kinh *Tam muội vương* nói:

Sau khi kiên trì tìm kiếm,
Con bệnh đã tìm được
Một thầy thuốc thông minh tài giỏi.
Ông thương xót nhìn bệnh nhân
Rồi cho thuốc và bảo uống.
Nhưng nếu con bệnh không uống thuốc
Thì đừng trách lương y;
Thuốc cũng không có lỗi
Mà nên trách chính mình.
Những người đã thụ giới trong Giáo pháp này
Có thể biết hết về các thiền các định,
Nhưng nếu không nỗ lực thiền quán
Thì làm sao đạt Niết-bàn?
Ta đã dạy các ngươi diệu pháp,
Nếu ngươi không áp dụng những gì đã học,

Thì cũng như con bệnh cứ để thuốc trong tủ,
Nghĩ "thuốc này không thể chữa bệnh tôi."

Shantideva nói trong tác phẩm *Nhập Bồ-tát hạnh* như sau:

– Hãy sử dụng thuốc bằng cách uống vào trong thân; nói suông chẳng ích gì. Thử hỏi người bệnh làm sao khỏi bệnh nếu chỉ đọc toa thuốc?

Bởi thế, có thuốc cũng chưa đủ, muốn khỏi bệnh bạn phải uống thuốc đúng cách, theo chỉ dẫn của y sĩ. Bạn phải áp dụng sự hiểu biết của mình về ý nghĩa lời dạy khẩu truyền trong việc chữa bệnh vô minh, và áp dụng những lời dạy ấy trong đời sống. Tsongkapa đã viết trong *Những giai đoạn chính của đạo lộ*:

"Nhờ học mà có hiểu; nhưng hiểu rồi phải thực hành. Bởi thế điều thiết yếu là hãy áp dụng những gì ta đã học, càng nhiều càng tốt."

Kinh *Khuyên hành hạnh vị tha* nói như sau về những người có thói quen nghe thật nhiều lời dạy và thọ nhiều pháp quán đảnh, nhưng không thực hành gì cả:

Vỏ cây mía không có nước;
Vị ngọt của mía nằm bên trong.
Người nhai vỏ mía
Thì không tìm được vị mía.

Chỉ nói suông giống như vỏ mía
Suy tư ý nghĩa mới là vị ngọt.

Nói khác đi, những người ấy giống như người ăn mía mà chỉ nhai cái vỏ thì không biết mùi vị gì của mía.

Họ cũng như người đi xem tuồng
Ca tụng các diễn viên.
Họ đã mất cái cốt yếu.
Đấy là những nguy hiểm
Của sự chuyên ký danh ngôn.

Lại nữa, họ cũng như người bắt chước những diễn viên trên sân khấu. Bạn không nên chỉ có phát triển thói nghe nhiều, mà còn cần phải thực hành những gì đã nghe đã học trong đời sống. Nếu không, sự học nhiều giáo lý càng khiến bạn trở nên một người khó trị, chẳng ích gì. Học nhiều mà không hành chính là cái nhân khiến mình chai lì đối với pháp. Lúc đầu, thiền định dường như ít lợi lạc gì cho tâm thức, khi bạn đang cần học hiểu. Nhưng sự học sẽ không ích gì nếu sau đó bạn không suy tư thiền quán về những gì đã học. Cuối cùng bạn sẽ phát bệnh vì học nhiều pháp mà không thực hành, dù cho phần khẩu truyền đặc biệt của giáo lý có sâu xa đến đâu. Như thế là việc học của bạn không có chút lợi lạc nào cho dòng tâm thức. Bạn trở nên "lờn pháp," pháp không có hiệu nghiệm gì đối với bạn. Bậc thầy Vararuchi nói trong tác phẩm *Một trăm bài kệ*, rằng:

Vị tỷ-kheo đã cởi áo tu,
Người phụ nữ đã bỏ ba đời chồng,
Kẻ du côn vừa thoát bẫy,
Là ba hạng bán trời không chứng!

Phái Kadampa xưa có câu:

Pháp có thể làm cho kẻ tội lỗi quy phục
Nhưng không thể lay chuyển kẻ lờn pháp.
Ta có thể làm mềm một tấm da thú
Nhưng không thể nao núng chỗ da đã chai.

Nói cách khác, đấy là điều tệ nhất có thể xảy đến cho người học thật nhiều (*về Lamrim*) mà không thực hành. Những người đã học các giáo lý khác nhưng không được lợi ích thì pháp Lamrim có thể nhiếp phục họ. Nhưng nếu sau khi học Lamrim họ vẫn chai lì thì thế là họ hết phương cứu chữa. Bởi thế các bạn phải ý thức điều này.

Hãy học những gì bạn sẽ thực hành, và hãy liên kết những gì bạn học vào dòng tâm thức bạn. Dromtoenpa, ông vua về pháp, đã nói như sau về sự phối hợp học, chiêm nghiệm và thiền quán:

Càng học tôi càng chiêm nghiệm thiền quán.
Càng chiêm nghiệm tôi càng học và thiền.
Càng thiền tôi càng học và chiêm nghiệm.
Từ một căn bản, tôi tăng cả ba,
Như vậy tôi xem Pháp là con đường tu tập.
Hành giả Kadampa không làm việc nửa vời,
Người mang đai da lớn thường bị lầm,
Hiểu rõ điều này đúng là hành giả Kadampa.

Nếu những người cùi tay chân dị dạng chỉ uống thuốc một hai lần, tình trạng họ sẽ không thay đổi; họ cần phải uống thuốc thật mạnh trải qua một thời gian dài. Từ vô thỉ chúng ta đã nhiễm chứng bệnh vô minh trầm kha độc hại, cho nên thật không thấm vào đâu nếu chỉ thực hành một hai lần ý nghĩa lời dạy. Chúng ta phải làm việc với những chỉ giáo ấy một cách nghiêm túc và kiên trì như một dòng nước chảy. Bậc thầy Chandragomin nói:

Tâm ta đã luôn luôn bị mù quáng
Bởi căn bệnh kinh niên kéo dài;
Làm sao một bệnh cùi đã co quắp chân tay
Có thể thấm thuốc chút nào
Nếu chỉ uống một hai lần rồi bỏ?

Ta cần phải thực hành ngay những gì đã học, như Geshe Chaen Ngawa. Ngài đang đọc một chương

Luật tạng nói về da thuộc và da sống; trong đó nói Luật cấm một tỷ-kheo đã thọ giới không được dùng da thú. Tình cờ lúc ấy ngài lại đang ngồi trên một tấm da thú. Ngài lập tức bỏ nó ra. Rồi khi đọc tiếp, ngài thấy luật này có thể "khai" (linh động) tại các xứ xa xôi (biên địa), ở đấy vị tỷ-kheo được phép dùng da thú. Khi ấy ngài mới lấy lại tấm da để trải ngồi.

IIIA3.2.5. Khởi tâm xem vị hướng đạo tâm linh như Phật

Con người đầu tiên giảng dạy pháp cho chúng ta là đức Phật, đấng Đạo sư đã khai thị con đường và kết quả của sự đi trên con đường ấy. Ngài đã giảng dạy một cách thích đáng, dạy cho ta thay đổi lối hành xử của mình. Giáo lý ấy thuần tịnh không chút lầm lỗi. Như thế, ngài là người có thẩm quyền về pháp. Vậy nên mỗi khi nhớ lại sự kiện này về đức Phật, ta phải nghĩ, "Làm sao sự giảng dạy của ngài về pháp có thể lầm lẫn được?" Đi xa hơn ta có thể nói rằng một bậc thánh giảng dạy theo đúng truyền thống ấy cũng chính là một vị Phật. Khi ấy ta nên nghĩ rằng: "Thầy ta, con người thánh thiện này, chính là một hóa thân của đức Thích-ca Như Lai."

IIIA3.2.6. Khởi tâm mong chánh pháp tồn tại lâu dài

Sau khi nghe pháp, cần có thái độ mong mỏi như sau: "Thật kỳ diệu thay nếu nền giáo lý của đấng Chiến thắng sẽ tồn tại lâu dài trên thế gian này!"

Năm thái độ đầu là để nhớ tưởng lòng từ bi của đức Như Lai. Thái độ thứ sáu cuối cùng là để báo đền ân đức ấy.

Lắng nghe diệu pháp là điều cốt tủy. Lý do nghe pháp là để gây một áp lực tác động trên dòng tâm thức, nếu không tâm bạn vẫn ù lì như cũ. Nhưng nếu sau khi nghe giáo lý mà bạn vẫn không thay đổi chút nào, thì quả là giáo lý ấy tuyệt đối không có lợi ích gì cho bạn, dù sự giảng dạy có thâm thúy sâu xa, và bạn đã nghe rất chăm chú. Hãy lấy ví dụ: Bạn phải soi gương để thấy mặt mình rồi mới có thể tẩy vết dơ trên mặt. Bạn xem xét dòng tâm thức của mình trong tấm gương pháp, lắng nghe pháp để xem pháp ấy nói tâm bạn có những khuyết điểm gì. Nếu tìm thấy khuyết điểm nào, bạn phải cảm thấy buồn bã nghĩ: "Tâm ta đã đến thế rồi sao?" Và khi ấy bạn sẽ cố tìm mọi cách có thể, để tẩy trừ những khuyết điểm. *Bản sanh truyện* nói:

Khi thấy được những hành vi xấu ác của tôi
Một cách rõ ràng trong tấm gương pháp,
Tâm tôi bị ray rứt vô cùng.
Bây giờ tôi xin quay về với pháp.

Sudàsaputra đã nói với thái tử Chandra như trên. Câu chuyện về thái tử là tấm gương cho tất cả chúng ta.

Khi đức Thế Tôn còn ở trên đạo lộ của bậc Hữu học, Ngài tái sinh làm thái tử Chandra, một Bồ-tát. Sudàsaputra là kẻ chuyên môn giết người để ăn thịt. Một hôm lúc vào rừng, thái tử gặp một người Bà-la-môn đa văn và thọ giáo với ông ta một bài kệ. Bỗng nghe tiếng động lớn, những người hầu của thái tử đi xem có chuyện gì xảy ra thì biết Sudàsaputra đang tiến lại.

Những cận vệ của thái tử nói:

– Sudàsaputra là một tên cướp ăn thịt người rất đáng sợ; binh hùng tướng mạnh của chúng ta trông thấy cũng phải rút lui. Làm sao bây giờ nếu ta phải đối đầu với nó.

Mặc cho vợ con quyến thuộc năn nỉ khuyên lơn, thái tử vẫn đi đến nơi đang xảy ra cuộc náo loạn. Thái tử thấy Sudàsaputra đang lồng lộn rượt theo đạo quân của vua, gươm và mộc giơ cao. Không chút sợ hãi, thái tử nói:

– Tôi là thái tử Chandra. Hãy đến đây với tôi.

Sudàsa vừa chạy lại phía thái tử vừa nói:

– Ngươi chính là người mà ta đang cần!

Tên ăn thịt người vác thái tử lên vai chạy về sào huyệt đầy những bộ xương người; máu loang đỏ đất, không gian đầy những tiếng kêu ghê rợn của những loài thú ăn thịt hung hãn như chồn, chim thứu và chim quạ. Sào huyệt đen thui vì khói nướng thịt người. Sudàsaputra đặt thái tử xuống để nghỉ, mắt y không rời tấm thân xinh đẹp của ngài.

Thái tử nghĩ: "Ta chưa có dịp cúng dường cho vị Bà-la-môn đa văn về bài kệ ta được nghe trong khu rừng." Ý nghĩ ấy làm cho thái tử khóc.

Sudàsaputra bảo:

– Nín đi. Ngươi, thái tử Chandra, vốn nổi tiếng là gan dạ. Thế thì thật lạ lùng, bây giờ ngươi lại khóc khi rơi vào tay ta. Người ta bảo rằng gan dạ cũng vô ích lúc gặp nguy; sự học không giúp ích gì khi đau khổ. Ai bị đòn cũng phải co rúm lại. Bây giờ ta mới thấy lời này quả thật không sai. Hãy nói thật đi, có phải ngươi sợ vì ta sắp giết ngươi không? Có phải ngươi sợ xa lìa bạn bè thân quyến vợ con cha mẹ không? Nói thật đi, tại sao ngươi khóc?

– Tôi đang thọ giáo với một Bà-la-môn mà chưa thể cúng dường ông ta được. Hãy để cho tôi đến cúng dường ông ấy chút gì, rồi tôi nhất định sẽ trở lại đây với ông.

– Chuyện đó không thể có được, dù ngươi nói gì đi nữa. Sau khi đã thoát khỏi hàm thần chết, ai còn dại gì trở lại nạp mạng?

– Tôi đã hứa sẽ trở lại. Tôi là thái tử Chandra, tôi tôn trọng sự thật như chính mạng sống của tôi.

– Ta không tin lời ngươi đâu, nhưng ta sẵn sàng làm thí nghiệm. Thôi ngươi hãy trở về đi, rồi ta sẽ xem ngươi có tôn trọng lời hứa thật không. Hãy đi về hoàn tất công chuyện gì của ngươi với lão Bà-la-môn ấy đi, rồi mau trở lại đây. Ta sẽ nhóm lửa sẵn chờ để quay thịt nhà ngươi.

Thái tử trở về nhà, đem bốn ngàn vàng đến tặng người Bà-la-môn về bốn câu kệ ông đã đọc. Thân phụ thái tử tìm hết cách ngăn cản nhưng vô hiệu; thái tử vẫn đi đến sào huyệt của tên ăn thịt người.

Thái tử nói:

– Ông có vẻ ngạc nhiên khi trông thấy tôi từ xa. Nào bây giờ ông có thể ăn thịt tôi đi.

Sudàsaputra nói:

– Ta biết đã đến lúc ăn thịt nhà ngươi. Nhưng ngọn lửa hãy còn nhiều khói, nếu nướng thịt ngươi ăn bây giờ thì hôi khói lắm, chẳng còn mùi vị gì. Vậy trong lúc chờ đợi, hãy nói ta nghe người Bà-la-môn đã nói cái gì mà ngươi quý giá đến thế? Ta muốn thái tử hãy nói lại cho ta nghe với.

Thái tử nói:

– Người Bà-la-môn hùng biện đã nói làm cách nào để phân biệt pháp với phi pháp. Nhưng lối hành xử của ông còn tệ hơn là quỷ ăn thịt người. Sự học có ích lợi gì cho ông đâu?

Sudàsaputra không chịu nổi lời nhận xét ấy.

– Im đi! Bọn vua chúa các ngươi cũng dùng khí giới giết hại thú vật chớ bộ. Điều ấy dĩ nhiên cũng trái với chánh pháp.

Thái tử trả lời:

– Những ông vua giết thú vật là trái chánh pháp; nhưng ăn thịt người lại còn tệ hơn. Con người quý hơn muôn vật. Và nếu ăn xác người chết đã là quấy, thì làm sao giết người để ăn thịt lại là đúng pháp được?

Khi ấy Sudàsaputra nói:

– Khi ngươi trở lại đây là chứng tỏ ngươi đã không học được gì nhiều từ kinh sách.

– Chính nhờ đã học được nhiều từ kinh sách nên tôi đã trở lại vì tôn trọng lời hứa.

– Những người khác khi rơi vào nanh vuốt của ta đều rất sợ hãi; nhưng ngươi tỏ ra thật anh hùng. Ngươi không mất bình tĩnh, cũng không sợ chết.

Thái tử nói:

– Những người ấy ngập tràn hối hận vì đã phạm tội. Nhưng tôi không nhớ đã từng làm gì quấy, nên tôi không sợ. Tôi đến nạp mình cho ngài, cứ ăn thịt tôi đi.

Lúc ấy kẻ ăn thịt người đã phát sinh tịnh tín đối với thái tử. Mắt y đẫm lệ và lông tóc dựng ngược, y sợ hãi nhìn thái tử và thú hết tội lỗi mình. Y nói:

– Cố ý xúc phạm một người như ngài thì thật chẳng khác nào uống độc dược mạnh. Xin ngài hãy dạy cho tôi những gì người Bà-la-môn đã dạy ngài.

Y cũng thốt lên bài kệ đã trích dẫn ở trên:

Khi thấy được những hành vi xấu ác của tôi
Một cách rõ ràng trong tấm gương pháp,
Tâm tôi bị ray rứt vô cùng.
Bây giờ tôi xin quay về với pháp.

Thấy kẻ ăn thịt người đã trở thành một pháp khí thích hợp để chứa đựng chánh pháp, thái tử Chandra bảo anh ta:

Hãy uống những giọt cam lồ chánh pháp
Trong khi ngồi trên một chiếc ghế thấp,
Ngươi đã được điều phục một cách kỳ diệu.
Mắt ngươi chiếu sáng niềm vui.
Hãy phát sinh niềm tôn kính,
Nhất tâm lắng nghe những lời này
Như con bệnh chú tâm lắng nghe thầy thuốc,
Và hãy rút từ lời dạy nguồn cảm hứng vô cấu.
Hãy lắng nghe với niềm cung kính pháp.

Khi ấy Sudàsaputra cởi chiếc áo choàng trải ra trên một tảng đá để mời thái tử ngồi, rồi quỳ trước thái tử mà thưa:

– Hỡi người thánh thiện, xin giảng dạy cho tôi.

Thái tử Chandra bắt đầu:

Dù có bao nhiêu tham dục,
Chỉ cần gặp bậc thánh một lần,
Không cần quen biết từ lâu,
Tâm bạn trở nên điều phục...

Vân vân. Với một pháp thoại, thái tử làm cho tâm của Sudàsaputra được điều phục. Để đền ơn, Sudàsaputra hiến tặng thái tử chín mươi mốt ông vua mà y đã bắt cầm tù để ăn thịt. Y phát nguyện hành trì chánh hạnh và từ đấy trở đi sẽ từ bỏ sát sanh và ăn thịt người.

Bởi thế, khi nghe pháp, bạn phải luôn luôn thăm dò tâm mình. Làm như thế, dòng tâm thức bạn sẽ được điều phục, dù là một tâm thức hoang dã như tâm của Sudàsaputra. Nhưng nếu trong khi nghe pháp mà tâm bạn vẫn trơ lì bất động, thì bạn sẽ không rút được lợi lạc nào, dù bậc thầy có giỏi bao nhiêu, dù lời chỉ giáo có sâu xa cách mấy.

Trong khi nghe pháp, có nhiều người tự hỏi: “Có cái gì ông thầy nói mà ta chưa biết, chưa học đâu?” Nghe pháp kiểu đó thì không có ích lợi gì cả.

Một số người lại chỉ chú ý đến những mẩu chuyện lý thú, và không xem trọng những lời chỉ giáo sâu xa. Ví dụ như sau. Khi Kaelzang Gyatso, vị Dalai Lama thứ bảy, thuyết giảng về Lamrim, người ta nghe có một người nhận xét như sau: "Hôm nay mình biết thêm một tin tức mới. Đức Dalai Lama kể cho chúng ta nghe rằng cái pháo đài ở quận Paenpo còn có tên là Pháo đài Mayi Cha."

Lại còn có những người vừa nghe pháp vừa kiểm chứng xem những lời giảng của vị thầy có hợp với kinh hay không. Lama Tsechogling Rinpoche, một thầy giáo đạo cho một vị Dalai Lama, đã nói:

– Ngày nay các đệ tử dường như muốn kiểm chứng sự chính xác của vị thầy. Nghe pháp kiểu đó thì không bao giờ được cái gì cả. Điều quan trọng nhất là bạn phải thăm dò tâm mình trong khi nghe pháp. Khi giảng pháp, những bậc thầy không quan tâm chuyện họ có lầm lỗi gì hay không, mà chỉ quan tâm điều phục tâm người nghe pháp.

Người đệ tử không nên nghe pháp bằng những cách như trên. Bất cứ điều gì vị thầy nói phải được xem như một thử thách cho mình. Hãy nghe pháp chỉ cốt để điều phục tâm bạn. Làm như thế, bạn có thể phát triển được những thực chứng đầu tiên ngay trong buổi giảng, trong khi bạn không thể thực chứng được gì khi vị thầy đến thăm nơi mình ở, dù vị ấy là một giảng sư cao cấp. Tự mình nghiên cứu sách vở không có ảnh hưởng lớn cho dòng tâm thức như khi nghe thầy giảng giáo lý.

Geshe Potowa một hành giả vĩ đại, mỗi khi nói ra điều gì – dù chỉ là câu chuyện về chim chóc – cũng làm cho người nghe được lợi lạc. Geshe Choekyi Oezer một học giả vĩ đại, giảng pháp rất sâu rộng nhưng những bài pháp của ngài không lợi lạc nhiều cho tâm thức người nghe. Có người nói lại điều này với Potowa, ngài bảo: - Tất cả những lời giảng dạy của giảng sư ấy đều tuyệt hảo, nhưng có sự khác biệt giữa hai lối giảng.

Khi được yêu cầu giải thích chỗ khác nhau, Potowa nói:

– Ngài ấy giảng dạy để thông tin những sự kiện, còn tất cả pháp tôi nói đều hướng về nội tâm. Đó là sự khác nhau.

Tiến sĩ Choekyi nghe thế liền đến xin thọ giáo với ngài. Những lời ngài dạy chứng tỏ rất lợi lạc cho vị học giả mặc dù không một điều gì ngài nói mà vị này chưa biết. Về sau ông bảo:

– Tôi hiểu được những gì mà trước đây tôi chưa từng hiểu.

Geshe Dromtoenpa nói:

– Những bậc Đạo sư trong Đại thừa cốt giảng dạy những pháp thực tiễn giúp người ta thực hành sau khi nghe giảng dạy. Và họ chỉ nói những gì có lợi lạc trực tiếp.

Câu "sau khi nghe giảng dạy" được giải thích nhiều cách. Theo lời giảng khẩu truyền của bậc tôn sư tôi, thì nó có nghĩa rằng, dù bạn giảng dạy bất cứ giáo lý gì, nó cũng phải lợi lạc cho dòng tâm thức của người nghe sau khi sự giảng dạy chấm dứt.

Loạt tiêu đề đặc biệt này chứa đựng những chỉ giáo làm cách nào để nghe những giáo lý chỉ dẫn đường lối tu hành. Như tôi đã nói, bất cứ lỗi lầm nào ở giai đoạn này sẽ rất tai hại, như khi tính nhầm ngày mồng một thì cũng nhầm luôn tất cả những ngày khác cho đến rằm. Dù có thọ giáo những pháp sâu xa rộng rãi đến đâu, bạn cũng biến thành con ma trong Phật pháp, những pháp bạn nghe được chỉ tổ tăng thêm vọng tưởng nơi bạn mà thôi. Tôi nghĩ chuyện này thật quá quen thuộc. Các bạn phải thận trọng.

IIIB. Cách giảng dạy Pháp

Có bốn phần:

(IIIB1) Nghĩ về những lợi lạc của việc giảng pháp;

(IIIB2) Kính pháp và bậc thầy giảng pháp;

(IIIB3) Nên nghĩ và làm gì lúc giảng pháp;

(IIIB4) Sự khác nhau giữa những người bạn nên dạy và những người bạn không nên dạy.

IIIB1. Nghĩ về những lợi lạc của việc giảng pháp;

Điều cốt yếu là người giảng pháp không nên lấy vô minh làm động lực bố thí pháp. Vasubandhu (Thế Thân) nói:

– Đừng để cho pháp thí trở thành một việc ngu si. Hãy giảng dạy kinh điển thuần tịnh một cách đúng pháp.

Nếu bạn dạy pháp với hi vọng được cúng dường, cung kính, được nổi tiếng là học giả, vân vân, thì sự giảng dạy của bạn chẳng những không lợi lạc mà rất có hại, và bạn còn mất bớt công đức. Vậy, bạn chỉ nên vì lòng bi mẫn mà giảng pháp, vì muốn lợi lạc cho đệ tử, thậm chí không kể tới hậu quả nghiệp mà bạn có thể đón nhận do sự giảng dạy. Chuzang Lama Rinpoche Yeshe Gyatso nói:

Tôi nghe ông ta giảng dạy
Và làm phép quán đảnh;
Ông ấy làm mọi sự thật tốt
Nhưng tôi tận cùng ngao ngán
Thấy ông hăng hái quyên tiền.

Nói cách khác, điều này không được xảy ra. Sự giảng dạy tốt nhất là khi giảng sư không màng gì đến sự cúng dường vật thực.

Kinh *Lời khuyên hành vị tha* đề cập hai mươi lợi ích:

"Này Di-lặc, một sự pháp thí không nhằm được cung kính cúng dường, có hai mươi lợi ích:

1. Ta sẽ có trí nhớ tốt;
2. Biết phân biệt;
3. Thông minh;
4. Kiên trì;
5. Có trí tuệ;
6. Sẽ đạt xuất thế trí;
7. Bớt chấp thủ;
8. Bớt sân;
9. Bớt si;
10. Ma không thắng nổi;
11. Được chư Phật thương tưởng;
12. Được phi nhân phù hộ;
13. Được chư thiên giúp thêm sáng suốt;
14. Kẻ thù không hại được;
15. Không bị xa lìa thân quyến;
16. Lời nói có sức mạnh;
17. Được sự vô úy;
18. Tâm hồn thoải mái;
19. Được những học giả ca ngợi;
20. Hành vi bố thí pháp ấy sẽ trở nên đáng nhớ.

Đầu tiên "có trí nhớ tốt", nghĩa là ta sẽ không quên pháp. "Biết phân biệt" là niềm xác tín có được do những thiền quán tối hậu. "Thông minh" ám chỉ niềm tin có được do những phép quán thông thường. "Kiên trì" là không thể bị lay chuyển. "Có trí tuệ" là thế tục trí đạt được trong những giai đoạn tích tập và chuẩn bị. "Xuất thế trí" là trí đạt được ở giai đoạn kiến đạo và thiền quán.

Sáu trong hai mươi lợi lạc này là kết quả tương ứng với nguyên nhân đầu tiên. Bốn lợi lạc khác là do những trạng thái tách rời[1]. Sáu lợi lạc là y báo, và có một quả do sự thuần thục của nghiệp (xem Ngày thứ mười ba).

(*Pabongka Rinpoche nói nhiều chi tiết về đề tài này.*)

Những lợi ích khác được nói trong kinh *Ugra thỉnh vấn*, trong đó nói dù một vị tỷ-kheo chỉ bố thí một câu pháp cũng có nhiều công đức hơn một cư sĩ bố thí vô số của cải vật chất.

Các bạn nên ghi nhớ những lợi lạc này trong tâm, và bạn sẽ mong muốn giảng pháp và cảm thấy rằng nói pháp đã là một nguồn vui cho chính mình. Đây không chỉ là những lợi ích do sự giảng pháp đem lại khi ngồi trên pháp tòa; mà những vị thầy dạy cho đệ tử cũng được lợi lạc như thế. Lại nữa, bạn cũng được lợi lạc tương tự nếu khi đọc kinh bạn tưởng tượng mình đang đọc cho một thính chúng trời, rồng, phi

1. States of separation?

nhân... đang vây quanh. Khi học thuộc lòng một bản kinh cũng nên tưởng tượng như thế. Bạn cũng được lợi lạc khi nói pháp cho những người khác về những điểm cốt yếu để họ thay đổi cách cư xử. Nhưng có điều khác nhau cần để ý là, bạn có phải là thầy của họ hay không.

IIIB2. Kính pháp và bậc thầy giảng pháp

Ngagwang Dragpa ở Dagpo nói:

– Đức Phật, đấng Đạo sư của chúng ta, đã dựng ngai pháp tòa cho chính ngài khi giảng dạy về bà Mẹ của chư Phật.

Nghĩa là khi dạy kinh Bát-nhã, đức Thế Tôn đã tự tay làm một ngai pháp cho mình, những bàn tay mang đủ tướng quý của một đức Phật và đẹp như nhánh cây bằng vàng ròng. Vì pháp đã gợi sự quý trọng của ngay cả chư Phật như thế, nên quả thực chúng ta phải hết sức tôn kính khi nói và nghe pháp ấy.

Trong đại hội kết tập kinh điển đầu tiên, tôn giả A-nan và nhiều vị tụng đọc khác đã được ngồi trên một chồng y vàng gồm năm trăm tấm do những vị A-la-hán cúng để tỏ dấu tôn trọng pháp.

(Ở đây tôi phải nói thêm rằng, ba y tỷ-kheo là do Phật chế định, thế mà ngày nay có nhiều người sử dụng để lau chùi hoặc để làm gối dựa, đó là điều rất sai quấy.)

Pháp phải được tôn quý vì tính vĩ đại của pháp. Ta lại phải nhớ những đức của bậc Đạo sư và lòng từ bi của ngài, để khởi phát niềm kính trọng.

IIIB3. Nên nghĩ và làm gì lúc giảng pháp

IIIB3.1. Nên nghĩ gì

Ngagwang Dragpa ở Dagpo nói:

Từ bỏ tính bỏn xẻn, tự kiêu,
Hôn trầm, bàn lỗi người,
Trì hoãn, ganh tị.
Hãy thương tín đồ và giảng dạy đúng pháp
Bằng cách duy trì năm thái độ,
Hạnh này mang lại cho mình hỉ lạc.

Nghĩa là bạn không được giữ lại những điểm then chốt của giáo lý, vì đấy là một kiểu bỏn xẻn về pháp. Khi giảng pháp không nên tự ca tụng mình bằng cách kể lại trong quá khứ mình đã làm điều này điều nọ. Cũng không nên lừ đừ, gần ngủ gục trong khi nói pháp. Không nên bàn lỗi người khác vì tham hoặc vì sân. Không nên vì không muốn giảng dạy mà đâm ra lười biếng, trì hoãn. Và phải từ bỏ thói ganh tị khởi lên khi nghi người khác được lên chức.

Bạn phải có lòng từ bi đối với những người nghe pháp, và giữ năm thái độ. Năm thái độ này cũng như trên, chỗ nói về sáu thái độ cần có khi nghe pháp: xem thính giả như những con bệnh, pháp là thuốc, giảng sư là y sĩ, vân vân. Rồi bạn nên nghĩ rằng công đức phát sinh do sự giảng pháp với năm thái độ như trên sẽ đem lại hạnh phúc cho mình.

Sở dĩ bỏ điều thứ sáu (khởi tâm mong Chánh pháp tồn tại lâu dài) vì nó áp dụng cho người nghe pháp hơn là người giảng dạy.

IIIB3.2 Nên làm gì

Trước hết, nên tắm rửa sạch sẽ, dáng dấp chỉnh tề, y phục mới. Ngồi trên một pháp tòa cao. Cung cách phải vui hòa. Giảng dạy bằng ví dụ, trích dẫn, và biện luận để làm rõ ý nghĩa.

Tuy vậy, tôi rất bối rối và khổ sở lúc ngồi trên tòa cao trong khi những vị Lạt-ma cao cấp tái sinh đang ngồi chỗ thấp. Nhưng tôi cũng phải ngồi đây vì lòng thượng tôn sự vĩ đại của chánh pháp. Quả thật là điều kỳ diệu khi tục lệ này không mai một ở các tỉnh miền Trung và ở vùng Tsang. Nếu tục lệ này không còn, và vị giảng sư phải ngồi chỗ thấp trong khi giảng pháp, thì người ta sẽ lấy làm lạ khi nghe ông ta nói: "Tôi đã hấp thụ dòng truyền thừa này từ nhiều Lạt-ma vĩ đại", như có câu chuyện đã kể.

"Cung cách vui hòa" là bạn nên mỉm cười với thính giả khi giảng. Longdoel Lama Ripoche trái lại khi giảng dạy thường la rầy đệ tử và cầm roi hăm dọa.

Nếu bạn lẫn lộn thứ tự những tiêu đề, thì sự giảng pháp của bạn sẽ hỗn độn như một cái tổ quạ. Nếu bạn bỏ qua những điểm khó mà chỉ giảng dạy những tài liệu dễ, thì những gì bạn nói chỉ như hồ cháo dành cho người già ăn. Những giảng sư không am tường ý nghĩa sâu xa của giáo lý mà phải đoán mò để giảng thì chẳng khác nào người mù phải chống gậy. Điều này thật không tốt.

Bậc tôn sư tôi, nơi nương tựa tối thượng của tôi, đã dạy tôi như sau. Khi sắp giảng dạy, ta phải khởi một động lực đúng trong lúc từ phòng riêng bước ra giảng đường. Hãy quán tưởng tất cả những vị tổ sư trong truyền thống của bạn đang an vị trên Pháp tòa dành cho bạn, hết vị này đến vị khác. Hãy đảnh lễ Pháp tòa ba lạy. Quán tưởng tất cả những vị tổ tan biến vào một vị là vị thầy bổn sư của bạn; và khi bước lên pháp tòa thì quán tưởng vị bổn sư của bạn thể nhập vào trong bạn. Rồi khi ngồi xuống, hãy búng ngón tay mà niệm một bài kệ vô thường, như:

Như ngọn đèn dầu leo lét
Không kéo dài bao lâu,
Hạnh phúc cũng hư ảo
Mong manh như bọt nước,
Như chiêm bao, như chớp nhoáng,
Hoặc như một ngày qua;
Như thế đấy là các pháp hữu vi.

Bạn nên nghĩ: "Đây chỉ là vài phút ngắn ngủi, một cái gì thực vô thường." Bạn phải chế ngự bất cứ cảm giác hãnh diện nào bạn có thể có, nếu không, bạn có thể phát sinh tâm kiêu mạn khi ngồi trên pháp tòa, và nghĩ rằng "Bây giờ, ta thật là một nhân vật quan trọng."

Người ta nói bạn nên tụng chú để đuổi quỷ, nhưng theo truyền thống, chúng tôi tụng *Bát-nhã tâm kinh* và vỗ tay ba lần. Je Drubkang Geleg Gyatso thường theo truyền thống tán tụng sáu điều để chuẩn bị. Quả thế, khi giảng dạy Lamrim, ngài áp dụng phương pháp tụng rất chậm lễ dẫn nhập này. Nhiều người xin ngài giảm bớt nghi thức chuẩn bị, vì nó kéo dài lấn át thời giảng pháp, nhưng ngài trả lời:

– Sự thành tựu của buổi giảng hoàn toàn tùy thuộc vào nghi thức chuẩn bị này.

Bởi thế ngài không chịu rút ngắn.

Như tôi đã nói, bạn có thể phát sinh thực chứng Lamrim ở mức đầu tiên trong buổi nghe giảng. Nhưng bạn phải tạo cơ hội cho sự thực chứng ấy, và điều này tùy thuộc vào sự tích tập công đức và trí tuệ sơ khởi của bạn, vào sự thanh lọc chướng ngại, vào sự cầu nguyện, vân vân. Đây là tư tưởng đằng sau sự thực hành những nghi lễ chuẩn bị trong một thời giảng pháp. Trong lúc thực hành những nghi thức này, bạn không nên trải qua suốt buổi để tâm lang thang, mắt nhìn dáo dác, miệng lẩm nhẩm thần chú một cách máy móc. Hãy thực hành nghiêm túc sự tích tập công đức này, sự thanh lọc bản thân và sự cầu nguyện này, vì nó rất quan trọng để phát sinh một vài tuệ quán đi sâu vào những đề tài thiền định trong khi bạn tham dự buổi học pháp.

Bây giờ hãy trở lại việc làm cách nào để điều khiển một buổi giảng dạy giáo lý. Sau khi cúng dường một mandala (đồ hình) của vũ trụ (xem Ngày thứ năm), hãy đưa quyển kinh lên đầu (tỏ dấu kính trọng và ban phước) và lại khởi động lực. Hãy cầu xin rằng những gì bạn sắp nói sẽ lợi lạc cho dòng tâm thức của những người nghe. Drubkang Geleg Gyatso thường làm sự cầu nguyện như thế không những vào lúc ông đặt quyển kinh trên đầu mà cả vào lúc ông đội mão.

Phần đông đều biết khi sắp giảng pháp thường có chút ít thay đổi trong bài kệ quy y. Bài này thường như sau:

Cho đến khi giác ngộ, con xin quay về
Nương tựa Phật, Pháp và Tăng.
Với công đức con có được
Nhờ bố thí, vân vân,
Mong sao con đạt thành Phật quả
Vì tất cả chúng sinh.

Vị giảng sư nói: "Với công đức con có được do hành vi bố thí pháp...", trong khi những đệ tử thì nói: "Với công đức con có được do nghe pháp..."

Một điều khác tôi muốn nói là, có truyền thống đọc lớn bản kinh văn về Lamrim sắp giảng ngày hôm ấy. Tốt nhất là chính giảng sư đọc mỗi ngày, hoặc vài ngày; sau đó đệ tử chính của vị ấy có thể làm thay.

Trong khi giảng pháp, bạn nên tưởng tượng trời, rồng và phi nhân, vân vân, đến nghe. Bạn nên làm dáng điệu như đang thuyết pháp cho họ và đọc bài:

Chư thiên a-tu-la,
Và dược-xoa vân vân,
Ai đến nghe Phật pháp,
Tất cả hãy hết lòng
Hộ trì Phật pháp ấy,
Bằng cách thường tinh tấn
Thực hành lời Phật dạy.
Ai đến đây nghe pháp
Hoặc ở trên mặt đất
Hoặc ở trong hư không,
Với thế giới loài người,
Hãy thường khởi từ tâm,
Bản thân thì ngày đêm
Sống đúng với Phật pháp.
Nguyện cầu mọi thế giới
Luôn luôn được an ổn
Bằng cách phước và trí
Đều đem làm lợi người,

Để bao nhiêu vọng nghiệp
Đều được tiêu tan cả,
Siêu thoát mọi khổ đau
Quy về đại Niết-bàn,
Hãy xoa khắp cơ thể
Bằng hương thơm giữ giới,
Lại mặc cho cơ thể
Bằng y phục thiền định,
Thì hoa đẹp bồ-đề
Làm rực rỡ tất cả,
Bất cứ ở nơi nào
Cũng thường được an lạc.

(Theo bản dịch của HT. Trí Quang)

Dĩ nhiên là chư thiên không thể ngồi trên đất, bởi thế giảng sư phải quán tưởng mình đang cho phép họ cứ ở giữa không trung mà lắng nghe. Những người lãnh trọng trách bảo trì chánh pháp hãy nên nhớ kỹ truyền thống này.

IIIB4. Sự khác nhau giữa những người bạn nên dạy và những người bạn không nên dạy.

Nói chung, như Luật đã dạy, "không nên giảng dạy cái gì người ta chưa yêu cầu mình giảng." Nói cách khác là thực không đúng pháp nếu bạn giảng dạy một điều gì mà bạn chưa được cầu xin. Hơn nữa, bạn cũng không nên nhận lời ngay khi người ta vừa yêu cầu. Vì đức khiêm tốn bạn phải nói: "Đề tài này tôi không am hiểu lắm, tôi không kham giảng dạy", hoặc: "Làm sao tôi có thể giảng dạy cho những người vĩ đại như quý vị?" Bạn phải thử thách lòng khát ngưỡng chánh pháp nơi người ta; và chỉ khi nào bạn chắc chắn họ là pháp khí thích hợp thì bạn mới nên giảng pháp cho họ. Kinh *Tam muội vương* nói:

Này Prakàsha, trước hãy nói với chúng rằng:
"Tôi không được học."
Rồi, nếu bạn có biết, có tài
Thì nói: "Làm sao tôi có thể nói chuyện này,
Trước những con người vĩ đại như chư vị?"

Tuy nhiên, vì một lý do cấp bách nào đó, đôi khi bạn buộc lòng phải dạy cho vài người một điều gì mặc dù họ không yêu cầu. Je Tsongkapa nói:

– Nếu biết họ là pháp khí xứng đáng để dạy, bạn có thể giảng dạy cho họ dù họ không yêu cầu.

Người ta bảo bạn còn phải tuân theo 26 điều đã đề ra trong Luật tạng, như không được nói pháp cho người đang ngồi trong khi bạn đang đứng, hoặc cho người đang nằm, hoặc cho người đang ngồi ở chỗ cao hơn bạn, vân vân.

Đến đây, chúng ta đi đến tiêu đề chính thứ ba, là:

IIIC. Điều cả Thầy và Trò cùng nên làm vào cuối thời giảng

Sau khi dâng một mandala tạ ơn, giảng sư và thính giả nên hồi hướng công đức, cầu cho giáo lý được lưu truyền và cho chính mình được giác ngộ hoàn toàn, bằng cách tụng bài cầu nguyện của Lam-rim (trích trong tác phẩm của Tsongkapa, *Những giai đoạn lớn của đạo lộ*). Sau buổi giảng, không nên mạnh ai nấy ùa ra cửa, mà nên từ từ đi ra từng người, làm như thể là không muốn rời giảng sư và buổi giảng.

PHẦN HAI

NGHI THỨC CHUẨN BỊ

Ngày thứ tư

Pabongka Dorje Chang khởi sự ngày giảng dạy với lời giáo đầu như sau:

Chandrakìrti nói:

Bây giờ, khi bạn có tự do,
Gặp hoàn cảnh thuận tiện,
Nhưng nếu bạn không lợi dụng,
Lại để cho mất tự do
Bằng cách rơi vào các đọa xứ,
Thì khi ấy ai sẽ kéo bạn lên?

Nói cách khác, bây giờ chúng ta đã thoát khỏi những cõi tái sanh bất hạnh, có được thân người thuận lợi, nên chúng ta có được tự do để học pháp. Nhưng nếu ta không lợi dụng hoàn cảnh này để đạt niềm hi vọng vĩnh cửu của ta, thì ta sẽ rơi trở lại vào các đọa xứ, nơi đó ngay một tiếng "pháp" ta cũng không có được may mắn để nghe. Nếu ta rơi vào một cõi như vậy, thì ai có thể kéo chúng ta ra khỏi? Bởi thế, ngay khi còn tự do, ta phải cố thành đạt niềm hi vọng vĩnh cửu của mình, dù điều gì xảy đến cũng mặc.

Chỉ sau khi khởi một động lực như thế rồi bạn mới nên nghe pháp. Và cái pháp mà bạn sắp nghe là pháp gì? Đó là pháp Tối thượng thừa, nền giáo lý đưa những người may mắn đến Phật quả.

Sau khi nhập đề như thế, Pabongka Rinpoche nhắc lại cho chúng tôi những tiêu đề mà chúng ta đã bàn cho đến điểm này trong bài giảng. Ngài cũng ôn lại sơ lược những gì đã nói hôm qua. Rồi ngài bắt đầu bài giảng chính thức của ngày hôm ấy.

IV. THỨ TỰ NHỮNG CHỈ GIÁO THỰC THỤ

Có những tiêu đề phụ như sau:

(IVA) Căn bản của đạo lộ: Tận tụy với bậc thầy;

(IVB) Trình tự tu tập bạn phải theo sau khi đã nương tựa một bậc thầy.

Những tiêu đề này rút từ tác phẩm của Tsongkapa, giảng dạy một trong những điểm cốt yếu của sự tu hành. Danh từ "căn bản của đạo lộ" có ý nghĩa như sau. Tất cả lá, quả của cây đều do gốc cây mà có. Tất cả tuệ quán và thực chứng – từ sự đạt được cái khó được là thân người thuận lợi cho đến được sự nhất tâm của bậc Vô học – đều phát xuất từ một điều duy nhất là sự tận tụy với một bậc thầy hướng đạo tâm linh. Giới từ "sau khi" trong câu trên chỉ rõ hành vi nào nên làm trước tiên: chúng ta sẽ nhận được tất cả những quả chứng cho đến định nhất tâm của bậc Vô học A-la-hán nếu ngay từ đầu, ta có sự tận tụy đúng pháp đối với một bậc thầy.

Ba tiêu đề chính đầu tiên mà chúng ta đã bàn cũng được tìm thấy trong *Những giai đoạn lớn của đạo lộ*. Những tiêu đề sau đây có khác, chúng được rút ra từ những bài giảng ngắn gọn.

IVA. Căn bản của đạo lộ: Tận tụy với bậc thầy

Có hai đoạn chính:

(IVA1) Làm gì trong các thời thiền định;

(IVA2) Làm gì giữa những thời thiền định.

Một điểm hết sức quan trọng được nêu lên khi đưa ra hai tiêu đề này, một tiêu đề cho những thời thiền định và một tiêu đề cho thời gian khoảng giữa các thời thiền. Toàn thể hoạt động hàng ngày của một người tu có thể chia thành những gì xảy ra trong thời thiền định, và những gì xảy ra ngoài thời thiền. Như vậy, bất cứ thân nghiệp, ngữ nghiệp, ý nghiệp nào của bạn cũng xảy ra, hoặc trong thời thiền định hoặc ngoài thời thiền định. Nếu bạn làm cho cả hai giai đoạn ấy đều có lợi ích, thì trọn ngày đều lợi ích. Hãy nới rộng điều này ra thành những thời kỳ hàng tháng, hàng năm, vân vân, thì trọn cuộc đời bạn trở nên có ý nghĩa. Đây là điểm cốt yếu.

IVA1. Làm gì trong các thời thiền định;

Tiêu đề này có ba bước:

(IVA1.1) Nghi lễ chuẩn bị;

(IVA1.2) Làm thế nào để theo phần chính của khóa tu tập;

(IVA1.3) Những gì phải làm trong phần cuối của thời thiền.

Thật là điều sai lầm nếu không chú ý đến nghi lễ chuẩn bị. Nếu bạn muốn chế một tách trà ngon chẳng hạn, thì bạn phải xem chuyện mua trà là quan trọng. Cũng thế, nếu bạn muốn có những kinh nghiệm tâm linh trong giai đoạn chính của thời thiền định, thì trước hết bạn phải thực hành những nghi lễ chuẩn bị cho đúng pháp.

IVA1.1 Nghi lễ chuẩn bị

Có sáu việc:

(IVA1.1.1) Lau nhà sạch sẽ và bày biện những biểu tượng thân, khẩu, ý giác ngộ;

(IVA1.1.2) Kiếm đồ cúng dường hợp pháp và bày biện đẹp mắt;

(IVA1.1.3) Ngồi theo thế (gồm tám sắc thái) của Tỳ-lô-giá-na trên một tọa cụ; sau đó bạn đọc lời quy y, phát tâm bồ-đề, vân vân, trong một tâm trạng đặc biệt thành khẩn;

(IVA1.1.4) Cầu ruộng phước;

(IVA1.1.5) Dâng lời cầu nguyện bảy phần và một mandala thế giới – những pháp hành chứa mọi điểm then chốt để tích lũy công đức và thanh lọc bản thân;

(IVA1.1.6) Những cầu xin tiếp theo phần giáo huấn truyền khẩu, cốt để bảo đảm dòng tâm thức của bạn đã thấm nhuần thiền định.

IVA1.1.1 Lau nhà sạch sẽ và bày biện những biểu tượng thân, khẩu, ý giác ngộ

Theo tiểu sử cuộc đời ngài, Đạo sư Suvarnadvìpi thường tự lau chùi nhà cửa. Kinh dạy:

– Vị Bồ-tát ngồi kiết-già trong một khung cảnh sạch sẽ.

Mỗi khi có khách quý đến thăm, bạn phải quét nhà sạch sẽ để cung đón. Cũng vậy, vào thời thiền quán, khi triệu thỉnh đấng Đạo sư và các pháp tử của ngài vào nhà thì bạn phải lau nhà sạch sẽ để tỏ lòng kính ngưỡng.

Bạn sẽ không được lợi ích gì nếu làm việc ấy vì mục đích kiếm tiền, như ban vệ sinh của các tự viện lớn như cung Potala, Sera, Drepung – làm việc để mưu cầu hạnh phúc cho riêng mình hoặc để được người ca tụng. Thay vì thế, hãy nghĩ rằng bạn lau nhà vì tôn trọng phước điền, những bậc thánh mà bạn sẽ thỉnh vào phòng trước khi theo một đề tài thiền quán Lam-rim; bạn sẽ thực hành pháp quán ấy để thành Phật vì lợi ích của tất cả hữu tình. Cách nghĩ tưởng như thế sẽ mang lại cho bạn rất nhiều lợi lạc.

Kinh nói việc lau nhà có năm lợi ích: khiến tâm mình sáng suốt; làm tâm người sáng suốt; làm chư thiên hoan hỉ; có được quả báo đẹp đẽ; kiếp sau tái sanh lên thượng giới. Thầy tôi dạy rằng chư thiên thường viếng cõi người và hộ trì cho những người thực hành đúng pháp. Nhưng nếu bạn không lau nhà, chư thiên không hoan hỉ và không hộ trì cho bạn, vì họ tránh những chỗ không sạch. Việc làm sạch nhà cửa còn làm vui lòng chư Phật và bậc thầy của bạn, chứ không chỉ làm cho chư thiên hoan hỉ mà thôi.

Bạn sẽ "có được quả báo đẹp đẽ," điều này không những ám chỉ cái đẹp vật lý mà còn ám chỉ đạo đức trong sạch. Đạo đức trong sạch không làm cho thân thể đẹp, nhưng đối với chư Phật và Bồ-tát thì đạo đức là cái đẹp nhất. Đức Tsongkapa vĩ đại có nói:

Những người biết Pháp mặc áo khiêm cung,
Xem đạo đức là phục sức đẹp đẽ,
Biện tài là chuỗi anh lạc đeo cổ,
Bậc thầy là trân bảo tối thượng.

"Được tái sanh lên thượng giới" phải hiểu là các cõi Phật.

Bậc thánh Chùdapantaka (Chu lợi bàn đà dà) chứng quả A-la-hán nhờ lau nhà. Tôi sẽ kể cho các bạn câu chuyện về ngài. Trong thành Xá-vệ ngày xưa có một nhà người Bà-la-môn sinh đứa con nào ra cũng chết ngay khi vừa ra đời. Một bà già lối xóm bảo:

– Lúc nào có đứa nữa, thì hãy gọi tôi.

Sau đó khi vợ người Bà-la-môn sinh một bé trai, ông ta liền đi gọi bà già. Bà bảo ông ta tắm rửa hài nhi, quàng cho nó một tấm vải trắng và nhét bơ đầy miệng rồi giao cho một cô gái săn sóc. Cô gái phải ẵm hài nhi đến một ngã tư đại lộ và phải kính lễ khi gặp một vị Sa-môn hay Bà-la-môn nào đi qua mà nói:

– Hài nhi này xin đảnh lễ dưới chân thánh giả.

Nếu đứa trẻ sống được thì chờ mặt trời lặn hãy đem về; nếu nó chết, thì hãy quăng bỏ nó.

Cô gái này là kẻ có lương tâm, nên chịu khó ngồi chờ suốt ngày giữa ngã tư đại lộ. Khi trông thấy vài du sĩ ngoại đạo đi qua, cô gái làm như lời bà lão dặn, và một du sĩ nói:

– Mong cho hài nhi này sống, trường thọ, và ước nguyện của cha mẹ nó được thỏa mãn.

Gặp vài tỷ-kheo đi qua, họ cũng chúc tụng tương tự như trên. Cô gái ẵm hài nhi đi trên đường đến tinh xá Kỳ viên. Nàng gặp đức Phật đang đi khất thực, và ngài cũng chúc lành với một lời:

– Mong cho cha mẹ nó thành tựu những ước nguyện hợp pháp.

Khi mặt trời lặn, thấy hài nhi còn sống cô gái bèn ẵm về nhà. Cha mẹ đặt tên hài nhi là Mahapanthaka (Đại Lộ) vì đã được đưa ra giữa đường cái. Đại Lộ lớn lên thành một học giả tinh thông kinh điển *Vệ-đà,* làm thầy dạy cho một trăm đứa trẻ Bà-la-môn.

Sau đó người mẹ sinh thêm một đứa con trai, bà già lối xóm cũng khuyên làm như lần trước. Nhưng hài nhi này gặp một cô gái làm biếng chỉ bế nó ra đứng ở con đường hẻm không có vị Sa-môn, Bà-la-môn nào đi qua. Biết rằng sẽ không bậc thánh nào đi trên đường ấy, nên đức Phật đích thân đến đấy vì ngài vốn luôn luôn săn sóc các hữu tình. Cô gái ẵm hài nhi đảnh lễ Phật, và ngài ban lời chúc phúc như trước. Khi mặt trời lặn hài nhi được ẵm về nhà và được cha mẹ đặt tên là Chùdapanthaka (Đường Nhỏ). Khi đến tuổi đi học, nó tập đọc những tiếng như siddham, nhưng đọc được âm trước thì quên âm sau, nhớ được âm sau thì quên âm trước. Thầy của Đường Nhỏ bảo người cha:

– Tôi không thể dạy riêng cho một mình nó vì còn phải dạy nhiều trẻ khác. Ông hãy đem con ông về đi.

Đường Nhỏ được gửi đến học với một ông thầy chuyên tụng kinh *Vệ-đà*. Thầy khởi sự dạy nó hai âm *om bhu;* nhưng tụng được âm *om* thì nó quên âm *bhu* và ngược lại. Ông thầy phải tuyệt vọng về nó và bảo người cha:

– Thằng Đại Lộ con lớn của ông chỉ cần dạy chút xíu là biết ngay, còn thằng Đường Nhỏ này thì tôi chịu. Tôi không thể dạy nó vì còn nhiều trẻ con phải dạy.

Từ đấy cái tên Đường Nhỏ đã có thêm nghĩa bóng là u mê đần độn, ngu nhất trong những người ngu, nhỏ nhất trong những cái nhỏ.

Về sau khi cha mẹ chết, Đại Lộ quy y theo Phật và xuất gia làm tỷ-kheo, thành một bậc hiền trí, chứng quả A-la-hán. Đường Nhỏ tiêu hết gia tài xong cũng đi theo anh. Đại Lộ quán sát xem em mình có chút duyên nào với Phật pháp không, và thấy rằng chính mình có thể giúp em khai phát tiềm năng Phật tính, bởi thế ông cho Đường Nhỏ xuất gia thụ giới làm chú tiểu.

Trong ba tháng kế tiếp, Đường Nhỏ bỏ hết thì giờ chỉ để học một bài kệ:

Thanh tịnh thân, khẩu, ý,
Lìa dục nhiễm thế gian,

Thường nhớ nghĩ chuyên cần,
Tránh ác pháp đau khổ.

Bọn giữ bò trong khu vực nghe lỏm bài kệ cũng đã thuộc lòng, thế mà Đường Nhỏ không thể nào thuộc nổi.

Thầy Đại Lộ suy nghĩ:

Làm sao để điều phục Đường Nhỏ? Nên ca tụng nó hay nên làm nhục nó?

Ngài thấy cách hay nhất để điều phục Đường Nhỏ là sỉ nhục ông ta, bởi thế ngài nhiếc mắng Đường Nhỏ, túm lấy cổ áo của Đường Nhỏ mà lôi ra khỏi cổng tinh xá Kỳ viên.

Đại Lộ nói:

– Ngươi là kẻ ngu đần nhất trong những kẻ ngu đần. Cho ngươi xuất gia làm gì? Hãy đi cho khuất mắt ta.

Đường Nhỏ đứng ngẩn người ra, nghĩ: "Bây giờ mình hết làm tu sĩ rồi, cũng hết làm Bà-la-môn rồi." Và ông khóc lóc thảm thiết. Động lòng từ mẫn, đấng Đạo sư đi đến bên Đường Nhỏ hỏi:

– Này Đường Nhỏ, tại sao con khóc?

– Thầy con mắng nhiếc chê bai con đủ điều.

Đức Phật dạy:

Cái gì kẻ ngu ca tụng
Thì bị hiền trí chê bai.
Thà bị hiền trí chê bai
Hơn được kẻ ngu ca tụng.

Này con, thầy con đã không ngại gian khổ suốt ba a-tăng-kỳ kiếp để thực hành sáu hạnh Ba-la-mật. Ông ta không làm ra những bài kệ cho con học, mà chính ta đã làm. Vậy Như Lai không dạy cho con học được hay sao?"

Đường Nhỏ nói:

– Thầy ôi, con là kẻ ngu nhất trong đám ngu, nhỏ nhất trong đám nhỏ. Làm sao con có thể học được?

Đức Đạo sư trả lời:

Kẻ ngu biết mình ngu,
Đích thị là hiền trí.
Ngu tự cho mình trí,
Mới thật là chí ngu.

Ngài dạy Đường Nhỏ học thuộc câu này: "Từ bỏ bụi dơ, từ bỏ cấu uế." Nhưng ôi thôi, chừng ấy cũng quá nhiều đối với Đường Nhỏ. Đức Phật nghĩ: "Ta sẽ thanh lọc nghiệp của y." Và Ngài hỏi:

Này Đường Nhỏ, ngươi có thể chùi giày cho các tỷ-kheo không?

Đường Nhỏ nói: – Bạch thầy, chuyện ấy thì con làm được.

– Vậy con hãy chùi sạch giày dép của các tỳ-kheo.

Và ngài gọi các tỳ-kheo bảo:

– Này các tỳ-kheo, các ông hãy để cho Đường Nhỏ làm công việc chùi giày để giúp anh ta trừ sạch nghiệp chướng.

Sau một thời gian, Phật bảo ông:

– Bây giờ con không phải chùi giày cho các tỳ-kheo nữa. Hãy vừa lau quét chùa vừa đọc câu ấy.

Do thần lực của Phật, nửa nền nhà bên trái ông vừa lau xong, thì nửa bên phải lại đầy bụi. Lau nửa bên phải xong thì nửa bên trái lại đầy bụi. Đường Nhỏ vẫn kiên trì, và trong lúc lau quét, tất cả nghiệp chướng của ông được thanh lọc. Khi ấy ý nghĩ này khởi lên nơi ông: "Khi đấng Đạo sư dạy hãy từ bỏ bụi dơ, hãy gột rửa cấu uế là ngài muốn nói cấu uế nội tâm hay bụi dơ bên ngoài?" Và tâm ông khởi lên một bài kệ mà ông chưa từng nghe trước đấy:

Tham ái là cấu uế, không phải bụi,
Cấu uế ám chỉ tham, không phải bụi,
Bậc trí tẩy trừ cấu uế này,
Thận trọng tuân giữ lời Phật dạy.
Sân hận là cấu uế, không phải bụi,

Cấu uế ám chỉ sân, không phải bụi.
Bậc trí tẩy trừ cấu uế này,
Thận trọng tuân giữ lời Phật dạy.
Si mê là cấu uế, không phải bụi...

Vân vân. Ông đi sâu vào những bài kệ ấy, và nhờ thiền định ông đạt quả vị A-la-hán.

Trong kinh, bài kệ ấy như sau, theo những bản nghi thức chuẩn bị và chỉ giáo truyền khẩu:

"Cấu uế" không phải là bụi đất,
Mà là cấu uế tham ái.

Khi thực hành thì bài kệ này dễ hiểu hơn, nhưng ta cũng nên trở lui về nguồn gốc của nó.

Khi ấy đức Phật tuyên bố cho chúng tăng biết những đức hạnh của Đường Nhỏ và bảo:

– Này A-nan, hãy bảo Đường Nhỏ đi giáo giới cho tỷ-kheo-ni, và đến bảo ni chúng từ nay Đường Nhỏ sẽ là giáo thọ sư của họ.

Đường Nhỏ biết đức Phật đã công bố những đức hạnh của mình, nên ông hứa sẽ tuân lệnh đi giáo giới cho tỷ-kheo-ni.

Các tỷ-kheo-ni vô cùng kinh ngạc trước tin ấy, họ nói:

– Hãy xem bọn nữ lưu chúng ta bị chọc quê như thế đấy. Ông ta học một bài kệ ba tháng không thuộc, làm sao lại đi giáo giới cho chúng ta, những người tinh thông ba tạng?

Sau đó, một cô đề nghị: – Chúng ta sẽ làm cái gì để từ nay về sau khỏi phải chịu đựng những kẻ ngu ngốc như thế.

Mười hai ni cô cùng nhau dựng một tòa giảng pháp thật cao, nhưng không làm một cái thang nào để bước lên. Những cô khác đi vào đại thành Xá-vệ loan báo với cư dân:

– Ngày mai có bậc giáo thọ sư của chúng ta đến viếng thăm. Vị ấy là một trong những bậc thánh lớn nhất trong hàng Thanh văn. Chúng ta sẽ nghe pháp do vị ấy giảng. Người nào chưa đến địa vị kiến đạo phải đến nghe, nếu không sẽ phải trôi lăn lâu dài trong sinh tử.

Hàng trăm ngàn người đến nghe giảng. Một số đi để giải trí, số khác đi để kiếm công đức. Hôm ấy Đường Nhỏ ra đi khất thực. Sau khi tất cả đã ăn xong ngồi thiền, ông dẫn những tỷ-kheo còn lại trong chùa cùng đến chỗ an cư mùa mưa của ni chúng, nơi ông phải đến giáo giới. Khi đến gần pháp tòa, thấy nó quá cao, ông nghĩ, "Hoặc là họ quá kính trọng ta, hoặc họ muốn thử ta." Ông nhập định quán tưởng thì biết là họ muốn thử. Đường Nhỏ duỗi cánh tay ra như một con voi đưa ra cái vòi để hạ cái pháp tòa xuống. Một vài người trông thấy điều này, một số không thấy. Ông ngồi trên tòa và lại nhập định. Đường Nhỏ thăng lên hư không và thi triển bốn thứ thần thông tại mỗi nơi trong bốn phương chính đông tây nam bắc. Những thần thông được thâu hồi lại vào người ông, và bấy giờ pháp tòa được nâng đỡ bằng bốn con sư tử.

Ông bắt đầu giảng:

– Thưa các chị, tôi mất ba tháng để học một bài kệ. Bây giờ, tôi sẽ giảng ý nghĩa của bài kệ ấy trong bảy ngày bảy đêm liên tiếp. Đức Thế Tôn đã dạy: "Đừng để thân, khẩu, ý của ngươi phạm vào tội lỗi." Ấy là Ngài dạy chúng ta từ bỏ mười tà hạnh. Khi Ngài nói "Lìa dục nhiễm thế gian" thì thế gian ở đây ám chỉ năm thủ uẩn. "Nhiễm" ám chỉ tham, sân, si làm nhiễm ô năm uẩn ấy.

Ông chỉ mới dạy ý nghĩa chi tiết của nửa bài kệ, mà đã có mười hai ngàn người thấy được chân lý. Một số người chứng được một trong bốn quả thánh là Dự lưu, Nhất lai, Bất hoàn, A-la-hán, Có người thành Thanh văn, Độc giác, cũng có người vào Đại thừa; mỗi hạng đều mong mỏi đạt đến kết quả giác ngộ thuộc hạng của mình, như quả A-la-hán Tiểu thừa hay A-la-hán Đại thừa. Hầu hết đều phát sinh tịnh tín đối với Tam Bảo.

Khi Đường Nhỏ trở về Kỳ viên, đấng Đạo sư tuyên bố:

– Trong số những đệ tử Thanh văn của ta, thì Châu-lợi-bàn-đà-già (Đường Nhỏ) là người đệ nhất về hạnh giáo hóa mọi người.

Bởi vậy, thật sai lầm nếu nghĩ chỉ có ngồi thiền mới có giá trị, còn những việc khác như quét nhà là không giá trị. Ngay cả gia chủ Cấp Cô Độc, người dâng cúng khu vườn cho Phật làm Kỳ viên tinh xá, cũng thường tới quét chùa hàng ngày. Một hôm ông quá bận không đến được, và trong chùa cũng không ai quét, thì chính đức Đạo sư đã thân hành cầm chổi quét với cánh tay như vàng ròng của ngài.

Thầy tôi thường kể rằng những thân tái sanh khác nhau của đức Dalai Lama thường thực hành nghi thức chuẩn bị thiền định bằng cách quét nhà tới nỗi đã mòn nhiều cây chổi chỉ còn như cái đuôi lừa. Nhiều cây chổi như vậy đã được cất giữ với những cái cán chổi bọc vải vàng để kỷ niệm những di vật của đức Dalai Lama. Đây là một chi tiết thực quan trọng trong tiểu sử ngài; chứng tỏ những kẻ sơ học như chúng ta cần phải xem trọng những việc có vẻ tầm thường như thế.

Tốt nhất là quét phòng trước khi ngồi thiền, dù phòng cần quét hay không. Ít nhất bạn cũng phải quét phòng ở của bạn mỗi ngày. Và trong mỗi trường hợp, phải khởi những động lực tốt như tôi đã nói trên. Hãy tưởng như mình đang quét sạch những cấu uế chướng ngại cho dòng tâm thức của chính mình và của người khác. Tưởng tượng những nhát chổi đang làm sạch, làm cho thanh tịnh, làm cho thuần thục, khiến cho căn phòng của bạn được chuyển thành một cõi Phật. Bạn nên tụng đọc một bài gì trong lúc quét nhà, như Đường Nhỏ đã làm: "Từ bỏ bụi bặm, từ bỏ cấu uế," hoặc tốt hơn nữa là bài kệ:

Tham ái là cấu uế, không phải bụi,
Cấu uế ám chỉ tham ái, không phải bụi,
Bậc trí tẩy trừ cấu uế này,
Tuân theo lời dạy của đấng Thiện Thệ.

Lặp lại bài kệ, thay chữ "tham ái" bằng "sân nhuế", rồi bằng "ngu si." Khi bạn đang chuyên tu pháp môn thờ thầy (tận tụy với một bậc hướng đạo tâm linh) thì nên đọc bài kệ thành: "Cấu uế là thiếu đức tin (nơi thầy), không phải bụi..." Quả thế, bạn có thể xem cấu uế là bất cứ gì, kể cả sự chấp thủ đối đãi nhị nguyên. Bạn phải biết thay đổi bài tụng cho thích hợp với pháp tu đặc biệt nào mà bạn đang thực tập trong lúc đó.

Nếu bạn quá già, bệnh, không tự quét nhà được, thì hãy sai một đệ tử quét thay, nhưng trong lúc ấy bạn phải tụng đọc và quán tưởng như trên. Chiều sâu của động lực cũng rất quan trọng đối với lợi ích bạn có được trong từng nhát chổi mà bạn quét.

Bạn hãy đặt bốn tảng đá ngoài phòng mình mà tưởng tượng đó là Tứ thiên vương. Hoặc cũng có thể chỉ đặt một tảng đá biểu tượng bốn vị thiên vương. Hoặc quán tưởng một tảng đá duy nhất là Vaishravana (Hộ quốc thiên vương?). Người ta nói làm những phép quán ấy rất có lợi, vì bạn sẽ không bị một chướng ngại nào cả, và giới của bạn sẽ được thanh tịnh. Nếu bạn ở trong một tu viện lớn, thì có thể bất tiện nếu để ngoài cửa phòng bốn tảng đá. Vậy bạn cũng có thể quán bốn bức tường ngoài phòng bạn là Tứ thiên vương; truyền thống khẩu thuyết này xuất phát từ Purchog Ngagwang Jampa.

Bây giờ, chúng ta hãy quay sang sự trưng bày những biểu tượng thân khẩu ý giác ngộ. Các pháp quán Đạo sư, quán chư thiên, vân vân, phải theo cùng một thứ tự như trong pháp quán phước điền (xem Ngày thứ năm). Tuy nhiên, bạn cũng có thể thay đổi chút ít nếu những vật cúng không để lên bàn thờ được. Nhiều người cho rằng sẽ có hiệu quả hơn nếu cầu trước thần Hộ pháp, thiên vương, và những phi nhân có thế lực, vân vân. Họ cho là thờ những vị này linh ứng hơn thờ tượng Phật. Tôi đã gặp trường hợp này nhiều lần. Dấu hiệu này chứng tỏ những người ấy chưa chân chánh quy y: Hành vi "quay về nương tựa Phật" không thấm nhuần trong dòng tâm thức của họ. Nhiều người lại dành một chỗ ngồi vinh dự cho bất cứ tượng gì làm bằng vàng, bạc, đồng, còn tượng đất sét thì đặt chỗ thấp nhất. Đấy là dấu hiệu họ chỉ xem những hình tượng này như là những thứ tài sản vật chất. Lại cũng không nên sắp những hình tượng bằng tranh vẽ theo thứ tự thời gian. Có người còn treo tranh Phật trên tấm màn để làm cửa. Thật là sai lầm biết bao. Họ là những người ngủ nằm trở chân chĩa về hướng tượng Phật, Bồ-tát. Điều này chứng tỏ sự bất kính tệ nhất, một dấu hiệu rõ ràng là họ chưa từng "quay về nương tựa" gì cả. Có những người xem tranh tượng cũ kỹ và hư rách giống như là đồ phế thải, đem để vào một bàn thờ bỏ hoang nào đó. Người ta bảo làm như vậy cũng giống như là đem phước ra khỏi nhà bạn. Bạn phải xem những tượng, tranh Phật, Bồ-tát giống như là bản thân các vị ấy.

Có thể bạn không có nhiều biểu tượng của thân khẩu ý giác ngộ như vậy, nhưng để tượng trưng thân giác ngộ, bạn nhất định phải có một hình tượng của bậc Đạo sư, đức Thích-ca Mâu-ni, để nhớ đến Ngài, và của Je Tsongkapa để nhớ đến bậc thầy của bạn. Một bản kinh ngắn hay một bản Lamrim có thể dùng làm biểu tượng cho ngữ giác ngộ. Một tsatsa (mảnh đất sét hình tháp) có thể làm biểu tượng cho ý giác ngộ. Nếu bạn có chùy Kim cương và chuông, thì nên dùng làm biểu tượng của ý giác ngộ. Nhiều người xem chùy Kim cương và chuông chỉ như những dụng cụ biểu tượng của chư thiên, nhưng kỳ thực nó tượng trưng cho ý giác ngộ. Thật là một sai lầm lớn nếu bạn xem nhẹ chùy Kim cương và chuông.

Bạn không cần phải ngày nào cũng lập bàn thờ, nhưng phải xem những hình tượng trên bàn thờ ấy như thật, thì mới hoàn tất tiêu đề này.

Thật sai lầm nếu vì ngày nào cũng thấy những hình tượng ấy trong phòng nên bạn đâm ra coi thường. Mỗi khi chiêm ngưỡng hình tượng, bạn lại được thấm nhuần thêm những bản năng mãnh liệt phi thường. Có người bảo chiêm ngưỡng một tượng Phật lợi lạc gấp mười sáu lần nhìn Phật thật. Kinh *Sen Trắng* có nói:

Người nhìn ảnh đấng Thiện Thệ trên tường,
Dù trong lúc tâm đang giận dữ,
Cuối cùng sẽ gặp mười triệu đức Phật.

Thật sự Kinh nói: "Cúng dường tượng Phật..." còn câu tôi trích dẫn là theo khẩu truyền. Nếu nhìn Phật trong lúc giận dữ mà còn lợi lạc như thế, thì đủ biết chiêm ngưỡng tượng Phật với đức tin còn lợi lạc biết bao. Bậc thánh tăng Xá-lợi-phất là một trong hai đại đệ tử của Phật luôn luôn ở bên cạnh Ngài. Tương truyền, đấy là quả báo của một hành vi ngài đã làm trong quá khứ, khi chiêm ngưỡng một bức họa Phật với tâm tràn đầy hỉ lạc.

Trong đời ấy, tôn giả Xá-lợi-phất làm một sứ giả. Một hôm ngài vào ở lại đêm trong một ngôi chùa. Trong khi ngồi khâu lại đôi giày dưới ánh đèn, ngài trông thấy một tranh họa hình Phật trên bức tường đối diện. Ngài thầm nghĩ, "Ôi một con người tuyệt diệu làm sao! Ta rất muốn gặp đích thân người ấy." Ngài cầu nguyện trong tâm, và kết quả là về sau ngài trở thành vị đại đệ tử của Phật.

Bây giờ chúng ta chỉ thấy những tượng Phật làm bằng đất sét, đồng..., nhưng khi đạt đến sự nhất tâm trong định gọi là "pháp lưu" (dòng pháp) chúng ta sẽ trông thấy những hóa thân Phật (Nirmanakàya) tuyệt diệu. Và khi đạt đến địa vị thứ nhất trong mười địa vị Bồ-tát thì chúng ta sẽ gặp được những Báo thân (Sambhogakàya) của Phật. Bởi thế một điều vô cùng quan trọng là phải xem tượng Phật như là Phật thật.

IVA1.1.2 Kiếm đồ cúng dường hợp pháp và bày biện đẹp mắt

"Phẩm vật hợp pháp" có nghĩa là không do lường gạt và những động lực xảo trá để có được phẩm vật ấy. "Lường gạt" để có phẩm vật dâng cúng là khi một người xuất gia làm năm thứ tà mạng, hay một cư sĩ sát sinh, đong thiếu, hoặc làm một phương tiện xấu xa nào khác.

Phạn ngữ gọi cúng dường là "puja" có nghĩa là "làm hài lòng." Vậy, phẩm vật bạn cúng phải làm cho đấng Chiến thắng và các pháp tử của ngài vui lòng. Làm sao các ngài vui lòng nếu bạn đem dâng cúng những loại phẩm vật như thế? Tuy nhiên, nếu bạn lỡ nhận được những phẩm vật dâng cúng thuộc loại ấy, thì cũng nên đem cúng Phật để tịnh hóa tội lỗi của người cúng.

Năm tà mạng là: nịnh hót, ám chỉ, cho để nhận (thả tép câu cá), làm áp lực trên người khác, và giả trang thiền tướng.

"Nịnh hót" là như khi bạn khen ngợi thí chủ với hi vọng họ sẽ cho bạn một thứ mà bạn muốn. Nếu họ cho bạn thứ ấy thật, thì hành vi nịnh hót ấy trở thành một tà mạng. Nhưng nếu khen chân thành, không có động lực như trên, thì không phải là tà mạng, dù họ có mang cho bạn phẩm vật.

"Ám chỉ" là như nói với thí chủ: "Bây giờ tôi có trà và bơ, nhưng thiếu ngũ cốc," với hi vọng được cúng. Hoặc nói: "Bột lúa mạch mà thí chủ cho tôi năm ngoái đã giúp tôi rất nhiều." Nói thế là bạn ám chỉ mình đang cần ngũ cốc hay bột lúa mạch. Nhưng nếu nói một cách vô tư không có hậu ý, thì không phải là "ám chỉ."

"Cho để nhận" là cho một vật vặt vãnh để nhận được thứ tốt hơn, như đem cho người ta một khăn quàng lễ hay một bình trà, để được đền đáp lại nhiều hơn, hoặc để họ thay mình cúng dường tu viện. Tục ngữ gọi thái độ ấy là "thả tép câu cá." Người ngày nay rất dễ vi phạm vào những tà mạng này. Nhưng nếu bạn làm quà cho thí chủ một cách chân thật, không có động lực xấu thì không gọi là tà mạng, dù họ có cho bạn lại một cái gì.

"Làm áp lực" là quấy rầy người nào để buộc họ phải cho mình một cái gì họ không muốn cho, hoặc khiến họ phải cho mình vật mà họ sắp đem cho người khác. Hoặc nói những lời như: "Thí chủ X đã cho tôi trà và bơ thực ngon." Nhưng nếu nói chân thành,

không vì muốn nhận được gì thì không phải là "làm áp lực."

"Giả trang thiền tướng" là trong khi ở phòng riêng thì buông lung phóng túng, mà trước mặt cư sĩ thì làm bộ như một tỷ-kheo rất tuân giữ giới luật, với hi vọng sẽ được cúng dường. Nhưng nếu bạn cư xử đàng hoàng trái với lúc ở một mình chỉ vì không muốn làm mất tín tâm cư sĩ thì không phải là "giả trang thiền tướng."

Lại nữa, nếu người xuất gia vi phạm những giới cấm liên hệ ba lời nguyện đã làm[1], và có được phẩm vật nhờ buôn bán, thì sẽ chịu quả báo nặng nề khi đem phẩm vật ấy dâng cúng.

"*Động lực xảo trá*" có nghĩa là cúng vì ham danh, hoặc cúng để làm cho người thán phục. Drogoen Rinpoche nói: "Ngay cả những phẩm vật bạn dâng cúng Tam Bảo cũng chỉ là để gây sự chú ý nơi người khác." Nếu chỉ dâng cúng vì mưu cầu danh dự, vì sự tiến thân, là ta đã thụt lùi về tám bận tâm thế tục (xem Ngày thứ mười). Chẳng thà có một động lực giản dị là cúng để cầu sống lâu, khỏi bệnh. Có người làm như thể họ cúng dường Tam Bảo vì ngưỡng mộ chứ không hi vọng kiếm công đức gì; song kỳ thực họ cúng vì cầu danh.

---

1. Tam tụ tịnh giới: đoạn ác, hành thiện, lợi ích chúng sinh–

Khi nhà bạn sắp có khách viếng thăm, bạn quét nhà cẩn thận và để nhiều đồ cúng trên bàn thờ hơn thường lệ. Bạn không chỉ thắp một ngọn đèn, mà còn xông trầm thơm ngát cả nhà. Phải chăng bạn chỉ muốn gây ấn tượng nơi người khách? Người ta kể chuyện Geshe Baen Gung-gyael một hôm nghe thí chủ sắp viếng thăm, đã cố bày biện đồ cúng Tam Bảo cho thật tốt đẹp. Khi xét lại động lực thúc đẩy mình làm việc ấy, ông thấy mình chỉ cốt gây ấn tượng tốt nơi thí chủ. Ông bèn vùng dậy khỏi bồ đoàn, rắc tro lên đồ cúng và tự nhủ: "Tỷ-kheo, đừng có ngu ngốc." Khi nghe chuyện, Padampa Sangyae ở Langkor đã ca ngợi rằng trong tất cả những phẩm vật dâng cúng ở Tây Tạng, chỉ có phẩm vật của Baen Gung-gyael là cao quý nhất, vì vị tiến sĩ này đã tung tro vào mặt tám mối bận tâm thế tục (hay tám gió – bát phong – là khen chê, vinh nhục, vân vân.)

Bởi thế điều quan trọng nhất là phải thực hiện việc dâng cúng kèm theo tâm bồ-đề. Đừng để cho tám bận tâm thế tục làm động lực thúc đẩy, như cúng để cầu được tái sanh tốt đẹp, hay được giải thoát, vân vân.

Trên đây còn nói "bày biện đẹp mắt." Nhiều người nghĩ mình không muốn gây ấn tượng, nên cứ bày đồ cúng một cách tùy tiện. Nhưng không nên làm thế, phải sắp đồ cúng trên bàn thờ một cách tỉ mỉ công phu, càng đẹp mắt càng hay. Người ta bảo bày biện bàn thờ đẹp mắt là một nhân tố để có 32 tướng hảo và 80 tướng phụ khi thành Phật.

Bạn phải đích thân trưng bày đồ cúng, nếu để cho đệ tử hay tôi tớ làm thì bạn không được công đức. Khi Atìsha ốm nặng, hai chân đã run, ngài vẫn dâng nước cúng. Khi các đệ tử xin làm thay vì thấy quá cực nhọc cho ngài, ngài nói:

– Vậy thì khi tôi ăn, có lẽ các bạn cũng nên nói thấy ngài ăn thật quá cực nhọc, để chúng tôi ăn giùm phần ăn của ngài.

Những vị vua pháp của Ấn Độ thời xưa khi thực hành cuộc đại bố thí, họ không cử một vị bộ trưởng hay quan chức nào ra phát quà, mà đích thân vua ngồi trong rạp giữa những chồng tiền và tự tay phân phát. Bởi thế, điều thực quan trọng là ta phải tự tay dâng đồ cúng.

Bạn cũng nên dâng cúng miếng ăn đầu tiên của mình – cái gì tốt nhất, chứ không nên cúng những rau ôi, vân vân.

Thường chúng ta ưa dành thực phẩm ngon nhất cho mình, để riêng những thứ xấu để cúng. Như thế chẳng khác nào quét hết công đức ra cửa. Tuy nhiên khi cúng bơ để thắp đèn thì vì cốt dâng ánh sáng chứ không phải dâng bơ (hay dầu), nên có người nói có thể cúng bơ đã hơi cũ.

Nếu nghèo, bạn không cần phải lo ngại về chuyện không có gì để cúng thí. Sau khi đã từ bỏ đời sống tại gia, bạn có thể nghĩ rằng mình chẳng có gì để cúng. Nhưng nếu có đức tin mạnh, bạn cũng có thể dâng cúng dù không còn thứ gì. Đức Atìsha vĩ đại có nói:

– Nước ở Tây Tạng có tám công đức, bởi thế ở đây ta chỉ cần cúng nước là đủ. Nếu có những thứ hoa dại ở Ấn, có lẽ người ta sẽ mua bằng vàng ròng.

Vậy, nếu không có gì để cúng, bạn cũng còn có thể tích tập công đức bằng cách dâng cúng những chén nước với một động lực trong sạch.

Bây giờ tôi sẽ nói đến tám công đức của thứ nước ở Tây Tạng chúng ta. Tôi sẽ theo lời giải của tôn sư tôi về những lợi lạc mà ta có được từ mỗi thứ công đức ấy. Sớ giải của Chim Jampaelyang về tác phẩm của Thế Thân (Vasubandhu) nói tám công đức ấy là:

Mát, ngon, sáng, mềm,
Trong, không mùi, trơn cổ,
Tốt cho dạ dày,
Đó là tám công đức của nước.

Tám lợi ích tương ứng về phương diện nghiệp là như sau. Giới của bạn sẽ được thanh tịnh do nước mát mà bạn cúng. Nước ấy có vị ngon, nên bạn sẽ được thức ăn ngon. Tính sáng của nước cúng có nghĩa là bạn sẽ có thân tâm sảng khoái. Tính mềm mại của nước đem lại quả báo là một dòng tâm thức hiền hòa. Sự trong trẻo của nước cúng đem lại cho bạn một tâm thức sáng suốt. Sự không mùi của nước có hậu quả là nghiệp chướng của bạn sẽ được tịnh trừ. Nước trong không gây bệnh dạ dày, nên thân thể bạn sẽ không có bệnh. Nước làm trơn cổ họng, nghĩa là bạn sẽ có được nghiệp ái ngữ.

Khi mới dời vào một nhà ẩn cư ở tu viện Sera, Drubkang Geleg Gyatso có rất ít vật tùy thân và lương thực, thậm chí không có một bộ chén để cúng nước. Mỗi khi dâng cúng nước, ông phải rửa sạch cái bát ăn của mình để đựng nước cúng. Mỗi khi muốn uống trà, ông lại xin phép Tam Bảo để mượn lại cái bát; và uống trà xong, ông lại rửa bát để dâng nước cúng.

Bạn có thể dâng cúng Tam Bảo bất cứ thứ gì như hoa, trái, nước trong mát, vân vân. Bậc tôn sư tôi dạy, ta cũng có thể hiến cúng bằng cách đọc thần chú biến thủy biến thực (xem Ngày thứ năm) và hồi hướng công đức, vân vân. Xem chi tiết trong phần nói về tiểu sử của Tridagpo Tsepel. Trong bất cứ trường hợp nào, đức tin của bạn cũng là yếu tố chính, chứ không phải phẩm vật mà bạn dâng cúng.

Nhiều người nghĩ rằng phải chăng chỉ cần cúng nước, bông hoa, vân vân, và để dành những thứ thực sự quý giá cho mình sử dụng. Tư tưởng ấy có thể làm cho bạn tái sanh làm ngạ quỷ. Thực ra, bạn phải cúng cái gì tốt nhất mà bạn sở hữu.

Một số tỳ-kheo đã từ bỏ các công việc thế tục có thể nghĩ rằng, “Mình không nên cúng những thứ thuộc về vật chất. Vì chúng ta được dạy bảo rằng người xuất gia chỉ nên tập trung vào việc cúng dường những kết quả của sự tu thiền. Chỉ cần cúng dường cách ấy là đủ." Nhưng nếu ý nghĩ ấy làm cho bạn không bao giờ cúng một thứ gì thuộc vật chất, thì trong nhiều đời tái sanh, bạn sẽ chẳng có một chút gì để làm phẩm vật cúng dường.

Nếu những gì bạn có được để cúng chỉ là những chiếc bánh nhỏ xíu và nửa que hương, bạn cũng không nên xem thường giá trị của những vật ấy, vì bạn càng tăng công đức nếu đem dâng cúng. Về sau nhờ công đức ấy mà bạn có thật nhiều của cải vật chất để cúng dường. Điều này được chứng minh bằng cuộc đời của ngài Geshe Puchunga. Ngài nói:

– Lúc đầu tôi chỉ đốt gentian thay cho trầm hương. Tôi đốt nhiều quá đến chảy nước mắt. Về sau tôi có hương thơm làm bằng bốn thứ vật liệu. Bây giờ thì tôi cúng hương của các thứ hoa myrobalan, duraka, vân vân.

Quả thế, ngài đã từng cúng một số hương trầm giá trị bằng hai mươi hai đồng vàng. Tuy thế nhiều người lại bảo:

– Geshe Puchungwa là người đã chứng đạo, chuyên thiền định. Chúng ta đừng hi vọng giác ngộ nhờ những việc làm bề ngoài ấy.

Nói như vậy chứng tỏ họ rất ít hiểu biết Phật pháp. Ta nên nghĩ tới việc các vị Bồ-tát ở mười địa vẫn cúng dường chư Phật trong nhiều kiếp, bằng trăm ngàn hóa thân, mỗi hóa thân cúng hàng trăm ngàn cánh tay. Bởi thế chúng ta cũng nên cúng dường càng nhiều càng tốt.

Bây giờ hãy nói qua về cách cúng, ví dụ cúng nước. Bạn phải lau sạch những chén đựng nước và sắp thành một đường thẳng. Nhưng không nên để chén cách nhau quá xa, sẽ có hậu quả là bạn ở xa thầy. Nếu để sát nhau, bạn có thể trở nên đần độn. Và nếu đặt chén xuống một cách ồn ào, bạn có thể mắc bệnh điên, vân vân. Nếu đặt chén xuống trong khi chúng còn trống rỗng, thì công đức của bạn sẽ giảm. Thay vì thế, bạn hãy cầm chồng chén trên tay và rót ít nước vào cái chén trên cùng, trong khi miệng đọc chú làm phép bằng ba âm *om, ah, hum.* Rót nước từ chén này vào cái chén kế tiếp, chỉ chừa lại một ít. Đặt chén đầu tiên lên bàn thờ rồi tiếp tục làm như trước. Với cách ấy bạn sẽ không đặt chén trống không nào lên bàn thờ. Khi rót đầy nước vào những chén ấy, thì bạn không nên cầm cái bình chỉ bằng một tay, vì như vậy chứng tỏ sự bất kính. Bạn phải làm như là mình đang dâng trà cho một bậc đại vương.

Một hạt lúa mạch có hình dáng hai đầu mỏng, giữa phình ra: bạn phải đổ nước kiểu ấy, nghĩa là lúc đầu rót một ít, rồi rót nhiều, và cuối cùng giảm từ từ. Nếu bạn rót tràn chén, thì giới hạnh của bạn sẽ lỏng lẻo, nếu rót lưng chén, thì mức sống của bạn sẽ nghèo nàn. Mực nước phải ở dưới mức tràn đầy miệng chén, như hình một hột lúa mạch.

Đèn thắp bằng bơ (hay dầu) là cúng dường ánh sáng, nên phải sáng. Người ta bảo đèn càng cháy lâu càng tốt, đó là dấu hiệu trường thọ. Bạn hãy tự nghĩ ra cách dâng cúng các phẩm vật khác, như hoa, vân vân, cho thích hợp.

Kinh nói rằng mỗi sự dâng cúng của bạn có mười lợi ích.

IVA1.1.3. Ngồi theo thế (gồm tám sắc thái) của Tỳ-lô-giá-na trên một tọa cụ; sau đó bạn đọc lời quy y, phát tâm bồ-đề, vân vân, trong một tâm trạng đặc biệt thành khẩn

Phần sau của tọa cụ cần hơi cao lên. Điều này có ý nghĩa sâu xa trong mật tông; nó cũng làm cho bạn khỏi đau mông khi ngồi thiền lâu quá.

Bạn nên gạch một dấu chữ Vạn trên chỗ ngồi bằng phấn trắng. Nó tượng trưng cho chùy Kim cương và nhắc bạn nhớ đến giai đoạn đời Phật lúc ngài ngồi trên tòa Kim cương tại bồ-đề tràng. Nó cũng biểu trưng sự kiên quyết tu hành. Nhưng không nên ngồi trên một chùy Kim cương thực vì đấy là một trong những vật biểu tượng của chư thần bảo hộ. Trên chữ Vạn hãy đặt cỏ durva và cỏ kusha. Nguồn gốc tập tục này cũng rút từ đời Phật. Cỏ durva làm tăng thọ mạng, nghĩa là khi ngồi trên cỏ ấy thì bạn sống lâu. Cỏ kusha thì "sạch và đức hạnh," có công năng trừ ô nhiễm và bất tịnh. Khi những người Bà-la-môn ở Ấn bị ô uế giai cấp, họ tẩy uế bằng cách ngủ một đêm trên một đám cỏ kusha. Bởi thế bạn nên rải cỏ kusha trên chỗ ngồi để tẩy uế.

Thế ngồi có tám sắc thái nói trên đây là ám chỉ thế ngồi Tỳ-lô-giá-na với bảy đặc điểm; sắc thái thứ tám là hành vi đếm hơi thở. Gyaelwa Ensapa nói:

Đùi, tay, lưng là ba,
Răng môi lưỡi làm thành bốn.
Đầu, mắt, vai, hơi thở,
Là tám thế Tỳ-lô-giá-na.

Hai ống chân đặt theo thế hoa sen hay kiết già (vajra). Cũng có thể ngồi theo thế bán già là thế ngồi của Bồ-tát. Nhưng thế kiết già là bắt buộc cho những thiền tập trong mật tông ở giai đoạn viên mãn.

Đặt hai bàn tay bạn trong dáng ngồi nhập định, nghĩa là bàn tay phải nằm trong bàn tay trái, hai đầu ngón cái giao nhau ở ngang rốn. Lưng thẳng, cột sống thẳng như một chồng xu. Người ta bảo những huyệt đạo nằm thẳng hàng khi cơ thể ở vị trí thẳng đứng, và khi ấy khí được điều hòa, tâm trở nên dễ sử dụng.

Răng và môi không được quá chặt cũng không quá lỏng, tốt hơn cả là để chúng tự nhiên. Đầu lưỡi nên cong lên trên, khiến miệng không bị khô, và khi đi sâu vào thiền định, nước bọt không bị nhểu ra ngoài miệng.

Đầu nên hơi cúi về phía trước. Có người bảo hai mắt nên tập trung vào chót mũi, song kỳ thực bạn chỉ nên tập trung thế nào để mắt bạn có thể thấy cả hai bên mũi. Mục đích là để dễ cắt đứt sự hôn trầm hay tán loạn (xem Ngày thứ hai mươi mốt). Có người nhắm nghiền mắt lại trong lúc quán tưởng. Điều này sai. Có những phái lại khuyên nhìn lên, vân vân, bắt chước những người có quan năng tốt nhất, những người có cái biết của pháp thân. Nhưng điều này xa lạ đối với truyền thống của chúng ta.

Hai vai nên ngang nhau, đừng bên cao bên thấp.

Đấy là bảy điểm của thế ngồi Tỳ-lô-giá-na. Nó có ý nghĩa sâu xa trong giai đoạn viên mãn, nhưng đây không phải chỗ để bàn đến. Thế ngồi này rất quan trọng, vì Marpa ở Lhodrag nói:

– Toàn thể thiền định của Tây Tạng không sánh bằng một kiểu ngồi của tôi.

Thế ngồi này được nói là của Phật Tỳ-lô-giá-na vì ngài là khía cạnh thuần tịnh của sắc uẩn dưới dạng một vị chư thiên.

Sắc thái thứ tám là hành vi đếm hơi thở. Khi tâm vương bất thiện thì tâm sở tùy tùng cũng bất thiện nốt. Trong tình huống ấy, thật rất khó để hô triệu một đức hạnh hiện ra. Ví dụ, bạn có thể làm một cách máy móc sự khởi tâm bồ-đề như là tụng câu: "Vì tất cả hữu tình, những bà mẹ của tôi..." trong lúc bạn rất tức giận; nhưng bạn không thể cố hô triệu được một tâm trạng đức hạnh trong khi tâm vương và tâm sở đều bất thiện. Vậy trước hết bạn phải thay đổi tâm trạng từ giận dữ đến dửng dưng. Như có một tấm vải trắng đầy vết đen thì khó nhuộm thành màu khác, nhưng nếu bạn giặt cho nó hoàn toàn trắng thì khi ấy có thể nhuộm bất cứ màu gì.

Tâm trạng dửng dưng ở đây nghĩa là không tốt không xấu. Nó giống như miếng vải trắng không vết dơ. Bạn có thể tự hỏi, vậy thì kỹ thuật đếm hơi thở là thế nào để chuyển tâm trạng thành dửng dưng? Bạn hướng tâm vào trong, và xét động lực của mình: nếu thấy mình đang bị tham hay sân chi phối, thì nên thở vào thở ra một cách thoải mái. Đừng để hơi thở phát ra tiếng khi qua lỗ mũi. Hơi thở đừng quá mạnh cũng đừng quá so le (hơi ngắn hơi dài). Khi hít vào, bạn nghĩ: "Tôi đang hít vào. Đây là hơi thứ nhất." Rồi đến hơi thứ hai cũng làm như vậy, tiếp tục cho đến bảy, mười một, mười lăm, hăm mốt, vân vân, nhưng đừng dùng chuỗi tràng hạt mà đếm. Đừng tán tâm trong khi đếm. Thông thường ta không thể giữ hai chuyện trong tâm cùng một lúc, vì vậy mà tâm (khi để ý hơi thở) sẽ chuyển từ tham hay sân thành trạng thái dửng dưng.

Khi thở ra, hãy tưởng tượng những si mê vọng tưởng của mình có hình dạng những luồng khói đen tuôn ra. Khi hít vào, tưởng đến ân phước chư Phật Bồ-tát như luồng ánh sáng tuôn theo hơi thở vào. Tuy nhiên điều này không bắt buộc, chỉ là một cách có thể giúp ích cho bạn.

Khi tâm đã trở nên dửng dưng, thì dễ gợi lên một trạng thái tâm tốt lành. Thầy tôi cho một ví dụ như sau. Giả sử gặp mùa đông rét buốt, trên nền nhà chỉ có một tấm nệm ngồi của bạn, song có một người đang ngồi trên ấy. Nếu bạn tới bảo họ đứng dậy thì bất lịch sự; nhưng bạn có thể la lên: "Cái gì kia kìa!" rồi làm bộ sấp chạy ra xem. Khi người kia đứng lên để ra xem, bạn có thể nhanh chân đến ngồi vào cái nệm của mình. Cũng thế, dù nỗ lực cũng khó mà chấm dứt tham, sân ngay lúc nó đang khởi lên. Nhưng nếu tập trung tâm vào hơi thở, ta có thể chuyển hướng tâm mình và làm lắng dịu vọng tưởng si mê. Khi ấy việc khởi lên thiện tâm sẽ hóa ra dễ dàng. Nhưng nếu trong khi tâm vương tâm sở đang trong tình trạng bất thiện mà bạn vẫn có thể khởi tâm tốt, thì có thể bạn không cần đếm hơi thở (nếu tâm không ở trong trạng thái tham, sân...). Đó là lý do nói có bảy hoặc tám sắc thái.

Có thể bạn không cần đếm hơi thở, nhưng vẫn phải khởi động một tâm trạng tốt lành khi bắt đầu thời thiền định. Khi khởi sự bất cứ việc tu tập nào, điều cốt yếu là bạn phải có động lực chính đáng. Đức Tsongkapa vĩ đại viết tác phẩm *Những câu hỏi về hạnh Vị tha trong trắng nhất*, trong đó ngài chỉ rõ một số điều cho những thiền sư Tây Tạng. Một trong số những câu hỏi ấy là: "Khởi đầu thời thiền, cái gì có tầm quan trọng ngang hàng với hai chữ *Phạn ngữ* khởi đầu mỗi bản kinh?"

Đức Panchen Lama Lozang Choekyi Gyaeltsaen trả lời:

Trước mỗi thời thiền
Hãy xét lại dòng tâm thức,
Cũng như hai chữ Phạn ngữ
Phải ở đầu mỗi bản kinh.

Nói khác đi, điều cốt yếu là bạn phải khởi động lực tốt trước khi ngồi thiền. Trong một bản kinh có dạy: "Trong tất cả pháp, nguyện vọng của bạn luôn luôn là yếu tố chính." Bậc Thầy Long Thọ nói:

Tà hạnh theo sau tham, sân, si,
Chánh hạnh theo sau ly tham, ly sân, si.

Atìsha nói:

"Nếu rễ cây đã độc, thì cành và lá cũng độc. Nếu rễ cây có dược tính, thì cành và lá cũng có dược tính. Tương tự, nếu gốc rễ đã là tham sân si thì bất cứ cái gì người ta làm cũng đều bất thiện."

Nói cách khác, nếu bạn có động lực là si mê, thì bất cứ sự học tập quán tưởng hay thiền định nào bạn làm cũng chỉ kết thành nghiệp quả tệ hại nhất. Nhưng nếu bạn được thúc đẩy bởi những tư tưởng cao quý, mà lại phạm phải một hành vi bất thiện như sát sanh, thì nó sẽ là một yếu tố mạnh mẽ giúp bạn mau thành tựu công đức và trí tuệ.

Khi đức Đạo sư của chúng ta đang còn tu tập, có lần ngài tái sanh làm một thuyền trưởng tên Đại Hữu tình cùng năm trăm thương nhân đi biển tìm châu báu. Trên thuyền có một người Dravidian tên Shakti có ý muốn sát hại cả năm trăm lái buôn. Thuyền trưởng vì lòng bi mẫn đã giết Shakti để cứu mạng năm trăm người. Ngài còn làm việc ấy để người kia khỏi bị tái sinh vào đọa xứ. Hành vi này được xem là có công đức nhiều hơn công đức tích lũy trong bốn mươi ngàn đại kiếp. Không phải hành vi sát sanh mà chính động lực cao cả – tâm đại bi thúc đẩy hành vi ấy – đã làm viên mãn công đức.

Động lực làm nên tất cả mọi sự: phước hành, phi phước hành, nghiệp chín thành quả báo lạc hay khổ, sức mạnh của nghiệp, vân vân. Ngày xưa ở Ấn có hai kẻ ăn xin dòng Bà-la-môn và một khất sĩ dòng Sát-đế-lợi. Những người Bà-la-môn đi xin sai giờ nên không được thứ gì, vì đại chúng thường ăn xong mới đem cho kẻ khác. Vì đến xin đúng lúc đại chúng quăng bỏ thực phẩm còn thừa, khất sĩ Sát đế lợi được một lượng lớn thực phẩm và hỏi hai người kia có xin được gì không. Họ nổi quạu nói: "Nếu có dịp, chúng ta sẽ chặt hết đầu những thầy tu dòng Thích-ca, vứt ra đầy đường cho đến thối rữa."

Khất sĩ Sát đế lợi vì được nhiều thực phẩm nên phát sinh tịnh tín đối với tăng-già. Ông bảo:

– Khi giàu, tôi sẽ cúng Phật và tăng chúng của Ngài hàng ngày, thức ăn đủ trăm vị.

Họ vừa đi vừa nói chuyện và khi đến thành Xá-vệ, họ đánh một giấc ngủ dưới gốc cây. Một chiếc xe bò chạy lạc băng ngang cán đứt đầu hai người Bà-la-môn.

Cùng lúc có một thương gia ở Xá-vệ chết không có con thừa tự nên người trong thành nhóm họp chọn người nhiều công đức nhất làm người thừa kế của cải của thương gia ấy. Khi thấy người ăn xin dòng Sát-đế-lợi ngủ dưới gốc cây vẫn được bóng cây che trong khi các bóng cây khác đã dời chỗ, họ bèn tôn ông làm trưởng đoàn thương gia. Giữ lời hứa, ông đến cúng dường Phật và tăng chúng; cúng xong nghe pháp và thấy được chân lý. Trong kinh ấy nói:

Tâm dẫn đạo tất cả, tâm là gốc rễ.
Nếu tâm xấu thì làm hay nói gì
Cũng sẽ chuốc lấy khổ đau
Như bị xe nghiến nát đầu.
Nếu tâm trong sạch, thì làm hay nói gì
Cũng sẽ được hạnh phúc
Như người được bóng cây che chở.

Nói cách khác, những nghiệp quả cụ thể sẽ theo liền động lực tốt hay xấu của con người.

Lại nữa, không những bạn cần có động lực tốt từ khi khởi đầu việc thiện, mà cần phải có động lực tốt trong mọi thời.

Ngày nay, người ta thường hỏi thăm sức khỏe nhau, nhưng Atìsha lại hỏi:

– Bạn có tâm tốt không?

Tsongkapa nói:

Hắc hay bạch nghiệp
Là do động lực xấu hay tốt.
Nếu động lực là tốt
Thì đạo lộ và địa vị cũng cao.
Nếu động lực xấu
Thì theo đường thấp và bực thấp.
Mọi sự tùy thuộc động lực thúc đẩy việc làm.

Động lực là yếu tố quan trọng định đoạt nghiệp quả cũng như năng lực của nghiệp ấy. Giả sử bốn người cùng đọc một chuỗi thần chú Tara; một người có động lực là tâm bồ-đề, một người có động lực là từ bỏ, một người mong có tái sinh tốt đẹp, và người cuối cùng chỉ cầu cho đời này được sống lâu, khỏe mạnh... việc làm giống nhau nhưng quả báo sẽ khác nhau rất xa. Người đầu tiên tụng chú để cầu tâm bồ-đề, nên đấy là một cái nhân để giác ngộ, là hành động của người con Phật và là một pháp Đại thừa. Ba người kia thì không thế: Người thứ hai tụng để cầu từ bỏ, nên đấy là một cái nhân để giải thoát ra khỏi sinh tử, là pháp thuộc Phạm vi Trung bình. Sự tụng đọc của hai người còn lại không giúp họ giải thoát, mà đấy là nguồn gốc của khổ.

Sự tụng chú của người thứ ba không cầu được tri kiến hay giải thoát, nên họ chỉ khỏi tái sanh vào cõi thấp xấu. Đấy là pháp thuộc Phạm vi Nhỏ.

Sự tụng chú của người thứ tư chỉ liên hệ đến đời này, nên không phải là chính pháp.

Atìsha nói:

"Ai hỏi hậu quả sẽ là gì, nếu họ chỉ nghĩ đến đời này, câu trả lời là: họ sẽ có hậu quả thuộc đời này. Nếu hỏi cái gì sẽ xảy đến cho họ trong các đời sau, tôi nói họ sẽ ở địa ngục, hoặc ngạ quỷ, hoặc súc sinh."

Bởi thế, khi người xuất gia chúng ta tham dự những lễ lạc hay thực tập tranh luận, thì nên làm những việc ấy kèm với tâm bồ-đề; được vậy thì mỗi bước chân ta đi cũng là việc của người con Phật, mỗi bước đáng giá ngàn vàng. Nhưng nếu chúng ta cúng dường bất cứ gì chỉ để được thăng chức trong tu viện, thì sự cúng dường ấy chỉ xứng đáng theo cách mô tả của Atìsha như trên.

Động lực của người hành thiền cũng định đoạt việc thiền định ấy có ý nghĩa gì không. Atìsha bảo, sự thiền định thực sự quý báu là thiền định về bậc Đạo sư. Nếu bạn thiền chỉ vì muốn nhận tặng phẩm dâng cúng thì tất cả những thiền định của bạn đều là tội lỗi. Nếu bạn thiền định với dù chỉ một thoáng nghĩ tới việc chấm dứt biển khổ luân hồi, thì công đức bạn có được sẽ tràn khắp hư không.

Như vậy, nếu bạn không áp dụng việc khởi động lực cho đúng khi hành thiện dù trong việc nhỏ hay việc lớn, thì sự hành thiện ấy không đi đến đâu. Những việc ấy là học tập, quán tưởng, thiền định, tặng quà, bố thí, vân vân. Bởi thế bạn phải cẩn thận áp dụng sự khởi động lực đúng ngay từ đầu. Hơn nữa, vì đây là pháp Đại thừa, nên có thiện ý không thôi chưa đủ, bạn phải thực hành tất cả thiện sự kèm với một loại thiện tâm đặc biệt, đó là bồ-đề tâm.

Nếu bạn có bồ-đề tâm không gượng ép, nó sẽ tự phát không cần bạn phải làm những điều sau đây. Nếu bồ-đề tâm của bạn thuộc loại gượng gạo, thì bạn phải cố ý khơi nó dậy. Tâm bạn sẽ không thay đổi đường hướng nếu bạn chỉ đọc câu: "Vì lợi lạc tất cả hữu tình..." mà không làm một chuẩn bị gì thêm. Thay vì thế, bạn nên bắt đầu chẳng hạn: "Tôi đã có được thân người thuận lợi..." và chấm dứt như sau: "...Tôi sẽ đạt giác ngộ vì lợi lạc cho tất cả hữu tình. Bởi thế tôi sẽ thiền quán về bài giảng Những giai đoạn trên con đường đến Giác ngộ." Tôi đã đề cập điều này mấy hôm trước. Nói cách khác, bạn phải khởi sự quán từ đề mục thân người khó được cho đến đoạn nói về sự phát bồ-đề tâm. Khi ấy tâm thức bạn sẽ được chuyển hóa.

Những bậc thánh trong quá khứ đã cho chúng ta những lời dạy khác nhau, hoặc chi tiết hoặc vắn tắt, về cách làm thế nào để khởi động lực tu tập. Có vị cho rằng nếu chúng ta không thể chuyển hóa tâm thức bằng tiến trình tư duy thì chỉ cần đọc lên vài bài tụng để phát khởi động lực cũng đủ. Nhưng chính tâm thức khởi động lực chứ không phải lỗ miệng. Bởi thế ta phải chuyển hóa tâm thức bằng cách để tâm thấm nhuần ý nghĩa của bài bản đang được tụng.

Như vậy, chỉ trong tâm trạng đặc biệt thành khẩn ấy, bạn mới nên quy y. Nhưng hãy cẩn thận, trong bài giảng này tôi đang phối hợp ba bản Lamrim với nhau, và bạn không nên lẫn lộn, vì mỗi bản có nghi thức chuẩn bị riêng, phép quán tưởng quy y và ruộng phước cũng riêng. Bây giờ dường như người ta có lệ giảng những nghi chuẩn bị theo hệ phái phương Nam vì nó thuận tiện. Tuy nhiên trong việc đọc tụng hàng ngày, thì phải sử dụng bản *Con đường Nhanh*.

Trước khi quy y, bạn phải làm pháp quán quy y. *Con đường Nhanh* nói về sự quán tưởng này như sau. Hãy quán trước mặt bạn một bảo tòa khổng lồ có tám con sư tử lớn nâng đỡ. Nếu quán tòa ấy quá cao, thì tâm bạn sẽ bị trạo cử, quán nó quá thấp, thì bạn sẽ bị hôn trầm. Cách lý tưởng là quán tòa ấy ngang tầm với khoảng giữa hai lông mày. Trên pháp tòa khổng lồ ấy có năm tòa nhỏ: một tòa ở giữa, bốn tòa ở bốn bên đông tây nam bắc.

Tòa trung ương hơi cao hơn tòa bốn hướng. Hãy quán tưởng đấng Đạo sư chúng ta là đức Thích-ca Mâu-ni ngồi ở tòa giữa. Ngài tự nhiên là bậc thầy gốc (Bổn sư) giảng pháp cho bạn. Chi tiết của sự quán tưởng về Phật phải phù hợp với bản kinh bạn đang tụng. Bạn phải tưởng Ngài là bậc thầy tự nhiên của mình, vì nhờ thầy mà bạn phát triển được tất cả quả chứng, kết quả của sự tuân theo con đường. Bậc thầy của bạn mang hình dáng đức Thích-ca vì Thích-ca là vua của giáo lý, suối nguồn của Pháp. Bàn tay phải Ngài bắt ấn địa xúc có nghĩa là hàng phục Lục dục thiên, con quỷ dục vọng (thiên ma). Tay trái Ngài cầm bát khất thực đựng nhiều thứ nước cam lộ khác nhau: cam lộ chữa trị mọi bệnh tật để biểu trưng sự đánh bại con quỷ năm uẩn (ấm ma); cam lộ Bất tử, có nghĩa sự đánh bại thần chết (tử ma – Yama); cam lộ Trí căn bản vô nhiễm, có nghĩa là sự đánh bại con quỷ si ám (phiền não ma hay con ma vô minh). Bạn phải nghĩ điều này có nghĩa đức Phật đã dẹp cả bốn con quỷ đã từng ám Ngài, và giờ đây chúng ta cũng sẽ đánh bại được bốn con quỷ trong chính chúng ta.

Ở trái tim Phật là Kim Cương Trì, đây là thực thể Trí tuệ. Nơi trái tim của Kim Cương Trì có một chữ *hum* màu xanh, đây là thực thể Định. Bạn phải quán ba thực thể ấy, thực thể này nằm trong thực thể kia. Sự quán tưởng này liên hệ đến mật điển.

Bạn có thể tự hỏi: "Nhiều người đã dạy tôi pháp tu Lamrim. Vậy tôi nên quán vị nào ở hình ảnh trung ương?" Bạn hãy xem như bậc thầy chính của mình, vị nào giúp ích nhất cho dòng tâm thức bạn.

Đức Di-lặc ngồi trên tòa nhỏ hơn về phía tay mặt của Phật Thích-ca. Di-lặc được vây quanh bởi những tòa nhỏ hơn, trên đó ngồi những bậc thầy thuộc Hệ phái Rộng hay Những Hành vi quảng đại. Đức Văn-thù an tọa trên tòa bên trái của Phật. Ngài cũng được vây quanh bởi những tòa nhỏ hơn, trên đó ngồi những bậc thầy thuộc Hệ phái Tri kiến sâu xa. Kim Cương Trì (Vajradhara) an tọa trên tòa phía sau đức Phật; ngài được vây quanh bởi những bậc thầy thuộc Hệ phái Thực hành.

Trên tòa trước mặt đức Phật là chỗ ngồi của vị bổn sư bạn trong hình ảnh thông thường của vị ấy. Bạn không nên quán những khuyết tật của ông, ví dụ ông bị mù. Tay phải ông bắt ấn thuyết pháp, tay trái ông để trong tư thế nhập định. Trên lòng bàn tay trái ông có một bình đựng cam lộ bất tử dành cho buổi lễ quán đảnh cầu trường thọ. Hai ấn quyết này biểu trưng thầy chính là Phật, vì thầy có thể dạy pháp trong khi nhập thiền định về Tánh không. Dáng điệu giảng pháp cũng khuyến khích cho môn đệ học tập; dáng điệu ngồi thiền khuyến khích môn đệ áp dụng những gì đã học vào thực hành. Đức Tsongkapa vĩ đại có nói:

Hai việc chính ngăn cản người may mắn
Không thực hành con đường giải thoát
Là si mê đánh bại tâm trí,
Và thần chết đánh gục thân xác.

Những chướng ngại cho sự tu tập pháp là si mê vì nó chinh phục tâm trí, và thần chết vì nó chinh phục thân xác. Để đối lại chúng, bậc thầy của bạn làm dáng điệu giảng pháp để ám chỉ sự đánh bại si mê. Bình cho thọ mạng và nước cam lộ bất tử ám chỉ sự đánh bại thần chết. Còn nhiều điểm sâu xa khác tôi có thể đề cập là bốn loại thần thông mà bạn có thể thành tựu được nhờ tuân phục bậc thầy, đó là an lạc, tăng trưởng, ảnh hưởng và phẫn nộ.

Bậc thầy được vây quanh bằng những thầy mà bạn đã theo học, khởi từ người thầy dạy cho bạn đánh vần. Nếu ai hỏi chúng ta số lượng những bậc thầy của mình, ta không thể biết được và phải đếm bằng chuỗi tràng. Nhưng ta lại có thể trả lời nhanh chóng nếu ai hỏi trong túi ta có bao nhiêu tiền. Điều ấy chứng tỏ chúng ta không xem trọng bậc thầy như là gốc rễ của con đường tu tập.

Trong sự quán tưởng này, những thầy nào còn sống thì ngồi trên những tấm tọa cụ; những thầy đã chết ngồi trên tòa sen và dĩa mặt trăng (nguyệt luân).

Chúng ta sẽ dùng từ "Năm bộ loại bậc thầy" vì những bậc thầy trong phép quán này ngồi theo năm nhóm. Những hình ảnh khác của ruộng công đức (phước điền) – từ thần hộ mạng cho đến thần hộ pháp – vây quanh những vị thầy này. Những thần này đứng hoặc ngồi trên những tòa lớn nhất nâng đỡ những tòa nhỏ. Theo truyền thống khẩu quyết của tôn sư tôi, thì những vị trời thiền được xếp ngồi xung quanh năm bộ loại thầy. Đây là theo thực hành của bậc thầy giáo đạo Tsecholing Rinpoche. Những chư thiên ở vòng trong cùng là chư thiên thuộc Mật điển Du-già Tối cao. Những vị này được vây quanh bởi những vị thần thuộc Mật điển Du-già (Yoga tantra). Kế tiếp là những vị thần thuộc Mật điển Hành động và cuối cùng là Mật điển Quán tưởng (Krìya). Thế là có bốn vòng tròn chư thiên đồng một tâm điểm. Chuzang Lama Geshe Gyatso đặt bốn loại chư thiên ở bốn hướng: chư thiên thuộc Mật điển Du-già tối cao ở trước, thuộc Mật điển Du-già ở bên phải của đức Phật trung ương, vân vân. Theo cách xếp đặt này, trong những bức họa của Chuzang về phép quán ruộng phước, người ta chỉ thấy được chư thiên thuộc mật điển tối cao.

Trong bất cứ trường hợp nào, những vị trời thiền cũng đều được vây quanh bởi những đức Phật trong ứng hóa thân tối thượng. Nổi bật nhất trong nhóm này là một ngàn Phật thuộc kiếp may mắn hiện tại (hiền kiếp), tám đức Như Lai, ba mươi lăm vị Phật trong Hồng danh Bửu sám, vân vân. Ý nghĩa phép hành trì này là như sau. Có vô số Phật nhưng chúng ta có liên hệ mạnh nhất với chư Phật trong Hiền kiếp này. Chúng ta được biết rằng trong thời đại giáo hóa của Phật Thích-ca Mâu-ni, thì sự cầu nguyện với bảy vị Phật sẽ rất linh ứng. Ba mươi lăm vị Phật trong Hồng danh Bửu sám có năng lực lớn làm sạch tội lỗi phá giới (xem Ngày thứ sáu).

Chư Phật lại được vây quanh bằng những vị Bồ-tát, như tám vị pháp tử kề cận nhất của đức Thích-ca

Mâu-ni: Văn-thù, Kim Cương thủ, vân vân. Họ có hình những vị thần nam tánh.

Chư Bồ-tát được vây quanh bởi những vị Độc giác như 12 vị Duyên giác. Độc giác được vây quanh bằng Thanh văn – mười sáu trưởng lão A-la-hán, vân vân. Tất cả những vị này mang hình dạng thầy tu, hiển bày những đức tính của tịnh giới như cầm bình bát, tích trượng và kinh chép trên lá bối. Thanh văn khác với Độc giác ở chỗ nhục kế của họ ít nhô cao. Kỳ thực, nhóm này hiện tướng như những tướng hảo của chư Phật.

Những vị Thanh văn được vây quanh bởi những nam thần (dakas) và nữ thần (dakinìs) như Khandakapàla và Prachandàli. Họ có hình dạng giống như mô tả trong mật điển Heruka. Những nam thần nữ thần được vây quanh bằng những Hộ pháp siêu thế, cốt tử là những chúa tể của pháp thuộc ba phạm vi như đức Mahàkala sáu tay, Vaishravana và Kamayama.

Có hai truyền thống khẩu quyết liên hệ bốn đại vương ở bốn hướng. Một truyền thống đặt họ trên tòa chính; truyền thống kia cho họ đứng trên những gối mây dưới tòa chính. Lý do như sau: Truyền thống thứ nhất xem họ như những hình tượng phi phàm; truyền thống thứ hai chỉ xem họ như người thế tục. Thật sai lầm khi để vào trong đồ hình quán tưởng này những ma vương, hình ảnh của thế tục. Khi Lama Tsechogling Rinpoche, thầy giáo đạo cho một Dalai Lama, trông thấy một mandala phước điền có ma vương trong số chư thần hộ pháp, ông đưa tay trỏ hình ấy và bảo:

– Chẳng thà họa một viên bảo châu như ý thay vào!

Khi quy y pháp, hãy quán tưởng những quyển kinh bằng lá bối ở trước mỗi hình tượng này. Kinh sách tự bản chất đã là châu báu của pháp "được chứng", dưới hình thức những quyển kinh là pháp "được truyền". Những quyển kinh được bọc lụa và có đóng dấu màu sặc sỡ. Hãy quán tưởng nội dung kinh sách ấy đang truyền dạy cho mình chân lý.

Có nhiều bản khác nhau về cách quán quy y. Một truyền thống trình bày tất cả Ba ngôi báu thể nhập trong một hình duy nhất là bậc Đạo sư; những truyền thống khác trình bày nhiều hình đứng trên những bục khác nhau theo hàng ngang. Những mô tả trên đây đã có đủ tất cả mọi biểu tượng cần thiết liên hệ đến Ba ngôi báu. Nhưng điều cần chú ý là, phép quán tưởng này không phải theo không gian hai chiều như nhìn một bức họa. Những hình ảnh trong đó cũng không phải chắc nịch như tượng nắn bằng đất sét: đó là những hình hài như ráng cầu vồng mà bản chất là ánh sáng trong suốt rực rỡ. Họ đứng đấy, toàn thân tỏa ra ánh sáng.

Theo tác phẩm *Truyền thừa Luật Tạng* mô tả ba hình ảnh của thân giác ngộ "giống như ngọn lửa có dạng hình người. Giống như những cái lưỡi sáng rực rỡ. Giống như ngọn đèn sáng đặt trong một bình vàng ròng"... Những hình người ấy đang thảo luận pháp với nhau. Quả thế, có rất nhiều hoạt động đang diễn ra: vài vị đang đến trong khi những vị khác bỏ đi, như cảnh tượng viên chức triều đình tấp nập vào ra cổng hoàng cung. Những hình ảnh ấy – từ đức Thích-ca Mâu-ni cho đến những đại vương – đang biến ra những hóa thân bằng ánh sáng để cứu độ chúng sinh, trong khi có những hóa thân khác đang thể nhập trở lại bản thân. Mỗi lỗ chân lông của những hình ấy cũng là một cõi Phật, vân vân. Sự quán tưởng nên thực hành càng chi tiết càng hay.

Bạn cũng nên tưởng tượng rằng những hình ảnh trong ruộng phước này rất hài lòng với mình. Như Drubkang Geleg Gyatso nói, thường ta không làm những việc chư Phật Bồ-tát dạy nên làm, và chỉ làm những điều các ngài bảo nên tránh. Bởi thế các ngài không có dịp nào để hài lòng vì chúng ta. Nhưng hiện tại, bạn đang làm vài điều có thể khiến chư phật hoan hỉ. Cũng như khi đứa con hư đốn tình cờ làm được một việc tốt thì bà mẹ vui mừng hơn bất cứ gì. Chúng ta cũng thế, vẫn thường xuyên làm quấy. Nhưng bây giờ chúng ta lại đang cố quán tưởng về Lamrim; điều ấy làm cho đấng Giác ngộ và chư Bồ-tát hoan hỉ hơn bất cứ gì.

Ngang đây, bạn sẽ tập hợp tất cả những lý do vì sao mình quy y. Bạn làm việc này theo bài tụng sau đây của Jampael Lhuendrub trong tác phẩm *Trang hoàng cổ họng những người may mắn:*

"Từ vô thỉ kiếp, con và tất cả hữu tình đã làm mẹ con, bị rơi vào các nẻo luân hồi và phải trải qua không biết bao nhiêu thống khổ trong sinh tử nói chung và trong ba đọa xứ nói riêng. Thực khó nói cho cùng tầm mức sâu rộng của nỗi thống khổ ấy. Nhưng con nay đã được thân người khó được. Giáo pháp tôn quý của Phật rất khó gặp, mà nay con đã gặp được. Nếu con không đạt thành Phật quả – giải thoát trọn vẹn khỏi khổ luân hồi – thì con lại phải chịu đựng dài dài những thống khổ trong sinh tử, nhất là trong ba đọa xứ. Năng lực che chở con khỏi đọa hoàn toàn nằm trong tay bậc thầy và Ba ngôi báu. Bởi thế, vì lợi lạc cho tất cả hữu tình đã làm mẹ con trong nhiều đời kiếp, con nguyện phải đạt thành quả Phật. Bởi thế con xin quay về nương tựa bậc Thầy và Ba ngôi báu."

Bạn có tập hợp tất cả những nguyên nhân khiến bạn quy y thì bạn mới quy y một cách chân chính. Những nguyên nhân ấy là sự sợ hãi và lòng tin: sợ những nỗi khổ tổng quát và đặc biệt của sinh tử và tin tưởng Tam Bảo có năng lực che chở mình. Và muốn có sự quy y đặc biệt của Đại thừa, bạn cần một nguyên nhân nữa là lòng thương xót những chúng sinh đang quần quại trong biển khổ. Tôi sẽ đề cập đề tài này – nguyên nhân quy y – với nhiều chi tiết trong phần chính của bài giảng.

Bạn quán tưởng mình được vây quanh bởi tất cả chúng sinh trong đó có cha mẹ mình. Họ cùng ngồi với nhau và đang chịu đựng những nỗi khổ đủ kiểu của sinh tử luân hồi, như rơi vào địa ngục ngạ quỷ súc sinh. Tuy vậy hãy quán tưởng tất cả họ dưới hình dạng những con người có thể hiểu ngôn ngữ của bạn. Bạn hướng dẫn cho họ đọc lời quy y tam bảo và quán tưởng tất cả hữu tình ấy đang cùng bạn quy y.

Khi đọc Bốn quy y trong những buổi lễ công cộng, bạn phải đọc theo thứ tự, nghĩa là: "Con xin quay về nương tựa bậc Thầy. Con xin quay về nương tựa Phật. Con xin quay về nương tựa Pháp. Con xin quay về nương tựa Tăng", vân vân. Nhưng khi quy y trong thời thiền định, bạn phải lặp lại nhiều lần công thức bốn quy y ấy.

Vậy, khi lặp lại nhiều lần "Con xin quy y bậc thầy," thì bạn tập trung chú ý vào năm bộ loại bậc thầy và làm phép quy y trong khi nhận cam lồ tịnh hóa từ chư vị. Chẳng hạn khi đọc một chuỗi quy y bậc thầy. Trong năm mươi lần tụng đọc đầu tiên, bạn phải quán tưởng nước cam lồ ấy rửa sạch những phi pháp nơi mình, trong nửa chuỗi còn lại bạn quán sự gia tăng những thiện pháp. Trong nửa phần tụng đầu, bạn quán tưởng năm thứ cam lộ với ánh sáng năm màu sắc (trắng đỏ xanh vàng lục) từ nơi những bậc thầy bay xuống. Cam lộ màu trắng chiếm ưu thế, thâm nhập vào tim bạn và tim tất cả hữu tình. Nước cam lộ ấy tẩy sạch tất cả nghiệp chướng mà bạn và chúng sinh đã tích lũy từ thời gian vô thỉ, nhất là những hành vi hại thầy, không vâng lời chỉ giáo, làm thầy không an tâm, phỉ báng thầy, không tin tưởng thầy...

tóm lại là tất cả những tội lỗi bạn đã tích lũy liên hệ đến thầy. Tất cả những thứ ấy tuôn ra từ thân thể bạn dưới dạng một luồng khói đen như than, và bạn cảm thấy như mình vừa được tịnh hóa.

Phần thứ hai của sự tụng đọc như sau. Những vật thuộc về pháp bảo đáng được tăng trưởng chính là những đức tính của thân khẩu ý bậc thầy, nhưng có hình dạng năm loại cam lộ và ánh sáng đủ màu. Lần này cam lộ màu vàng chiếm ưu thế, tuôn xuống từ những bậc thầy. Bạn quán tưởng chính mình và hữu tình cùng được tăng thọ, tăng công đức và những đức tính của nền giáo lý đã được truyền trao và đã được thực chứng. Đặc biệt là bạn và những hữu tình ấy đều nhận được sự ban phước của thân khẩu ý những bậc thầy.

Bạn làm giống như lúc đọc "Con xin quay về nương tựa Phật". Theo mật điển thì "Phật" có nghĩa là những vị thần bảo hộ thuộc bốn loại mật điển (Tư duy, Hành động, Du-già và Tối thượng Du-già), chư Phật thuộc kinh tạng là những hình thức ứng hóa thân tối thượng. Những thứ nước cam lộ để tịnh hóa tuôn xuống từ cả hai hạng Phật (kinh tạng và mật tạng).

Loại tội lỗi người ta tích lũy liên hệ đến chư Phật là: ác tâm làm chảy máu thân Phật, phê bình phẩm chất của hình tượng Phật, cầm cố hình tượng xem như hàng hóa mua bán, phá hủy những biểu tượng của ý giác ngộ (tức là chùa tháp), vân vân.

Một điển hình của loại tội thứ nhất (làm chảy máu thân Phật) là Devadatta em họ của Phật, có thói ganh tị với Ngài đã xô một tảng đá khổng lồ đổ xuống nơi Phật (xem Ngày thứ mười hai), làm chân Phật chảy máu. Chúng ta không phạm tội ấy, nhưng phạm những tội kể sau đó.

Phê bình phẩm chất tượng Phật là xem xét hình tượng Phật để tìm lỗi trong công trình tạc tượng. Có lần một tu sĩ Du-già trình tôn giả Atìsha xem một tượng đức Văn-thù và hỏi ngài pho tượng có đáng giá để mua với một đồng vàng chăng. Atìsha trả lời:

– Tượng đức Văn-thù quý vô giá, nhưng nghệ sĩ này quá tồi.

Nói cách khác, chỉ nên nói về phẩm chất của nghệ nhân nặn tượng chứ không nên chỉ ra những lỗi trên chính bức tượng. Cầm cố các hình tượng và kinh doanh về tượng tranh là một cảnh rất phổ thông. Bạn nên tránh làm điều ấy bằng mọi giá.

Trong nửa phần thứ hai của bài tụng, cái phần làm tăng đức tính mình, hãy tưởng tượng Mười lực, Bốn vô úy, Mười tám bất cộng (của Phật) dưới dạng cam lồ đang trút xuống. Còn lại cũng như trước. Rồi đọc: "Con xin quay về nương tựa pháp" và quán tưởng cam lồ tịnh hóa trút xuống từ những quyển kinh. Cam lồ ấy chính là pháp mà Phật đã chứng.

Những tội lỗi ta tích lũy liên hệ đến pháp là: từ bỏ chánh pháp vi diệu, bán kinh điển, không kính kinh điển, hưởng lợi do sự bán kinh sách, vân vân. Chúng ta dễ phạm những tội ấy, và chúng có những hậu quả rất nghiêm trọng.

Từ bỏ chánh pháp là như phỉ báng Đại thừa, khen Tiểu thừa; phỉ báng Tiểu thừa, khen Đại thừa; đem kinh điển chọi với mật điển; đề cao một trong bốn trường phái Phật giáo Tây Tạng mà chê bai ba phái kia (Sakya, Gelug, Kagyu, Nyingma), vân vân. Nói cách khác, ta từ bỏ pháp bất cứ khi nào ta ưa thích giáo lý của trường phái mình theo, chê bai những phái khác. Chúng ta cũng từ bỏ pháp khi ta dẫm chân lên kinh sách, vứt bỏ kinh sách, vân vân. Lại có người còn ngồi lên trên kinh điển. Họ tha hồ mà tích lũy nghiệp ác khi làm như thế. Từ bỏ pháp là một ác hành rất nặng, như được nói trong kinh Tam muội vương. Nhưng tôi đã đề cập điều này khá chi tiết (xem Ngày thứ ba).

Một ác hành khác cũng cực kỳ nghiêm trọng là *bán kinh điển* và kinh doanh về kinh điển như những món hàng thông thường.

Không tôn trọng kinh điển là những hành vi như: để kinh trên nền nhà không có gì lót bọc, xỉa răng rồi dùng tét răng để dán những mẩu giấy màu vào các trang kinh[1], liếm ngón tay để lật những tờ kinh, hay để đồ vật trên kinh. Những việc như thế cũng là

1. Một cách làm dấu của người Tây Tạng khi đọc sách

những ác hành rất nghiêm trọng. Khi trông thấy viên thư ký – một người tu mật tông – dùng ngón tay thấm nước bọt để dán một mảnh giấy màu trên trang kinh, Atìsha không thể nào chịu nổi cảnh tượng ấy. Ngài quay sang vị ấy bảo:“Thật sai lầm biết bao!”

Và việc ấy đã kích động tín tâm ông ta đối với Atìsha đến nỗi ông xin thụ giáo với ngài. Những người thường cầm sách như chúng ta phải hết sức thận trọng, vì chúng ta luôn luôn dễ phạm vào những ác hành ấy.

Bán kinh để lấy tiền mua vật dụng hàng ngày là đã “hưởng lợi do việc bán kinh,” cũng có quả báo nặng nề. Dentoen Kyergangpa là một hành giả uyên thâm về mật điển Thánh Quán Tự Tại. Cư sĩ thí chủ của ngài một hôm thiếu tiền đã đem bán một bộ kinh *Bát-nhã Bách thiên tụng*, rồi thỉnh ngài cùng ba vị tăng khác về nhà dùng tiền bán kinh để mua thực phẩm cúng dường với hi vọng sẽ hết tội lỗi. Đêm ấy Kyergangpa ốm nặng, và khi nhập định ngài thấy một chữ A màu trắng di chuyển rất nhanh trong cơ thể làm ngài đau đớn dữ dội. Ngài khấn vái những vị thần bảo hộ, và đức Quán Tự Tại hiện ra bảo:

– Ông và mấy người khác đã hưởng lợi do bán một bộ kinh. Tội này nặng lắm. Nhờ ông ít nghiệp chướng nên chỉ bị quả báo ngay trong đời hiện tại. Những kẻ khác phải đọa địa ngục mà thôi. Bây giờ ông nên thiết lễ cúng và chép kinh *Bát-nhã Bách thiên tụng* bằng mực vàng để sám hối tội lỗi.

Kyergangpa làm theo lời dạy, và hết đau.

Khi đến phần quán tưởng tăng thịnh, bạn tưởng tượng rằng pháp diệt đế, đạo đế... đang trút xuống dưới dạng cam lồ.

Kế tiếp, bạn lặp lại nhiều lần câu: "Con xin quay về nương tựa Tăng bảo."

Theo kinh điển, Tăng bảo gồm những vị Thanh văn, Duyên giác và Bồ-tát. Theo mật giáo thì Tăng bảo gồm những nam thần (dàkas), nữ thần (dàkinìs) và những vị hộ pháp. Cam lồ tịnh hóa tuôn xuống từ các hình ảnh này.

Những tội chướng mà bạn tích lũy liên hệ đến Tăng bảo là: phá sự hòa hợp của tăng chúng, ăn trộm phẩm vật cúng cho tăng, chỉ trích tăng, và phá hoại sự phát tâm cúng bánh lễ cho những vị hộ pháp. Bạn có thể cố sám hối những tội lỗi nghiệp chướng đã phạm liên hệ đến Tăng bảo, nhưng sẽ không tránh khỏi hậu quả khi nghiệp chín mùi. Hãy nhớ câu chuyện về bậc thầy Supushpachandra.[1]

---

1. Mặc dù đã biết trước sẽ mất mạng, Bồ tát Supushpachandra vẫn đi đến nước của vua Viradatta để gieo rắc pháp Phật. Sau khi dẫn dắt nhiều người đến an vui, ngài đã bị ông vua giết chết trong một cơn ghen tức. Về sau vua rất hối hận về hành vi của mình và đem di hài vị Bồ tát thờ trong một ngôi tháp. Nhưng đã quá muộn, không gì có thể làm cho vị ấy sống lại được.

Những tội phạm đối với Tăng bảo còn nghiêm trọng hơn cả tội phạm với Pháp bảo hay Phật bảo, vì liên hệ nhiều người. Chúng ta phải hết sức cẩn thận, vì chúng ta tự do xen lẫn trong tăng chúng nên rất dễ phạm vào loại tội này.

Nói một cách chặt chẽ thì người ta chỉ có thể gây tội "phá hòa hiệp tăng" vào thời Phật tại thế mà thôi, cho nên tội này không thể xảy ra trong hiện tại. Tuy nhiên, những va chạm xảy ra trong đoàn thể khiến tăng chúng bị phân hóa thành nhiều phe nhóm, cũng được xem như phá tăng.

Thánh tăng là những vị đã trực ngộ chân không, có thể là tại gia cư sĩ hay nam nữ tu sĩ. Bốn chúng phàm phu (chưa trực ngộ chân không) được xem là tăng-già nếu sự giữ giới bổn Biệt giải thoát (Pratimoksha) nơi họ được trong sạch. Nhưng dù thành phần của đoàn thể là phàm hay thánh, đoàn thể ấy có thể bị chia thành hai nhóm do bất đồng quan điểm – mỗi nhóm ít nhất bốn người – vì có người chủ xướng gây ra sự chia rẽ. Mọi người liên can trong việc chia rẽ này đều cùng dắt tay nhau xuống các đọa xứ, chứ không riêng gì người gây tội.

Xưa Saelshe, một tiến sĩ phái Kadampa, đã gây sự bất hòa trong tăng chúng. Sau khi ông chết, Geshe Dromtoenpa là thầy ông bảo giá mà Saelshe chết trước đấy ba năm, thì ông ta đã chết như một người duy trì Ba tạng. Drom nói: "Chính tu viện Toepur của ông ta đã tàn hại ông." Và theo lời những bậc thầy Lamrim, thì Saelshe vẫn còn ở trong địa ngục. Nơi chốn xảy ra sự phá tăng được xem như đã bị thiêu cháy vì tội lỗi ấy: không ai trong tương lai có thể tu chứng tại đấy dù có nhập thất tu đến mười hai năm.

Thù hận hay tham ái có thể chia rẽ tăng chúng thành phe nhóm trong đó người trong mỗi bên suy nghĩ theo chiều hướng "chúng ta" và "chúng nó" và mong cho phe mình đông hơn. Theo tôi thì đấy là nguyên nhân chính gây chia rẽ. Nếu những thành phần tăng chúng không hòa hợp thì bản thân họ không thể tăng tiến trong việc đọc tụng kinh sách, học tập, tư duy; nói gì đến chuyện giúp cho người khác thành tựu những định chứng để từ bỏ si mê. Sự tệ hại nhất mà việc phá tăng có thể gây ra là làm cho đạo pháp suy tàn. Một bản kinh nói: "Tăng chúng hòa hợp thì an vui hạnh phúc và thoải mái trong đời sống khổ hạnh."

Vậy việc chính yếu mà những thành phần trong tăng chúng phải làm là sống hòa hợp.

"*Ăn trộm phẩm vật cúng cho tăng*" là tư hữu hóa tài sản của tăng, không trả cho tăng những thứ thuế đã nhân danh tăng chúng mà thâu, một thành viên trong tăng-già sử dụng một vật dành cho tập thể dùng, vân vân. Những vị quản lý các tu viện dễ phạm vào điều này nhất. Có những vị có bổn phận đại diện cho tăng để tiếp xúc với thí chủ thường quan tâm đến thí chủ nên có thể bảo thí chủ:

– Chúng tôi không cần nhiều như thế này.

Nói như thế là một hành vi cướp phẩm vật cúng cho tăng. Dù chỉ lấy bớt của tăng chúng một lát bơ cũng là ăn trộm từ miệng tăng và là cái nhân để đọa vào địa ngục Vô gián. Những hình thức khác của sự biển thủ của tăng chúng thì có hậu quả là tái sanh vào các địa ngục phụ thuộc.

Có câu chuyện về thánh tăng Sangharakshita chứng minh điều này. Khi viếng thăm các xứ rồng trở về, ngài trông thấy một số chúng sinh trong một địa ngục trên bờ biển. Những chúng sinh này có nhiều hình thù khác nhau: giống những dây thừng, giống những bình đất, giống cái chổi, cái chày, cái cột nhà, bức tường, ống nước... Tất cả đều đang rên siết, phát ra những âm thanh xé lòng. Tôn giả về bạch Phật và hỏi:

– Những chúng sinh ấy đã làm gì mà chịu những quả báo như vậy?

Đức Phật dạy:

– Chúng sinh hình giống sợi thừng và chổi là những người vào thời Phật Ca-diếp, đã giữ lại cho mình xài những sợi thừng và chổi mà người ta cúng cho tăng. Chúng sinh giống cái bình đất xưa kia là một cư sĩ ngoại hộ cho tăng, khi đang sắc thuốc bị một vị tăng nói lời châm chọc; ông nổi nóng đập bể cái siêu sắc thuốc. Đây là quả báo của hành động ấy. Chúng sinh giống cái chày xưa kia là một tỷ-kheo đã sai một chú tiểu đang cầm cối chày, giã cho mình một ít ngũ cốc. Chú tiểu chưa kịp làm thầy tỷ-kheo nổi sân bảo:

– Nếu ta nắm được cái chày của ngươi, ta sẽ giã ngươi ra, không thèm giã ngũ cốc gì nữa hết.

Vì lời ác khẩu ấy, vị tỷ-kheo đã sanh vào địa ngục mang hình thù như cái chày.

Những chúng sinh giống bức tường và cột nhà xưa kia đã khạc nhổ trong chùa, hỉ mũi vào tay rồi quẹt lên tường vách, cột trụ của chùa. Chúng sinh giống hình cái ống nước có eo lưng rất nhỏ. Đấy là hậu quả của nghiệp lúc làm tỷ-kheo đã bỏ đói chư tăng bằng cách để đến mùa đông mới chia thực phẩm thí chủ đã cúng tăng trong mùa hạ.

Như vậy, nếu lấy của chúng tăng dù chỉ một que củi mà không xin phép, bạn cũng sẽ tái sanh vào một địa ngục cách tử.

"*Chỉ trích chúng tăng*" là dùng lời lẽ gay gắt để thóa mạ những thành phần trong tăng chúng, như nhiếc mắng, vân vân, hoặc trước mặt hoặc sau lưng. Bà-la-môn Mànavagaura vì thóa mạ chư tăng của Phật Ca-diếp nên bị tái sanh làm một loài thủy quái ở biển. Câu chuyện như sau.

"Ở xứ Ấn ngày xưa có năm trăm kẻ chài thường quăng lưới để bắt cá, rùa, vân vân, trong sông Dandaka (một phụ lưu phía bắc sông Hằng), gặp một thủy quái thân hình khổng lồ, phải nhờ những người chăn bò, cắt cỏ, thợ gặt và người đi đường phụ lực kéo con quái vật lên bờ. Nó có mười tám đầu, ba mươi hai mắt. Hàng trăm ngàn người tụ lại xem, có cả lục sư ngoại đạo và những người theo các giáo phái đương thời. Đức Phật đấng thấy biết tất cả, cũng đi đến nơi ấy để tuyên thuyết về luật nhân quả.

Thấy thế có kẻ nhạo báng: 'Kia là thánh giả Cồ-đàm, tự cho mình vượt trên tất cả thế gian tầm thường mà cũng đến chốn này!' Những người tin Phật thì nói: 'Đức Thế Tôn muốn nhân cơ hội để giảng dạy Diệu pháp.' Rồi họ dựng một pháp tòa thỉnh Phật an tọa, với đồ chúng vây quanh. Nhờ thần lực Phật, quái vật nhớ lại đời trước của mình và hiểu được tiếng người. Phật hỏi:

– Ngươi là Mànavagaura, phải không?

Nó đáp: – Vâng, con là Gaura.

– Có phải ngươi đang chịu quả báo đã chín của một ác nghiệp về thân, lời hay ý?

– Thưa vâng.

– Ai đã dẫn ngươi đi sai đường?

– Mẹ con.

– Bây giờ mẹ ngươi tái sanh ở đâu?

– Trong địa ngục.

– Còn ngươi đã tái sanh vào đâu?

– Làm súc sinh.

– Sau khi chết, ngươi sẽ tái sanh vào đâu?

– Vào địa ngục.

Nói xong thủy quái khởi sự gào khóc. Đồ chúng của Phật rất ngạc nhiên. Do chúng tăng cầu thỉnh, đức Ananda hỏi Phật quái vật ấy là ai mà lại hiểu được tiếng người và nhớ đời trước của nó. Khi ấy Phật bèn kể câu chuyện sau: ‘Ngày xưa vào thời Phật Ca-diếp, trong triều đại vua Kirkin, có vài người Bà-la-môn từ xứ khác đến thách mọi người tranh luận. Gaurashanti đã luận bại tất cả những người khác nên được vua ban tước vô địch trong vùng. Mànavagaura (Bà-la-môn tóc hung) con trai ông cũng trở thành một học giả nổi tiếng có tài biện bác như ông. Khi ông chết, người mẹ lo sợ con mình không đoạt được giải vô địch cùng với những quyền lợi như người cha đã được. Bà hỏi người con:

– Con có thể đánh bại tất cả mọi người trong cuộc tranh biện không?

Người con nói:

– Con có thể đánh bại tất cả, ngoại trừ những vị thánh tăng của Phật Ca-diếp.

– Con phải đánh bại luôn cả những người ấy.

Vì kính mẹ, anh đi đến tranh luận với các đệ tử Phật. Khi một tỷ-kheo hỏi nghĩa một bài kệ, anh không trả lời được. Anh phát sinh tịnh tín đối với Tăng bảo và trở về nhà. Bà mẹ hỏi:

– Con có đánh bại được những tỷ-kheo không?

Anh trả lời:

– Mẹ ơi, nếu ở đấy có người làm chứng thì coi như con đã bị thua rồi.

– Này con, thế thì con hãy học kinh Phật.

– Nhưng kinh điển Phật người thế tục không được đọc.

– Thế thì con hãy xin xuất gia làm tỷ-kheo, rồi sau khi học thành tài, hãy xả giới hoàn tục.

Bà mẹ năn nỉ khiến y phải xuất gia thụ giới, và trở thành một tỷ-kheo tinh thông ba tạng. Mẹ y lại hỏi:

– Con có đánh bại được những người thánh thiện ấy không?

– Thưa mẹ, con chỉ được truyền giáo lý; còn những vị ấy không những có giáo lý mà còn có thực chứng nữa. Con không thể đánh bại họ.

– Này con, vậy thì bất cứ tranh luận đề tài gì, con phải nhục mạ họ. Những người ấy rất sợ phạm giới nên dù con có nói gì họ cũng sẽ không trả đũa.

Mọi người đứng xem sẽ tưởng là con đã thắng cuộc tranh luận.

Gaura làm như mẹ dặn. Khi tranh luận với các tỷ-kheo anh ta nổi cáu bảo:

– Ê cái đầu bò! Làm sao ngươi biết được cái gì là pháp cái gì phi pháp.

Anh còn gọi họ là "đầu ngựa", "đầu lạc đà", "đầu lừa", "đầu bò tót", "đầu khỉ", "đầu sư tử", "đầu cọp" vân vân, mười tám kiểu nhục mạ khác nhau. Do ác hành ấy, kết quả anh tái sanh làm một loài thủy quái có mười tám đầu."

Đức Phật đã công bố như vậy.

Chê bai những tu sĩ bình thường cũng không nên. Chẳng hạn người ta thường nói: "Những ông thầy tu sa đọa ấy," nhưng như tôi đã nói, không có gì khác nhau giữa một chúng gồm bốn phàm tăng và một thánh chúng. Nói những điều này với đức Di-lặc hay với đức Văn-thù thì cũng không khác gì nhau.

Chúng ta thường đối xử với những thành phần tăng chúng của mình quá cộc lốc. Chúng ta nói: "Con quay về nương tựa Tăng bảo," nhưng chúng ta lại làm khác. Tôn sư tôi thường dạy, khi những tỷ-kheo ngồi với nhau trong chùa, tất cả họ cần phải xem nhau là nơi nương tựa, là ngôi Tăng mà mình đã quy y. Nhưng trong thực tế họ không làm vậy, trái lại họ xoi mói lỗi của nhau; và trong bụng họ nghĩ rằng, "Cái ông kia, thầy tu già ngồi ở hàng giữa kia, thật là chúa keo kiệt. Ông nọ, người ngồi sau lưng ông kia, là một người thực hắc ám, nóng tính kinh khủng," vân vân. Họ luôn nghĩ đến thói xấu này thói xấu nọ của từng người trong tăng chúng.

Bạn có thể nghĩ rằng không ai hơn mình, nhưng công thức quy y "Con xin quay về nương tựa Tăng" là áp dụng cho tất cả thập phương tăng chúng. Có lẽ bạn phải đặt công thức quy y riêng cho mình, như: "Con xin quay về nương tựa tăng, trừ ông này, ông kia..." Lama Koenchog Yaenlag nói:

Mỗi khi gặp bạn lành thánh chúng,
Hãy nhớ họ là thiện tri thức trên đường.

Bởi thế, mỗi khi gặp thành phần phàm tăng hay thánh tăng, bạn đều phải xem họ như chỗ quy y, như những người giúp bạn từ bỏ một nơi nguy hiểm.

Trong nửa phần thứ hai của sự quán tưởng, bạn lại tưởng tượng những đức tính về pháp của bạn tăng thạnh. Tưởng nước cam lồ đang trút xuống; cam lộ ấy là sáu hạnh Ba-la-mật của Bồ-tát; mười hai đức thanh tịnh của Thanh văn và Duyên giác; ba môn học tăng thượng; trí căn bản thấy được Tánh không mà những nam thần (dàkas) và nữ thần (dakinìs) nắm giữ; bốn loại thiện hành mà những vị Hộ pháp thực hiện, vân vân. Tất cả những thứ ấy có hình dạng của cam lồ pháp thủy.

Khi tụng công thức quy y nhiều lần, bạn quán tưởng cam lồ tịnh hóa đang tuôn xuống theo ba đường: lời dẫn nhập, đoạn dài, và đoạn cuối.

Phần dẫn nhập bạn đọc nhiều lần câu “Con xin quay về nương tựa bậc thầy” và quán dòng cam lộ trút xuống từ cả năm nhóm thầy đồng loạt. Trong đoạn dài, cam lồ lần lượt trút xuống từ mỗi nhóm trong năm nhóm Đạo sư. Rồi trong phần cuối cùng, cam lồ lại trút xuống từ tất cả những bậc thầy. Giả sử bạn lần chuỗi để đọc quy y, và mỗi bước một chuỗi, thì tiến trình quy y sẽ cần bảy chuỗi mới xong.

Bạn làm y hệt với ba phần quy y kia của công thức quy y. Chư Phật gồm năm nhóm: chư thần thuộc bốn loại mật điển, và chư Phật trong kinh điển. Năm nhóm pháp là pháp của Thanh văn, pháp của Độc giác, pháp Đại thừa thuộc kinh điển thông thường, ba loại mật điển Kriyà (thiên về Quán), Charyà (thiên về Hành), Yoga (Du-già), mật điển Tối thượng Du-già. Năm nhóm Tăng là Bồ-tát, Thanh văn, Độc giác; nam thần nữ thần, và hộ pháp.

Cũng có tục lệ tụng câu “Con xin quy y Đạo sư, quy y chư thiền thiên, và quy y Tam Bảo” kèm theo sự quán tưởng những cam lộ tịnh hóa đang trút xuống. Tuy nhiên, những kinh sách chỉ dẫn thường không nói rõ ràng về đề tài này.

Chúng ta được biết phép quán cam lộ tịnh hóa là một truyền thống mật điển, còn sự phóng quang để tịnh hóa là kinh điển. Nước cam lồ tịnh hóa có thể tuôn xuống theo ba cách: hoặc từ trong một ống đầy ánh sáng, hoặc tuôn xuống trên mặt những hình trụ bằng ánh sáng, hoặc trong một cơn mưa tầm tã.

Kế tiếp, bạn đọc câu sau đây (trích từ tác phẩm *Trang hoàng yết hầu những người may mắn* của Jampael Lhuendrub):

Cho đến khi giác ngộ, con nguyện quy y
Phật, Pháp và tăng chúng tối thượng.
Do công đức con có được
Nhờ bố thí, vân vân,
Xin hồi hướng thành Phật để lợi lạc hữu tình.

Trong phần đầu, bạn hãy quy y, rồi sau đó phát tâm bồ-đề với lời nguyện "Do công đức con có được nhờ bố thí, vân vân..." Hãy nghĩ trong lòng bạn, "Do công đức căn bản mà con có được nhờ thực hành bố thí, giữ giới, nhẫn nhục, vân vân, con xin đạt thành Phật quả vì lợi lạc cho tất cả hữu tình." Tôi không bàn chi tiết đề tài này ở đây, để về sau sẽ nói làm thế nào để đưa vấn đề này vào trong tim bạn (xem Ngày thứ mười hai). Quy y là giống như trở thành thần dân của một ông vua; phát tâm bồ-đề là giống như trả thuế cho vua.

Đến đây, bạn phải quán tưởng kết quả của sự phát tâm bồ-đề, và xem sự quán tưởng ấy như một phần của đạo lộ. Bạn làm như sau. Từ đấng Đạo sư Thích-ca Mâu-ni nổi lên một hóa thân thứ hai của Ngài tan biến vào trong người bạn. Bạn đã trở thành Thích-ca Mâu-ni, nghĩa là thành một vị Phật. Từ thân bạn có vô số Thích-ca Mâu-ni hóa ra và tan vào tất cả hữu tình bấy giờ cũng thành Phật cả, trong tự tánh của họ. Bạn hãy vui mừng mà nghĩ, "Khi phát tâm bồ-đề, tôi nghĩ mình sẽ dẫn dắt tất cả hữu tình đến quả vị Phật, nay tôi đã đạt mục đích rồi."

Sự quán tưởng này giả bày những hậu quả của sự phát bồ-đề tâm: giả làm như bạn đã thành công mỹ mãn trong các mật điển (tantras) và đồ hình (mandalas). Thực hành phép quán này có những lợi lạc tương ứng, nó cũng chứa đựng những điểm then chốt được tìm thấy trong những giáo lý như *Trút bỏ nội dung sinh tử*, hay *Tịnh hóa sáu loài hữu tình* và *Chỗ ở của chúng*.

Kế tiếp, bạn thiền quán về bốn vô lượng tâm. Hãy nghĩ như sau: "Nhưng tôi không thực sự đưa tất cả hữu tình đến một trạng thái như vậy được, tôi chỉ có thể làm việc ấy trong quán tưởng. Vậy là lỗi tại đâu? Tại vì tôi yêu những người thân ghét người thù và dửng dưng với những người xa lạ." Rồi hãy nghĩ đến những lời của Jampael Lhuendrub trong cuốn *Trang hoàng yết hầu những người may mắn* trong khi bạn tụng đọc:

"Thật tốt đẹp xiết bao, nếu tất cả hữu tình trú tâm xả, không có thân sơ, thương ghét. Mong sao họ đạt đến trạng thái ấy! Tôi sẽ đưa họ đến trạng thái ấy. Xin các đấng Đạo sư và chư thần ban phúc cho con có được khả năng làm việc này."

"Thật tốt đẹp xiết bao, nếu tất cả hữu tình có được hạnh phúc và cái nhân của hạnh phúc. Mong sao họ có được! Tôi sẽ làm cho họ có được. Xin các đấng Đạo sư và chư thần ban phúc cho con có được khả năng làm việc này."

"Thật tốt đẹp xiết bao, nếu tất cả hữu tình thoát khỏi đau khổ và cái nhân của đau khổ. Mong sao họ thoát được! Tôi sẽ làm cho họ thoát được. Xin các đấng Đạo sư và chư thần ban phúc cho con có được khả năng làm việc này."

"Thật tốt đẹp xiết bao, nếu tất cả hữu tình không bao giờ rời khỏi phúc lạc được tái sinh thù thắng, được giải thoát. Mong sao họ được như thế! Tôi sẽ làm cho họ được như thế. Xin các đấng Đạo sư và chư thần ban phúc cho con có được khả năng làm việc này."

Với những lời ấy bạn mở đầu tiến trình đưa vào tâm mình bốn phạm trú hay bốn vô lượng tâm là từ bi hỉ xả.

Không phải bạn chỉ phát bốn tâm vô lượng như trên, mà lời tụng ấy còn chứa đựng thêm bốn vô lượng khác trong mỗi vô lượng. Khi bạn nghĩ: "Thật tốt đẹp xiết bao, nếu..." đây là khát vọng vô lượng. Ý nghĩ "Mong sao họ có được!" là sự mong ước vô lượng. Nghĩ rằng "Tôi sẽ làm cho họ có được..." là vị tha vô lượng. Cuối cùng, ý nghĩ "Xin các đấng Đạo sư và chư thần ban phúc cho con có được khả năng làm việc này" là sự nguyện vô lượng. Đây là truyền thống giải thích khẩu quyết.

Đúng hơn, câu "... tất cả hữu tình, vốn từng làm mẹ tôi..." chỉ áp dụng cho sự phát tâm bồ-đề. Như thế, cách lập ngôn này không được dùng trong bài tụng trên vì lý do rằng giáo lý về bốn tâm vô lượng này không cốt để dùng cho sự khải phát bồ-đề tâm; thay vì thế, nó cốt làm tăng trưởng khả năng phát bồ-đề tâm của ta.

Hãy nói thêm vài điểm về sự phát triển tâm xả. Bạn có thể tăng trưởng tâm bồ-đề của mình nếu nghĩ: "Tôi sẽ thành Phật quả để đưa tất cả hữu tình như những trẻ con ưa tranh cãi, đến trạng thái xả bỏ thân thù." Hoặc bạn nghĩ: "Tôi sẽ thành Phật để đưa tất cả hữu tình đến hạnh phúc – khởi đầu là hạnh phúc do dập tắt lửa địa ngục, và cuối cùng là phúc lạc của sự toàn giác." Hay bạn cũng có thể nghĩ như sau: "Tôi sẽ thành Phật để giải thoát chúng ra khỏi khổ – từ nỗi khổ địa ngục đến những chướng ngại vi tế ngăn che tuệ giác bồ-đề." Mỗi cách trong ba cách trên để phát triển tâm xả đều chứa đựng toàn thể đạo lộ gồm ba phạm vi.

Bạn có thể tự hỏi: "Tại sao phải phát tâm bồ-đề khi ta luyện tâm trong Phạm vi Nhỏ của đạo lộ?"

Nhưng dù muốn tu theo Phạm vi Nhỏ và Trung bình, bạn vẫn nên tập phát tâm bồ-đề theo cách trên, mặc dù tâm này có thể chưa rõ rệt lắm. Bạn phải tán thán việc ấy ngay từ đầu. Cũng như khi lên đỉnh đèo, trước hết bạn phải có cái tư tưởng muốn lên đấy. Hoặc, khi họa hình một vị thần, trước hết phải phác họa một cái khung để định kích thước hình vẽ, vân vân.

Có hai loại tiến trình nhanh. Loại thứ nhất là đạt giác ngộ trong một đời bằng cách tiến nhanh với cỗ xe Ba-la-mật (Pàramitàyàna, Ba-la-mật thừa). Loại thứ hai còn nhanh hơn, đó là giác ngộ trong một đời ngắn ngủi nhờ phương tiện "tối thượng Du-già" trong bốn mật điển.

Còn một cách giải thích khác nữa về hai loại tiến trình nhanh. Loại một là đạt giác ngộ ngay trong một đời ngắn ngủi vào thời đại suy đồi này, nhờ phương tiện mật điển tối thượng Du-già. Đây là đặc điểm của cả bốn trường phái mật tông Tây Tạng – Sakya, Gelug, Nyingma và Kagyu. Loại hai còn nhanh hơn, nhờ Mật điển Tối thượng Du-già theo khẩu quyết bí truyền của phái Gelug. Nếu thực hành phối hợp những mật chú của Guhyasamàja, Heruka và Yamàntaka, bạn có thể đạt giác ngộ chỉ trong vòng mười hai năm. Bất cứ gì trục trặc xảy ra đều do người thực hành. Những hệ phái bí mật này bắt nguồn từ đức Tsongkapa vĩ đại, trong đó có những hành giả tu khổ hạnh như Milarepa, Gyalwa Goetsang... chỉ cần ba năm để đạt giác ngộ. Lối giải thích này là khẩu truyền từ vị Tể tướng Tagpupa, ngài lập luận rằng nhiều bậc thầy phái Gelug trong quá khứ như Ensapa và môn đệ, dường như đã thành Phật ngay trong một đời mà không cần phải có những nỗ lực can trường như thế. Họ chỉ có theo truyền thống Con đường Nhanh để quy y và phát tâm bồ-đề.

Hệ phái *Lời đức Văn-thù* ở các tỉnh Trung ương cũng dùng pháp quán ruộng phước tương tự để làm chỗ quy y, như truyền thống tôi vừa mô tả. Hệ phái phương Nam thì không thế: truyền thống này quán phước điền theo cách khác hẳn, để làm chỗ quy y. Đấy là một truyền thống khẩu quyết bí mật.

Cách quán theo Hệ phái phương Nam như sau. Bạn quán trước mặt có nhiều hoa sen tuôn lên từ dưới đất, mọc giữa những đám mây và cầu vồng rất đẹp, ta chỉ thấy được những chóp hoa sen. Đóa hoa ở giữa lớn nhất, trên đó đức Thích-ca Mâu-ni đang an tọa. Bên phải ngài là đức Di-lặc, bên trái ngài là đức Văn-thù, mỗi vị ngồi trên hoa sen riêng. Vai của hai ngài ngang với vai Phật. Sau lưng đức Di-lặc và Văn-thù an tọa những bậc Đạo sư hoặc thuộc hệ phái Hành vi Quảng đại hoặc thuộc hệ phái Tri kiến Sâu xa. Những bậc Đạo sư này ngồi thành hai hàng, vị này sau lưng vị kia, vị đầu tiên ngồi sau lưng đức Di-lặc hoặc đức Văn-thù. Hai hàng Đạo sư uốn lại thành hình xoắn ốc vây quanh đức Thích-ca Mâu-ni. Hai Đạo sư cuối cùng của hai hệ phái ngồi cạnh nhau. Bạn phải quán mỗi Đạo sư ngồi trên một tòa sen. Trước mặt đức Thích-ca Mâu-ni, nhưng hơi thấp hơn một chút, an tọa các bậc thầy của bạn – những bậc thầy mà bạn đã thụ giáo. Bạn không cần phải quán Hệ phái Những Hành vi Phụng hiến (Consecrated Practices).

Chư Phật an tọa trên hư không, chỗ cao nhất, hai bên (thấp hơn) an tọa các bậc thầy của bạn sắp thành hình cái quạt xòe, giữa những áng mây và cầu vồng. Dưới chư Phật an tọa những Bồ-tát, Thanh văn, Độc giác, dưới những vị này là các thần Hộ pháp. Dưới các vị thầy của chính bạn có ba hoa sen nhiều màu. Trên cái hoa ở giữa, có thần Mahakala (Đại Hắc) sáu tay đứng trên một vầng nhật luân (dĩa mặt trời), hiện hình Kurukellejnana, chúa tể của pháp thuộc Phạm vi Lớn. Bên phải ông là Vaishravana đứng trên một hoa sen và nguyệt luân, là Chúa tể của pháp thuộc Phạm vi Trung bình. Bên trái của Mahakala là Kamayama, chúa tể pháp thuộc Phạm vi Nhỏ đứng trên một nhật luân và hoa sen.

Lý do xem những vị ấy là chúa tể pháp thuộc ba Phạm vi là thế này. Hình dạng Kurukellejnana của đức Mahakala kỳ thực là Quán tự tại, hiện thân tâm đại bi của chư Phật khởi lên dưới hình thức một vị thần hộ pháp. Có nghĩa rằng ta sẽ phát triển nhanh chóng tâm từ và tâm bi trong Phạm vi Lớn nếu nương tựa vào vị thần này. Phạm vi Trung bình cốt yếu phải thực hành ba môn học tăng thượng, nhất là tăng thượng Giới. Đại vương Vaishravana đã hứa trước Phật sẽ bảo hộ Luật tạng và người trì Giới. Nếu nương tựa vị thần hộ pháp này, ta sẽ phát triển ba vô lậu học trong dòng tâm thức. Ông vua pháp Yama (Diêm vương) biểu trưng tính vô thường của mọi tái sanh; ông phân loại các hạng người theo luật nhân quả và theo tội phước người ta đã làm. Nếu nương tựa vị thần hộ pháp này, ta sẽ dễ dàng phát triển thực chứng vào Phạm vi Nhỏ – nghĩa là thực chứng về vô thường, nhân quả, vân vân.

Đấy là cách liên hệ với những vị thần hộ pháp dẫn dắt bạn qua đạo lộ. Có vô lượng điều bí mật sâu xa về cái cách những bậc thầy, chư thiền thiên, vân vân, thúc giục bạn trên đường, đưa bạn đi nhanh đến giác ngộ. Đức Văn-thù giảng dạy những điều này cho Tsongkapa, nhưng ở đây chưa phải lúc để bàn đến.

Những thần hộ pháp khác đứng hai bên ba vị chúa tể của ba Phạm vi này. Tòa sen của ba ngài cao thấp khác nhau, tòa của Mahàkala cao nhất.

Phương pháp để vào trong tim bạn sự quy y và những sự khác cũng như trên. Hệ phái đặc biệt này có thêm một đoạn cầu khẩn như sau: "Hỡi bậc thầy và ba ngôi Báu, con xin quay về nương tựa và đảnh lễ các ngài. Xin ban phước cho dòng tâm thức con." Đoạn này căn cứ trên chỉ giáo khẩu truyền của Sakya Rinpoche vĩ đại.

Ngày thứ năm

Pabongka Dorje Chang đề cập vắn tắt cách làm thế nào để khởi lên những động lực tốt. Ngài trích dẫn lời Long Thọ (Nàgàrjuna):

Thật ngu ngốc nếu vứt đồ hôi thối
Vào một bình chứa bằng vàng ngọc
Nhưng còn ngu hơn nữa là phạm tội
Sau khi đã được sinh làm người.

Bạn chỉ nên lắng nghe giáo lý này sau khi đã khởi động lực thích đáng theo đúng cách. Pháp mà bạn sắp được nghe là pháp sẽ đưa những người may mắn đến ngang hàng với chư Phật.

Khi ấy Rinpoche nhắc lại những tiêu đề ngài đã giảng. Tiêu đề chính thứ tư của Lamrim là: "Trình tự theo đó những Đệ tử phải được giảng dạy *Những chỉ dẫn thực thụ.*" Tiêu đề này có hai tiêu đề phụ: một là cách phụng sự bậc thầy. Trong pháp hành trì đặc biệt này có sáu nghi lễ chuẩn bị cần theo. Tôi đã giảng sáu nghi lễ chuẩn bị theo một bài giảng ngắn gọn, nghĩa là Con đường Nhanh. Hôm qua tôi đã nói đến ba nghi lễ đầu tiên. Nghi lễ thứ tư như sau.

IVA1.1.4 Cầu ruộng phước

Như đức Tsongkapa vĩ đại có nói, khi tâm ta rất chậm lụt, nghĩa là học mà không nhớ, suy tư mà không hiểu ý nghĩa, thiền quán mà không phát sinh được gì trong dòng tâm thức – thì chúng ta nên nương tựa vào năng lực của ruộng phước.

Chúng ta bị đè nén bởi một lớp nghiệp chướng sâu dày; ta lâm vào tình trạng tuyệt vọng vì không nhớ được những danh từ đã học, quán sát mà không hiểu sâu ý nghĩa, thiền định mà không thực chứng được điều gì trong tâm thức. Nhưng nếu ta khẩn cầu phước điền đặc biệt này, tích lũy công đức, và thanh lọc nghiệp chướng, thì chúng ta sẽ đạt kết quả. Đức Tsongkapa vĩ đại hỏi đức Văn-thù nên theo phương pháp nào để mau phát sinh thực chứng trong dòng tâm thức. Văn-thù nói phải tập trung vào sự phối hợp ba điều: cầu xin bậc thầy của mình; xem thầy không khác chư thiền thiên trong khi cố gắng tích lũy công đức; và tiếp tục chính yếu là đưa vào nội tâm những đề mục thiền mà mình hành trì.

Vậy sự xây dựng kho công đức và thanh lọc chướng ngại sẽ làm thuần thục dòng tâm thức bạn. Bạn sẽ không phát sinh thực chứng nếu cố đưa vào nội tâm những đề tài thiền quán Lamrim mà không cầu khẩn sự ban phước của Phước điền; dù bạn có kiên trì bao nhiêu, bạn cũng chậm tiến một cách thảm hại. Nhưng nếu làm thuần dòng tâm thức, bạn sẽ phát sinh thực chứng rất nhanh, không khó nhọc, và những lỗi lầm của bạn sẽ chín rất nhanh[1] như là bạn nặn cho mủ chảy ra hết. Những thiện đức của bạn cũng chín rất nhanh và sẵn sàng cho bạn hưởng, như trái chín trên cây đến thời rụng. Đức Tsongkapa vĩ đại đã nêu gương cho chúng ta với sự tích lũy công đức và tịnh hóa bản thân tại Oelga Choelung bằng cách lễ bái, dâng cúng mandala vũ trụ, vân vân. Sau đó ngài có một linh kiến về đức Long Thọ và bốn đệ tử của vị này. Một trong những đệ tử ấy – Buddhapàlita – ban phước cho Tsongkapa bằng cách đặt trên đầu ngài một quyển luận sớ bằng Phạn ngữ của Buddhapàlita nhan đề "Sự tầm cầu Phật quả". Ngày hôm ấy Tsongkapa muốn đọc luận sớ này, và khi đọc đến chương mười tám, ngài triển khai thực chứng về tri kiến vô cấu mà phái Pràsangikas đã nói. Ngài đã đọc luận này nhiều lần trước đấy nhưng rõ ràng là

1. Nghĩa là, thọ quả báo ngay hiện tại – *DG chú*.

lần này dòng tâm thức của ngài mới thuần thục để thực chứng.

Có nhiều chuyện xảy ra như thế trong đời các bậc thánh quá khứ. Je Kaelzang Taenzin là một trong những bậc thầy đã thừa kế pháp này. Một ngày kia khi sắp đến làng Hrungpa ở Dagpo để đọc kinh tại một nhà gia chủ, Ngài xin Kaelzang Kaedrub một quyển kinh để đem đi, và được trao tuyển tập của phái Kadampa trong đó có bài ca Kim cương dựa trên pháp luyện tâm. Vừa khi đọc bài ấy, ngài chân thật phát tâm bồ-đề trong dòng thức. Hôm sau, lúc khẩn cầu ruộng phước ở nghi lễ chuẩn bị, đọc đến đoạn gọi tên những tác giả của Lamrim mở đầu bằng: "Hỡi những bậc hiền thánh, những người luôn thương yêu săn sóc tất cả hữu tình...", ngài bỗng nghe một cảm giác nóng bỏng nơi trán.

Như vậy, khi dòng tâm thức chúng ta đủ thuần thục, ta có thể đột nhiên triển khai thực chứng do một hoàn cảnh tầm thường nhất. Như Dolpa Rinpoche nói:

– Nếu bạn can đảm xây dựng những kho công đức, thanh lọc bản thân cho hết những nghiệp chướng, và khẩn cầu những bậc thầy và chư vị thần linh, thì bạn sẽ phát khởi được những thực chứng tưởng chừng như không bao giờ phát khởi được dù có nỗ lực một trăm năm. Như thế đấy là các pháp hữu vi: chúng không phải luôn luôn cố định.

Và những bậc thánh trong quá khứ đã cho lời chỉ giáo khẩu truyền này trong truyền thống: "Bạn giống như một hạt giống không có chất ẩm khi chưa xây dựng kho công đức." Vậy tích lũy công đức, thanh lọc bản thân, và cầu khẩn phước điền là những việc cốt yếu. Những người trong các tu viện lớn không chỉ có tranh biện suốt buổi: họ còn tụng kinh rất nhiều trong những cuộc hội họp, thực tập tranh luận, vân vân. Người ta phải xem trọng những việc này, vì chúng cốt để tích lũy công đức và thanh lọc nghiệp chướng.

Bạn cầu khẩn ai để tích lũy công đức và thanh lọc bản thân? Bạn cầu khẩn phước điền. Phép thiền quán về ruộng phước bởi thế là chính yếu, nên nó có riêng một tiêu đề. Danh từ "phước điền" có nghĩa pháp quán này là một thửa ruộng phì nhiêu để xây dựng kho công đức của bạn. Người ta đánh giá cao một thửa ruộng thông thường vì nó cho mùa gặt tốt; còn ruộng phước đem lại năng lực lớn lao cho việc tích lũy công đức, thanh lọc bản thân, và cho sự khẩn cầu của bạn. Bởi thế bạn phải xem trọng phần quán phước điền này. Một thửa ruộng thông thường chỉ sản xuất một ít giạ lúa. Ruộng công đức sẽ sản xuất vô số năng lượng từ những hạt giống nhỏ li ti. Ruộng đất chỉ có thể trồng trọt vào một vài thời tiết trong năm; còn ruộng công đức (phước điền) thì luôn luôn sẵn sàng để được trồng trọt bằng những hạt giống sức khỏe và hỉ lạc. Thật đáng tiếc xiết bao nếu bạn để cho ruộng này khô cằn vì không gieo hạt giống công đức nào trong đó. Như đức Tsongkapa vĩ đại có nói:

– Có kinh dạy rằng: "Ruộng thánh linh này – nguồn suối của tất cả sức khỏe và hạnh phúc – luôn

luôn sẵn sàng để gieo trồng những hạt giống sức khỏe và hạnh phúc vào mọi thời tiết và mọi mùa. Bởi thế bạn hãy cuốc lật thửa ruộng này bằng cái cày đức tin.

Thật đáng tiếc xiết bao nếu người ta bỏ trống thửa ruộng này, không làm gì với nó.

Và: "Chúng ta không xem trọng ruộng công đức, thửa ruộng tối thượng, như chúng ta xem trọng những thửa ruộng thông thường. Chúng ta không hành xử đúng cách."

Khi nghe khẩn cầu ruộng phước là chuyện quan yếu đến thế, bạn có thể tự hỏi, "Muốn làm việc này, tôi phải khởi sự làm sao?" Bởi thế tôi sẽ giải thích tiến trình này theo tác phẩm *Con đường Nhanh*, vì mỗi bản văn Lamrim nói một cách khác nhau về nghi thức chuẩn bị.

Ở điểm này các bạn có thể tự hỏi, "Trước khi quán ruộng phước, tôi phải giải tán pháp quán quy y. Làm sao để giải tán, khi những sách chỉ dẫn không nói rõ?" Có ba chỉ giáo khác nhau về giải tán pháp quán quy y, nhưng những chỉ dẫn này không được bàn một cách minh bạch để cho bạn một vài lối thoát. Những chỉ dẫn này là: Pháp quán quy y trở thành ánh sáng vàng nghệ tan vào khoảng trống giữa hai lông mày bạn; hoặc tưởng tượng pháp quán quy y trở thành một sự trống rỗng không có trung tâm; hoặc toàn thể hình tượng quán quy y đều thăng hư không, và sau khi quán ruộng phước ở dưới đó, bạn hòa nhập pháp quán quy y vào ruộng phước khi đã đến lúc cho những thực thể trí giác đi vào ruộng. Những chỉ dẫn này được để mơ hồ như thế để bạn phải thụ giáo bằng khẩu truyền.

Bước đầu để quán ruộng phước là tịnh hóa mặt đất. Bạn đọc lời sau đây (trích từ quyển *Trang hoàng yết hầu những người may mắn*):

Xin cho mặt đất khắp nơi
Không còn sỏi đá gai góc
Bằng phẳng như lòng bàn tay,
Bản chất của ngọc lưu ly
Nhưng vẫn rất là mềm dịu.

Bạn đừng tưởng những gì sau đây chỉ diễn tiến trong phạm vi căn phòng chật hẹp của mình. Hãy quán mặt đất rộng bao la, như thể bạn đang đứng giữa một bình nguyên bát ngát. Mặt bằng ấy phẳng lì, hoặc làm bằng vàng ròng nạm những hoa văn bằng ngọc lưu ly, hoặc lưu ly nạm vàng. Mặt bằng này rất mềm mại khi chạm tới, và trở lại hình dáng cũ khi hết chạm.

Mặt bằng ấy sờ đến là đầy phúc lạc. Rải rác đó đây những cây báu, nhiều giống chim thần đang đậu trên cây hót lên diệu pháp. Có nhiều ao hồ với đáy trải cát bằng vàng ròng. Toàn thể bình nguyên này được vây quanh bằng những núi ngọc ngà châu báu. Hãy quán theo *Kinh nói về sự trải bày ruộng thanh tịnh.* Mặt bình nguyên này thật toàn hảo về môi trường, không bị hỏng vì những vết nứt rạn hay hầm hố.

Khi ấy bạn phải dâng đồ cúng. Trong thực tế bạn chỉ có thể cúng bảy chén nước và thắp một cây hương, nhưng nếu trong thiền định bạn quán tưởng toàn thể đất trời đầy những phẩm vật cúng dường – như của Bồ-tát Phổ Hiền – bạn sẽ được công đức tương xứng với sự dâng cúng ấy. Như kinh *Hoa Nghiêm* nói: "Phần lớn vật cúng dường là những tàn lọng..." Nghĩa là những thứ bạn cúng dường là tàn, lọng, tràng phan bảo cái vân vân. Bạn cũng nên cúng thêm hoa, hương, đèn, trầm, thực phẩm, vân vân. Chẳng hạn, thực phẩm thì phải được quán là có nhiều hào quang vây quanh. Nên đọc thần chú biến hóa từ ít ra nhiều (Biến thủy biến thực chân ngôn), hoặc chú cúng dường (Phổ cúng dường chân ngôn):

"Om nama bhagavate, vajra sara pramardane tathagàtaya, arhate samyaksam buddhaya, tadyathà, om vajre vajre, mahà vajre, mahà tejra vajre, mahà vidya vajre, mahà bodhicitta vajre, mahà bodhi mandopa samkramana vajre, sarva karma àvarana vishodhana vajre svàhà."

Người ta nói tụng thần chú này sẽ có một lượng khổng lồ phẩm vật mưa xuống trên chư Phật Bồ-tát dù bạn chỉ có rất ít phẩm vật để cúng...

Rồi bạn hô triệu năng lực của chân lý (trích từ quyển *Trang hoàng yết hầu...* của Jampael Lhuendrub):

"Do sự thật về Ba Ngôi báu, do năng lực ban phúc của chư Phật Bồ-tát, cùng với năng lực thành tựu hai thứ tích lũy của các ngài, do năng lực thanh tịnh bất khả tư nghì của pháp giới, nguyện cho tất cả vạn pháp trở thành chân như."

Khi bạn đọc "... nguyện cho tất cả vạn pháp trở thành chân như," sự quán tưởng của bạn trở về chân như – dù bạn quán tưởng bất cứ gì.

Bây giờ đến phần bàn về tiến trình thực sự quán ruộng phước. Theo bản kinh *Con đường Nhanh*, có hai cách quán ruộng phước. Một cách theo những bài giảng ngắn gọn; cách kia theo bản văn Cúng dường Đạo sư – một chỉ giáo kỳ diệu rút từ tác phẩm *Những quyển sách thần diệu của phái Gelugpas*. Pháp hành trì này là pháp thiền Du-già (yoga) của Gyelwa Ensapa và Choekyi Dorje, một hành giả vĩ đại khác. Họ đạt đến sự hợp nhất với chân lý chỉ trong một đời bằng cách nương vào pháp quán dâng hiến, tuệ giác và thiền định, thực thể này lồng vào bên trong thực thể kia.

Ở điểm này, hãy tụng (rút từ *Trang hoàng yết hầu...*):

Trong không gian, đại lộ mà chư thần sử dụng,
Chỗ hợp nhất của phúc lạc và Chân không,
Giữa những đồ cúng của đức Phổ Hiền
Nhiều như mây trùng trùng điệp điệp,
Có cây ước trang hoàng bằng lá, hoa và trái.

Trên ngọn cây có bảo tòa rực rỡ năm màu;
Trên bảo tòa một đóa sen to lớn
Với những vầng nhật, nguyệt luân.
Trên đó an tọa vị thầy gốc của tôi,
Người đối với tôi đã ba lần tử tế.
Người tự bản chất chính là chư Phật,
Mang hình hài một khất sĩ áo vàng
Với gương mặt nở nụ cười tỏa rạng.
Bàn tay phải thầy bắt ấn thuyết pháp;
Tay trái bắt ấn nhập định
Trong khi cầm bát đựng đầy cam lồ.
Thầy mặc ba pháp y vàng chói,
Đầu đội mão học giả hiền trí màu vàng.
Đức Thích-ca và Kim Cương Trì ngự trong tim
Với hai tay cầm chuông và Kim cương chùy,
Người cùng ngồi với Dhatvoshvarì;
Thưởng thức đại lạc và chân không,
Mang trang sức quý giá, thiên y lụa là.

Ở điểm này, tâm thức bạn nắm được trí tuệ cốt tủy về sự bất khả phân giữa Đại lạc và Tánh không; trí tuệ này mang hình dạng của hư không, "đại lộ mà chư thần sử dụng." Trong khoảng không ấy, bạn làm pháp quán ruộng phước. Sở dĩ làm bước đầu tiên này là để thấy được vạn pháp như một hợp nhất giữa đại lạc và chân không. Ở đây tôi có thể bàn nhiều điều thâm thúy về ý nghĩa phúc lạc, chân không và evam (như thị) liên hệ lẫn nhau mật thiết như thế nào, và với sự thấu hiểu ấy, bạn xuất hiện như một vị trời. Nhưng vì trong thính chúng ở đây có nhiều người chưa được khai thị vào mật pháp Tối thượng Du-già, cho nên thật chưa phải lúc để bàn những chuyện ấy, và tôi chỉ có thể nói chừng ấy thôi. Dù sao các bạn cũng phải quán những đồ cúng của đức Phổ Hiền trên những lớp mây trời như sóng cuộn.

Ở giữa mặt đất báu ấy có một cái hồ sữa trong đó có một cây ước đứng, làm bằng bảy thứ quý: rễ vàng, thân bạc, cành lưu ly, lá thủy tinh, hoa hổ phách, cánh hoa bằng ngọc bích, và trái Kim cương. Tất cả mọi thành phần của cây ấy, ví dụ rễ cây, đều có số lượng bằng số bảy nhân lên nhiều lần. Cây ấy đồng lúc làm thỏa mãn tất cả ước muốn của bạn, đúng như bạn mong. Tiếng xào xạc của lá cây cũng nói lên bốn pháp ấn là vô thường, vô ngã, khổ và Niết-bàn. Ở giữa thân cây trên một đóa hoa khổng lồ, có một bảo tòa được nâng bởi tám con sư tử. Biểu tượng sư tử này vốn là hóa thân của các đại Bồ-tát đỡ pháp tòa để tỏ dấu tôn kính pháp. Và cũng như sư tử là chúa tể loài thú, Phật là chúa tể của tất cả trời thần và ngoại đạo ở thế gian. Tám sư tử cũng tượng trưng tám chánh đạo, và chúng họp thành bốn đôi để ám chỉ Bốn Vô úy.

Phía trên bảo tòa này có mười một tòa sen. Tòa càng cao thì khoảng cách càng lớn giữa hai tầng tòa.

Tòa trên chót đỉnh có bốn cánh. Một nhật luân làm bằng thủy tinh quý giá an vị trên gương sen. Một nguyệt luân làm bằng thủy tinh an vị trong nhật luân. Hai dĩa tròn này giống như hai mặt da trống.

Hoa sen biểu trưng sự từ bỏ vì nó mọc trong bùn nhưng không nhuốm mùi bùn. Sự từ bỏ cũng thế, không nhiễm những lỗi lầm của sinh tử. Mặt trời làm chín cái chưa chín, nên nhật luân biểu tượng cho hậu quả chín mùi mà bồ-đề tâm tuyệt đối (nghĩa là trí tuệ thấy được Tánh không, xem Ngày thứ hai mươi hai) phát sinh trong dòng tâm thức. Ánh sáng trắng của mặt trăng làm dịu cơn nóng bức; vừng nguyệt luân tượng trưng cho bồ-đề tâm tương đối (nghĩa là tâm mong cầu giác ngộ) – bản chất trắng bạch, làm tiêu tan cảm giác hận thù. Những tòa sen được làm bằng ba thành phần ấy để biểu trưng những hình đứng trên ấy đều là những bậc Thầy của ba căn bản đạo lộ. Hoa sen cũng tượng trưng cho Phạm vi Nhỏ và Trung bình, Nhật luân, Nguyệt luân tượng trưng cho Phạm vi Lớn.

Kế tiếp bạn phải quán nhân vật chính ở trên tòa sen này. Ai là nhân vật chính trong Ruộng phước của pháp Cúng dường Đạo sư? Người thì nói đó là Tsongkapa, người thì cho là bổn sư của hành giả, người lại gọi vị ấy là "vị Thầy trong pháp Cúng dường Đạo sư." Nhưng ngài được gọi là "Lama Lozang Tubwang Dorje Chang." Ngài có danh hiệu "Lama" (thầy) vì là bổn sư của bạn; danh hiệu "Lozang" vì là Tsongkapa (pháp danh của ngài là Lozang Dragpa);

"Tubwang" vì là đấng Đạo sư Thích-ca Mâu-ni của chúng ta; và "Dorje Chang" vì là Phật Kim Cương Trì (Vajradhara). Bởi thế ngài là cả bốn, nhưng bốn cương vị này không rời nhau. Đây là nhân vật chính trong pháp quán ruộng phước. Điều này có nghĩa là bốn dòng tâm thức khác nhau phối hợp hay không? Thực sự không phải vậy, vì làm sao ta có thể nhập bốn dòng làm một! Cả bốn vốn dĩ là một ngay từ đầu. Chúng ta có thể nghĩ đấy là những dòng tâm khác nhau, nhưng có những chứng cứ trong kinh luận chứng minh cả bốn chỉ là một.

Bốn vị là một thực thể duy nhất. Nhưng với chúng ta, Kim Cương Trì màu xanh, cầm Kim cương chùy và chuông, mặc y phục của báo thân Phật; Thích-ca Mâu-ni có đầu cạo, đi chân không, mặc y phục của Ứng thân Phật. Thế nên chúng ta không bao giờ liên kết hai ngài với nhau. Điều ấy không đúng. Đức Phật hiển bày ứng thân tối thượng (thắng ứng thân) của Ngài mỗi khi thuyết tạng Luật hay tạng Kinh. Khi dạy tạng Mật, thì Ngài hiển bày thân Kim Cương Trì. Lại nữa, khi dạy mật điển Guhyasamàja, Ngài xuất hiện dưới dạng Kim Cương Trì có ba đầu sáu tay. Khi giảng dạy mật điển Heruka Ngài hóa hiện thành thần Heruka có bốn mặt mười hai tay. Vân vân. Ngài hóa hiện vô số thân hình phù hợp với kinh điển hay mật điển Ngài đang dạy, nhưng Ngài vẫn là Thích-ca Mâu-ni. Như vậy Thích-ca và Kim Cương Trì tuy hai mà một, đấy không phải là hai dòng tâm khác nhau. Khi Thích-ca Mâu-ni không còn một đệ tử nào trực tiếp nữa, thì Ngài nhập Niết-bàn. Nhưng ngay cả về sau đó, Ngài vẫn xuất hiện nhiều lần ở Ấn, làm những hiền giả và thánh giả, giảng dạy pháp dưới những hình thức ấy. Trong lần truyền giáo đầu tiên tại Tây Tạng, Ngài hóa làm Shàntarakshita (Tịnh Hộ), Padmasambhava (Liên hoa sanh), vân vân để giảng pháp. Trong lần truyền giáo thứ hai trên đất Tây Tạng, Ngài hóa thân làm nhiều học giả hiền trí để dạy pháp: Atìsha, Je Tsongkapa, vân vân. Nhưng Je Lozang Dragpa tự bản chất là một với đức Thích-ca Mâu-ni.

Đức Phật dạy rằng trong đời vị lai, Thích-ca Mâu-ni – Kim Cương Trì sẽ hóa hình làm những Đạo sư vào thời mà năm thứ suy đồi thắng thế.[1]

Bạn có thể tự hỏi, "Vậy ai là hóa thân của Thích-ca – Kim Cương Trì, người được xem là đang làm việc để cứu tôi?" Bạn không cần phải tìm đâu xa hơn ngoài vị thầy của bạn. *Mật điển Shrikhasama* nói:

---

1. "Ngũ trược ác" – năm thứ suy đồi là: *Kiếp trược* – thời đại dơ uế – nghĩa là vào cuối một thời kiếp, thì mọi sự đều xấu, thường gọi là thời hắc ám so với đầu thời kiếp gọi là thời hoàng kim cái gì cũng tốt. *Kiến trược*, là cái thấy hay quan niệm dơ uế, "điên đảo" như vô thường cho thường, khổ cho là vui, vân vân. *Phiền não trược*, là nhiều tham sân si hơn ở đầu thời đại. *Chúng sinh trược*, nghĩa là những gì sanh ra vào thời mạt pháp đều nhuốm ít nhiều những sự dơ uế này nên không thù thắng như vào thời hoàng kim. *Mạng trược* là mạng sống ngắn ngủi, chỉ trên dưới một trăm năm, không thọ như đầu thời kiếp. – *DG*

Tất cả những vị ấy đều là hiện thân
của năm vị Phật thiền.
Họ xuất hiện dưới nhiều hình thức hóa thân
Cũng như nhiều tấm ảnh khác nhau của một người
Họ vẫn là hiện thân của cùng một nguồn đại lạc.
Họ cùng cảm thức một nguồn đại lạc ấy
Nhưng khoác nhiều hình dạng khác nhau.

Bạn có thể hiểu đoạn trích này theo nhiều cách. Nó có thể áp dụng cho sự tách ra nhiều thân ở giai đoạn viên mãn (khi tu mật thừa); hoặc có thể áp dụng cách hiểu như sau để thờ bậc thầy:

Giả sử khi xuất hiện trên sân khấu tu viện một vũ công dẫn đầu (trong một cuộc lễ) với phục trang màu đen, đội mão đen, người ta sẽ la lên: "Đấy là Hắc Mạo" nhưng đấy chỉ là vũ công. Rồi khi vũ công vào hậu trường khoác mặt nạ Diêm vương đi ra, người ta sẽ hô: "Đó là Diêm vương." Nhưng kỳ thực cũng là một vũ công ấy, mặc dù tên gọi và trang phục có khác. Phật hay Kim Cương Trì cũng vậy, xuất hiện dưới dạng Thích-ca Mâu-ni, Je Tsongkapa, hoặc bậc thầy của chính bạn. Tất cả những vị này chỉ là một.

Bạn phải quán tưởng nhân vật chính của ruộng phước với niềm tin chắc như thế. Vậy nhân vật này đã được danh hiệu là "Lama Lozang Tubwang Dorje Chang." Nhưng ngài còn nhiều hơn thế nữa, "Ngài, tự bản chất, là tất cả chư Phật." Bạn phải tin chắc rằng bậc thầy là một thực thể chứa đựng tuệ giác cốt yếu của tất cả chư Phật hiện thân trong một hình hài vật lý duy nhất. Tôi sẽ bàn chi tiết điều này trong đoạn nói về phụng sự một bậc thầy.

Nếu không hiểu thấu đáo những điều ấy, thì những phép quán của bạn về Du-già Đạo sư cũng chỉ là một mớ tư duy mờ nhạt, dù bạn thiền định nhiều đến đâu đi nữa. Chúng ta đọc thấy câu sau đây trong *Những giai đoạn lớn của đạo lộ:*

"Ta nên hiểu những điều nói trên là chỉ giáo nổi tiếng về thiền pháp gọi là Đạo sư Du-già. Nhưng sẽ không ăn thua gì nếu người ta chỉ thiền quán về đề mục ấy vài lần."

Sự tụng đọc đề cập ba sự tử tế của bậc thầy. Theo truyền thống kinh tạng, đó là: giới pháp, truyền thụ, và giảng kinh. Trong truyền thống mật điển, đó là cho những pháp quán đảnh chính yếu, bàn mật điển, và chỉ giáo. Chúng ta nói "ba lần tử tế" vì ta nhận cả ba thứ ấy từ một bậc thầy.

Bên ngoài, nhân vật chính có hình dạng của Phật, Tsongkapa vĩ đại – một tu sĩ khoác y vàng. Cái y đặc biệt này có màu hơi đỏ, đó là màu tấm y ngài mặc ngoài cùng. Tay phải ngài bắt ấn thuyết pháp; tay trái ngài cầm bình bát đầy nước cam lồ trong khi bắt ấn nhập định. Ngón cái và ngón trỏ cả hai tay đều cầm những cọng sen xanh đang nở trọn vẹn, những cánh hoa ngang tầm vai ngài. Gươm trí tuệ dựng trên đóa hoa ở bên phải ngài. Đầu gươm bốc lửa. Một quyển *Bát-nhã Bát thiên tụng* ngự trên đóa hoa bên trái ngài; quyển kinh này tự nói lên nội dung của nó. Bạn cũng có thể tưởng tượng quyển kinh ấy là quyển bạn đang nghiền ngẫm trong việc học, quán tưởng và thiền định của mình.

Ba y ngài mặc có màu vàng hoe. Có ba loại màu vàng: vàng nghệ, vàng hơi đỏ, và đỏ. Những màu này đi với khăn quàng, thượng y và hạ y. Ngài đội mão học giả màu vàng, chóp nhọn của nó dựng đứng. Tất cả những màu sắc này hàm ẩn nhiều chuyện, nhưng sẽ mất quá nhiều thì giờ nếu bàn về chúng. Bạn hãy đọc những chi tiết này trong những bài giảng về pháp Quán một trăm vị thần cõi Đâu suất và pháp Đạo sư Du-già.

Hãy quán Thích-ca ngồi trong tim Tsongkapa, Kim Cương Trì ngồi trong tim Thích-ca. Trong tim Kim Cương Trì an tọa thực thể của định là âm HUM màu xanh. Những hình ảnh này không phải là những thực thể tách rời ngồi cạnh nhau, như một dãy pháp khí. Thích-ca được đặt trong tim Tsongkapa để chứng tỏ rằng bậc thầy bên ngoài dường như có hình dạng một thầy tu, mà bên trong chính là Thích-ca Phật. Và Kim Cương Trì ngồi trong tim Thích-ca để chứng tỏ rằng bậc Đạo sư bí mật là Kim Cương Trì. Chúng ta nói "ba thực thể ngồi trong tim của nhau," nên bạn có thể tưởng rằng chỉ có ba hình ảnh trên đây là đủ. Tuy nhiên, hai vị đầu là những thực thể dấn thân hành động, còn Kim Cương Trì là thực thể trí tuệ. Vậy, cần phải đặt một chữ HUM màu xanh nơi tim vị ấy dùng để ám chỉ đấy là một thực thể của thiền định. Pháp quán ba thực thể này là một trong những chìa khóa sâu xa nhất của mật điển, nên tôi không dám bàn ở đây.

Bài tụng tiếp tục như sau: (trích từ *Trang hoàng yết hầu...):*

Thầy tôi có những tướng quý và tướng phụ
Tỏa ra hàng ngàn tia sáng,
Một áng cầu vồng ngũ sắc bao phủ ngài.
Ngài ngồi kiết già; năm uẩn thuần tịnh của ngài
Là năm vị Phật thiền;
Tứ đại của ngài là bốn bà vợ;
Giác quan, mạch máu, bắp thịt và khớp xương ngài
Thực sự là những Bồ-tát; những lỗ chân lông nơi ngài
Là hăm mốt ngàn La-hán;
Chân tay ngài – chư thần phẫn nộ.
Những tia sáng từ thân thể ngài là thần bảo hộ các phương.
Đế thích, Phạm thiên và chư thiên khác
Đều lạy dài dưới chân ngài.
Xung quanh ngài an tọa:
Những bậc thầy của tôi, rất nhiều vị thần hộ mạng

Mandala của họ, chư thiên tùy tùng thị giả họ,
chư Phật và Bồ-tát,
Nam thần Dakas và những thần Hộ pháp.
Ba cửa thân khẩu ý họ có dấu ấn Kim cương.
Những tia sáng hình lưỡi câu tỏa ra từ những chữ HUM..
Mang lại những thực thể trí tuệ từ chỗ ở tự nhiên
Bỗng tan hòa vào nhau không phân biệt,
và đọng lại.

Bậc thầy ngồi kiết già. Bạn quán năm uẩn của ông (xem Ngày thứ hai mươi hai) là năm Phật thiền, vân vân. Pháp thiền này rút từ mật điển gốc của mandala thân Guhyasamàja. Tôi sẽ bàn vắn tắt về điểm này. Chỉ giáo này nói chi tiết trong Chuỗi hoa Kim cương, mật điển bình giải về Guhyasamàja. Pháp thiền hiện tại của chúng ta cũng giống như mandala thân của đức Guhyasamàja ba mặt sáu tay. Nếu bạn không quán nổi, thì cứ quán theo hình ảnh một mặt hai tay như nói trong các mật điển Du-già. Sắc uẩn (biểu tượng) của bậc thầy trải từ nhục kế (đỉnh đầu nhô cao) cho đến chân tóc của ngài; uẩn này trong bản chất chính là Phật Tỳ-lô-giá-na. Thọ uẩn của thầy trải từ đường tóc xuống đến yết hầu; uẩn này trong bản chất chính là đức Phật A-di-đà, vân vân, (như tả trong mật điển Guhyasamàja).

Như thế, năm uẩn, biểu trưng của năm Phật thiền, ngồi chồng lên nhau. Mỗi nhục kế của Ngài ngồi dưới chạm vào đáy tòa sen của vị Phật thiền ngồi trên. Hãy phát khởi phép quán này từ nơi rốn của thân thể bậc thầy – như cái lõi của một thân cây. Bốn đại của thầy được biểu trưng bằng bốn bà vợ ôm lấy năm vị Phật. Tám Bồ-tát – Địa tạng (Kshitagarbha), vân vân – tượng trưng cho mạch máu, bắp thịt, khớp xương cũng như sáu căn của thầy. Những mạch máu và bắp thịt của thầy bản chất chính là Di-lặc, đang ngồi trên nhục kế của thầy. Phổ Hiền ngồi trên tám khớp xương chính. Bài tụng không nói rõ năm bà vợ Kim cương – Kim cương sắc (Vajrarùpà), vân vân – nhưng cũng như trong mandala thân của Guhyasamàja, họ đang giao hợp với một số Bồ-tát nam tánh này.

Bản văn nói "những lỗ chân lông nơi ngài là hăm mốt ngàn La-hán." Những vị La-hán này không phải là thanh văn hay duyên giác, mà là La-hán Đại thừa, nghĩa là những vị Phật thánh. Quả thế mỗi lỗ chân lông của nhân vật chính này là một cõi Phật. Hãy tưởng trong những cõi này, có vô số Phật đang thực hành mười hai hạnh: vị thì đang hàng ma, vị thì đang chuyển pháp luân, vân vân. Đây là ý nghĩa câu "tất cả cõi Phật hiện ra trong một thân Phật." (xem Ngày thứ mười hai). Một mật điển về đức thánh Quán Tự Tại cho ta biết danh hiệu từng cõi Phật trong những lỗ chân lông ấy, cũng như danh hiệu đức Như Lai ngự trong ấy. Bạn phải áp dụng chỉ dẫn này cho tất cả hình ảnh Phật. Phần nhiều bản văn đưa ra con số hai mươi mốt ngàn, nhưng con số thật sự thì không nhất định.

Hãy quán mười vị thần phẫn nộ trên mười đoạn của tứ chi ngài, ví dụ thần Diêm vương (Yamàntaka) trên bàn tay phải.

Bây giờ có năm vị thần ở trái tim của hình trung ương. Họ được định vị trí như sau. Lớn nhất là A-súc-bệ (Akshobhya – Phật thiền). Thích-ca an tọa trong trái tim của vị này. Kim Cương Trì ở trong tim của Thích-ca. Nữ thần Màmakì ngồi trước mặt A-súc-bệ, trong dáng giao hợp với ngài. Văn-thù (một trong tám vị Bồ-tát) ngồi sau lưng A-súc-bệ, mặt hướng về trước.

Thân thể của nhân vật chính tuôn ra những đạo hào quang, đầu mỗi hào quang có những hóa thân như chư thần bảo hộ bốn hướng, vân vân. Quán tưởng những vị chư thiên vĩ đại như Phạm vương, Đế thích lạy dài dưới chân của nhân vật chính.

Mặc dù có thể bạn không quán được tất cả những hình ấy một cách rõ rệt cho lắm, song điều cốt yếu là đạt đến niềm xác tín rằng năm uẩn, bốn đại, sáu giác quan, vân vân. của bậc thầy thực sự là năm Phật thiền, bốn bà vợ, chư thần phẫn nộ, vân vân. Thế đấy là cách bạn quán tưởng hình ảnh chính yếu. Bây giờ hãy nói đến cách quán tưởng quyến thuộc của thầy.

Những luồng ánh sáng tuôn ra từ tim của nhân vật chính. Vài luồng đi về phía tay phải và tỏa rộng ra – trên đó an tọa những bậc thầy thuộc Hệ phái Hành vi quảng đại; những luồng sáng khác thì đi về phía trái và tỏa rộng cho những vị thầy thuộc Hệ phái Tri kiến sâu xa. Một vài luồng đi về phía trước cho những ông thầy đã đích thân dạy bạn giáo lý; những luồng khác đi về phía sau – những vị thầy thuộc Hệ phái Dâng hiến ngồi trên ấy, nhưng hơi cao hơn những nhóm khác.

Bây giờ, có nhiều điểm sâu sắc tôi có thể nói về cách bạn sắp xếp những vị hành giả thuộc Hệ phái Dâng hiến. Những vị nổi tiếng nhất của dòng này là Kim Cương Trì, Tilopa, Nàropa, Dombhìpa, Atìsha, vân vân. Nhưng, như Drubkang Geleg Gyatso đã nêu, những vị thuộc hai hệ phái kia đã truyền xuống Hệ phái Dâng hiến từ một bậc thầy này đến bậc thầy khác không để cho truyền thống bị thoái hóa. Bởi vậy ta không cần phải quán thêm một hệ phái nữa. Trái lại Kardo Lozang Gomchung tuyên bố rằng Hệ phái Dâng hiến gồm những thành phần thuộc các dòng dõi của Guhyasamàja, Heruka và Yamàntaka. Je Ngagwang Jampa và Lama Yongdzin Rinpoche cho rằng dòng này gồm hai hệ phái chính: Mười sáu Droplets của phái Kadampas và dòng Bí mật của Hoàng mạo phái (Gelugpa). Đức tôn sư tôi đã cho một lời chỉ giáo sâu sắc để phối hợp những cách giải thích khác nhau ở trên. Bây giờ tôi sẽ trao lại cho các bạn không giữ lại một điều gì. Hãy quán một hàng thẳng đứng gồm những nhân vật trong nhóm này, đứng sau nhân vật chính. Tất cả những hình ảnh trong hàng này – trừ Kim Cương Trì ở trên hết – đều có hình dạng đức Văn-thù, khởi đầu với chính Văn-thù, và xuống dần cho đến vị thầy của bạn. Bên phải hàng dọc này là những bậc thầy của mật điển Guhyasamàja và Yamàntaka. Mỗi hệ phái trong hai hệ này có hàng dọc riêng. Bên trái của đức Văn-thù là những hệ phái của mật điển Heruka và mật điển Mười sáu Drops. Mỗi hệ này cũng có hàng dọc riêng. Je Sherab Gyatso cũng mô tả một sự sắp xếp tương tự trong những trước tác của ngài. Có nhiều chỉ dẫn khác nữa, nhưng muốn biết thêm chi tiết bạn phải tra cứu *Quyển sách của phái Kadampas*, những tác phẩm của Kachen Namkha Dorje về Cúng dường Đạo sư, những bài giảng ghi âm của thầy giáo đạo Tsechogling về pháp Cúng dường Đạo sư, những tiểu sử của những bậc thầy trong hệ phái theo pháp hành trì này, và những trước tác đã nói trên của Sherab Gyatso.

Còn có một chỉ dẫn truyền khẩu rất đặc biệt về cách làm thế nào để sắp xếp những bậc thầy thuộc trường phái Kadampas cũ và mới (xem Ngày thứ sáu). Chừng ấy cũng đủ về cách quán tưởng các bậc thầy.

Kế tiếp, tòa sen ở tầng thứ nhất có bốn cánh. Hãy đặt ba mươi hai vị thần thuộc Kim cương bộ của A-súc-bệ thuộc nhóm Guhyasamàja trên cánh hoa mặt trước; mười ba thần thuộc mật bộ Yamàntaka đứng trên cánh hoa bên phải của Guhyasamàja; 62 thần thuộc mật bộ Heruka (theo bản của Luipa) ở trên cánh hoa bên trái. Chín vị thần của mật bộ Hevajra (theo bản Kàpàlin) đứng trên cánh hoa phía sau.

Theo một truyền thống khác, bạn quán Guhyasamàja – cha đẻ của mật bộ – đứng trên cánh hoa bên phải của nhân vật chính. Chư thần thuộc Heruka – mẹ đẻ của mật bộ – đứng bên trái nhân vật chính. Chư thần thuộc Yamàntaka – mật điển có đủ tất cả điểm then chốt của hai mật điển cha và mẹ – đứng trên cánh hoa giữa ở trước mặt nhân vật chính.

Trong bất cứ trường hợp nào, bạn cũng phải quán toàn thể mandala (đồ hình) của mỗi mật bộ cùng với chư thần trong đồ hình. Nếu điều này quá sức bạn, thì hãy quán chư thần chính yếu và toàn bộ quyến thuộc mà không cần quán mandala của họ. Nếu chuyện này bạn cũng không thể làm, thì hãy quán chư thần chính yếu mà thôi.

Ở tầng thứ hai phía dưới, hãy quán chư thần khác thuộc pháp Tối thượng Du-già, với thần Kàlachakra ở mặt trước. Chư thần của mật điển Du-già ở tầng thứ ba. Chư thần thuộc mật điển Hành động (Charya) đứng ở tầng thứ tư. Chư thần thuộc mật điển Kriyà (thiên về Quán) ở tầng thứ năm. Trên tầng thứ sáu, chúng ta có chư Phật dưới dạng ứng thân thù thắng. Tầng thứ bảy là những Bồ-tát, thứ tám Duyên giác, thứ chín thanh văn. Thứ mười là những nam thần nữ thần. Và ở tầng thứ mười một, hãy quán chư thần hộ pháp.

Những chủng tự biểu tượng cho thân khẩu ý giác ngộ có thể nhìn thấy trên ba điểm của thân thể các hình tượng trong ruộng phước: một chữ OM màu trắng, bản chất của Kim cương thân và Phật Tỳ-lô-giá-na, nằm trên đỉnh đầu các vị ấy; một chữ ÀH màu đỏ, biểu tượng Kim cương ngữ và Phật A-di-đà, nằm ở yết hầu; và một chữ HUM màu xanh, biểu tượng Kim Cương ý và Phật A-súc-bệ, nằm ở tim. Mặc dù bài tụng không nói rõ, chúng ta được biết phải có chữ SVÀ màu vàng nằm ở rốn: đây là bản thân đức Phật Bảo Sanh; và một chữ HA màu lục phải nằm ở hạ bộ của mỗi hình tượng: đó là bản thân Phật Amoghasiddha hay Bất Không Thành Tựu. Ba Kim Cương trên chỉ đặc biệt chư Phật mới có. Bởi thế, bạn phải xem tất cả ruộng phước bản chất đều là chư Phật – cả đến những vị Thanh văn, Duyên giác, vân vân ở đấy cũng đều là những hình ảnh chư Phật hóa thân. Và bạn cũng phải hiểu rằng tất cả không trừ một vị nào, đều là những hóa thân của bậc thầy của bạn.

Chúng ta còn phải phát triển ba thái độ đối với ruộng phước: tính rõ rệt của những hình tượng hiện ra đập vào mắt, chúng ta xem tất cả như là có thật, và tin tưởng rằng thật kỳ diệu để cúng dường các vị ấy.

Sau khi quán tưởng như vậy xong, bạn hãy triệu thỉnh những thực thể trí tuệ ấy. Kỳ thực các vị ấy không cần phải triệu thỉnh, họ đã hiện ra trước mặt bạn khi bạn quán tưởng. Một kinh nói: "Chư Phật sẽ hiện ra trước mặt bất cứ ai cố hết sức quán tưởng các Ngài."

Trong khi tranh luận chúng ta thường nghe lời cả quyết rằng "không một chỗ nào mà trí Phật không soi đến." Chúng ta phải sử dụng tốt những lời cả quyết ấy. Chúng ta có thể sẵn sàng so sánh điều này với một nhận xét của mật tông: đối với những thực thể đã đạt đến phúc lạc của sự hợp nhất, thì thân giác ngộ và ý giác ngộ đã trở thành một thực thể duy nhất.

Chỉ trong một sát-na, nhất thiết trí của Phật
Đi khắp phạm vi của mọi cái khả tri.
Bất kỳ nơi đâu mà trí Phật soi đến,
Thì ở đấy cũng có thân của Phật.

Nghĩa là: nơi nào Nhất thiết trí của Phật lan đến thì thân giác ngộ của Phật cũng lan đến. Chúng ta chỉ cần cố quán tưởng chư thần trong ruộng phước, thì chư thần sẽ hiện ra ngay trước mặt ta. Nhưng ta không trông thấy được các ngài chỉ vì nghiệp của chúng ta và những chướng ngại phát sinh từ đấy. Điều này được chứng minh bằng những câu chuyện về cách Asanga (Vô Trước) thấy được đức Di-lặc, hay cách Chandragomin thấy được đức Quán Tự Tại. Vậy, chư Phật Bồ-tát hiện ra trước chúng ta một cách không cần dụng công nỗ lực, cũng như bóng trăng hiện rõ trong những cái chậu nước đặt giữa trời. Ngay khi ta vừa quán tưởng, là chư Phật đã đến với ta, có điều là ta không thấy được các Ngài. Cũng tương tự như ta không trông thấy rồng và phi nhân sống trong những hố sâu và những nơi khuất nẻo.

Nhưng tùy theo thái độ bạn có xem như các ngài đích thân hiện đến với bạn hay không mà bạn được công đức hay không. Bởi thế, không những bạn phải triệu thỉnh để khỏi sợ những vị ấy – chỗ nương tựa của bạn – không đến, mà bạn còn triệu thỉnh để ổn định sự quán tưởng của mình.

Khi ấy bạn đọc như sau (trích từ *Trang hoàng yết hầu...):*

Hỡi chư vị che chở mọi hữu tình,
Hàng phục Ma vương và quyến thuộc ma,
Người biết mọi sự một cách toàn hảo.
Hỡi chư Phật Thế Tôn và tùy tùng các Ngài
Xin hãy đến đây. Ja hùm bam hoh:
Các Ngài trở nên bất khả phân với những Bồ-tát.

Khi tụng những lời trên, hãy nghĩ: "Chư vị trong ruộng phước đều có những đức trí tuệ, từ bi và năng lực. Bởi thế, như trong chuyện về Mahadhabhadrì, tất cả các ngài đều đang hiện đến trong một đám diễn hành bất tận và kỳ ảo." Đồng lúc ấy, ánh sáng tỏa ra từ tim các vị trong ruộng phước. Ánh sáng này soi thẳng đến tim chư Phật ở mười phương, và từ mỗi vị Phật tuôn ra những phước điền trọn vẹn. Tất cả những phước điền này hòa tan thành một ruộng phước duy nhất đứng trên hình ảnh bạn quán lúc đầu. Ruộng này lại tỏa ra nhiều loạt đầy đủ những thực thể trí tuệ, và những loạt đầy đủ này lại tan vào trong mỗi vị ở trong ruộng phước của bạn. Bạn quán tưởng mỗi thành phần trong ruộng phước giờ đây tự bản chất, hoàn toàn thể hiện chỗ nương tựa của mình.

Sau khi đã làm pháp quán này, ta sẽ không phẩm bình giá trị của ruộng phước; và tương lai khi thực sự du hành trên đạo lộ ta sẽ được những quả báo tương ứng.

Cũng nên thêm rằng, vì đây là một truyền thống mật tông, nên khi ta hấp dẫn những thực thể trí tuệ thì họ sẽ xuất hiện vì họ có sự gắn bó với những ai dấn thân thực hành; và ta làm cho họ hoan hỉ với sự cúng dường của ta.

Kế đến ta làm lễ tắm rửa cho những vị ấy. Ruộng phước thì không dơ uế vì tội lỗi, nghiệp chướng, bụi đất, vân vân, nhưng người xưa nói: "Pháp thân là vô cấu; nhưng để phụng sự ngài và để tỏ lòng kính ngưỡng của con..." Nói cách khác, ta làm lễ tắm Phật là để tịnh hóa bản thân ta khỏi các nghiệp chướng, vân vân.

Có nhiều cách để quán cái nhà tắm, nhưng vì pháp đặc biệt này liên hệ đến Mật điển Tối thượng Du-già, nên theo đây thì nhà tắm có bốn cửa lớn và những mặt tiền trang hoàng lộng lẫy như những cung điện ở trung tâm một mandala mật tông. Cái nhà chỉ có một tầng, mái được chống đỡ bằng bốn trụ làm bằng những vật quý báu. Trong tòa nhà thì trần được trang trí bằng một tàn lọng đầy ngọc trai. Giữa nhà có một cái ao tắm. Đáy ao bằng lưu ly có trải một lớp vụn vàng ròng, phần giữa nhô cao như một cái mu rùa. Những chi tiết về trang trí khác giống như thường tả trong các mật điển của pháp Tối thượng Du-già. Có đủ bục tắm dành cho tất cả những thành viên trong ruộng phước; từ ba phía có những lối đi dẫn đến những bục tắm ấy, mỗi lối đi có bốn bực cấp. Một bức tường thấp làm bằng ngọc báu vây quanh tòa nhà; trong tường có một lỗ hổng nạm ngọc để chứa những y phục sẽ được cởi bỏ của chư vị trong ruộng phước. Hãy quán những y phục mới mà bạn sẽ dâng cúng cho ruộng phước, bồn chứa nước tắm, vân vân. Nếu bạn không có dụng cụ cho nghi lễ tắm rửa, thì hãy dùng cái bình bát để biểu trưng cái ao tắm. Đổ một ít nước từ cái bình quán đảnh của bạn vào trong bát. Gạch hai đường ngang trên tấm gương lễ của bạn bằng nước lấy trong bình, dùng lông chim công thường trang trí bình mà vẽ; xong làm hai đường thẳng đứng để lập thành chín ô vuông. Lấy thêm nước trong bình mà vẽ những điểm chấm: một điểm chấm ở ô vuông trung tâm, và mỗi phương trong bốn phương điểm một chấm, chừa trắng những ô ở bốn góc. Cái bản kẻ hình vuông ấy tiêu biểu cho nhà tắm; năm chấm là ngũ bộ Phật thiền. Kế tiếp hãy tụng:

Đây là nhà tắm thơm tho
Nền bằng thủy tinh trong sáng,
Cột nhà sáng đẹp tuyệt trần

Làm bằng đủ thứ châu ngọc
Trang trí tàn lọng ngọc trai.
Ngay sau khi Phật ra đời,
Chư thiên tắm rửa thân ngài;
Nay con dùng nước chư thiên
Để tắm rửa thân các đấng Thiện Thệ.
Om sarva tathàgata abhishekata samaya shriye àh hùm.
Thân ngài sinh từ mười triệu đức tuyệt hảo,
Lời ngài thỏa mãn hi vọng vô lượng hữu tình.
Ý ngài thấy biết tất cả đúng như thật:
Con xin tắm rửa thân Thích-ca – Kim Cương Trì.
Om sarva tathàgata abhishekata samaya shriye àh hùm.
Con tắm rửa thân Hệ phái Hành vi quảng đại,
Con tắm rửa thân Hệ phái Tri kiến sâu xa,
Con tắm rửa thân Hệ phái Dâng hiến,
Con tắm rửa thân những bậc thầy trong hệ phái con theo.
Om sarva tathàgata abhishekata samaya shriye àh hùm.
Con tắm rửa thân chư Phật, những Đạo sư của chúng con,
Con tắm rửa thân Thánh pháp, đấng che chở chúng con,
Con tắm rửa thân Tăng, những vị cứu tinh của chúng con.
Con tắm rửa thân Ba Ngôi báu, nơi con nương tựa
Om sarva tathàgata abhishekata samaya shriye àh hùm.

Lúc mới khởi sự đọc đoạn trên, bạn hãy quán ruộng phước bay xuống nhà tắm, hoặc quán các ngài đang sử dụng các bực cấp đi đến nhà tắm, đồng thời bạn đọc câu chú trên, và quán ba nữ thần để hầu hạ mỗi vị trong ruộng phước. Một nữ thần rửa trán của thân Phật, một thoa dầu, và một dâng y phục mới. Trong khi họ tắm rửa, bạn tưởng tượng nữ thần đầu tiên lấy nước từ nơi ao trút lên thành viên của ruộng phước mà bà hầu; tâm của phước điền phát sanh đại lạc trong khi điều này xảy ra.

Sau khi tắm, thân thể các ngài được lau khô với bài kệ và chú sau đây:

Con lau thân thể các ngài với thứ vải vô song–
Sạch sẽ và thấm nhuần hương chọn lọc.
Om hùm tràm hrìh àh kàya vishodhanaye svàhà.

Pháp này phù hợp với nghi lễ sái tịnh cổ truyền. Loạt nữ thần thứ hai lau khô chư vị trong ruộng phước tại năm điểm trên thân thể họ: trán, yết hầu, tim, và hai vai – vì tất cả nước trên thân các ngài đã đậu lại trên những điểm này. Các ngài không cần lau từ đầu xuống chân như chúng ta khi tắm. Kế đến là xức dầu thơm. Hãy đọc:

Con xức dầu thân thể sáng chói của Mâu-ni
Sáng chói như vàng ròng khéo luyện
Với những thứ hương chọn lọc
Mà hàng tỷ thế giới có được để hiến dâng.
Nước thơm màu vàng ròng, mùi vô cùng dễ chịu,
và tuyệt đối không lầy nhầy.

Rồi bạn tưởng tượng loạt nữ thần thứ ba dâng y phục mới. Đọc:

Do lòng tin kiên cố của con,
Con xin dâng thiên y – mềm, nhẹ, mỏng – cho Ngài,
người đã thành tựu
thân Kim cương bất hoại.
Xin cho con cũng được thân Kim cương ấy.

Mỗi nhân vật trong ruộng phước nhận y phục thích ứng: y của thần an lạc, hoặc của thần phẫn nộ. Hãy tưởng tượng Dromtoenpa nhận một tấm y xanh trong lót lông chồn, và một cái nịt lưng quấn sáu vòng quanh eo lưng ngài. Làm việc này là một điềm rất tốt.

Rồi các nữ thần dâng phước điền, những thứ trang hoàng thích hợp. Đọc:

Chư Phật đều đã được trang sức tự nhiên
Bằng những tướng quý và vẻ đẹp,
Không cần những thứ trang sức khác,
Nhưng con vẫn dâng lên ngọc ngà đẹp nhất.
Mong tất cả hữu tình sẽ có được
Cái thân đủ tướng quý như Ngài.

Khi ấy các vị trong ruộng phước trở lên lại chỗ ngồi của họ; trong khi bạn đọc:

Vì thương xót tất cả chúng sinh và con,
Với thần lực, xin chư Phật hãy lưu lại
Bao lâu con còn dâng của cúng dường.

Những y phục cũ mà các vị ruộng phước bỏ trong lỗ hổng bức tường trước khi xuống nhà tắm, bây giờ trở thành ánh sáng màu trắng tan vào giữa hai lông mày bạn. Hoặc bạn cũng có thể tưởng tượng đại diện của sáu loài tái sanh tiến đến xin chia phần những di vật ấy. Có sáu đường nước chảy ra từ nơi ao tắm, đưa nước tắm đến sáu cõi. Hãy tưởng tượng nước ấy tẩy trừ hết đau khổ của các hữu tình. Và hãy quán tưởng nước ấy biến thành phẩm vật cung cấp cho nhu cầu của mọi người. Rồi quán nhà tắm, vân vân, tan vào hư không.

IVA1.1.5. Dâng lời cầu nguyện bảy phần và một Mạn-đà-la Thế giới – Những Pháp hành chứa mọi điểm then chốt để tích lũy công đức và thanh lọc bản thân

Geshe Dolpa nói:

– Nếu có can đảm tích lũy công đức, thanh lọc nghiệp chướng, cầu khẩn chư vị Đạo sư và chư thần, thì có ngày bạn sẽ phát triển được những thực chứng tưởng không bao giờ có được dù tu cả trăm năm. Thế đấy là các pháp hữu vi: chúng không cố định.

Nghĩa là cốt yếu phải xây dựng kho công đức. Sự cầu nguyện gồm bảy phần và dâng cúng mandala thế giới là then chốt của tiến trình tích phước. Pháp hành này thiết yếu cho toàn thể sự tu tập của bạn.

Một số người xem nhẹ việc cầu nguyện này vì nghĩ nó chỉ dành cho những người không thể làm những việc lớn, hoặc bảo đấy chỉ là nghi thức dẫn nhập, không cần thiết cho pháp tu chính yếu. Nhưng không phải vậy; trong kinh giáo cũng như mật giáo không có cách nào tốt cho việc thanh lọc bản thân hơn là xây dựng kho công đức và tịnh trừ nghiệp chướng bằng sự cầu nguyện gồm bảy phần trước ruộng phước vô thượng, tức là bậc thầy của ta, chư Phật và chư Bồ-tát. Trong mật tông, sự cầu nguyện gồm bảy phần lại còn quan trọng hơn nữa. Bốn hạng mật điển bàn về bảy phần này một cách đầy đủ; và chúng ta được biết ngay cả trong những giai đoạn "phát sinh" của mật điển Tối thượng Du-già, hành giả cũng phải tích lũy công đức và thanh lọc chướng ngại bằng cách làm sự cầu nguyện gồm bảy phần trước ruộng phước, nghĩa là đảnh lễ, cúng dường, vân vân. Đức Tsongkapa vĩ đại – hiện thân của đức Văn-thù – đã thực hành tích lũy công đức và tịnh hóa bản thân tại Oelga, và kết quả là ngài đã khai triển được tuệ giác và những kinh nghiệm thực chứng phi thường. Đấy là một điển hình của sự ngộ đạo nhanh chóng khi dòng tâm thức hành giả đã thuần thục. Ngay cả hạnh tu cốt yếu của chư Bồ-tát ở mười địa cũng là tích lũy công đức và tịnh hóa bản thân. Bồ-tát sơ địa hóa ra hàng trăm thân hình đi đến hàng trăm cõi Phật để cúng dường. Và Bồ-tát từ địa thứ hai trở lên càng hóa nhiều thân hơn nữa, làm nhiều sự cúng dường hơn nữa cho đến khi thành Phật. Bởi thế, hiển nhiên là chúng ta cũng phải làm như thế.

(*Kaybje Pabongka Rinpoche bàn thêm chi tiết về điểm này.*)

Vậy, pháp hành gồm bảy phần là điều cần yếu cho việc tích lũy công đức và thanh lọc bản thân, trong kinh tạng cũng như mật tạng. Những lỗi lầm của bạn sẽ chín như một ung nhọt sẵn sàng vỡ ra, những thiện đức của bạn cũng thành thục như trái chín sẵn sàng để hái. Chư thánh trong quá khứ đã dạy: "Bạn giống như một hột giống khô cằn nếu không tích lũy công đức." Nghĩa là trong khi tiếp tục quán tưởng những đề mục thiền của Lamrim, đồng thời bạn vẫn phải nỗ lực tích lũy công đức và tịnh hóa bản thân nhờ pháp cầu nguyện gồm bảy phần. Người ta bảo, bạn sẽ không được gì nếu chỉ hành trì những phần nào bạn cho là hợp lý.

Ví như một chiếc xe được cấu tạo bằng bảy phần sẽ không chạy được nếu thiếu mất một phần; cũng vậy, nếu sự cầu nguyện thiếu mất một trong bảy phần thì sự tích lũy công đức và thanh lọc nghiệp chướng sẽ bất thành.

Bây giờ tôi sẽ nói đến bảy thành phần ấy.

IVA1.1.5.1 Thành phần thứ nhất: Kính lễ

Có ba cách kính lễ: thân sụp lạy, tán thán bằng lời, và tâm lễ. Đọc bài sau đây (rút từ tác phẩm *Bài tụng về những hành vi cao quý):*

Chư Phật ba thời, những Sư tử trong nhân loại
Có mặt khắp mười phương thế giới,
Con xin kính lễ từng vị một
Bằng thân lời ý thanh tịnh của con.
Với sự cầu nguyện mãnh liệt này,
Con lạy dài trước tất cả đấng Chiến thắng
Bằng cách quán mình có nhiều thân
Như số lượng cát bụi trong vũ trụ.

Theo những giáo lý được ghi chép, mỗi thân mà bạn hóa ra phải có vô số đầu. Điều này coi bộ bất tiện quá. Bạn chỉ cần tưởng tượng ra tất cả những thân mà bạn đã được sinh ra từ vô thỉ đến nay – dưới dạng loài người – là đủ.

Bài tụng tiếp theo:

Trên mỗi hạt bụi có một số lượng Phật
Nhiều bằng số bụi thế giới; và chư Phật ấy
An tọa giữa chúng hội Bồ-tát.
Cũng vậy con tin rằng
Tất cả chư Phật đầy khắp pháp giới.

Câu này có nghĩa mỗi đức Phật hiện hữu có thể ngồi trên một hạt bụi nhỏ li ti. Giả sử một trăm người cùng nhìn một hạt lúa: hạt lúa ấy xâm chiếm nhãn thức của một trăm người. Trí căn bản của chư Phật cũng thế, có thể để vào một vi trần duy nhất. Sắc thân của một vị Phật cũng được thấy trên bất cứ vi trần nào mà căn bản trí của Phật chiếu đến. Đây là một đức của sự hợp nhất[1], và chính vì tâm chư Phật luôn đi liền với những luồng khí lực của các ngài.

Bài cầu nguyện tiếp tục:

Con ca tụng những đức tính của chư Phật
Bằng một biển vô tận những lời ca,
Bằng một đại dương âm thanh vi diệu.
Để xưng tán các đấng Thiện Thệ.

Dù đưa lên một ngón tay để tỏ dấu cung kính phước điền cũng gọi là thân lễ bái. Có một dọc dài những cách khác nhau để lễ bái bằng thân. Chạm tứ chi và đầu xuống đất gọi là kiểu lạy "nửa chừng." Còn "lạy trọn vẹn" là đặt thân thể nằm dài trên mặt đất. Cách lễ bái này được đề cập đầu tiên trong Kinh:

"Muốn lễ lạy, hãy đặt toàn thân xuống đất như cây đổ, giống như đồng tử Manibhadra (Bảo Hiền) đã làm."

1. Giữa Sắc và Không hay vật và tâm; hoặc giữa đại lạc với Tánh không – *DG*

Những lợi lạc của sự lễ bái như sau. Kinh *Phân loại Nghiệp* nói đến mười lợi ích như có thân thể đẹp, làn da sáng chói, vân vân. Những kinh khác nói hành giả sẽ được công đức trở thành một ông vua chuyển luân cho mỗi vi trần trên mặt đất mà thân thể bạn bao phủ (có nghĩa bao nhiêu vi trần là bấy nhiêu vua). Kiểu lạy nửa chừng được bàn trong các mật điển; đó là cách mà bậc hiền trí Nàropa đã lạy. Purchog Ngagwang Jampa nói:

– Nếu bạn tin tưởng vào những lợi lạc của sự lễ bái, thì bạn sẽ ước sao tay chân và thân thể của mình dài thêm.

Trước khi lạy, bạn chấp hai tay vào nhau. Ngoại đạo lục sư có tục lệ áp hai lòng tay vào nhau, nhưng chúng ta *(người Tây Tạng - DG)* không theo tục ấy: chúng ta đặt những ngón cái vào bên trong hai bàn tay úp lại với nhau để cho ở trong hai lòng bàn tay không bị trống rỗng. Khi ấy hình thù hai bàn tay ta giống như một viên ngọc ước.

Sau đó bạn đặt hai tay úp vào nhau ấy lên đỉnh đầu: điều này đem lại khả năng đạt được tướng nhục kế[1]. Rồi hãy đưa hai tay xuống khoảng giữa hai lông mày. Điều này đem lại khả năng có được tướng urna (bạch hào) của Phật. Sau đó đặt tay nơi yết hầu để có khả năng đạt ngữ giác ngộ, có tiếng nói đủ sáu mươi

1. Đỉnh đầu nhô cao, một trong các tướng hảo của Phật – *DG*

âm thanh du dương. Rồi đặt tay nơi tim bạn để cầu khả năng có được ý giác ngộ. Tất cả những động tác này vừa tích tập công đức lại vừa tịnh hóa bản thân, làm sạch nghiệp chướng về thân, lời, ý.

Người ta bảo nếu bạn úp hai tay khi lạy xuống hay khi đứng lên, thì trong kiếp tái sinh bạn sẽ có móng cong như móng ngựa. Bởi thế hãy đặt sát những ngón tay vào nhau và để chúng nằm thẳng trên mặt đất. Đừng có nắm bàn tay lại. Những động tác này sẽ giúp bạn có được một trong những tướng hảo của Phật là giữa các ngón tay chân có một màng lưới mỏng bằng ánh sáng. Hãy đặt hai bàn tay và trán bạn trên mặt đất. Hãy để ý, cái cách bạn đứng lên khỏi nền nhà có quan hệ đến sự kiện bạn vươn lên khỏi sinh tử mau hay chậm; bởi thế bạn phải đứng lên cho nhanh như một con chồn. Lại nữa, nếu không đứng lên ngay mà cứ nằm gật gừ trên đất, bạn có thể tái sanh làm một loài đi bằng bụng – loài bò sát chẳng hạn. Bởi thế đừng bị cám dỗ nằm nghỉ mệt một lát trên nền nhà. Nếu bạn không đứng thẳng người lên giữa hai lần lễ lạy, mà cứ để cái lưng hơi cong mà lạy xuống, thì bạn có thể tái sanh làm một loài vật với hai chân sau không đứng thẳng được. Vậy hãy thẳng lưng lên. Không nên lạy thật nhanh để được nhiều lạy; hãy lạy mỗi lạy một cách thích đáng. Je Rinpoche khuyên chúng ta không nên cứ tích lũy một số lượng khổng lồ những cái lạy, như tính cho được một trăm ngàn lễ trong nghi thức chuẩn bị chẳng hạn. Thay vì thế hãy kể phẩm chất của sự lễ bái.

Một vài người tuyên bố sẽ làm một kỳ nhập thất chuẩn bị[1], và làm vấn tắt khi họ lễ bái. Điều này rất sai. Bạn phải tích lũy công đức và thanh lọc nghiệp chướng ngay từ đầu, cho đến khi đạt giác ngộ. Những người sơ học như chúng ta cần phải nỗ lực tinh tiến để tích lũy công đức và thanh lọc bản thân suốt cả đời. Hai chuyện ấy còn quan trong hơn thiền định rất nhiều: bạn sẽ không thành đạt được cái gì nếu tuyên bố mình đã làm xong việc nhập thất chuẩn bị, rồi sau đó cứ tà tà thoải mái.

Nếu mỗi sự lễ bái đã là xây dựng kho công đức và thanh lọc nghiệp chướng, thì bạn không cần lo ngại nếu lạy chưa đủ số một trăm ngàn lần. Có lần bốn người cùng nhập thất; một người chỉ mới tụng bài kệ quy y. Ba người kia hỏi anh ta đã tụng được bao nhiêu lần, vị này hỏi lại:

– Các bạn chỉ nhắm đến số lượng mà thôi hay sao?

Tốt nhất là làm nhiều lạy đúng cách, nhưng thường bạn chỉ đếm số những cái lạy của mình để khoe khoang.

Bạn luôn luôn có thể làm lễ trong khi làm phận sự hàng ngày. Chẳng hạn lúc đang đi đường tình cờ thấy những biểu tượng về thân khẩu ý giác ngộ (tượng Phật, chùa tháp...), bạn nên chấp hai tay lại. Đó là

1. Là một kỳ nhập thất trước khi học pháp hay trước khi làm một lễ nhập thất quan trọng khác

một hình thức cung kính. Nếu thực sự tu tập thì bạn có thể biến mọi thân hành của mình thành pháp tu.

IVA1.1.5.2 Thành phần thứ hai: Cúng dường

Tác phẩm *Bài tụng về những hành vi cao qúy* tiếp:

Con xin dâng lên chư Phật
Những hoa thơm và tràng hoa chọn lọc,
Tiếng chập chõa chạm nhau,
Nước thơm tuyệt hảo, bảo cái đẹp nhất,
Đèn dầu và trầm hương thượng hạng.
Con xin dâng lên chư Phật
Những tấm y quý giá, hương bột thơm nhất,
Từng đụn cao như núi Tu-di
Một trưng bày những phẩm vật tối thượng.
Tất cả phẩm vật vô song này,
Con quán tưởng để dâng lên.
Dâng lên chư Phật sự kính lễ,
Dâng lên chư Phật phẩm vật cúng dường,
Do năng lực đức tin vào những hành vi cao cả.

Một thửa ruộng phì nhiêu mà bị bỏ không quanh năm không trồng trọt là điều đáng tiếc; nhưng không tích lũy công đức trên ruộng tâm là chuyện còn đáng tiếc gấp trăm ngàn lần. Bất cứ thiện căn nào ta tích lũy đều không đúng pháp nếu không kèm theo ít nhất là một lòng mong mỏi tái sanh tốt. Nhưng công đức tích lũy nhờ lễ bái cúng dường ruộng phước thì chắc chắn sẽ là nhân tố để thành Phật – cho dù trong khi cúng dường lễ bái, thậm chí bạn không mong cầu tái sanh tốt đẹp. Ngay cả khi lễ bái cúng dường Phật với động lực không tốt, hành vi ấy vẫn góp phần vào sự giác ngộ của bạn về sau. Kết quả đặc biệt mà bạn có được ấy là do năng lực của phước điền. Cũng như trong một thửa ruộng phì nhiêu, thì dù canh tác qua loa ta vẫn chắc chắn được nhiều kết quả.

Trong những câu trên, "nước thơm" là thứ nước chưng cất từ nhiều hương liệu khác nhau, như hương trầm, vân vân. Những "hoa tuyệt hảo", vân vân, có thể không là những của dâng cúng tối thượng, nhưng câu "một sự trưng bày tối thượng" ám chỉ tất cả đồ cúng nói trên. "Hương" phải cùng một loại là trầm chẳng hạn. "Hương bột" là bột trầm, vân vân. "Đụn" ám chỉ từng đống bột hương. "Từng đụn hương bột" còn có cách giải thích khác. "Đụn" ở đây có thể là những bọc vải chứa bột trầm mắc vào các bảo cái (tàn lọng) tỏa hương thơm mỗi khi gió thổi. *Bài tụng về những hành vi cao quý* nói đến bảy loại phẩm vật là hoa thơm, vân vân.

Những phẩm vật tối thượng là những thứ thù thắng nhất toát ra từ chư Phật và chư Bồ-tát do các ngài sản xuất bằng tâm bồ-đề và sự cầu nguyện. Kinh *Sàgaramati thỉnh vấn* nói đến hai thứ cúng dường: hộ trì chánh pháp và phát tâm mong cầu vô thượng bồ-đề. Kinh *Sen trắng đại bi* nói đến một sự dâng cúng thứ ba là thực hành những gì đã học. Những bậc thầy dạy một cách dâng cúng nữa là biến thiện căn của ta thành phẩm vật cúng dường.

Sự cúng dường tối thượng "hộ trì chánh pháp" là gìn giữ giáo lý được truyền và được chứng, cho đến học thuộc chỉ một âm duy nhất trong một bài chú. "Thực hành những gì đã học" là áp dụng vào đời sống ý nghĩa của giáo lý; như Geshe Chaen Ngawa ném bỏ tấm da thú ông đang lót ngồi trong lúc đọc tạng Luật vì thấy Luật cấm người xuất gia sử dụng da thú. Nếu chờ xem bói năm nào tốt sẽ bắt đầu tu, thì bạn có thể chết trước khi ấy. Hãy thực hành ngay những gì bạn học được, dù về chuyện quét nhà, cũng là một cách cúng dường bằng thực hành. Những người uyên thâm cổ thư không nên làm gì ngoài việc áp dụng ý nghĩa sự học của họ vào thực tế. Butoen Rinpoche nói (về những người ưa tranh biện):

Họ muốn thủ thắng và làm nhục người khác;
Có hành vi lừa bịp, dùng ngôn ngữ xấu xa;
Nói đủ thứ vô nghĩa, chọc giận người khác:
Kiểu tranh luận ấy dẫn xuống địa ngục.

"*Biến thiện căn của ta thành phẩm vật cúng dường*": bạn tưởng tượng những đức hạnh có được nhờ sự học, vân vân, biến thành phẩm vật dâng hiến –

như trong những câu: "Giữa một biển nước trong như giới hạnh..." "dâng hiến một hồ nước phẳng lặng của sự học..." Và trong Đạo sư Du-già chúng ta tìm thấy câu "Trong gương hồ thiêng làm thỏa mãn ước mong, con xin hiến dâng những phẩm vật có thực và quán tưởng..." Đấy là sự dâng hiến những công đức căn bản được quán tưởng thành một lạc viên.

"*Phát tâm mong cầu vô thượng bồ-đề*" nghĩa là phát bồ-đề tâm và dâng hiến việc ấy cho chư Phật Bồ-tát để các ngài hoan hỉ.

Bốn điều trên là thứ cúng dường tối thượng mà ta có thể làm. Không thể có vật cúng dường nào tốt hơn. Những người đã xuất gia thọ giới trong chúng ta trước hết phải cúng dường bằng cách sống đúng pháp – dù gặp lúc nghèo khó cũng không sống bằng các tà mạng. Ngay dù khi có tiền, người xuất gia cũng chỉ nên nỗ lực nhiều nhất vào việc cúng dường bằng sự tu hành của mình. Drolungpa nói trong tác phẩm *Những giai đoạn của giáo lý:*

Có mười loại cúng dường thành tựu;
Tượng, tháp, cái có thực, cái tưởng tượng,
Những việc đích thân ta đã làm,
Những việc người khác đã làm giùm ta,
Việc phụng sự của ta, và sự vô si của ta.
Ta nên làm những sự cúng dường như thế.

Ở điểm này, bạn dâng một mandala vũ trụ. *Lời đức Văn-thù* khác với Lamrim trong hai tác phẩm *Con đường Nhanh* và *Con đường Dễ*. Theo hai bản sau này, bạn dâng cúng phẩm vật của bạn trước, rồi mới dâng hiến madala vũ trụ. Theo bản *Lời đức Văn-thù* thì ta nên dâng hiến mandala vũ trụ trước, việc này theo sau pháp cúng dường bậc thầy, vân vân.

"Mandala", Tạng ngữ là *kyil kor* (vòng quanh trung tâm). *Kyil* hay "trung tâm" ám chỉ "tinh túy"; *kor* hay "quay theo vòng tròn" ám chỉ sự trích ra, rút ra. Vậy danh từ mandala có nghĩa là "rút ra cái cốt tủy." Điều này có ý nghĩa lớn lao.

Mandala thường có hình tròn. Nhưng hình dáng của nó nên phù hợp với khuynh hướng nghiệp của bạn; bởi thế mandala hình vuông hay tương tự cũng được.

Có người bảo, "Sự dâng cúng bên ngoài không quan trọng bằng thiền định bên trong," nhưng theo mật tông chúng ta thấy tác phẩm của Mã Minh (Ashvaghosha) nhan đề *Năm mươi bài tụng về bậc thầy* nói:

Chắp tay thành kính
Dâng lên bậc thầy, Đạo sư của ngươi
Những mandala và hoa.

Một hôm Dromtoenpa đến thăm ẩn sĩ vĩ đại Gampopa. Vị này đang dùng tất cả thời giờ để nhập định, bỏ phế mandala của ông bám đầy bụi dơ. Drom hỏi tại sao ông không dâng cúng mandala. Gampopa đáp ông đang nội quán, không có thì giờ quán mandala. Drom quở trách:

– Ông nói cái gì? Atìsha là một thiền giả vượt hơn ông xa chừng, thế mà ngài dâng cúng mandala mỗi ngày ba lần.

Sau đó, Gampopa đặt nhiều nỗ lực vào việc dâng cúng mandala và nhờ vậy đã triển khai thực chứng.

Nếu giàu, bạn nên có một bộ mandala làm bằng vàng, bạc, đồng, vân vân; nếu không thì đá, đá đen, sơn mài, hay gỗ cũng được. Tsongkapa đã dùng một mandala bằng đá trong lúc ngài nhập thất ở Oelga. Những nội dung của mandala có thể là châu báu, ngũ cốc, và dược phẩm. Hoặc sỏi, cát, vân vân, cũng được. Nếu giàu, bạn sẽ tích lũy nhiều công đức nếu cúng những gì tốt nhất. Đáy mandala càng lớn càng tốt nhưng nhỏ nhất cũng phải bằng cái bát ăn. Bạn phải dâng cúng mandala ít nhất mỗi năm một lần, hay mỗi tháng một lần.

Nhỏ một giọt nước thơm trên những đầu ngón tay rồi hoặc đặt ngón cái vào trung tâm (trên đỉnh của cái đáy mandala), và di chuyển những ngón tay quanh vành mandala, hoặc đặt những ngón tay ở giữa mà di chuyển ngón cái quanh vành.

Dâng hiến mandala như sau: tay trái bạn cầm mandala với ít ngũ cốc trong lòng bàn tay. Tay phải chà xát đáy ba lần, xoay theo chiều kim đồng hồ, tưởng tượng đang lau sạch tội lỗi và nghiệp chướng của mình. Rồi chà xát ba lần theo chiều ngược lại, tưởng tượng thọ mạng, thân ngữ ý nghiệp của bạn được tịnh hóa. Rồi đọc những bài dâng mandala nội tâm, dài và ngắn.

Sau đây là những cách làm đầy mandala theo truyền thống. Bạn lấy phía đông của đáy mandala làm cạnh đối diện với ruộng phước – những thực thể bạn dâng đồ cúng – hoặc làm cạnh đối diện với bạn. Khi làm mandala hiến dâng, thì để phương đông là cạnh mandala đối diện với ruộng phước; khi làm một mandala cầu xin điều gì, thì để phương đông là cạnh đối diện với bạn. Ở đây ta áp dụng quy ước thứ hai, vì bạn đang xin cầu ruộng phước ban phước cho mình.

Theo truyền thống của Sakya Drogoen Choepag thì mandala có ba mươi bảy tụ tượng trưng cho: một núi Tu-di; bốn đại lục; tám tiểu lục địa; một núi báu; một cây ước; một bò ước; một mùa gặt không cần cày cấy; bảy báu dấu hiệu của vua chuyển luân (xe báu, vân vân); một bình báu; tám thần nữ; một mặt trời; một mặt trăng; một lọng; một tràng phan chiến thắng.

Tsongkapa theo truyền thống hai mươi ba tụ. Khác với mandala hai mươi lăm tụ là không có hai tụ sau đây: đáy mandala bằng vàng và dãy núi Thiết Vi.

Sự trưng bày núi Tu-di và bốn đại lục trong mandala là theo Thế Thân (Vasubandhu) trong tác phẩm

Kho tàng siêu vật lý. Hãy tham khảo quyển này để biết thêm chi tiết về trưng bày mandala. Các biển và núi Tu-di được vây quanh bằng một vòng núi sắt. Ở trung tâm là núi Tu-di làm bằng bốn báu vật. Mặt phía đông màu trắng, nam xanh, tây đỏ, bắc vàng chói.

Tưởng tượng có rất nhiều núi báu vân vân trên mỗi đại lục. Những núi báu, cây ước, vân vân, là tài nguyên của mỗi đại lục đặc biệt ấy. Bò ước được làm bằng châu báu, phân tiểu của nó toàn bằng vàng ròng. Mùa gặt không cần cày cấy gồm một thứ lúa không có vỏ trấu, gặt buổi sáng thì chiều đã mọc lại; gặt buổi chiều thì sáng đã mọc lại. Trong mandala hai mươi lăm tụ, bạn không làm những "tụ" riêng cho bốn thứ này (núi báu, cây báu, bò báu, lúa báu) vì chúng đã bao hàm trong sự hiến dâng bốn đại lục.

Bảy biểu tượng báu của vương quyền được nói trong câu thơ: "Làm bằng vàng lấy từ biển Diêm phù đàn..." Bảy báu này (thêm bình báu) bềnh bồng trong hư không, xâm chiếm bốn phương tám hướng giữa các đại lục và núi Tu-di. "Tụ" tám thần nữ – thần nữ của sắc đẹp, vân vân – thuộc về mandala 37 tụ nói trên, mặc dù chính những thần nữ thì đứng trên những chiếc xe xung quanh núi Tu-di (trong quán tưởng). Nhưng trong mandala 25 tụ thì bạn không làm một tụ nào để biểu trưng cho các thần nữ, vì bạn đã dâng hiến một tụ biểu trưng núi Tu-di.

Tụ biểu trưng mặt trời ở về phía trái núi Tu-di, tụ mặt trăng ở bên phải, lọng báu ở phía sau, tràng phan ở trước, hướng về phía bạn – đây là điềm tốt lành. Bạn cũng có thể đặt mặt trời ở phía tây, mặt trăng phía đông, lọng báu phía bắc, tràng phan phía nam. Đây cũng là điềm lành.

Hãy dâng hiến những của cải của chư thiên và nhân loại trong khi làm một tụ ở chính giữa.

Đừng quán mandala lớn hơn thực tế, nhưng quán bốn đại lục, các cõi trời vân vân, cách nào để chúng cũng không nhỏ bớt. Vị giáo đạo Tsechogling cho một ví dụ bổ ích trong khi ngài ở Tashilhuenpo: bạn có thể thấy toàn thể gương mặt một người trong một cái bọt nước nổi trên chén trà. Nó cũng giống như thấy một gương mặt nhỏ trong một cái gương lồi, hay nhìn một ngọn núi qua một lỗ kim.

Bạn phải tuần tự quán cho đến lúc thấy được hàng tỷ vũ trụ trong ba giai đoạn – mỗi lần nhân sự quán của bạn lên gấp ngàn lần. Nói cách khác, bắt đầu với một nhóm ngàn thế giới, rồi một ngàn nhóm – ngàn thế giới, rồi ngàn lần của những nhóm sau này.

Theo tôi, câu "Con dâng mandala này, rưới đầy nước thơm..." là câu mà Sadàprarudita đọc khi dâng cúng Dharmodgata (xem Ngày thứ bảy). Có hai bản khác nhau: một bản nói: "Tất cả được quán tưởng cho cõi Phật..." còn bản kia là "Tất cả được quán đi vào một cõi Phật..." "Cho" nghĩa là phép quán được thực hiện "cho những vị Phật trong ruộng phước." Nhưng có thể bậy nếu cúng các Ngài cái thế giới bất tịnh gồm núi Tu-di cùng bốn đại lục. Như vậy "đi vào một cõi Phật" có nghĩa là những thứ này chỉ bất tịnh trong một sát-na đầu tiên của sự quán tưởng mà thôi; sát-na kế tiếp tất cả đều được chuyển hóa thành một môi trường thanh tịnh. Mỗi cách quán đều có chỗ lợi lạc riêng.

Dagpo Rinpoche nói trong tác phẩm *Thi ca về Mandala:* "Phạm thiên, Đế thích giúp đỡ người trì giới..." Nghĩa là nên quán tưởng các vị ấy đang giúp bạn làm madala dâng hiến, nếu bạn là những tăng ni trì giới. Nếu bạn chưa thụ giới, thì cũng phải nhờ một tỷ-kheo giúp bạn. Nhưng núi Tu-di và bốn đại lục được hình thành do cộng nghiệp của hữu tình, bởi thế bạn không cần sự giúp đỡ của Phạm thiên, Đế thích, vân vân, để làm mandala dâng hiến: toàn thể thế giới hệ gồm núi Tu-di và bốn đại lục là y báo của phần riêng bạn trong cộng nghiệp ấy.

Hãy quán một tỷ thế giới hệ gồm núi Tu-di và bốn đại lục trong mỗi hệ, nếu bạn làm được sự quán tưởng ấy. Nếu không, chỉ cần quán một thế giới hệ cũng đủ. Nếu bạn dâng cúng mandala một cách thích đáng, thì cũng lợi ích giống như thực sự dâng bốn châu lục địa và núi Tu-di, vân vân. Như khi vua A-dục còn là cậu bé trong một tiền kiếp, ông đã đặt bụi đất vào bát khất thực của Phật Tỳ-bà-thi, mà tưởng tượng bụi ấy là vàng ròng. Tuy vậy ông đã nhận được lợi lạc cũng như dâng cúng vàng thật, hậu quả là về sau ông tái sanh làm vua A-dục, và đã xây mười triệu bảo tháp trong một ngày. Vậy không gì tốt hơn là dâng cúng một mandala vũ trụ để tích lũy công đức – điều ấy hoàn tất sự tích tập của bạn, điều ấy thực thuận tiện và là một việc làm thẳng thắn, vân vân. Bởi thế, quả là một vật cốt yếu, cái đáy bát bằng đồng thau hình tròn này!

Cuối lễ dâng mandala, bạn nghiêng cái đáy về phía bạn hoặc phía ngoài, khi trút những gì chứa trong ấy vào lại trong túi vải. Nếu cầu ban phước, thì hãy trút chúng về phía mình; nếu cầu tránh tai họa thì hãy hướng ra ngoài để trút.

Hãy làm sự quán tưởng cho đúng cách hơn là làm thật nhiều lễ dâng hiến mandala. Khi muốn có một số lượng nhiều về bất cứ gì, chỉ cần làm phần dâng hiến thuộc nghi thức chuẩn bị này nhiều lần là được. Hãy tụng câu: "Con xin dâng hiến mandala này, rưới nước thơm..." kèm theo: "Cho đến ngày giác ngộ, con xin quay về nương tựa Phật, Pháp và thánh chúng..."; đoạn làm sự dâng hiến gồm bảy tụ: một tụ cho núi Tu-di, bốn tụ cho bốn đại lục, một tụ cho mặt trời, một cho mặt trăng.

Tỷ-kheo ni Lakshmì có những linh kiến về thánh Quán Tự Tại sau khi dâng cúng một số lượng mandala. Đức Tsongkapa chuyên cần làm những lễ dâng mandala trong khi ở Oelga Choelung, kết quả là ngài triển khai chánh kiến. Bởi thế, ai cũng nên nỗ lực để thực hành pháp môn này.

Ngày thứ sáu

Bậc thầy Chandragomin nói:

Khi một con voi đực bị lôi cuốn
Đến một nơi ít cỏ và lá khô
Ở trên một miệng giếng,
Thì nó có thể chưa ăn gì được
Mà đã rớt xuống giếng sâu.
Ham muốn dục lạc ở đời
Cũng giống y như vậy.

Nói cách khác, khi một con voi đi đến bờ mép của một mỏm đá cheo leo vì tham ăn cỏ mọc trên bờ, nó có thể nhào xuống vực thẳm. Cũng vậy, khi tham luyến hạnh phúc cõi đời này, chúng ta phạm đủ thứ bất thiện hành và cuối cùng, khi bị rớt xuống vực thẩm là những đọa xứ thấp kém thì thật rất khó có ngày thoát ra. Bởi vậy ta phải hoàn tất hi vọng vĩnh cửu của mình. Không có cách gì tốt hơn để làm việc ấy ngoài ra tuân theo một cách chính xác những giai đoạn của con đường đến giác ngộ. Chúng ta phải khởi động lực cho đúng bằng ý nghĩ: "Tôi sẽ đạt thành Phật quả vì tất cả hữu tình. Bởi thế tôi sẽ nghe giảng về Lamrim, và thực hành theo đó."

(*Khi ấy Kyabje Pabongka duyệt lại những tiêu đề ngài đã giảng.*)

Thời thiền định chia làm ba giai đoạn: những nghi lễ chuẩn bị, phần chính, và kết thúc. Có sáu nghi lễ chuẩn bị; nghi lễ thứ năm trong đó là dâng lời cầu nguyện gồm bảy phần và dâng một mandala thế giới. Tôi đã bàn xong phần thứ hai trong bảy phần.

IVA1.1.5.3 Thành phần thứ ba: Sám hối tội lỗi

Sở dĩ chúng ta không phát triển được trong dòng tâm thức những gì mình chưa thực chứng, còn những gì đã chứng được lại bị thối thất, là do những tội lỗi và nghiệp chướng ta đã tích lũy; từ đấy sẽ phát sinh mọi nỗi bất hạnh đến với ta trong đời này và đời sau. Muốn tránh tình trạng ấy, ta phải sám hối tội lỗi.

Nhờ sám hối mà ta có thể thanh lọc vô lượng ác nghiệp, ngay cả năm tội ghê gớm (ngũ vô gián nghiệp) mà ta có thể phải chịu hậu quả. Theo luận *Vaibhàshika* (Tỳ-bà-sa) thì ta không thể sám hối loại tội này, nhưng theo phái Prasangikas thì có thể. Trong *Thư của Long Thọ* có câu:

Ai đã từng buông lung phóng dật
Mà về sau biết hổ thẹn,
Người ấy sáng chói
Như vừng trăng không gợn mây,
Như Nanda, Angulimàla,
A-xà-thế và Shankara.

Lại có câu: "Bậc trí làm tội nặng hóa thành nhẹ; kẻ ngu tội nhẹ cũng hóa nặng." Nói cách khác, yếu tố quyết định chính là người ta có thiện xảo trong việc sám hối hay không. Bà-la-môn Shankara đã giết mẹ, Angulimàla giết chín trăm chín mươi chín người, A-xà-thế hành quyết vua cha. Nhưng sau khi phạm những tội ghê gớm ấy, họ đã đạt đến địa vị kiến đạo nhờ thiết tha sám hối.

Bằng hình thức sám hối quyết liệt nhất, bạn có thể thanh lọc tội lỗi ngay tận gốc rễ; hình thức trung bình thì làm cho tội lỗi giảm nhẹ; và tối thiểu thì bạn cũng có thể làm cho tội lỗi khỏi trầm trọng thêm. Nhưng nếu bạn không sám hối chút nào, thì tội lỗi sẽ tăng gấp hai mỗi ngày, và tội nhỏ sẽ hóa to. Ví dụ, giết một con rận là một tội nhỏ, song nếu bạn không sám hối, thì sau nửa tháng nó sẽ nặng gấp 16.384 lần, và khi ấy cũng ngang bằng giết một con người.

Sở dĩ ta không muốn sám hối tội lỗi là vì thiếu tin tưởng vào luật nhân quả và không sợ phạm tội. Nếu có lòng tin nhân quả, ta sẽ tránh phạm dù chỉ một tội nhỏ. Trong lúc du hành, mỗi khi phạm một học giới rất nhỏ Atìsha cũng dừng lại và nghiêm túc sám hối ngay giữa chốn công cộng. Chúng ta cũng có thể làm như thế, nhưng thường chúng ta tưởng mình không có tội lỗi gì trầm trọng phải sám hối cả – chỉ vì chúng ta chưa nghĩ cho thấu đáo cái cách ta phạm tội. Nếu nghĩ kỹ, ta sẽ biết được bao nhiêu tội ta đã phạm bằng ý và lời – ý định tai hại, nói chuyện nhảm nhí, nói lời nhục mạ, vân vân từ khi thức dậy buổi sáng. Chẳng hạn chúng ta đã thụ giới, mà chưa kể những giới trọng ta có thể đã vi phạm, chúng ta còn vi phạm những tiểu giới một cách thường xuyên như mưa rào, lại còn nói rằng chuyện ấy không hại gì. Nhưng nội một chuyện không mặc hạ y cho ngay thẳng cũng đủ để vi phạm một giới trọng trong mật tông. Chúng ta cũng vi phạm những giới trọng trong Bồ-tát giới một cách thường xuyên như mưa xuống. Phạm một giới nhẹ của Bồ-tát giới cũng trăm ngàn lần nghiêm trọng hơn là phạm tội trọng trong giới tỷ-kheo. Phạm một giới trọng của Bồ-tát giới là trăm ngàn lần nghiêm trọng hơn phạm tiểu giới của Bồ-tát giới; phạm một giới phụ trong giới bản mật tông còn nghiêm trọng trăm ngàn lần; và phạm một giới căn bản của mật tông thì nghiêm trọng hơn trăm ngàn lần phạm giới phụ. Bởi thế nếu tính những ác hành mà chúng ta đã làm từ khi thức dậy sáng nay, ta cũng sẽ thấy nhiều loạt nguyên nhân đầy đủ để tái sanh vào đọa xứ. Hàng ngày chúng ta trĩu nặng nhiều tội lỗi – mười nghiệp bất thiện, ba độc, vân vân. Chúng ta được biết rằng những tội nặng nhất trong số này sẽ khiến ta đọa vào địa ngục, tội trung bình đọa vào ngạ quỷ, tội nhẹ nhất đọa vào súc sinh. Một tội "nặng" không nhất thiết phải là giết người cướp của, chỉ cần bạn vì tức giận mà nhiếc mắng đệ tử "đồ ngu như bò tót" cũng đủ nặng. Những việc như phẩm bình nghiệp của người (bảo họ có thể đọa vào cõi này cõi nọ) cũng là tội nặng. Nội một ngày hôm nay thôi chúng ta cũng đã tạo đủ loại nguyên nhân đưa ta vào ba đọa xứ.

Bạn có thể ngạc nhiên hỏi:

– Nếu thế thì chúng ta có thể làm được gì?

Không ích gì chỉ tỏ ra kinh hãi trước sự tình ấy; bạn phải sám hối để tịnh hóa tất cả tội bạn đã phạm từ vô thỉ sinh tử đến nay, bằng cách lạy sám hàng trăm ngàn lạy, tụng thần chú một trăm âm, vân vân. Nếu chưa nhận được những dấu hiệu cho biết những tội lỗi ấy đã được tịnh hóa, thì bạn vẫn cứ phải làm những việc ấy cho đến khi chết. Những dấu hiệu ấy được nói trong quyển *Thần chú Kandakàri*, hoặc trong *Những giai đoạn lớn của đạo lộ*, vân vân. Vậy, bạn phải thực hành pháp thiền quán Kim Cương tát-đỏa và đọc hai mươi mốt lần thần chú *Một trăm âm* của Ngài mỗi tối trước khi ngủ. Bạn còn phải tinh tấn lễ bái bằng lối lạy dài (năm vóc sát đất) trong khi đọc tụng kinh *Sám hối những tội phạm giới*. Vào buổi chiều, hãy sám hối những sự vi phạm bạn đã làm trong ngày; vào buổi sáng, hãy sám hối những tội bạn đã vi phạm đêm qua. Đừng để cho một tội lỗi nào trong ngày không được chú ý đến. Dù không tu tập thêm được pháp nào khác, nếu bạn nỗ lực vào việc sám hối cũng là quá đủ.

Những tội lỗi của bạn là nguồn gốc của mọi khổ đau trong đời này và những đời sau; nếu sám hối thì bạn sẽ thoát được đau khổ và còn triển khai được những thực chứng và tuệ giác. Chẳng hạn, nếu đời này bạn bị đau ốm, nguyên do là bạn đã tích lũy một ác nghiệp nào đó; bởi thế những việc cúng bái nhân danh bạn có thể không giúp bạn khỏi bệnh. Nhưng không nên vì thế mà có quan niệm sai lầm (tà kiến) cho rằng làm những nghi lễ cầu khẩn là vô ích. Giả sử trên thửa ruộng đã mọc một loại đậu nào đó, bạn gieo giống lúa mạch để ngăn cho đậu khỏi phát triển thêm: những nghi lễ cầu khẩn cũng có tác dụng gần giống như vậy. Nếu một tội lỗi đã chín thành quả báo, thì bạn không thể làm gì được với nó. Bởi thế bạn phải sám hối tội lỗi trước khi quả báo xảy ra, cũng như phá hủy hạt giống. Nếu bạn sám hối thì tội nhẹ sẽ sạch, tội nặng sẽ nhẹ bớt. Khi bạn sám hối những tội nặng mà hậu quả có thể làm bạn đọa vào các cõi thấp xấu, thì những tội ấy sẽ chín ngay trong đời này, như bị lên cơn sốt, vân vân. Mặc dù tội lỗi không có gì là tốt, song có điều là nó có thể được tịnh hóa nhờ sám hối. Quả thế, không một tội lỗi nào mà không thể tịnh hóa được nhờ pháp sám hối. Mức độ tịnh hóa của một tội lỗi tương ứng với năng lực ý định nơi bạn, và những hành vi bạn làm để sám hối. Bởi thế, bạn phải có những ân hận sâu xa, nỗ lực chế ngự, chừa bỏ.

Một số người tu hành trong đời này phải chịu đựng nhiều điều bất như ý, điều ấy có nghĩa rằng ác nghiệp mà đáng lẽ họ phải chịu quả báo trong những đời sau, đã chín cho họ ngay đời này. Ví dụ những hành giả ấy có thể bỗng dưng bị sa sút về mức sống vật chất, như thế có nghĩa là một cái nghiệp có thể khiến họ tái sanh làm quỷ đói đã chín ngay trong đời này. Có nhiều người hiện tại phạm tội nặng mà dường như luôn luôn gặp may mắn hạnh phúc, trường thọ, vân vân. Đấy là hậu quả của một vài thiện nghiệp của đời quá khứ họ còn dư tàn đến đời này; nhưng do ác nghiệp hiện tại, về sau họ sẽ phải đi xuống những đọa xứ để chịu những thống khổ. Một điển hình về người tu mắc nạn là Dromtoenpa – một bậc chân tu trong chánh pháp – đã bị bệnh cùi vào lúc tuổi già. Bởi thế, đừng ôm giữ tà kiến; hãy vui vẻ khi bạn bị đau ốm, vân vân. Bạn sẽ chịu mất mát lớn lao nếu tự làm mình tổn đức bằng cơn giận dữ. Bạn còn được lợi ích lớn do sự sám hối tội lỗi (trong lúc đau ốm).

Để sám hối một tội lỗi, bạn phải có đủ bốn năng lực diệt tội.

1. Năng lực "nền tảng", là nhận thức cho đúng bạn sẽ sám hối với ai. Trong truyền thống của chúng ta, điều này có nghĩa rằng, vì bạn tích lũy tội lỗi liên hệ đến một nền tảng đặc biệt nào đó, nên sự tịnh hóa cũng phải dựa trên nền tảng ấy, cũng như khi té xuống đất bạn phải tựa vào đất ấy để đứng lên. Bởi thế, vì bạn phạm tội liên hệ đến Phật hoặc hữu tình, nên năng lực của nền tảng là quy y Phật, Pháp, Tăng, vân vân và phát tâm bồ-đề đối với hữu tình. Tôi đã giải thích hai điều này rồi.

2. Năng lực "ân hận". Nếu hối hận, bạn sẽ tự chế để khỏi tái phạm. Bạn phải hiểu biết về luật nhân quả thì mới mong thực hiện được điều này. Giả sử có ba người ngộ độc vì thức ăn. Một người chết, một người đau ốm, còn một người chưa bị hậu quả nào xấu. Người sau rốt này sẽ rất ân hận, cố mọi cách để tống khứ chất độc ra khỏi cơ thể, và quyết định sẽ không bao giờ ăn thực phẩm ấy nữa. Hữu tình cũng đã tích lũy cùng một loại tội nghiệp ấy, giống như ăn phải chất độc. Một số người đã tái sanh vào những cõi thấp. Những người khác đang mãi mãi bị những chứng kinh niên trầm trọng của ba độc tham sân si, giống như người đang ốm đau. Những người này cũng đang rơi vào những đọa xứ. Chúng ta cũng đã từng phạm những ác nghiệp ấy, bởi thế ta nên hối hận, và đừng tái phạm.

3. Năng lực "tự chế." Bạn phải làm việc này một cách thích đáng: phải quyết định dứt khoát, và không nên dửng dưng sau khi học những lợi ích của sự sám hối. Thực hành tự chế theo cách sau đây. Những hành vi mà bạn có khuynh hướng vi phạm, chẳng hạn thói quen nói lời gay gắt, dễ làm bạn không giữ được lời hứa sẽ không tái phạm. Nếu bạn không thực hành sự tự chế, thì bốn năng lực không đầy đủ. Hãy chừa bỏ tận gốc cái gì bạn có thể chừa bỏ. Có những điều bạn chỉ bỏ được trong vòng một năm, những điều khác bạn chỉ có thể bỏ trong vòng một tháng. Nhưng nếu mỗi ngày bạn đều quyết định từ bỏ thì bạn dễ từ bỏ được những điều cần từ bỏ. Luyện cách này là để bỏ được tính tương tục của việc làm quấy. Điều này là một chỉ giáo thật thiện xảo và đặc biệt bổ ích từ đấng tôn sư tôi.

4. Năng lực "áp dụng mọi cách giải tội." Người ta nói có sáu loại năng lực thuộc loại này, đấy là những phương tiện thực thụ để thanh lọc những hành động khiến bạn ân hận. Sáu năng lực này là bất cứ hành động nào được làm liên hệ đến chư Phật, đến thần chú, đến kinh, sự quán tưởng chân không, cúng dường, và bất cứ gì ta làm liên quan đến hình tượng. Có thể bạn không thốt lời sám hối, nhưng nếu bạn làm một vài thiện hành nào đó – như đọc thần chú om mani padme hum nhiều lần – để thanh lọc một tội lỗi thì hành vi ấy thuộc về năng lực áp dụng mọi cách giải tội. Nếu những tu sĩ chúng ta khi đi đến giảng

đường nghe pháp mà khởi lên ý tưởng rằng mình sẽ chịu nỗi khổ nóng lạnh như một hành vi sám hối, thì đấy cũng là điển hình của năng lực đặc biệt này.

Bạn phải sử dụng cả bốn thứ năng lực. Cách hay nhất trong việc "áp dụng mọi cách giải tội" là tụng niệm danh hiệu chư Phật, đấy là cách hành trì của những bậc thánh trong quá khứ. Họ vừa lễ lạy vừa tụng kinh *Sám hối những tội phạm giới* (còn có tên là kinh *Ba thánh tụ).* Bài tụng này chứa đựng cả bốn năng lực trên và lợi ích tới nỗi đức Tsongkapa, người mà những thiện hành đầy cả không gian, vẫn thường sử dụng để xây dựng kho công đức và thanh lọc bản thân. Ngài thường thực hành pháp sám hối trong khi tụng kinh này. Ngay cả những bậc hiền trí vĩ đại như Namkha Gyaeltsaen ở Lhodrag cũng thanh lọc nghiệp chướng theo cách ấy. Tất cả các bậc học giả hành giả, về sau đều theo cách sám này; và Lozang Namgyael hành giả vĩ đại bảo đấy là cách cao quý nhất. Khi đã tịnh hóa tội lỗi, thì tâm bạn được thoải mái nhẹ nhàng, như người trả xong món nợ to lớn.

Những người lễ bái nhiều cần khởi tâm đúng pháp. Nhưng đến phần đặc biệt này (trong phép cầu nguyện bảy phần), họ chỉ cần chấp tay cũng đủ.

Bạn làm pháp này như sau. Trước hết bạn đọc ba lần thần chú tăng thêm đức hạnh: "Om sambhara sambhara vimanaksara mahà vajra hum. Om smara smara vimanaskara mahà vajra hum." Rồi bạn đọc kinh *Sám hối những tội phạm giới.*

Mặc dù chư thần trong kinh này đã là những thành phần của ruộng phước, bạn cứ làm phép quán sau đây để cho họ thêm tầm quan trọng. Ba mươi bốn tia sáng chiếu ra từ trái tim bậc thầy của bạn. Mười tia đi lên, mười tia đi xuống. Bảy tia sang phải, bảy tia sang trái. Có ba mươi bốn bảo tòa, mỗi tòa ngự trên mỗi tia sáng ấy. Những bảo tòa có voi đỡ, được trang hoàng bằng ngọc trai. Voi là con vật mạnh nhất, bảo tòa có voi đỡ tượng trưng ý nghĩa những vị Phật ngồi trên ấy có năng lực lớn lao để tịnh trừ tội lỗi. Tất cả 35 vị thần đều có những màu sắc khác nhau, sử dụng những vật biểu tượng khác nhau, nhưng để giản tiện, hãy phân các vị thành năm nhóm, mỗi nhóm bảy vị. Mỗi nhóm có cùng màu thân và dụng cụ giống nhau, như năm vị Phật thiền. Nhóm bảy vị đầu tiên có hình dáng của Phật A-súc-bệ; nhóm thứ hai Phật Tỳ-lô-giá-na, nhóm thứ ba Phật Bảo Sanh, nhóm thứ tư Phật A-di-đà và nhóm thứ năm Phật Bất Không Thành Tựu. Có hai ngoại lệ trong đồ biểu này. Phật Thích-ca Mâu-ni thật sự thuộc vào nhóm đầu tiên, nhưng hình ảnh ngài ở trong tim bậc thầy là đủ. Vua rồng Geyaràja có màu trắng phía trên cổ, phần còn lại của ông màu xanh. Ông bắt ấn hàng long (hàng phục loài rồng rắn): hai ngón giữa châu vào nhau dơ cao. Tất cả những hình ảnh này nên ở trước ruộng phước.

Có ba cách tụng kinh này. Một là đọc từ đầu đến cuối nhiều lần. Hai là chỉ tụng phần đầu, từ Phật Thích-ca Mâu-ni và kết thúc với Phật vua của thần núi (Shailendraràja: Ta la thọ vương). Theo cách này, bạn chỉ tụng đi tụng lại hồng danh Phật nhiều lần, phần kinh còn lại chỉ đọc một lần. Cách thứ ba là, chẳng hạn trong một thời thiền quán bạn muốn tụng 25 lần kinh sám hối, thì bạn sẽ tụng mỗi danh hiệu Phật 25 lần, như vậy sẽ dễ hơn cho bạn tập trung vào từng vị Phật và nhận sự cứu giúp riêng của mỗi ngài. Cũng như trong cách thứ hai, sau khi tụng hồng danh, phần kinh còn lại chỉ tụng một lần.

Cách tụng hồng danh từng vị Phật có nhiều lợi lạc. Hãy tham chiếu phần bình luận liên hệ. Nếu ngoài 35 hồng danh, bạn tụng thêm danh hiệu bảy vị Phật, thì bất cứ điều cầu nguyện nào cũng được thỏa mãn trong thời mạt pháp này, khi giáo lý Phật vẫn còn tồn tại (xem Ngày thứ bốn). Muốn được chư Phật ban phước ngay, hãy lạy bảy vị Phật khi tụng hồng danh.

Danh từ "Như Lai" không được lặp lại trong bản kinh *Sám hối những tội phạm giới*, nhưng thật không phải phép nếu tụng hồng danh Phật mà không kèm theo một trong những hiệu của ngài. Bởi thế phải thêm "Như Lai" trước mỗi hồng danh Phật, như cách mà đức Tsongkapa thường làm.

Khi ấy bạn nên tụng Bài sám tổng quát hoặc một bài tương tự (xem Phụ lục). Bài kinh nói "Tham, sân..."; nguyên nhân của tội lỗi là ba độc tố. Ba cửa ngõ là thân, lời, ý, bản chất là bất thiện khi có nhân là ba độc.

Kinh *Sám hối những tội phạm giới* nói: "Con xin sám hối từng tội lỗi không sót tội nào"; đó là một cách sám từng loại tội trong ba loại, cốt để đưa sự chú ý của chúng ta đến những tội lỗi ta luôn vi phạm và sám hối thực nghiêm túc.

Kinh *Bài nguyện những hành vi cao cả* nói:

Do năng lực của tham, sân, si,
Con đã phạm nhiều tội lỗi
Bằng thân, lời và ý,
Nay con xin sám hối tất cả từng tội một.

IVA1.1.5.4 Thành phần thứ tư: Hoan hỉ

Hoan hỉ là hạnh của Bồ-tát, nên thật khó đối với chúng ta để làm hạnh ấy dù chỉ một chút xíu trong tâm thức. Nhưng nếu ta làm được, thì không có cách nào tốt hơn để xây dựng kho công đức, vân vân. Ngày xưa khi thấy đức vua Ba-tư-nặc cúng dường Phật và chúng tăng, người ăn xin Sùtara chỉ khởi tâm hoan hỉ mà được nhiều lợi lạc hơn vua. Đức Tsongkapa nói:

"Muốn tích lũy nhiều công đức lớn mà không cần nỗ lực, tốt nhất là hạnh vui với điều lành của người (tùy hỉ công đức)."

Nói cách khác, chỉ cần ngồi yên khởi tâm vui với việc lành, ta cũng có thể tích lũy vô số công đức không cần nhọc lời nhọc xác. Một hôm vua Ba-tư-nặc xin Phật dạy một pháp có thể tu tập trong lúc vẫn làm phận sự của vua. Phật dạy ông thực hành ba điều: hoan hỉ, phát tâm bồ-đề, và hồi hướng công đức. Nhưng phải là sự hoan hỉ không kèm theo một ý niệm ganh tị hay cạnh tranh nào. Ganh tị là như khi thấy việc thiện của một người ta không ưa, ta thường bĩu môi nói:

– Đấy chỉ là hình thức, đâu có lợi ích gì.

Nếu một tỷ-kheo biết vui mừng khi thấy bạn cùng phòng làm lễ dâng cúng một trăm thứ, vị ấy chắc chắn cũng được lợi lạc vài phần. Nếu người làm công đức thọ giới sau hoặc tu chứng thấp hơn ta thì ta sẽ được lợi lạc gấp đôi vị ấy; nếu vị ấy cao hơn ta, ta cũng được nửa phần công đức. Còn gì lợi hơn thế nữa? Và nếu vui mừng với công đức của chư Phật, Bồ-tát trong quá khứ, ta sẽ được một phần mười công đức các ngài. Dù chịu khó tạo phước suốt đời ta cũng chỉ được một phần nhỏ công đức mà một Bồ-tát sơ địa có được trong một ngày. Còn công đức một vị Phật thì hoàn toàn ngoài sức ta ước lượng. Thế mà nếu ta tùy hỉ công đức của chư Bồ-tát thì ta có thể được một nửa phần công đức các ngài. Một kỹ thuật tâm linh duy nhất này là cách hữu hiệu nhất để tích tập công đức. Ở tỉnh Trung ương này (của Tây Tạng), chánh pháp đang thịnh, và có nhiều người đang lễ bái, cúng dường, kinh hành, phụng sự một bậc thầy, tham thiền nhập định, học hành, vân vân. Nếu biết tùy hỉ tất cả những điều ấy, ta sẽ có được một số lượng khổng lồ công đức căn bản. *Bài nguyện những hành vi cao cả* nói:

Con tùy hỉ tất cả những công đức
Của chư Phật mười phương,
Của chư Bồ-tát, Duyên giác,
Những bậc Hữu học và Vô học,
Và tất cả hữu tình.

Ở điểm này, những bậc thầy nên đề cập đề tài này theo thứ tự sau: vui mừng khi có những vị mới phát tâm bồ-đề; vui mừng về những sự nghiệp của các bậc thánh hiền quá khứ ở Ấn và Tạng; và vui mừng về sự tụng đọc của những người bạn cùng phòng. Nhưng còn hai cách khác nữa để thiền quán về tùy hỉ, đó là vui mừng với công đức của chính mình, và vui mừng với công đức của người khác.

a) Vui với công đức của chính mình

Có hai tiêu đề phụ: (1) Vui mừng vì công đức đã làm trong những đời quá khứ, mà ta có thể biết nhờ suy luận. (2) Vui mừng vì công đức đã làm trong đời này mà ta biết được nhờ nhận thức.

** Vui Mừng vì công đức đã làm trong những đời quá khứ, mà ta có thể biết nhờ suy luận*

Trong đời này bạn đã được thân tái sanh tốt. Hãy nhìn những điều kiện thuận lợi mà bạn đã có được để tu tập, và nghĩ những đời trước, chắc mình đã làm nhiều thiện hành như trì giới, bố thí, nhẫn nhục. Hãy liên tục suy nghĩ: "Có lẽ nhờ kiếp trước biết cách tự lợi, nên hậu quả là đời này ta được may mắn tái sanh làm người. Vậy thì ta phải biết bây giờ nên làm gì để tương lai được tái sanh tốt đẹp." Cổ đức nói:

Những đời quá khứ có giá trị của bạn
Đã cho bạn thân người quý báu hiện nay.
Bởi thế, hỡi tỷ-kheo khả kính,
Chớ để đời sau rớt vào hố thẳm.

Nếu xét cách hành xử của mình trong hiện tại, ta có thể thấy mình sẽ tái sinh về đâu trong những đời tương lai. Ta không cần phải đi hỏi thầy bói, xem tướng số, vân vân.

** Vui mừng vì công đức đã làm trong đời này, mà ta biết được nhờ nhận thức*

Hãy nhớ lại tất cả công đức bạn đã làm như tụng kinh, bố thí, phụng sư, học tập, thiền quán, nghe pháp, tham dự lễ lạc hay thực tập tranh luận. Rồi, hãy vui mừng về những việc ấy nhưng không kiêu căng; nếu kiêu hãnh bạn sẽ mất bớt công đức.

Chúng ta thường tính tài sản mình, nhưng dù có thêm bao nhiêu tiền của, ta cũng chỉ được thoải mái trong đời này thôi. Nếu tăng trưởng công đức, ta sẽ được tái sanh làm người hoặc làm trời – những lợi lạc tiếp tục cho đến khi đạt giác ngộ. Những tội lỗi ta phạm sẽ đưa ta đến những nơi như Địa ngục Kim cương nằm dưới mặt đất nhiều do tuần.

(Khi ấy Kyabje Pabongka Rinpoche kể chuyện Geshe Baen Gunggyael, người thường tính tội phúc mình làm mỗi ngày – xem Ngày thứ mười ba)

Đấy là những tính toán bây giờ ta nên làm, vì ta sẽ không làm gì được nữa khi những tội và phước của ta được thanh toán trước mặt Diêm vương (thần chết).

b) Vui mừng về công đức của người khác

Điều này có nghĩa là vui mừng về công đức của kẻ thù, bạn hữu và người xa lạ; hoặc về công đức của những người thuộc vào năm hạng tái sanh; hoặc về sự nghiệp những bậc thánh qua tiểu sử các ngài. Với hình thức vui mừng này, bạn phát triển công đức mới, còn khi vui mừng về công đức của chính mình, thì bạn tăng thêm công đức cũ. Gungtang Rinpoche nói:

"Làm thế nào để có công đức lớn trong lúc nghỉ mệt: Hãy vui mừng!"

Chúng ta sống ở Tây Tạng, một mảnh đất của Chánh pháp; bởi thế chỉ cần thực hành hạnh vui mừng khi ta đi, đứng, nằm hay ngồi. Nhưng sự vui mừng ấy phải như sự vui của Bồ-tát. Giả sử có một gia đình chỉ trông cậy vào người cha để sống; thì không gì làm ông vui mừng hơn, nếu đứa con cả có thể xoay xở để tự kiếm sống. Đấy là sự khác nhau giữa sự vui mừng nói chung và hình thức vui mừng đặc biệt này của Bồ-tát.

IVA1.1.5.5 Thành phần thứ năm: Thỉnh chuyển Pháp luân

Trong bảy tuần lễ sau khi thành chánh giác, đấng Đạo sư chúng ta không chuyển Bánh xe pháp, nhưng như kinh nói:

Năm đệ tử có lòng tin ở Phạm thiên
Nhờ Phạm thiên cầu thỉnh Phật,
Nên bánh xe Pháp đã được quay.

Nghĩa là khi Phạm thiên cầu thỉnh Phật ra giáo hóa, Phật đã quay bánh xe Pháp lần đầu, dạy bốn sự thật cho năm đệ tử đầu tiên. Ngài giảng tứ đế ba lần, gồm mười hai khía cạnh. Đây là sự quay bánh xe Pháp "được truyền." Rồi A-nhã Kiều-trần-như (Ajnatakaundunya) trở thành đệ tử đầu tiên đắc quả A-la-hán, bốn vị kia đắc quả Dự lưu. Các thánh đệ tử này thành tựu pháp "được chứng" trong dòng tâm thức của họ; điều này xảy ra sau khi nhận bánh xe Pháp được truyền. Pháp được truyền trước hết cũng phải có sự cầu thỉnh Phật chuyển bánh xe Pháp. Đó là lý do thỉnh Phật chuyển Pháp Luân trở thành một trong bảy phần của sự cầu nguyện. Như Thế Thân nói trong quyển *Kho tàng vật lý siêu hình:*

Trước quay bánh xe pháp,
Rồi con đường kiến đạo mới theo sau.
Đoạn ấy nói rõ tiến trình các biến cố.

Khi thỉnh chuyển Pháp luân, và nếu bạn có một bộ mandala, thì hãy xếp chín nắm trên nền mandala và quán đấy là bánh xe ngàn căm bằng vàng, trong lúc làm lời cầu thỉnh. Bạn cũng có thể quán mình là Phạm thiên. Rồi biến hóa ra vô số bản sao của chính bạn đi đến chư Phật trong mười phương. Nếu không làm được vậy, thì có thể tưởng tượng trước mỗi thành phần của ruộng phước có một bản sao của mình. Nếu điều này cũng quá sức bạn, thì hãy tưởng tượng một hình ảnh bạn đang dâng lên các ngài một bánh xe.

Kinh *Bài nguyện những Hành vi cao cả* nói:

Hỡi những ngọn đèn của thế giới mười phương,
Những vị đã đạt đến ly tham
Và đã thành Phật quả
Con xin các Ngài, những đấng che chở;

Hãy chuyển bánh xe tối thượng.

IVA1.1.5.6 Thành phần thứ sáu: Thỉnh cầu ruộng phước đừng nhập Niết-bàn

Một quyển kinh nói: "Chư Phật không bao giờ vào Niết-bàn..." Nói khác đi, chư Phật nói chung không đi vào tịch diệt, pháp cũng không biến mất, nhưng với mắt phàm thì ứng thân tối thượng có vào Niết-bàn. Bởi thế ta phải xin đấng Đạo sư đừng nhập Niết-bàn. Không làm điều này là một lỗi lầm rất đáng tiếc. Khi sắp nhập Niết-bàn, Phật bảo A-nan:

– Các đức Như Lai có bốn vô úy bốn thần túc và có thân như kim cang. Nếu muốn, các ngài có thể sống cả một kiếp hay hơn nữa.

Nhưng A-nan vì bị ma ám nên không hiểu được ý nghĩa lời Phật dạy. Bởi thế A-nan không thỉnh cầu bậc Đạo sư chúng ta ở lại trong đời, và hậu quả là Phật, dưới con mắt phàm tình, đã nhập Niết-bàn vào năm ngài tám mươi tuổi. Bởi thế tốt nhất ta phải làm sự thỉnh cầu này trước khi quá muộn. Ở đây, bạn phải để năm nấm trên đáy mandala và tưởng tượng đấy là một Kim cương tòa. Bạn có thể tưởng tượng mình dâng một tòa Kim cương cho mỗi thành phần trong ruộng phước, hoặc chỉ một Kim cương tòa tan vào trong tòa của ruộng phước.

Bài nguyện những Hành vi cao cả nói:

Đối trước những vị Phật định nhập Niết-bàn
Con xin chắp tay cầu thỉnh
Hãy ở lại trên đời nhiều kiếp
Bằng số lượng vi trần trong thế giới
Để cứu giúp hữu tình, đem lại an vui cho chúng

Trong khi làm hai thành phần cầu nguyện là thỉnh chuyển pháp luân và thỉnh Phật trụ thế, bạn phải tưởng tượng những thành phần trong ruộng phước chấp thuận cả hai lời xin cầu.

IVA1.1.5.7 Thành phần thứ bảy: Hồi hướng

Điều cốt yếu là hồi hướng công đức của chúng ta. Phái Kadampa trong văn luyện tâm nói: Có hai việc phải làm, một việc khởi đầu và một việc kết thúc. Đây là nói đến sự khởi động lực tốt lúc đầu và hồi hướng công đức vào lúc kết. Hồi hướng phải là một hình thức cầu nguyện, nhưng muốn cầu nguyện để hồi hướng công đức thì phải có cái gì dâng cúng.

Có sáu điểm phải nêu ở đây:

(IVA1.1.5.7a) Cái gì được hồi hướng? Thiện đức căn bản của bạn.

(IVA1.1.5.7b) Tại sao phải hồi hướng? Vì để cho công đức ấy không bị mất tiêu.

(IVA1.1.5.7c) Bạn hồi hướng công đức ấy với mục đích gì? Với mục đích đạt vô thượng bồ-đề.

(IVA1.1.5.7d) Vì ai mà bạn hồi hướng? Vì tất cả hữu tình.

(IVA1.1.5.7e) Làm thế nào để hồi hướng? Như được nói trong *Trang hoàng cho thực chứng*: "Bằng phương pháp và nhận thức đúng."

Nói cách khác, bạn thực hành sự hồi hướng với loại tư duy nào phối hợp vừa phương pháp vừa trí tuệ bằng cách nhận thức đúng về ba thành phần của hành vi hồi hướng (nghĩa là vật hiến dâng, hiến dâng cho ai và hiến dâng với mục đích gì, cả ba đều không tịch). Điều này khiến bạn khỏi bám víu vào vật hiến cúng xem như là có thật.

(IVA1.1.5.7f) Bản chất của sự hồi hướng: Sự hồi hướng được làm với mong ước những thiện đức căn bản của bạn không biến mất; hồi hướng để mong chuyển công đức thành một nhân tố cho sự giác ngộ vô thượng bồ-đề của bạn

Loại cầu nguyện này có năng lực lớn. Ví dụ, bây giờ chúng ta không thiếu pháp là nhờ Phật, đấng Đạo sư của chúng ta, đã lập những lời nguyện. Xá-lợi-phất trở thành người trí tuệ bậc nhất là nhờ năng lực của những sự dâng hiến, cầu nguyện, vân vân của ngài. Thiện hạnh của chúng ta như con ngựa, sự hồi hướng (hay dâng hiến) như dây cương. Lại nữa, những nguyên liệu như vàng bạc... có thể được làm thành một pho tượng Phật hay một cái bình tầm thường, đều do người thợ. Hậu quả của thiện hành chúng ta cũng vậy, có thể cao hay thấp là do sự cầu nguyện và hồi hướng công đức của ta. Xưa có một người làm nhiều thiện đức căn bản rất mạnh, có thể làm nhân cho sáu lần tái sanh làm trời Phạm thiên. Nhưng khi gần chết ông ta trông thấy một con voi đẹp và phát sinh tâm ưa thích, nên hậu quả là ông tái sanh làm Bhùmisudrda, con voi mà trời Đế thích cưỡi.

Lúc còn bé, tôi thường đọc lời cầu nguyện này:

Bất cứ nơi nào giáo lý vi diệu chưa lan đến
Hoặc đã bị suy tàn,
Xin cho con vì lòng từ bi rộng lớn
Gieo rắc kho tàng lợi lạc này.

Kết quả là bây giờ tôi luôn luôn giảng dạy. Tôi lấy làm tiếc tại sao mình đã không cầu xin được nhập định trên một sườn núi hoang vu nào đó.

Trong lời cầu nguyện, bạn đừng hồi hướng công đức để có hạnh phúc trong đời này. Nếu bạn không hồi hướng công đức, thì công đức của bạn có thể bị tiêu tan khi bạn nổi sân. Tác phẩm *Bồ-tát hạnh* nói:

Bao nhiêu công đức tốt đẹp
Tích lũy trong một ngàn kiếp

Như bố thí, cúng dường chư Phật,
Tất cả đều tiêu tan trong một cơn giận dữ.

Nghĩa là sân giận phá hủy những đức hạnh căn bản đã tích tập trên một ngàn kiếp. Chandrakirti (Nguyện Xứng) nói:

Khi nổi sân với những pháp tử của Phật,
Là bạn phá hủy trong giây lát
Tất cả đức hạnh tích lũy trên một trăm kiếp.
Bởi thế không tội nào tệ hơn mất kiên nhẫn.

Ở đây chúng ta được biết sân giận phá hủy công đức tích lũy trên trăm kiếp. Chúng ta phá hủy công đức của một ngàn kiếp tích lũy hay một trăm kiếp tích lũy là tùy trình độ tu chứng của mình, và đối tượng mà ta tức giận. Nếu không phải Bồ-tát mà tức giận Bồ-tát, thì mất một ngàn kiếp công đức. Nếu Bồ-tát cao cấp tức giận Bồ-tát dưới mình, thì mất một trăm kiếp công đức.

Cách làm cho công đức không bị tiêu hủy vì giận dữ được đề cập trong kinh Sàgaramati (*Phạm thiên thưa hỏi Phật*):

Như một giọt nước bỏ vào đại dương
Sẽ không biến mất cho đến khi biển khô cạn,
Công đức hồi hướng để đạt vô thượng bồ-đề
Cũng không tiêu mất cho đến khi thành Phật.

Công đức chúng ta ví như giọt nước, công đức của chư Phật như đại dương. Khi hồi hướng vô thượng bồ-đề là ta trộn chung công đức của ta với công đức của các ngài, cho nên công đức ấy sẽ không mất cho đến khi ta giác ngộ.

(*Khi ấy Kyabje Pabongka Rinpoche lấy ví dụ: một người có rất nhiều bột lúa mạch thượng hạng, người kia chỉ có một ít bột lúa mạch tồi, nhưng đã đề nghị với người kia trộn lại xài chung, và người kia bằng lòng nhưng sau đó mới biết thì đã quá muộn, vì hai loại bột đã hòa lẫn nhau.*)

Trích dẫn trên đây không có trong bản nổi tiếng được lưu hành về kinh ấy, nhưng Phật dạy quá nhiều kinh, và có thể rằng Sàgramati đã thỉnh vấn hơn một lần.

Một kinh dạy làm sao để thực hành sự hồi hướng: "Hãy san sẻ công đức cho tất cả hữu tình." Tác phẩm *Trang hoàng cho thực chứng* của Di-lặc nói:

"Tốt nhất là thực hành hình thức hồi hướng tuyệt hảo, đó là hiến dâng trọn vẹn. Đó là một phương diện của chánh kiến và có đặc tính là chánh tư duy."

Hình thức nổi tiếng nhất của sự hồi hướng công đức để đạt vô thượng giác ngộ là ý nghĩ: "Nhờ công đức này, mong cho con đạt đến toàn giác vì tất cả hữu tình." Cũng thế, chúng ta đang san sẻ công đức ấy với tất cả hữu tình, và điều ấy cũng như trộn lẫn công đức mình vào công đức của chư Phật – công đức chưa bao giờ cùng tận do kết quả của những hành vi quảng đại mà các ngài đã làm vì chúng sinh. Chúng ta cũng hiến dâng công đức mình để đóng góp vào những việc làm vì tất cả chúng sinh, bởi thế điều cốt yếu là cầu nguyện sao cho những công đức ấy sẽ đưa tất cả chúng sinh đến giác ngộ. Đức Di-lặc nói trong quyển *Trang nghiêm kinh:*

Sự hồi hướng công đức
Được làm với một lời nguyện.

Nói cách khác, trước khi tụng hồi hướng, ta khởi một ý nghĩ – một tâm sở – thì ý nghĩ ấy sẽ làm cho công đức của ta không bị tiêu tan.

Đây là nói vài lời về những chứng nhân của hành vi hồi hướng. Bạn xin chư Phật Bồ-tát làm chứng, cũng như bạn xin người nào làm chứng cho bạn trước tòa. Trước khi giải tán phép quán hội chúng bí mật thuộc mật điển Guhyasamàja, bạn phải tụng một số bài nguyện, mục đích là xin hội chúng ấy làm chứng.

Chúng ta chỉ có một ít công đức, nhưng nếu ta hồi hướng cho việc đạt vô thượng bồ-đề, thì công đức ấy sẽ không mất cho đến khi ta đạt giác ngộ.

Có ba cách hồi hướng: hồi hướng công đức để cầu cho sự lan truyền Phật pháp trong dòng tâm thức mọi người và mình; để cầu cho mình được bậc Đạo sư săn sóc trong các đời vị lai; và cầu đạt được quả vị vô thượng giác ngộ. Bất cứ một sự hồi hướng nào của bạn đều phải làm bằng một trong ba cách lớn lao ấy. Như có câu:

"Tất cả nguyện của Con Phật rộng lớn như sông Hằng..."

Nghĩa là việc hộ trì diệu pháp trở thành một cái nhân cho sự lan truyền giáo lý. "Diệu pháp" ở đây vừa là pháp được truyền vừa là pháp được chứng. Bởi thế ta hồi hướng công đức để cho hai thứ giáo pháp ấy được lan rộng. Và trong *Bài nguyện những hành vi cao cả:*

Bao nhiêu chút ít công đức con có được
Nhờ lễ bái, cúng dường, sám hối,
Tùy hỉ, thỉnh chuyển pháp luân, thỉnh Phật trụ thế
Con đều xin hồi hướng cho sự toàn giác của con

Nói cách khác, hậu quả sự hồi hướng những công đức này là đạt đến toàn giác. Nhưng cả hai việc – duy trì diệu pháp trong dòng tâm thức, và hậu quả việc này là đạt thành Phật quả – đều tùy thuộc vào sự kiện bạn có được một bậc Đạo sư săn sóc hay không. Bởi thế:

Sở dĩ con gặp được giáo lý
Của đấng Vô thượng Đạo sư

Là nhờ lòng tử tế của thầy con.
Bởi thế, con hồi hướng công đức
Xin cho tất cả hữu tình
Đều được bậc thầy săn sóc.

Nghĩa là chỉ cần có được một bậc thầy săn sóc cũng đủ để được cả hai việc nói trên. Không có gì khác giữa sự hồi hướng cho cái nhân (được bậc thầy săn sóc và duy trì diệu pháp trong tâm), và sự hồi hướng cho quả của nhân ấy (thành Phật); cũng như xin bột lúa mạch chẳng khác gì xin bánh làm bằng bột lúa mạch. Bởi thế bạn hãy hồi hướng theo một trong ba cách trên.

Câu "chút ít công đức" là để đánh tan cảm giác hợm hĩnh về chính mình, khi ấy ta sẽ không kiêu căng.

"Bao nhiêu chút ít công đức con có được" nghĩa là tất cả những nghiệp (lành) ta đã tích lũy. Câu "Con đều xin hồi hướng cho sự toàn giác của con" là hồi hướng công đức ấy để đạt giác ngộ.

Nhưng vì không biết làm sao hồi hướng cho phải cách, nên ta đọc:

Như cách hồi hướng của chư thánh giả
Là Bồ-tát Văn-thù, Phổ Hiền,
Con cũng học theo gương các ngài,

Xin hồi hướng tất cả công đức:
Đấy là cách mà chư Phật ba đời
Đều ca tụng là thù thắng hơn cả–
Khi nguyện hồi hướng mọi thiện hành
Cho việc đạt thành vô thượng giác.

Chúng ta được biết đấy là lời nguyện tốt nhất mà chư Phật trong ba đời đã lập nên, và các ngài đã làm việc để thực hiện viên mãn lời nguyện ấy. Hai bài kệ trên chứa đựng những lời nguyện mà chư Bồ-tát đã lập, những vị đã hồi hướng công đức theo cách của Văn-thù và Phổ Hiền. Nhưng hãy để ý: ta phải thực hiện phần cầu nguyện này kèm với nhận thức đúng theo chánh kiến.

Bảy phần cầu nguyện là phương thuốc chữa trị ba độc tố (tham sân si) theo cách như sau. *Kính lễ chư Phật* đánh tan kiêu mạn; *Cúng dường* làm tiêu mòn thói keo kiệt; *Sám hối* tiêu cả ba độc; *Tùy hỉ* tiêu ganh tị; *Thỉnh chuyển Pháp luân* tiêu sự thiếu thốn Phật pháp; *Thỉnh Phật trụ thế* tiêu sự hỗn láo chê bai bậc thầy; *Hồi hướng công đức* tiêu tan nóng giận. Lại nữa, bảy phần cầu nguyện này bao gồm những tiến trình tích lũy công đức, thanh lọc bản thân và tăng trưởng công đức. Bốn rưỡi phần là để xây dựng sự tích lũy công đức; phần sám hối là để thanh lọc bản thân. Nửa phần tùy hỉ và tất cả phần hồi hướng là để tăng thêm công đức căn bản của chúng ta.

Những sách học không nói rõ về điểm này nhưng theo chỉ giáo khẩu truyền của Kyabchog Dagpo Rinpoche, mỗi phần trong 7 phần cầu nguyện đem lại những tướng hảo khác nhau. Sự lễ bái đem lại tướng nhục kế trên đỉnh đầu; tôi đã bàn điều này (xem Ngày thứ năm). Cúng dường đem lại quả báo có được tài sản. Sám hối đem lại sự từ bỏ 2 loại chướng ngại. Tùy hỉ công đức đem lại thân tướng tốt; thỉnh chuyển pháp luân đem lại hậu quả là được phạm âm như của Phật. Thỉnh Phật trụ thế đem lại thân kim cang hay trí biết kéo dài thọ mạng. Hồi hướng công đức đem lại tất cả đức tính của một vị Phật nói chung.

Khi ấy bạn có thể dâng cúng một mandala khác nữa trước khi làm sự cầu xin kế tiếp, hoặc dâng madala sau đó. Sự cầu xin ấy là:

Con quay về nương bậc Thầy và Ba ngôi báu.
Xin ban phước cho dòng tâm thức con,
Xin gia trì cho chúng con,
Để con và hữu tình như mẹ của con,
Chấm dứt mọi tà kiến.
Khởi đầu là không kính các bậc thầy,
Cho đến cố chấp bản ngã.
Xin tôn sư và Tam Bảo gia trì chúng con
Để chúng con dễ dàng phát sinh chánh kiến.
Khởi đầu là kính bậc Đạo sư ...

Xin chư vị giúp con tịnh trừ
Những chướng ngại nội tâm và ngoại cảnh.

Thông thường phải dâng mandala trước khi xin cầu, như người ta thường dâng quà cho vua trước khi thỉnh cầu một việc quan trọng. Chúng ta cũng đang muốn xin ruộng phước ba điều vô cùng quan trọng – không phải cầu cho riêng mình được sống lâu, sức khoẻ mà xin chấm dứt mọi tà kiến như không kính thầy, xin phát sinh mọi chánh kiến, và xin tịnh trừ tất cả chướng ngại trong ngoài. Về phương diện mật tông, đáng lẽ chúng ta phải nói: "... khỏi có sự bất kính đối với các bậc Đạo sư, khỏi có một tướng đối đãi vi tế nào phát sinh trong các ảo giác, ánh sáng bên trong, và những giai đoạn ở ngưỡng cửa" (những điều xảy ra trước khi hành giả thể nhập Ánh sáng trong suốt hay Điểm linh quang). Bản văn chúng ta sử dụng để làm nghi thức chuẩn bị không nói rõ điều này sau câu "từ sự bất kính đối với bậc Đạo sư," nhưng tôi nghĩ chúng ta có thể thay thế lập ngôn theo Mật tông này trong phần sau. Người ta nói rằng không có pháp nào là không thể bao hàm trong ba điều trên. Ngoại chướng là chiến tranh, pháp nạn...Nội chướng là bệnh tật..., hoặc những chướng ngại bí mật do tâm ta không thể áp dụng pháp hay không thích nghi với pháp.

Chúng ta thường có lệ thêm vào những danh từ "xin ban phước cho chúng con..."

IVA1.1.6. Những cầu xin tiếp theo phần giáo huấn truyền khẩu cốt để bảo đảm dòng tâm thức của bạn đã thấm nhuần thiền định

Tôi đã nói rằng phương pháp tốt nhất để triển khai dòng tâm thức là khẩn cầu bậc thầy, xem thầy không khác gì vị thần hộ mạng của mình. Chúng ta triển khai được những kinh nghiệm tôn giáo và thực chứng trong dòng tâm thức là nhờ năng lực gia trì của chư Phật Bồ-tát, và năng lực ấy thấm vào dòng tâm thức ta do khẩn cầu bậc thầy.

Có nhiều bài văn khẩn cầu bậc thầy, nhưng bài sau đây có lẽ hay nhất – không sử dụng bài này là một điều đáng tiếc.

KHẨN CẦU BỔN SƯ

Hỡi Bổn sư tôn quý của con, xin hãy an vị
Trên tòa sen và nguyệt luân ở đỉnh đầu con.
Xin thương xót con vì lòng bi mẫn.
Cho con những thành tựu về thân lời ý.

KHẨN CẦU HỆ PHÁI HÀNH VI QUẢNG ĐẠI

Đấng Đạo sư, Thế Tôn của chúng con –
Bậc cứu thế vô song.
Di-lặc đấng vô địch – vị nhiếp chính của đấng Chiến thắng,

Thánh Asanga mà Phật đã tiên đoán sự ra đời:
Con dâng lời cầu khẩn đến ba đức Phật và Bồ-tát.
Vasubandhu – bảo châu tối tôn trong triết Ấn
Thánh Vimuktisena người sáng lập trung đạo,
Vimuktisenagomin – được mọi người tin:
Con dâng lời khấn nguyện lên ba vị mở mắt thế gian.
Paranasena – thành tựu trạng thái siêu phàm,
Vinìtasena – luyện tâm trong đạo lộ sâu thẳm.
Vairochana – với hành động đầy quyền năng:
Con khẩn cầu ba bạn lành của hữu tình.
Haribhadra – hoằng dương con đường Bát-nhã
Kusali – nắm giữ tất cả giáo lý Phật,
Ratnasena – người thương yêu săn sóc hữu tình:
Con khẩn cầu ba thuyền trưởng của chúng sinh
Suvarnadvìpi – người có tâm bồ-đề kiên cố,
Dipamkàra Atìsha – giữ truyền thống những bậc tiên phong
Dromtoenpa – người làm sáng tỏ thánh đạo:
Con khẩn cầu ba cột sống của nền giáo lý.

KHẨN CẦU HỆ PHÁI TRI KIẾN SÂU XA

Thích-ca Mâu-ni – bậc thầy vô tỉ, vô thượng cứu tinh,
Đức Văn-thù – nắm giữ trí tuệ chư Phật
Đức Long Thọ – bậc thánh thấy được nghĩa sâu xa:
Con khẩn cầu ba châu báu tuyệt đỉnh các triết gia

Chandrakìrti – người làm sáng tỏ thánh ý,
Vidyakokila – đệ tử giỏi nhất của Pháp Xứng
Và em ngài – một pháp vương tử chân chính:
Con khẩn cầu ba nguồn tri thức dồi dào.
Atìsha – nhận chân được chiều sâu lý duyên khởi
Nắm giữ con đường của những bậc tiên phong
Dromtoenpa – người làm sáng tỏ thánh đạo:
Con khẩn cầu hai châu báu của đất Diêm-phù.

Từ câu "Đấng Đạo sư, Thế Tôn của chúng con – Bậc cứu thế vô song" trở đi ám chỉ Hệ phái Hành vi quảng đại. Từ câu "Thích-ca Mâu-ni..." trở đi ám chỉ Hệ phái Tri kiến sâu xa. Cả hai đoạn đều có những lời khẩn cầu với bậc Đạo sư của chúng ta, người đã khai thị cả hai hệ phái. Một đoạn cũng ám chỉ cái phần sâu xa: đó là sự toàn trí vĩ đại của Ngài. "Người thuyết giảng vô song" là một cách ca tụng đức Thích-ca Mâu-ni đã giảng dạy giáo lý duyên khởi.

Khi có việc quan trọng cần thỉnh ý một ông quan lớn, bạn cần nhờ một người trung gian nói giúp. Bởi thế hãy quán một phó bản của vị thầy tách ra đứng trước mặt bạn – hình thức thường ngày của ông. Hình ảnh này an vị trên đỉnh đầu bạn. Hãy quán tưởng ông xin chư Phật Bồ-tát giùm mình. Khi bạn tụng phần đầu câu "Hỡi Bổn sư tôn quý của con, ... những thành tựu về thân lời ý", phó bản bậc thầy di chuyển lên đỉnh đầu bạn và cùng bạn khẩn cầu với ruộng phước. Những cam lồ tịnh hóa tuôn xuống trong khi bạn lặp lại lời khẩn cầu, và một phó bản khác của bậc thầy tan vào trong tim bạn.

Trong nghi thức chuẩn bị cho *Lời đức Văn-thù*, theo truyền thống người ta không tụng dòng thứ tư của những bài kệ ấy đến hai lần như trong nghi thức chuẩn bị của *Con đường Nhanh* và *Con đường Dễ*.

Trong lúc bạn đọc dòng cuối bài kệ "Hỡi Bổn sư tôn quý..." lần đầu, hãy tưởng đến sự tịnh hóa tất cả chướng ngại cho việc tu tập các giai đoạn thuộc cả hai ngành Rộng và Sâu của đạo lộ trong dòng tâm thức. Khi tụng lần đầu những dòng khẩn cầu Hệ phái Hành vi quảng đại, hãy tưởng tượng đã tịnh trừ những chướng ngại trong việc tu tập hành vi quảng đại; đến phần Hệ phái Tri kiến sâu xa cũng vậy.

Khi tụng lần thứ hai, hãy quán tưởng hình ảnh các bậc thầy được đề cập tan vào trong tim bạn. Nhờ thế bạn triển khai được những thực chứng vào những đạo lộ Sâu hoặc Rộng.

Rồi đến những bậc thầy thuộc truyền thống Lamrim Kadampa.

KHẨN CẦU HỆ PHÁI TRUYỀN THỐNG LAMRIM

Gampopa – hành giả hùng vĩ nhiều năng lực,

Neuzurpa – nhất tâm tịnh chỉ sâu xa,

Tagmapa – người hộ trì tất cả ngành luật tạng:

Con khẩn cầu ba ngọn đèn soi sáng
những chốn xa xôi.
Namkha Senge – hành giả tinh tấn vĩ đại
Namkha Gyaelpo– người được chư thánh hộ trì
Senga Zangpo– người bỏ tám bận tâm thế tục:
...
Con khẩn cầu đức Gyaelsae Zangpo.
Có bồ-đề tâm xem chúng sinh như con ruột,
Được thần Kim cương thủ gia hộ săn sóc,
Hướng Đạo sư tối thượng cho hữu tình
vào thời mạt pháp:
Con khẩn cầu Namkha Gyaeltsaen.

Để ý những bậc thầy hệ phái này được đặt sau những bậc thầy của Hệ phái Hành vi quảng đại. Điều này có thể khiến người ta tự hỏi họ có thuộc hệ phái này không. Không, mặc dù họ đứng sau những vị ấy, họ không thuộc vào Hệ phái Hành vi quảng đại.

KHẨN CẦU HỆ PHÁI TRUYỀN THỐNG CỔ ĐIỂN

Geshe Potowa – nhiếp chính đấng Chiến thắng,
Sharawa – người có trí tuệ không ai sánh bằng,
Chaekawa – người nắm giữ Hệ phái bồ-đề tâm:
Con khẩn cầu ba vị đáp ứng hi vọng hữu tình.
Chilbupa – Bồ-tát kế thừa dòng tuệ giác,

Lhalung Wangchug – học giả uyên bác về kinh,
Goenpo Rinpoche – che chở chúng sinh ba cõi:
Con khẩn cầu ba vị trưởng lão vô song.
Zangchenpa – người có giới hạnh vô cấu
Tsonawa – duy trì trăm ngàn chương luật tạng,
Moendrapa – hoàn tất các luận siêu hình lớn lao:
Con khẩn cầu ba đại cứu tinh của hữu tình.
Chúa tể của các pháp Rộng và Sâu,
Đấng che chở tất cả hữu tình may mắn,
Làm việc cao quý hoằng truyền chánh giáo:
Con khẩn cầu một bậc tôn sư quang vinh.

Câu cuối này khẩn cầu Choekyab Zangpo, tu viện trưởng Dragor (xem Ngày thứ nhất).

Sự khẩn cầu những hệ phái lại tiếp:

KHẨN CẦU HỆ PHÁI TRUYỀN THỐNG GIẢNG DẠY

Tsultrimbar – hoàng tử trong những học giả,
Zhoenus Oe – đào luyện hướng đạo tâm linh mình
Gyergompa – luyện tâm trên đạo thượng thừa:
Con khẩn cầu ba pháp tử đấng Chiến thắng.
Sangyaeboen – kho tàng những đức tính vi diệu
Namkha Gyaelpo – được chư thánh hộ trì,
Senge Zangpo – từ bỏ tám bận tâm thế tục:

Con khẩn cầu Gyaelsae Zangpo.
Người với bồ-đề tâm xem chúng sinh như con ruột,
Được gia hộ săn sóc bởi trời của những vị trời
Hướng Đạo sư của hữu tình vào thời mạt pháp
Con khẩn cầu Namkha Gyaeltsaen.

Những hệ phái này dường như dẫm lên nhau, nhưng không phải thế. Lối tụng đọc này hợp với chỉ giáo truyền khẩu sau đây. Sau khi Hệ phái Hành vi quảng đại truyền đến Atìsha, ngài đã phối hợp hệ phái này với Hệ phái Tri kiến sâu xa. Vậy Atìsha cũng truyền Hệ phái Tri kiến sâu xa cho Dromtoenpa đệ tử trưởng của ngài. Ba hệ phái Kadampa liệt kê riêng rẽ. Gampopa là vị đầu tiên của truyền thống Lamrim Kadampa; hệ phái này truyền xuống Namkha Gyaeltsaen. Kế đến hệ phái cổ điển trải từ Potowa đến Choekyab Zangpo. Truyền thống chỉ giáo trải từ Chaen Ngagwa Tsultrimbar đến Namkha Gyaeltsaen. Ở điểm này ba hệ phái nhập làm một dòng duy nhất. Ta khởi đầu với sự cầu khẩn Je Rinpoche, dựa theo thần chú của ngài (có chút ít thay đổi), để nhận một sự gia trì đặc biệt.

Đức Quán Tự Tại – kho tàng từ bi và thấy đúng,
Đức Văn-thù – đấng toàn tri vô cấu,
Đức Tsongkapa – bảo châu học giả xứ Tuyết:
Con cầu khẩn đức Lozang Gragpa.

Trong phép quán ruộng phước, đức Di-lặc và đức Văn-thù được vây quanh bởi những bậc Đạo sư thuộc Hệ phái Hành vi quảng đại hoặc Hệ phái Tri kiến sâu xa, cả hai hệ phái đều kết thúc bằng Atìsha và Dromtoenpa. Hãy quán truyền thống Lamrim Kadampa trước cả hai hệ phái; nhóm này gồm có Gampopa được vây quanh bởi Neuzurpa, vân vân. Họ lập thành một nhóm giảng dạy. Truyền thống cổ điển – Geshe Potowa – vây quanh bởi chín bậc thầy khác trong hệ phái – thì ở bên trái hoặc bên phải của Truyền thống Lamrim. Quán Chaen Ngagwa, vây quanh bằng bảy bậc thầy thuộc Truyền thống chỉ giáo, một bên nhóm Truyền thống Lamrim.

Đức Tsongkapa ngồi trước những nhóm này. Những bậc thầy thuộc phái Kadampa hậu kỳ xếp hàng hai bên ngài.

KHẨN CẦU HỆ PHÁI GELUG

Jampal Gyatso – hoàng tử của những học giả
Kaedrub Rinpoche – mặt trời của những triết gia
Basoje – người giữ kho chỉ giáo bí mật:
Con khẩn cầu ba bậc Đạo sư vô tỷ.
Choekyi Dorje – người đã đạt sự hợp nhất,
Gyaelwa Ensapa – người thành tựu ba thân,
Sangyae Yeshe – giữ truyền thừa và tuệ giác:
Con khẩn cầu ba vị học giả uyên thâm.

Lozang Choekyi Gyaeltsaen – cầm cờ pháp,
Koenchog Gyaeltsaen – đệ tử thân cận của ngài,
Lozang Yeshe – rọi ánh sáng trên thánh đạo:
Con khẩn cầu ba vị Lama tối tôn.
Ngagwang Jampa – hoằng giáo lý Thích-ca
Lozang Nyaendrag – đệ tử thân cận nhất,
Yoentaen Ta-yae – người có vô biên thiện đức:
Con khẩn cầu ba bậc thầy từ bi.
Taenpa Rabgyae – hoằng giáo Lozang Yeshe,
Lodroe Zangpo – làm việc giải thoát hữu tình,
Lozang Gyatso – người giảng dạy thiện xảo:
Con khẩn cầu ba bậc thầy vô song.
Với đức bổn sư tối thượng đầy từ bi của con (Jinpa Gyatso);
Đấng vô tỷ, nắm giữ giáo lý và thực hành,
Chuyên chở truyền thừa và tuệ giác
Cho bốn hạng may mắn có khả năng đón nhận:
Con khẩn cầu với thân lời ý thành kính tột bực
Bậc đa văn học nhiều, người mở rộng
Phạm vi của chỉ giáo khẩu truyền
Và mở bày những hành trì về hai giai đoạn:
Con khẩn cầu ngài Taenzin Kaedrub.
Vị thầy tu nhập thể tử tế nhất, mà thân thể
Chứa đựng tất cả chỗ nương quá hiện vị lai;
Lời ngài có sự hùng biện của đức Văn-thù;
Tâm ngài như đại dương trí tuệ tự nhiên

Về ba môn học tăng thượng và về nhân quả:
Con khẩn cầu ngài Lozang Lhuendrub Gyatso.
Ngài là con mắt thấy tường tận nền giáo lý
Cổng đưa người may mắn đến giải thoát,
Ngài được điều động bởi từ bi và phương tiện:
Con khẩn cầu chư Đạo sư, người cho ánh sáng.

Lời khấn nguyện này ngắn gọn nhưng mỗi câu chứa đựng tất cả những điểm chính của đời mỗi bậc thầy. Nếu thuộc lòng bài này bạn sẽ hoan hỉ và mong muốn học tập. Khi lặp lại lần thứ hai câu cuối của mỗi bài kệ, hay khi tụng đọc những dòng khác chứa đựng tiểu sử vắn tắt từng cá nhân, hãy cảm như bạn đang nhận chính những đức mà họ có từ nền giáo lý được truyền và được chứng.

Theo truyền thống, người ta thêm một câu cuối: "Hỡi bậc thầy sáng chói, trong tiểu sử của thầy..." Rồi nếu không thực hành một pháp quán Lamrim, thì bạn nên tụng bài *Căn bản mọi thiện đức* của Tsongkapa. Nếu có làm pháp quán, thì không cần đọc bài này; khi ấy tốt nhất nên giải tán pháp quán ruộng phước. Phương pháp giải như sau. Quán ánh sáng tuôn từ trái tim của Kim Cương Trì chiếu sáng những hình ảnh khác. Rồi giống như hơi tan ra trên một tấm gương, những hình ảnh phía dưới ruộng phước, nghĩa là bốn đại dương vân vân tuần tự rút vào những hình ảnh bên trên; điều này xảy ra cho đến những vị thần đứng trên bốn cánh hoa sen trên cùng. Bốn vị thần này rút vào hình ảnh của Kim Cương Trì trong tim Phật Thích-ca Mâu-ni. Hệ phái Tri kiến sâu xa rút vào đức Văn-thù, Hệ phái Hành vi quảng đại rút vào đức Di-lặc; Hệ phái Dâng hiến rút vào Kim Cương Trì; và những vị thầy của riêng bạn – những người có dạy cho bạn học – rút vào bổn sư của bạn trong hình dáng thường ngày của ông mà bạn thấy. Hãy nghĩ trong khi duy trì sự sáng sủa của pháp quán: "Tôi thật may mắn đã trông thấy chư Phật Bồ-tát thực sự." Khi ấy Di-lặc và Văn-thù tan thành ánh sáng, ánh sáng này tan vào hình ảnh chính. Kim Cương Trì tan vào hình ảnh chính như một thực thể trí tuệ. Hình ảnh vị thầy bổn sư của bạn tuy nhiên không nên tan thành ánh sáng – điều này sẽ là một điềm xấu nếu ông còn sống. Bởi thế, dù thầy còn sống hay không, hãy để ông tan vào trong Kim Cương Trì trong tim của hình ảnh chính, như người ta bỏ một hột lúa mạch trong một tảng bơ. Cây ước, tòa sư tử, vân vân, tan vào tòa sen của hình ảnh chính. Hình ảnh chính thì tan vào ánh sáng, ánh sáng ấy lại tan vào bậc thầy ngồi tòa sen trên đỉnh đầu bạn. Kế tiếp, quán vị thầy trên đầu bạn trở thành đức Thích-ca Mâu-ni, Đạo sư của chúng ta; xem Ngài như hiện thân của mọi chỗ quy y, và dâng cúng Ngài một mandala và sự cầu nguyện gồm bảy phần. Rồi chỉ làm sự thỉnh nguyện tha thiết với vị thầy của bạn. Hãy dán chặt vào việc làm ấy, cầu khẩn một bậc thầy duy nhất, như thể là bạn bị trói vào một cái cọc đóng xuống đất. Đừng nghĩ rằng tốt hơn nên khẩn cầu người nào khác. Làm sự khẩn cầu với nhiều người là điều vô nghĩa. Hãy làm sự khẩn cầu như thể bạn làm với hiện thân của Tam Bảo và của tất cả chỗ nương. Những câu sau đây rút từ *Quyển sách thần diệu* của phái Gelugpa, rất linh nghiệm.

Hỡi bậc tôn sư chúa tể của bốn thân,
Con khẩn cầu Thích-ca Kim Cương Trì.
Hỡi bậc tôn sư chúa tể của Pháp thân,
Con khẩn cầu Thích-ca Kim Cương Trì.
Hỡi bậc tôn sư chúa tể của Báo thân,
Con khẩn cầu Thích-ca Kim Cương Trì.
Hỡi bậc tôn sư chúa tể vô lượng Ứng thân,
Con khẩn cầu Thích-ca Kim Cương Trì.
Hỡi bậc tôn sư hiện thân tất cả bậc thầy,
Con khẩn cầu Thích-ca Kim Cương Trì.
Hỡi bậc tôn sư hiện thân của chư thiên,
Con khẩn cầu Thích-ca Kim Cương Trì.
Hỡi bậc tôn sư hiện thân của chư Phật,
Con khẩn cầu Thích-ca Kim Cương Trì.
Hỡi bậc tôn sư hiện thân của tất cả pháp,
Con khẩn cầu Thích-ca Kim Cương Trì.
Hỡi bậc tôn sư hiện thân của tăng-già,
Con khẩn cầu Thích-ca Kim Cương Trì.
Hỡi bậc tôn sư hiện thân tất cả nam thần,
Con khẩn cầu Thích-ca Kim Cương Trì.

Hỡi bậc tôn sư hiện thân thần Hộ pháp,
Con khẩn cầu Thích-ca Kim Cương Trì.
Hỡi bậc tôn sư hiện thân tất cả chỗ quy y.
Con khẩn cầu Thích-ca Kim Cương Trì.

Nhưng hãy chú ý: Độ dài của các dòng trên đây phải bằng nhau, không nên phá hỏng nhịp điệu. Trong khi luyện tâm, như thiền quán bình đẳng giữa mình và người, thì đức thánh Quán Tự Tại là vị thần tối thượng của lòng bi mẫn, bạn nên đổi ra như sau: Bậc thầy tối thượng của con, chúa tể của bốn thân, con khẩn cầu ngài: " Đức Đạo sư Quán Tự Tại." Khi thiền định về chánh kiến, hãy làm tương tự với danh hiệu đức Văn-thù.

Đến đây là chấm dứt những nghi thức chuẩn bị. Sau đó, bạn theo một đề mục thiền quán Lamrim, từ đề mục đầu tiên – phụng sự bậc thầy – cho đến giai đoạn tịnh chỉ và tuệ quán đặc biệt. Đừng xóa tan hình ảnh bậc thầy bạn trên đỉnh đầu. Ông vẫn ngồi đấy trong suốt thời thiền quán. Nếu mất hình ảnh quán thì hãy quán trở lại và dâng cúng một Mandala.

Vậy bây giờ bạn hãy bắt đầu phần chính của thời thiền định. Hãy thiền quán về bản Lamrim mà bạn chọn, hoặc ngắn hoặc dài – Con đường Dễ, Con đường Nhanh... rồi thêm vào đó những pháp luyện tâm. Đoạn làm lời khấn nguyện để triển khai thực chứng vào phần đặc biệt của Lamrim mà bạn vừa thiền quán, năm thứ cam lồ tuôn xuống từ thân thể bậc thầy: Hãy quán tưởng chúng thanh lọc bạn khỏi những thứ chướng ngại ngăn che trong đoạn Lamrim đặc biệt ấy. Cam lồ cũng làm cho bạn khai triển được phần ấy của đạo lộ trong dòng tâm thức. Hãy để ý rằng những nghi lễ chuẩn bị đi trước câu "con khẩn cầu Thích-ca – Kim Cương Trì" đều giống nhau cho tất cả đề mục thiền quán sau đó.

Đoạn văn "từ vô thỉ đến nay, con và tất cả hữu tình đã từng làm mẹ con, bị rơi vào sinh tử. Trong một thời gian dài cho đến nay chúng con đã kinh quá vô lượng nỗi khổ khác nhau trong cõi luân hồi..." rút từ tác phẩm *Con đường Dễ*. Nếu đang thiền quán về Phạm vi Lớn, thì bỏ câu "rơi vào sinh tử, và trong một thời gian dài..." khi làm lời cầu nguyện này.

IVA1.2 Làm thế nào để theo phần chính của khóa tu tập

Bây giờ ta phải thiền quán trong phần chính của khóa tu tập. Những kỹ thuật hướng đến một chủ đề duy nhất gọi là thiền quán. Chúng ta thường có những tư tưởng thiếu niềm tin nơi bậc thầy, bởi thế bây giờ chúng ta xoay chú ý hướng về sự tin tưởng bậc thầy; ta sử dụng kỹ thuật này để quen thuộc với những tư tưởng ấy cho đến khi nắm vững chúng. Đây là thiền định.

Tâm thức chúng ta thường bị chi phối bởi năng lực của vọng tưởng, nên phải xoay chú ý đến một cái gì khác để chấm dứt tình trạng ấy.

Có hai thứ thiền quán – thiền phân tích và thiền dán chặt vào một đối tượng. Thiền phân tích là suy nghĩ nhiều lần về những đoạn kinh, những lý luận, vân vân. Tôi sẽ bàn điều này ở mức giản dị. Chúng ta thực sự luôn luôn làm pháp thiền phân tích nhưng hướng về đề mục sai lạc thấm nhuần ba độc tham sân si.

Ví dụ khi nổi giận: trước đấy bạn không nhớ đến kẻ thù nên không phát sinh một cảm giác tức giận nào; bạn chỉ nổi tức khi nhớ lại. Trong tâm khi ấy bạn nhớ lại những việc bất công mà kẻ ấy đã làm đối với mình, nhớ cả cái nhìn của họ khi nhìn bạn. Lúc nhớ lại, bạn cảm thấy mặt đỏ bừng, nách chảy mồ hôi. Nếu kẻ thù của bạn đang ở đấy chắc bạn sẽ đánh vào đầu. Như thế là bạn đã làm sự thiền quán phân tích. Tương tự đối với tham ái, vân vân.

Khi tranh luận một cách vô ý thức, chúng ta chỉ nghĩ đến việc đánh bại kẻ khác. Nếu phân tích cách suy nghĩ trong tâm mình, bạn sẽ thấy đấy là thiền định phân tích mà tôi nói. Có thể nói chúng ta cũng là những thiền giả vĩ đại nhưng chỉ phân tích những chuyện liên hệ vọng tưởng và ba độc. Khác hẳn sự thành đạt của những thiền giả vĩ đại khác, kết quả là ta đạt đến một thế giới ở đấy đồi núi thung lũng toàn bằng sắt nung. Thay vì làm những pháp thiền phân tích bất lợi ấy, chúng ta nên làm phép thiền phân tích về những gì đem lại thân tái sanh thuận lợi cho ta, ví dụ nghĩ về những lý do tại sao thân người khó được, lợi lạc thế nào, vân vân.

Bạn phải chắc chắn về từng đề mục của Lamrim. Trong đoạn đề cập sự thiền quán về thân người thuận lợi và về sự khó được của nó, hãy thiền quán về những điều đặc biệt. Sẽ là một chướng ngại lớn khi bạn thiền quán đề mục Lamrim một cách lập dị, chỉ làm theo ý mình suốt thời thiền, vì nghĩ: "Đấy cũng là pháp, không hề gì." Làm thế cũng giống như trộn lẫn soda vào trong một chum muối, thiền quán của bạn sẽ bị hỏng vì trạo cử và lừ đừ, có thiền cũng như không, mặc dù bạn tưởng mình đã thiền định đúng đề mục.

Ví dụ khi quán về chết và vô thường, chỉ cần thiền quán về những trích dẫn, lý luận, và những ví dụ đã cho về đề mục ấy – bạn có thể thêm vài điều, chẳng hạn hôm nay có người chết trong làng. Lại nữa hãy dùng chỉ giáo truyền khẩu của bậc thầy làm căn bản, thêm những điều đã đọc được trong một tờ kinh bất kỳ nào đó. Nếu suy nghĩ về đề tài từ nhiều góc độ, bạn sẽ dễ dàng phát triển thực chứng cũng như khi nghĩ đến một chuyện buồn phiền từ nhiều khía cạnh thì bạn dễ phát triển cảm giác hận thù.

Khi chưa đạt được tâm tịnh chỉ thì tất cả thiền định của bạn đều chỉ là pháp thiền phân tích. Sau khi đạt tâm tịnh chỉ, bạn có thể thực hành pháp thiền "dán chặt" hay tập trung, nghĩa là hướng tâm vào một đề mục duy nhất. Một số người cho rằng thiền tập trung dành cho những khất sĩ, còn thiền phân tích dành cho học giả, hoặc cho rằng thiền phân tích làm nguy hại cho thiền tập trung, vân vân, đều là nói tầm bậy.

PHẦN BA

NỀN TẢNG CỦA ĐẠO LỘ

Ngày thứ bảy

Kyabje Pabongka Rinpoche bắt đầu với lời trích dẫn Shàntideva:

Bạn có thể thoát khỏi biển khổ
Nhờ thân người như thuyền bè.
Một con thuyền như vậy khó có trở lại;
Hỡi kẻ đui, lần này đừng mê ngủ nữa!

Bạn đã được tái sanh toàn hảo là thân người, như một chiếc thuyền để vượt qua đại dương sinh tử. Loại hạnh phúc mà chỉ kéo dài cho đến khi bạn chết là thứ hạnh phúc không đáng ham muốn. Nếu bạn không thành tựu được niềm hi vọng vĩnh cửu cho những đời tương lai, thì thật khó mà có được một tái sanh vật lý như thế này trở lại, một con thuyền khác để giải thoát bạn khỏi biển khổ. Bởi thế bạn phải làm thỏa mãn niềm hi vọng vĩnh cửu của mình ngay bây giờ, và phải biết cách làm việc ấy. Hãy khởi động lực như sau: "Tôi sẽ đạt thành quả Phật vì tất cả hữu tình, những bà mẹ tôi trong quá khứ. Bởi thế tôi sẽ lắng nghe giáo lý sâu xa này về ba phạm vi của Lamrim và sẽ thực hành theo đó."

Đây là những tiêu đề thích hợp...

Sau khi bàn đến những tiêu đề đã nói, ngài tiếp:

Tiêu đề chính thứ tư là, "Trình tự theo đó những môn đệ thực thụ được chỉ giáo," có hai tiêu đề phụ:

1. Căn bản của đạo lộ: sự tận tụy với một bậc hướng đạo tâm linh,

2. Sự huấn luyện tuần tự mà bạn phải theo, sau khi đã nương tựa một bậc thầy. Bây giờ tôi sẽ đề cập làm thế nào để thờ một bậc thầy.

Ta không thể bao quát tài liệu về nghi thức chuẩn bị cả bốn lần, nhưng phải làm việc ấy khi dạy phần chính của bài giảng Lamrim – khởi đầu là đoạn nói về tận tụy với một hướng đạo tâm linh. Việc này bao hàm một tóm tắt (ở đầu khóa giảng ngày kế tiếp). Tôi định theo truyền thống này.

Bạn có thể thấy những người thợ trong các nghề như nghề mộc, nghề điêu khắc... trước hết phải học tập với một bậc thầy rồi sau mới có thể tự lập. Bởi thế bạn cũng phải nương tựa một bậc thầy tâm linh để biết đúng con đường làm thỏa mãn hi vọng vĩnh cứu của mình, con đường đưa bạn lên ngang hàng chư Phật. Một số người nghĩ có thể xem sách không cần thầy, nhưng kỳ thực là cần phải nương tựa một bậc thầy có khả năng. Như muốn du lịch đến Ấn Độ bạn cần có người hướng đạo sành sỏi về xứ ấy, chứ không phải bất cứ ai cũng đưa bạn đi được. Cũng thế, bậc thầy phải là người có khả năng hướng dẫn bạn trên đạo lộ tu tập đến quả vị Phật. Nếu nương tựa ai cũng được, hoặc nương tựa người xấu, bạn sẽ không được dẫn đi đúng đường, và có thể đi lạc. Vậy điều cốt yếu là ngay từ đầu phải nương tựa một vị hướng đạo tâm linh. Đức Tsongkapa còn nói bậc thầy là căn bản của con đường tu tập.

Về việc nương thầy có bốn tiêu đề:

(IVA1.2.1) Lợi ích của sự nương tựa một bậc thầy;

(IVA1.2.2) Những tai hại do không nương tựa bậc thầy hoặc do thối tâm kính tín;

(IVA1.2.3) Tận tụy với thầy trong ý nghĩ;

(IVA1.2.4) Tận tụy với thầy trong hành vi.

IVA1.2.1. Lợi ích của sự nương tựa một bậc Thầy

Chỉ khi bạn nghĩ về những lợi lạc của sự nương tựa bậc thầy và tai hại do không nương, thì bạn mới thực sự sung sướng làm việc ấy.

Những lợi ích của nương tựa bậc thầy được bàn trong *Con đường Nhanh* và theo truyền thống khẩu quyết của những bậc thầy chúng tôi, điều này được đề cập dưới tám tiêu đề phụ.

IVA1.2.1.1 Bạn sẽ tiến gần hơn đến quả Phật

Trong truyền thống khẩu quyết của chính tôn sư tôi, Dagpo Rinpoche, chúng tôi chia tiêu đề này thành hai tiêu đề phụ:

(IVA1.2.1.1a) Bạn sẽ tiến gần đến quả Phật hơn nếu thực hành những chỉ giáo của thầy;

(IVA1.2.1.1b) Bạn tiến gần đến quả Phật hơn nhờ cúng dường phụng sự bậc thầy.

a) Bạn sẽ tiến gần đến quả Phật hơn nếu thực hành những chỉ giáo của thầy

Một lợi ích tổng quát của việc nương tựa bậc thầy là bạn sẽ tiến gần hơn đến quả Phật. Trong khi những con đường khác cần trải qua nhiều kiếp tu hành mới thành Phật quả, thì nhờ hết mình phụng sự bậc thầy, có người đã thành Phật ngay trong một đời. Những mật điển tối thượng thành tựu điều này rất nhanh – pháp Du-già Đạo sư là huyết mạch của con đường mật tông. Ta có thể thấy điều này qua cuộc đời của Milarepa.

Tôi có thể trích những câu như: “Nhờ lòng từ bi của thầy, mà ta có được trạng thái đại lạc...” hoặc “Nhờ sự thương xót của thầy mà cảnh giới đại lạc được chứng...” Nghĩa là nếu bạn thờ kính bậc thầy đúng cách, thì do lòng từ bi của thầy, thầy sẽ gia trì cho bạn chứng được Pháp thân – cảnh giới đại lạc – trong thời gian một đời ngắn ngủi, chỉ như một sát-na trong thời đại suy đồi. Đời người chỉ là một sát-na nếu so với đời chúng sinh trong các địa ngục ở dưới và chư thiên ở trên.

Và để chứng minh điều này, Kyabje Pabongka Rinpoche kể câu chuyện về tôn giả Vô Trước du hành lên cõi Đâu-suất. Ngài chỉ ở đấy một buổi sáng để thụ giáo Bồ-tát Di-lặc, nhưng khi trở về trái đất ngài mới biết năm mươi năm đã trôi qua.

Hơn nữa, đời người chỉ là một khoảnh khắc so với thời gian chúng ta ở trong cõi luân hồi sinh tử.

Nếu không phụng sự bậc thầy đúng cách, bạn sẽ không phát triển được dù chỉ một thực chứng nhỏ nhất trong các giai đoạn của đạo lộ, dù có tu tập những mật điển tối thượng. Nhưng nếu thờ thầy đúng mức, không bao lâu bạn sẽ đạt trạng thái “hợp nhất” mà thông thường phải tu nhiều kiếp. Quyển Lamrim nhan đề *Tinh túy của cam lồ* có nói:

Sự hợp nhất rất khó đạt
Dù kiên trì trải vô số đời kiếp,

Nhưng có thể đạt chỉ trong một đời
Vào thời mạt pháp, nhờ nương tựa bậc thầy.

Ngay cả trong truyền thống kinh tạng, người ta cũng nhanh chóng tiến bộ trên đường tu nếu sự thờ thầy được thực hành tuyệt hảo. (Pabongka Rinpoche kể chuyện Bồ-tát Sadàprarudit.)

Nếu gặp được một vị Phật, ta sẽ nghĩ vị Phật ấy hơn thầy mình – đấy là một phản ứng tự nhiên. Nhưng Sadàprarudita thì mặc dù đã thấy vô số Phật vẫn không thỏa mãn; ông muốn tìm một bậc thầy. Đây là điểm trọng yếu. Nếu không gặp được một bậc thầy mà ta có nhân duyên suốt cả trong những đời sau của mình, là ta đã lỡ mất cái điều tốt lành nhất. Nếu cúng dường lễ bái để cầu xin Đế thích một viên ngọc ước, ta sẽ được thỏa mãn. Thế nhưng Sadàprarudita thì lại cắt thịt mình cho chảy máu để cầu được gặp một bậc thầy. Điều này mang lại năng lực lớn nhất cho ông xây dựng hai thứ tích lũy (phước, trí); và nhờ thế ông đã đạt định chứng gọi là "dòng pháp liên tục" khi có được linh kiến về chư Phật; quả thế, ông đã đạt đến một địa vị cao trong Đại thừa về tích lũy công đức. Sau đó ông gặp bậc thầy Dharmodgata dạy pháp cho ông và ông chứng ngay đệ bát địa Bồ-tát sau khi chứng vô sanh pháp nhẫn thuộc đạo lộ chuẩn bị. Ông chứng đạo nhanh chóng nhờ sự tận tụy vô song đối với bậc thầy, trong khi những Bồ-tát khác phải trải qua một đại kiếp tích lũy công đức trong bảy địa vị đầu của mười địa vị Bồ-tát.

Bởi thế sự thành Phật mau hay lâu cốt yếu là do bạn có phụng sự bậc thầy một cách tận tụy hay không. Bạn sẽ tiến gần Phật quả nếu có nương tựa bậc thầy, nghĩa là thực hành những chỉ giáo của thầy. Và bạn sẽ thành Phật sớm hơn nếu nương tựa một bậc thầy có thể dạy cho bạn giáo lý viên mãn (cả ba phạm vi) hơn là một bậc thầy chỉ có thể dạy Phạm vi Nhỏ. Nếu môn đệ là pháp khí thích hợp (nghĩa là có thể chịu đựng khổ hạnh khó khăn) mà gặp được bậc thầy có thể giảng dạy viên giáo thì tất cả khó khăn sẽ tan biến. Điều này dường như chính chư Phật đã an bài như vậy. Padampa Sangyae nói:

Bạn có thể đến đích theo ý muốn
Nếu được thầy mang đi–
Bởi thế, hỡi dân chúng Dingri,
Hãy cung kính tôn trọng thầy.
Đấy là cái giá phải trả cho cuộc hành trình.

Long Thọ nói:

– Khi một người nhảy từ đỉnh núi cao thì họ phải rớt xuống dù có nghĩ là không sao. Cũng thế nếu tiếp nhận giáo lý lợi lạc của bậc thầy từ mẫn, bạn sẽ đạt giải thoát dù cứ tưởng là không.

Nếu sự thờ kính bậc thầy được thực hiện tốt thì việc ấy sẽ đưa bạn đến giải thoát khỏi sinh tử, dù bạn cứ nghĩ mình không giải thoát. Nhưng nếu không nương tựa một bậc thầy, bạn sẽ không du hành được ngay cả trên những đạo lộ thấp nhất.

b) Bạn tiến gần đến quả Phật hơn
nhờ cúng dường phụng sự bậc thầy.

Muốn đạt thành Phật quả, bạn phải tích lũy vô lượng công đức và trí tuệ. Sự tích lũy này không gì hơn cúng dường bậc thầy. Có câu nói:

Cúng dường lỗ chân lông một bậc thầy
Công đức hơn cúng Phật Bồ-tát mười phương.
Chư Phật và Bồ-tát sẽ thấy được
Khi người nào dâng cúng một bậc thầy.

Nói khác đi, theo các mật điển và luận sớ, ta sẽ được nhiều lợi ích nếu cúng dường cho thân bậc thầy dù chỉ bằng lỗ chân lông, hơn là cúng dường mười phương Phật và Bồ-tát. Bậc hiền trí Sakya nói:

Công đức thực hành sáu Ba-la-mật
Bỏ đầu mắt tay chân trong ngàn kiếp
Có thể được ngay bằng pháp thờ thầy.
Không đáng mừng sao,
Khi bạn được phụng sự thầy?

Nghĩa là nhờ hi sinh đầu mắt tay chân trong ngàn kiếp chúng ta sẽ có được một kho công đức lớn, nhưng ta cũng có được công đức tương tự mà ít nhọc sức nhờ một khoảnh khắc làm vui lòng bậc thầy. Bạn sẽ đến gần Phật quả hơn, vì xây dựng kho công đức kiểu ấy thì rất nhanh chóng.

Bố thí phẩm vật cho người thì được nhiều công đức hơn cho loài vật; cho Thanh văn thì được nhiều công đức hơn cho phàm phu; cúng dường cho Độc giác hơn cúng dường cho Thanh văn, cúng dường Phật Bồ-tát được nhiều công đức hơn cúng dường Độc giác; nhưng bậc thầy là đối tượng cúng dường tốt hơn tất cả. Geshe Toelungpa nói:

– Tôi được nhiều công đức nhờ cho con chó của thầy tôi (Lopa) ăn, hơn là dạy cho tăng chúng ở Toelung về việc cúng dường.

Tương truyền vị tiến sĩ này sau khi ăn xong thường đi gom góp những mẩu bơ đóng trong cái bát của ông để đem cho chú chó của thầy mình.

Trong một mật điển có nói: "Thà cúng dường cho một lỗ chân lông của bậc thầy hơn là cúng dường chư Phật ba đời." Hãy để ý, "cúng dường cho một lỗ chân lông của bậc thầy" có nghĩa là cúng dường cho con ngựa, con chó, hay những người hầu của ông, vân vân, chứ không phải lỗ chân lông trên thân thể.

IVA1.2.1.2 Làm chư Phật hoan hỉ

Có hai cách nghĩ về tiêu đề này.

a) Chư Phật mười phương sẵn sàng dạy pháp cho bạn, nhưng bạn không đủ phước để thấy được ứng thân tối thượng của Ngài, nói gì đến báo thân, bởi vì những thân này chỉ xuất hiện trước những chúng sinh có nghiệp thanh tịnh

Đức Phật thể hiện ứng thân thù thắng của Ngài, nhưng chúng ta không đủ phước đức để nhận sự giáo hóa của Ngài trong hình dạng ấy. Bởi thế chúng ta cần một thân giác ngộ phù hợp với trình độ phước đức của ta, để dạy cho ta giáo lý. Vậy, chư Phật trong mười phương vì chúng ta mà hóa thân làm những bậc thầy, cũng như ngày nay những ông lớn đề cử phát ngôn viên nói thay mình. Khi chúng ta tận tụy với thầy, thì chư Phật biết được điều ấy và rất hoan hỉ. Bản Lamrim *Tinh túy của cam lồ* nói:

Khi nương tựa bậc thầy đúng cách,
Bạn sẽ giải thoát khỏi vòng sinh tử
Khiến chư Phật hoan hỉ tận tâm can,
Như mẹ thấy con mình được giúp đỡ

Chư Phật thương chúng ta như mẹ thương con một. Khi chúng ta tận tụy đúng pháp đối với một bậc thầy, các ngài cũng biết được và rất hoan hỉ, vì đấy là căn bản của sức khỏe và hạnh phúc, và là phương tiện duy nhất để giải thoát ta ra khỏi khổ sinh tử và những đọa xứ.

b) Nếu bạn không nương vào bậc thầy, chư Phật sẽ không hoan hỉ dù bạn có cúng dường các Ngài thật nhiều đồ cúng.

Đức Dalai Lama đệ ngũ trích dẫn câu sau đây rút từ tác phẩm *Lời đức Văn-thù:*

– Ta sẽ ở trong những thân của người nào có được những điều kiện (để làm thầy). Khi những người ấy hoan hỉ nhận sự cúng dường của đệ tử thì đệ tử sẽ thoát khỏi nghiệp chướng và tịnh hóa dòng tâm thức.

Nghĩa là, dù bạn không cầu thỉnh chư Phật, Phật vẫn ngự trong thân của bậc thầy. Khi bậc thầy hài lòng vì sự cúng dường của bạn, thì chư Phật cũng hài lòng. Nhưng nếu chỉ cúng dường chư Phật Bồ-tát thì bạn chỉ được lợi lạc do cúng dường chứ không làm chư Phật hoan hỉ. Cúng dường bậc thầy thì được cả hai thứ lợi lạc, là phước do cúng dường và phước do làm chư Phật hoan hỉ.

IVA1.2.1.3 Bạn sẽ không bị ma quấy nhiễu hoặc gặp bè đảng xấu ác

Nhờ nương tựa bậc thầy mà bạn gia tăng rất nhiều phước đức, khỏi bị ma quỷ và bè đảng xấu quấy nhiễu. Một kinh nói:

"Những người có công đức sẽ được mãn nguyện; hàng phục được ma quỷ và sớm đạt giác ngộ."

Lại nữa, chúng ta được biết "Chư thiên và quỷ thần không thể gây chướng ngại cho người có công đức."

IVA1.2.1.4 Bạn sẽ tự nhiên chấm dứt mọi vọng tưởng và ác Hành

Khi nương tựa bậc thầy, bạn biết cách thay đổi lối cư xử và tự nhiên chấm dứt những ác hành khi sống gần thầy hay ở trong nhà thầy. Một kinh nói: Những Bồ-tát được sự săn sóc của bậc Đạo sư thì không thể nào làm những điều do vọng tưởng lèo lái.

Bản Lamrim *Tinh túy của cam lồ* nói: "Khi bạn cung kính nương thầy, thì tự nhiên bạn sẽ chấm dứt tất cả vọng tưởng và ác hành..."

IVA1.2.1.5 Tuệ giác và thực chứng về đạo lộ sẽ tăng

Dromtoenpa và Amé Jangchub Rinpoche siêng năng phục vụ Atìsha (người thì hầu cận, người thì nấu bếp) nên về phương diện định chứng, họ có nhiều tuệ giác và kinh nghiệm hơn Mahayogi, người chuyên hành thiền; họ cũng chứng đạo cao hơn vị này. Atìsha có thể thấy điều này nhờ thiên nhãn và bảo Drom:

– Ngươi đã chứng đạo hoàn toàn nhờ phục vụ ông thầy già của ngươi.

Nhiều người nghĩ rằng chỉ có những tu viện trưởng nổi tiếng và những giảng sư ngồi trên pháp tòa giảng giáo lý hay những Đạo sư làm lễ quán đảnh Mật tông mới là những bậc thầy. Kỳ thực không phải vậy; bạn phải tận tụy đúng cách đối với bậc thầy dạy vỡ lòng và cả đến những tu sĩ ở cùng phòng.

Khi Atìsha đau ốm, Drom dùng tay trần không tỏ chút nhờm gớm để hốt phân tiểu đi đổ. Kết quả ông đột nhiên phát triển thiên nhãn có thể đọc được tâm những con kiến ở rất cách rất xa. Cho đến ngày nay ông vẫn còn nổi tiếng là cha đẻ của nền giáo lý phái Kadampa. Và những kiệt tác của Atìsha vĩ đại cũng chỉ có được nhờ ngài đã tận tụy với bậc thầy của ngài.

Những thiện hành của một bậc thánh có tính cách quảng đại hay không đều do vị ấy hiếu kính đối với thầy mình. Zhoenue Oe từ Jayul đến nương tựa Geshe Chaen Ngawa và phục vụ ngài rất chu đáo. Một hôm trong lúc đi đổ rác, vừa đi ba bước ông đã khai triển được định nhất tâm, gọi là "dòng pháp tương tục."

Hành giả Sakya xin thượng tọa Rappa Gyaeltsang, chú của ngài, viết một bài tụng trong pháp thiền quán Đạo sư Du-già. Lúc đầu Rappa nói: "Ngươi chỉ xem ta như ông chú chứ không phải như một bậc thầy" và không chịu viết. Khi ngài ốm, hành giả Sakya đã tận tụy săn sóc nên sau đó ngài đã viết bài nguyện Đạo sư Du-già cho đệ tử. Từ đấy về sau, hành giả Sakya xem ngài như một vị Phật chứ không chỉ như một người chú, và nhờ vậy ông đã trở thành một học giả về ngũ minh.

Taenpa Rabgyae, về sau giữ ngôi tu viện trưởng Ganden, lo lắng quá độ mỗi khi thầy ông ngã bệnh đến nỗi ông cũng gần chết. Ông đạt địa vị kiến đạo nhờ khéo săn sóc bậc thầy.

Purchog Jampa, một hôm mang một bó phân bò khô (nhiên liệu để nấu bếp) về nhà thầy, thấy ông nhọc nhằn thầy bèn cho nước phép đựng trong một cái tách làm bằng sọ người. Sau khi uống nước ấy dòng thức của ông được tịnh hóa, và ông phát sinh một tâm từ bỏ mãnh liệt đối với nỗi nhọc nhằn của luân hồi sanh tử.

Bởi vậy nếu bạn nương tựa một bậc thầy thì tuệ giác và thực chứng của bạn sẽ tăng trưởng lớn lao. Bản Lamrim *Tinh túy của cam lồ* nói:

"Kinh nghiệm và thực chứng về các giai đoạn của đạo lộ sẽ phát sinh và tăng trưởng, đấy là kết quả sự tận tụy với bậc thầy."

IVA1.2.1.6 Bạn sẽ không thiếu những bậc Đạo sư có giới đức trong tất cả đời vị lai

Geshe Potowa nói trong *Quyển sách xanh về các bùa chú:*

"Nhiều người không quán sát tương quan giữa mình với pháp. Hãy xem xét điều này, rồi tỏ lòng kính trọng đối với bậc thầy đã săn sóc cho ngươi. Những việc ấy khiến trong tương lai ngươi sẽ không thiếu pháp, vì nghiệp đã làm sẽ không bao giờ tiêu mất."

Nghĩa là nếu tận tụy đúng cách đối với bậc hướng đạo tâm linh, hành vi ấy sẽ đem lại một hậu quả tương tự là bạn sẽ không thiếu những bậc thầy đức hạnh trong tất cả các đời vị lai. Nếu bạn xem bậc thầy hiện tại – một con người trung bình – như là Phật, và tận tụy với thầy đúng cách, về sau bạn sẽ gặp những bậc thầy như Di-lặc và Văn-thù, và được nghe giáo lý của các ngài. Vì vậy *Tinh túy của cam lồ* nói:

Kính thầy trong đời này
Sẽ là cái nhân để được gặp
tối thượng Đạo sư trong nhiều đời sau
Và lắng nghe diệu pháp không lầm lỗi
Vì quả luôn tương ứng với nguyên nhân.

IVA1.2.1.7 Bạn sẽ không rơi vào các đọa xứ

Nếu tận tụy với thầy, bạn sẽ làm tiêu tan những nghiệp có thể đưa bạn xuống các đọa xứ. Bạn cũng tiêu nghiệp khi được thầy la rầy. Mỗi khi Geshe Lhazowa đến thăm thầy (Geshe Toelungpa), ông luôn luôn bị rầy. Nyagmo thị giả đi theo thường phàn nàn về điều ấy. Ông bảo:

– Đừng nói thế. Mỗi khi ta bị rầy, thì cũng như được thần Heruka gia hộ.

Drogoen Tsangpa Gyarae nói:

– Nếu bạn bị thầy đánh, đó là một pháp quán đảnh. Nếu xem đó là sự gia trì, bạn sẽ được phước. Một lời mắng mỏ giận dữ cũng giống như thần chú phẫn nộ, tẩy trừ mọi chướng ngại cho ta.

Nói cách khác, bạn tiêu hết nghiệp đọa vào các cõi thấp. Kinh Kshitagarbhà nói:

– Nhờ cách ấy (phụng sự bậc thầy) bạn sẽ thanh lọc được những nghiệp xấu khiến bạn lang thang trong các đọa xứ trong muôn triệu kiếp; nghiệp ấy sẽ chín trong đời này dưới dạng những điều hại cho thân và tâm như bị bệnh dịch, đói kém, vân vân. Nghiệp cũng tiêu được nhờ sự la rầy hay những cơn ác mộng. Bạn sẽ tiêu hết nghiệp trong một buổi sáng nhờ trì giới và hồi hướng công đức của bạn lên chư Phật.

Hãy suy nghĩ về những đoạn kinh như vậy.

IVA1.2.1.8 Bạn sẽ thành đạt không khó tất cả những mục tiêu ngắn và dài hạn

Nói tóm lại, phụng sự bậc thầy đúng pháp là gốc rễ của mọi đức tính thế xuất thế gian. Nó cũng là điều kiện tiên quyết để khỏi rơi vào các đọa xứ. Mọi sự cần thiết để đạt quả Phật sẽ tự đến không cần nỗ lực, nếu bạn nương tựa một bậc thầy. Đức Tsongkapa nói:

"Ôi bậc thầy tôn quý đầy từ bi, ngài là suối nguồn của bao điều lành tốt..."

Lamrim *Tinh túy của cam lồ* nói:

Vắn tắt, khi bạn nương tựa một bậc thầy,
Bạn sẽ thoát khỏi những đọa xứ

Và được những tái sanh tốt
Như làm trời, làm người,
Cuối cùng tất cả khổ luân hồi sẽ chấm dứt,
Và bạn đạt thành quả tối thượng vi diệu.

Atìsha nói ngài đã nương tựa một trăm năm mươi hai vị thầy, mà chưa từng làm phiền nhiễu tâm một vị nào. Bởi thế ngài có nhiều công trình tốt đẹp ở Ấn và Tạng, tất cả đều do sự hiếu kính đối với những bậc hướng đạo tâm linh.

IVA1.2.2 Những tai hại do không nương tựa bậc thầy, hoặc do thối tâm kính tín

Những tai hại là điều ngược lại với tám điều lợi nói trên: nghĩa là bạn sẽ không tiến gần đến Phật quả, vân vân.

Có tám điều hại khi thối thất sự kính thầy. Khi đã theo một vị thầy, thì thật vô cùng tai hại khi bạn sút giảm lòng tôn kính; bởi thế bạn chỉ nên thụ giáo sau khi tra tầm kỹ xem người ấy có xứng đáng hay không.

IVA1.2.2.1 Hỗn xược với thầy là phỉ báng chư Phật

Bậc thầy là hiện thân của chư Phật đến để giúp bạn thuần hóa; có thể nói thầy là sứ giả của chư Phật.

Bởi thế nếu bạn hỗn với thầy tức là phỉ báng chư Phật vậy. Bạn phải cẩn thận, không được phỉ báng dù chỉ một vị Phật, huống hồ tất cả Phật! Bậc thầy có nghĩa là người muốn dạy, và đệ tử là người muốn lắng nghe, dù chỉ là nghe một bài kệ.

Chúng ta thường thờ kính nghiêm túc những bậc thầy nổi tiếng của mình mà xem thường những vị thầy khác, chẳng hạn thầy dạy vỡ lòng. Điều này không đúng. Je Drubkang Geleg Gyatso không thể triển khai thực chứng nào khi chưa có lòng kính trọng đối với vị tu sĩ đã hoàn tục nhưng ngày trước đã dạy vỡ lòng cho ngài. *Tinh túy của cam lồ* nói:

"Chư Phật làm nhiều công đức qua những hướng đạo tâm linh; các ngài đến với bạn dưới hình ảnh bậc thầy. Bởi thế không kính thầy thì cũng như không kính chư Phật. Quả báo dị thục sẽ rất nặng nề..."

Luận về Mật điển Kàlayamàri nói:

Một người dù chỉ nghe một bài kệ
Mà không xem người nói như bậc thầy mình
Thì sẽ tái sanh trăm kiếp làm chó,
Rồi đọa vào địa ngục thấp nhất.

Và trong tác phẩm *Năm mươi bài kệ ca tụng bậc thầy* Mã Minh (Ashvagosha) nói:

Sau khi được một vị thầy che chở
Và trở thành đệ tử vị ấy,
Rồi lại phỉ báng thầy,
Thì cũng như phỉ báng chư Phật–
Hậu quả sẽ là đau khổ lâu dài.

Khi tức giận thầy là bạn tiêu tan bao công đức và sẽ đọa vào địa ngục số kiếp bằng số sát-na bạn nổi sân.

IVA1.2.2.2 Nếu giận thầy, bạn tiêu hủy hết công đức và phải đọa địa ngục vô số kiếp

Mật điển Kàlachakra nói:

Hãy đếm bao nhiêu sát-na bạn giận thầy,
Thì biết đã tiêu hủy công đức bấy nhiêu kiếp;
Và sẽ chịu khổ địa ngục cũng bấy nhiêu kiếp.

Giả sử bạn giận trong thời gian một búng tay (một búng tay bằng 65 sát-na) thì bạn tiêu hủy mất 65 kiếp công đức đã tích lũy, và phải ở trong địa ngục Vô gián cũng bằng chừng ấy thời gian. Bởi thế nếu có thái độ bất kính hay phỉ báng thầy, giận thầy, hoặc làm phật ý thầy, bạn phải sám hối tội lỗi ấy trong lúc thầy còn sống; nếu thầy không còn thì phải sám hối trước xá lợi của thầy.

IVA1.2.2.3 Bạn sẽ không đạt được quả vị cao siêu mặc dù có tu mật tông

Mật điển gốc Guhyasamàja nói:

"Một hữu tình có thể đã phạm những tội nặng như năm tội nghịch đáng đọa ngục Vô gián, nhưng vẫn còn có thể thành công trong tối thượng thừa, biển lớn của Kim cang thừa. Nhưng một người khinh thầy tận tâm khảm thì dù có tu cũng không được gì."

Dù bạn có phạm nhiều tội nặng như Ngũ vô gián vân vân, bạn cũng sẽ đạt thành quả vị tối cao nếu nương tựa vào con đường của mật điển Guhyasàmaja chẳng hạn. Nhưng nếu thâm tâm bạn khinh thường bậc thầy, bạn sẽ không đắc quả vị tối thượng, dù có tu hành bao nhiêu đi nữa.

IVA1.2.2.4 Dù có nương tựa vào những lợi ích của mật điển, sự tu tập của bạn cũng chỉ đạt đến địa ngục và những cõi tương tự

Một người đã bỏ thầy, dù có tu hành bao nhiêu, cũng chỉ đi đến địa ngục. Mật điển *Trang hoàng tâm Kim cương* nói:

Người nào khinh chê bậc thầy không lỗi của mình,
Thì dù tu tập bao nhiêu mật điển,
Dù có bỏ ngủ, tránh xa mọi tụ hội,

Tu hành trong một ngàn kiếp,
Cũng chỉ đạt đến địa ngục...

IVA1.2.2.5 Bạn sẽ không phát triển thêm được thiện pháp nào, và những gì có được sẽ thối thất

Chỉ trích thầy một cách hỗn xược thì đời này không chứng được điều gì mới mẻ, và những gì đã được sẽ mất. Vị giáo thọ Krshnàchàrya không tuân lệnh thầy (Jalandharapa) nên không đạt được mục đích tối thượng ở đời này. Raechungpa không vâng lời Milarepa ba lần nên cũng không đạt mục đích; cả hai đều phải tái sanh ba lần mới đạt được. Một đệ tử đắc thần thông bay đến thăm thầy với ý nghĩ, "Nay thầy mình cũng không làm được như mình" nhưng ông liền mất thần thông và rơi xuống. Hiền giả Nàropa quên lời thầy dặn, đã tranh luận với ngoại đạo nên không đạt được mục đích tối thượng trong đời này mà phải chờ khi chết mới đạt được trong cõi trung ấm. Đức Văn-thù tiên đoán hai chú tiểu xuất sắc ở Khotan sẽ đạt mục đích tối thượng trong đời này, nhưng vì nảy sinh tà kiến đối với bậc thầy Songtsaen Gampo, nghi ngờ ngài, nên khi về nước, họ chỉ được thần thông biến ra vàng đầy giỏ. Bởi thế, nếu có tà kiến đối với thầy, bạn sẽ khó triển khai tuệ giác và không thể đắc quả vị cao.

Nếu giao du với kẻ xấu ác, thì những tuệ giác và thực chứng của bạn sẽ bị lu mờ. Bởi thế bạn phải thận trọng. Phần đông người ngày nay chỉ bám lấy đời này, cho nó tầm quan trọng quá mức. Ngay cả hạng người bạn thích và tưởng đã giúp mình, kỳ thực cũng là bạn xấu. Bạn xấu là những người vì quá lo cho ta mà xúi ta làm ác, hay ngăn cản ta làm việc lành. Hãy xa lánh những người như vậy, bất kể họ là ai. Hãy xem đấy là kẻ nguy hiểm, và tránh né họ như tránh voi say. Ví dụ khi bạn theo lối sống giản dị vì ít muốn biết đủ (thiểu dục tri túc), có người đến bảo sống như vậy thực không tốt, không nên từ bỏ quá nhiều. Người nói vậy thực sự là bạn xấu, mặc dù họ có vẻ thân thiện. Khi nghe thế bạn chỉ nên im lặng, không theo lời họ nhưng cũng chả nên cãi lại hay sỉ nhục người ta.

IVA1.2.2.6 Trong đời này bạn sẽ bị những ác bệnh

Năm mươi bài kệ về bậc thầy có nói:

Nhục mạ bậc thầy mình,
Kẻ ngu sẽ phải chết
Vì tật dịch, bệnh hành,
Ma quỷ và độc dược.
Gặp nạn vua, nạn lửa,
Rắn mổ, nước cuốn trôi,
Phù thủy, trộm, yêu tinh;
Sau đó sa địa ngục.
Chớ bao giờ dại dột

Làm phật ý thầy mình.
Nếu mù quáng làm vậy,
Địa ngục chịu khổ hình.
Những kẻ chê bai thầy
Sa địa ngục dữ dội,
Như địa ngục Vô gián,
Lời ấy thực không sai.

Có nghĩa rằng nếu hỗn láo phỉ báng thầy, bạn sẽ bị nhiều bệnh tật trong đời này.

Trong xứ Ấn ngày xưa, có bậc thầy Buddhajnàna (Phật trí) đang giảng pháp. Thầy ông ta một vị đắc thần thông, là một người nuôi heo. Bậc thầy đến trong lúc ông đang giảng dạy, và ông làm bộ không trông thấy thầy. Về sau ông nói láo với thầy rằng, "Con không thấy thầy," ngay lúc ấy, hai tròng mắt ông rớt xuống đất.

Tsultrim một người láng giềng của Dagpo Jampael Lhuendrub Rinpoche, thường tỏ ra bất kính với ngài. Về sau ông chết trên đèo Goeker vì bị một kẻ trộm dùng đá đánh vào đầu.

Một đồ đệ của Neuzurpa phạm giới mật tông[1] nên khi chết đã thấy những cảnh tượng hãi hùng.

---

1. Không kính thầy – *DG*

IVA1.2.2.7 Trong những đời sau bạn sẽ lang thang bất tận trong các đọa xứ

Đây là hình phạt nặng nhất cho những kẻ phỉ báng bậc thầy, theo mật điển *Pháp Quán đảnh Kim Cương thủ*. Kinh điển kể nhiều chuyện về các địa ngục, song mật điển này không dạy rằng một người phỉ báng thầy sẽ bị đọa địa ngục, mà nói:

Kim cương Thủ hỏi:

– Bạch đức Thế Tôn, hậu quả của nghiệp phỉ báng bậc thầy khi chín mùi sẽ là gì?

Đức Thế Tôn trả lời như sau:

– Này Kim cương Thủ, ta sẽ không nói cho ngươi biết, vì sợ sẽ làm kinh hãi tất cả thế gian, với trời người, vân vân. Nhưng này vị chúa tể Mật giáo, ta chỉ nói thế này:

Anh hùng, hãy lắng nghe,
Ta nói những kẻ ấy
Sẽ ở đại địa ngục
Dành cho tội ngũ nghịch
Trong vô số đời kiếp.
Bởi thế, chớ khinh thầy.

Đức Phật không dám nói chi tiết vì Ngài biết nói ra sẽ làm cho người đời ngất xỉu. Ngài chỉ dạy rằng những người như vậy sẽ đọa vào địa ngục Vô gián trải qua nhiều kiếp.

Chẳng những không được tự mình phỉ báng thầy, mà còn không nên trông thấy một người đã phạm vào tội ấy, như câu chuyện sau chứng tỏ. Một lần trong khi Lingraepa, một hành giả vĩ đại đang giảng pháp, thì đệ tử của dịch giả Chag xuất hiện. Đệ tử này đã phạm giới mật tông (phỉ báng thầy); khi trông thấy ông ta bỗng dưng giảng sư Lingraepa cứng họng không nói gì được nữa, phải bỏ đi ra.

IVA1.2.2.8 Bạn sẽ thiếu hướng Đạo sư trong tất cả đời vị lai

Đây là điều ngược lại với những lợi ích của việc nương tựa bậc thầy. Không những bạn sẽ không gặp được thầy, mà bạn còn bị sanh vào những nơi mà bạn không có cơ hội nào để nghe chút gì về pháp. Nói tóm, như lời đức Tsongkapa nói:

– Như thế, bao nhiêu may mắn ngươi có thể có được...

Nghĩa là tất cả những may mắn ở đời đều do nương tựa một bậc hướng đạo tâm linh; tất cả bất hạnh trên đời đều là hậu quả của sự không nương thầy hoặc đã nương rồi bỏ. Nếu phế bỏ việc nương tựa bậc thầy, thì không những trong đời này mà cả trong những đời vị lai bạn sẽ không gặp được người hướng đạo tâm linh. *Tinh túy của cam lồ* nói:

Bạn sẽ sanh vào những nơi không có cơ hội
Để được nghe một chữ nào về Diệu pháp,
Cũng không được nghe lời nào của Đạo sư.

Chẳng những ta thiếu suy nghĩ về sự thờ kính thầy, ta lại còn không hề phân tích hành vi của mình, nên có khi ta làm những cử chỉ tạo những triệu bất tường đối với những bậc thầy. Ví dụ như khi Milarepa dâng cho Marpa một cái bình đồng trống rỗng. Khi thầy Marpa cho Milarepa một ít rượu bia, Milarepa đã uống cạn – đây là một cử chỉ tốt lành. Khi Marpa sụp lạy một vị thần hộ mạng (thay vì lạy Naropa thầy mình), đấy là một triệu bất tường.

(Kyabke Pabongka Rinpoche nói chi tiết về việc Dromtoenpa nương tựa hai bậc thầy Setsuen và Atìsha; Atìsha nương tựa Suvarnadvìpi; Milarepa nương Marpa; Je Tsongkapa thếp vàng những bức tường của căn phòng nơi mà Kyungpa Lhaepa đã làm những phép quán đảnh cho ngài; vân vân.)

Bởi thế sự thờ thầy là điều cốt tủy. Ngay cả những hành vi tốt lành hoặc không tốt lành nhỏ nhất cũng có hậu quả của chúng.

Khi ấy Kyabje Pabongka kể câu chuyện về Gyaeltsab Rinpoche. Vị này đã là một học giả uyên bác trước khi làm đệ tử Tsongkapa. Lúc đầu ông muốn tìm đến Tsongkapa chỉ để đánh bại ngài trong cuộc tranh luận. Ông tìm gặp Tsongkapa lúc ngài đang thuyết giảng trước một đám đông. Ông ngang nhiên bước lên pháp tòa, để nguyên nón trên đầu và túi hành lý trên lưng. Tsongkapa xê ra nhường chỗ cho ông ngồi. Khi tiếp tục nghe giảng, Gyaltsab lúc đầu bỏ nón, sau bỏ túi xách mang trên lưng, và cuối cùng bước xuống tòa thi lễ ba lạy rồi ngồi giữa đất. Điều này chứng tỏ là điềm tốt: trước khi chết Tsongkapa đã truyền y và mão cho ông, cử ông làm người thừa kế ngai tu viện trưởng Ganden, địa vị tối cao trong Hoàng mạo phái (Gelug – Mũ vàng)

Gyaeltsab Rinpoche lúc đầu đã có những động lực xấu, nhưng kết quả cuối cùng lại hóa ra tốt lành. Và nhiều khi động lực tốt lại có thể hóa ra bất tường. Bởi thế ta phải cẩn thận.

Khi nhắc đến tên thầy, ta thường nói "Kuzhu" (ông) nọ kia, như vậy là không phải phép. Ta phải thêm vào một hình thức tỏ sự kính cẩn như "Thượng tọa." Mỗi khi Atìsha nhắc tên của thầy mình là Survanadvìpi, ngài thường chắp tay cung kính nói "đức Survanadvìpi vĩ đại." Ngài thường đứng lên mỗi khi nghe ai nhắc đến tên thầy. Tôi không cố tự đề cao, nhưng thực sự là tôi rất đau khổ mỗi khi thấy danh hiệu bậc tôn sư tôi được người ta nhắc đến một cách thản nhiên.

Nếu bậc thầy của bạn còn sống, thì không nên dùng hình thức kính cẩn "tôi cảm thấy thật khó nói lên tên của Người."

(Khi ấy Kyabje Pabongka ôn lại hai lần những tiêu đề nói trên: một lần hơi chi tiết, một lần vắn tắt).

Ngày thứ tám

Kyabje Pabongka Rinpoche trích dẫn câu của Tsongkapa:

Người nào không màng hạnh phúc thế gian,
Muốn làm đời sống của mình có ý nghĩa,
Sẽ theo con đường khiến chư Phật hài lòng.
Những kẻ may mắn! Hãy tịnh tâm lắng nghe.

Dòng thứ nhất ám chỉ chánh kiến phù hợp với Phạm vi Trung bình; dòng thứ hai ám chỉ Phạm vi Nhỏ của Con đường, dòng thứ ba nói đến bồ-đề tâm và Phạm vi Lớn.

(Sau khi nhập đề như vậy để chúng tôi khởi động lực tốt, ngài nhắc lại những tiêu đề đã giảng, và ôn lại hai tiêu đề đầu tiên của thân bài chính thức về Lamrim. Những tiêu đề này bàn đến sự phục vụ bậc thầy). Rồi ngài tiếp tục:

Những tiêu đề đặc biệt này chỉ đề cập đề tài như một đề mục thiền. *Con đường Nhanh* và *Con đường Dễ* không nói rõ làm cách nào người ta nên tra tầm một bậc thầy hướng đạo tâm linh có khả năng; bởi thế bây giờ tôi sẽ bàn đến điều này dựa theo tác phẩm *Lời đức Văn-thù.*

Nếu như trên đã nói, nương tựa một bậc thầy là có lợi lạc như vậy, và không nương tựa có những khuyết điểm như kia, thì làm thế nào ta nên nương tựa bậc thầy?

Nương tựa vào bậc thầy không mà thôi chưa đủ, bạn phải nương một bậc thầy có thể giảng dạy con đường toàn diện. Một người chỉ có vài đức tính – như có lòng tốt, chẳng hạn – đôi khi lại không có khả năng giảng dạy con đường toàn diện. Dù người đệ tử có thể có tín tâm, trí tuệ và kiên trì, nhưng nếu bậc thầy không làm chủ hoàn toàn kinh điển và mật điển, thì những môn đệ sẽ dành trọn đời để tu chỉ một vài pháp như quy y, vài pháp quán chư thiên, thiền định về khí lực và huyệt đạo, vân vân. Sự tái sinh may mắn của người môn đệ như vậy không trở thành có ý nghĩa cho lắm. Bởi thế bạn phải nương tựa một bậc hướng đạo tâm linh có khả năng toàn diện.

Có nhiều khả năng khác nhau: truyền giới Biệt giải thoát, giới mật tông và bồ-đề tâm giới, vân vân. Ở đây tôi sẽ nói đến những khả năng của một bậc thầy có thể giảng dạy Lamrim toàn diện. Bạn phải tra tầm xem một vị thầy có đủ những khả năng như vậy hay không, trước khi tìm đến nương tựa. Không những bạn cần xem xét khả năng bậc thầy nào bạn muốn nương, mà bất cứ người nào muốn hướng dẫn người khác về Luật tạng, Kinh tạng, hay Mật tạng, đều phải tự xét xem mình có đủ khả năng làm thầy trong những lĩnh vực ấy hay không. Nếu chưa đủ khả năng, thì phải làm sao cho đủ khả năng cái đã. Không phải chỉ cần có đủ bộ sậu đồ lề của mật tông như bình cam lồ cho thọ mạng hoặc dụng cụ làm lễ tấm chư thiên (xem Ngày thứ năm), hay thuộc lòng những nghi thức ấy mà tự xem đã đủ tư cách làm thầy.

Có những loạt điều kiện khác nhau: một loạt điều kiện để làm tu viện trưởng và thầy truyền giới có thể dạy giới luật; một loạt để làm thầy về pháp Đại thừa nói chung, một loạt để làm thầy về các mật điển. Tôi sẽ mô tả những tư cách của bậc thầy thuộc pháp Đại thừa nói chung. Quyển *Trang nghiêm kinh* của đức Di-lặc nói:

Hãy nương một bậc thầy
Đã được điều phục, rất an, rất tịnh,
Người có nhiều đức tính hơn mình,
Kiên trì, một kho tàng kinh điển,
Thực chứng chân như,
Có tài biện thuyết, có từ bi,
Đã từ bỏ sự thất vọng (về cung cách của đệ tử)

Như vậy có mười đức tất cả: Dòng tâm thức của bậc thầy phải được điều phục nhờ giới. Tâm tán loạn của bậc thầy phải được rất an nhờ tịnh chỉ nhất tâm. Sự chấp thủ bản ngã nơi bậc thầy phải rất tịnh nhờ trí tuệ. Khi một cây hương trầm được đặt giữa những que củi khác, thì củi cũng thơm lây, cũng thế bạn sẽ có những đức tính và khuyết điểm của vị thầy. Bởi thế thầy phải có nhiều đức tính hơn bạn. Thực chứng chân như là như vầy. Thầy đã khám phá tri kiến nhờ trí tuệ do học hỏi (văn tuệ). Kiến là tri kiến theo bộ phái Pràsangika. Đây là tăng thượng tuệ; tôi không nói đến trí tuệ có được khi người ta khám phá ra tri kiến theo phái Svàtantrika (Kinh lượng bộ) và dưới đó (xem Ngày thứ hai mươi hai). Phần còn lại đã dễ hiểu.

Những bậc thầy cần có đủ những đức nói trên, và chắc chắn phải có ít nhất năm điều này: một dòng tâm thức đã điều phục nhờ ba vô lậu học giới, định tuệ, có từ bi, và thực chứng chân như. Geshe Potowa nói:

– Mọi người trong gia đình thầy Yerpa tôi tin rằng thầy chưa từng học nhiều, lại không kiên nhẫn khi bị trái ý, cho nên chẳng được cái gì. Nhưng Yerpa có năm đức tính này, và bất cứ ai gặp thầy cũng được lợi lạc.

Nyaentoenpa tuyệt đối không có tài giảng dạy, nhưng có thể thảo luận tất cả những vấn đề người ta hỏi. Người ta tưởng rằng không ai hiểu được khi nghe

Nyaentoenpa giảng, nhưng không phải thế. Ông có năm đức tính, và ai ở gần ông cũng được lợi lạc.

Mặc dù những bậc thầy lý tưởng luôn luôn hiếm hoi, song điều cốt yếu là bạn phải nương một vị nào có nhiều đức tính hơn lỗi lầm, người đặt nặng đời sau hơn đời này, và nghĩ đến người khác hơn đến bản thân. Nếu bạn không làm vậy, mà lại đi theo một vị thầy bất chính, bạn có thể trở thành như Chuỗi ngón tay (Vô Não), người đã gặp tà sư dạy cho con đường quái đản để gây nên những tội lỗi kinh hoàng. Bởi thế trước hết phải tra tầm thật kỹ bậc thầy, rồi chỉ nương tựa nơi ông nếu thấy ông xứng đáng.

Môn đệ cũng phải có năm đức tính: phải thật thà không có óc bè phái, phải có trí tuệ phân biệt phải quấy; phải khát khao giáo lý; phải hết sức tôn kính bậc thầy; và phải nghe giảng với sự hướng tâm thích đáng (nghĩa là có động lực tốt). Nếu có năm đức này, họ sẽ tiến bộ trong Phật pháp. Vậy, làm thế nào để thờ kính một bậc thầy?

IVA1.2.3 Tận tụy với thầy trong ý nghĩ

Có hai tiêu đề phụ:

IVA1.2.3.1 Căn bản: Luyện cho mình có đức tin nơi thầy;

IVA1.2.3.2 Nhớ lại lòng tử tế của thầy và phát sinh tâm kính trọng.

Hai tiêu đề này dùng cả kinh điển và luận lý, nên lập thành một tòa nhà vững chãi. Nếu thiền quán về đề tài này, bạn sẽ sung sướng thờ thầy hết mình đúng cách. Nếu không suy tư về những điều này, thì bạn chỉ muốn xin thầy giảng dạy, ngoài ra không còn sự liên hệ nào khác.

IVA1.2.3.1 Căn bản: Luyện cho mình có đức tin nơi thầy

Có ba tiêu đề phụ.

Ở đây đức tin là có thái độ xem thầy như Phật. Điều này, và tri kiến xem tất cả hữu tình đã từng làm mẹ mình, là hai đề mục Lamrim khó triển khai nhất. Mặc dù khó, song nếu không nỗ lực quán hai mục này thì bạn sẽ không triển khai được những đạo lộ khác trong dòng tâm thức.

Đức tin là căn bản để phát triển mọi sự tốt lành. Kinh *Ngọn đèn Ba ngôi báu* nói:

Đức tin là sự chuẩn bị,
Là bà mẹ sinh ra, nuôi lớn,
và tăng trưởng mọi đức tính khác.

Một người đến xin Atìsha giảng dạy. Atìsha im lặng không trả lời, khiến người kia la lớn, lặp lại lời yêu cầu. Atìsha nói:

– Nào nào! Tôi không điếc. Đây là chỉ giáo của tôi: Hãy có lòng kính tín!

Gyaelwa Ensapa nói:

Tóm lại, những kinh nghiệm và thực chứng
của bạn lớn hay nhỏ,
Là do đức tin của bạn lớn hay nhỏ.
Bậc thầy là nguồn suối của mọi thành công.
Chỉ nhìn đức tính, bỏ qua khuyết điểm nơi thầy,
Nắm vững lời chỉ giáo,
Và hứa tuân hành trọn vẹn.

Nói cách khác, thực chứng của bạn tùy thuộc bạn có lòng tin hay không, và lòng tin ấy lớn hay nhỏ. Bạn phải xem thầy như chính đức Phật nếu muốn đạt thành vô thượng bồ-đề; bởi thế nhất thiết không được nhầm lẫn về chỉ giáo mà bạn nhận được.

Dù nhận chỉ giáo sai, bạn vẫn còn có thể đạt những thành tựu thấp nếu đủ niềm tin. Ở Ấn, có người đến xin thụ giáo một bậc thầy; ông thầy nói "Marileja" có nghĩa là "đi cho khuất" nhưng người kia không hiểu, lại tưởng đấy là thần chú thầy ban cho nên chuyên cần đọc tụng và cuối cùng đã chữa khỏi được bệnh cho chính mình và người khác nhờ "thần chú" ấy. Lại có người đọc sai thần chú của nữ thần Chunda (Chuẩn-đề) thành "om vale vule vunde svàhà là. Những chữ "v" trong câu chú đáng lẽ phải là "ch" (om chale chule chunde svahà.") Ông niệm chú này nhiều lần, và trong một mùa đói kém đã có thể nấu đá để ăn thay cơm.

Nếu thiếu niềm tin, bạn sẽ không được cái gì từ trí tuệ của mình. Có ba loại đức tin; đức tin mà bạn cần luyện trong phần này của Lamrim là "tịnh tín" hay đức tin trong suốt, khiến cho bạn sẵn sàng xem thầy như Phật thật.

Kỹ thuật đào luyện đức tin này, theo hệ phái bắt nguồn từ Ketsang Jamyang và môn đệ, có ba phần là:

a) Vì sao phải xem thầy như Phật

Bạn phải xem thầy như Phật vì bạn muốn được lợi lạc, không muốn mất mát. Xem thầy như Phật thì bạn sẽ thành đạt không khó khăn tất cả những ước nguyện trong đời này và những đời sau – quả là một lợi ích lớn lao. Ví dụ: một bà già nhờ đức tin mãnh liệt vào một cái răng chó nên răng ấy biến thành xá lợi. Quyển *Sách xanh bùa chú* nói:

"Sự gia trì của bậc thầy có ơn ích nhiều hay ít, hoàn toàn tùy thuộc đức tin nơi người môn đệ."

Nghĩa là sự gia trì của bậc thầy không có lớn nhỏ, nhưng bạn nhận được sự giúp ích lớn lao nếu xem thầy như Phật, và chỉ nhận được sự giúp ích nhỏ bé nếu xem thầy như Bồ-tát, vân vân. Bạn có thành tựu được những thần thông hay không là do bạn kính trọng thầy nhiều hay ít. Atìsha nói Tây Tạng không có những hành giả vĩ đại vì người Tây Tạng chỉ xem thầy như người thường.

Bậc thầy có thể là Phật thật, song nếu không đào luyện đức tin thì bạn sẽ không thấy được những đức tính của thầy; ngược lại bạn chỉ chịu sự mất mát là gặp đủ loại khổ đau. Đức Phật có vô lượng thiện đức, nhưng Devadatta và Upadhàna chỉ có thể trông thấy hào quang tỏa ra bề rộng khoảng chừng một cánh tay từ thân ngài; họ không thấy được những đức khác của Phật. Bởi thế họ bị mất mát lớn. Geshe Potowa nói:

Nếu bạn không kính trọng bậc thầy
Thì dù nương tựa Phật cũng vô ích,
Như trường hợp Upadhàna.

b) Vì sao có thể xem thầy như Phật

Thực sự bạn có thể xem thầy như Phật. Có hai cách: một là khi biết ca tụng chỉ một phần những đức tính của thầy, bạn cũng có thể chấm dứt sự thiếu niềm tin; hai là lòng tin sẽ thắng lướt những lỗi lầm vụn vặt bạn có thể thấy nơi bậc thầy. Bạn cần sử dụng hai điều này để chống đỡ niềm tin của bạn. Hãy nghĩ về hai điều ấy.

Trong *Mật điển Quán đảnh Kim cương Thủ* có câu:

Bạn sẽ đạt được thần thông
Khi biết thấy đức tính của thầy.
Bạn sẽ không được thần thông
Khi nắm lấy lỗi lầm của thầy.

Nói cách khác, trước đây vì ác nghiệp mà ta chỉ để ý những lỗi lầm nơi bậc thầy. Bây giờ thay vì vậy, ta hãy chú ý những đức tính của thầy, thì tự nhiên ta hết muốn nhìn lỗi thầy, cũng như mặt trời che khuất ánh sáng mặt trăng trên bầu trời. Và cũng như ta thường không nghĩ về những lỗi lầm của chính mình nên ta không thể trông thấy chúng. Bạn có thể thấy vài lỗi nhỏ nơi bậc thầy, nhưng khi nghĩ đến những phương tiện khéo của thầy để điều phục môn đệ, bạn cũng đủ giữ niềm tin nơi ông.

Hơn nữa, lúc ta mới tu học, thì bậc thầy đối với ta chỉ là người phàm. Khi đạt được thứ định chứng gọi là "dòng pháp tương tục," ta sẽ gặp được những ứng thân tối thượng, và khi vào sơ địa Bồ-tát ta sẽ gặp những báo thân, vân vân. Cuối cùng khi tri kiến ta được thanh lọc thì toàn thể vũ trụ hiện ra hoàn toàn thanh tịnh.

c) Cách nhìn thầy thích đáng

Ở đây, muốn xem thầy là Phật ta phải sử dụng vừa kinh vừa luận để đạt đến niềm tin không lay chuyển.

Có 4 tiêu đề phụ.

c(i) Đức Kim Cương Trì cho bậc thầy là Phật

Có nguy cơ một số người sẽ nghĩ: "Những bậc thầy không phải là Phật thật, ta phải xét lại đoạn này của Lamrim về chuyện thờ kính thầy." Tiêu đề này cốt khuyên ta tận tậm khảm không nên có tà kiến ấy.

Bạn nên nghĩ rằng: Thầy chính là Phật, nhưng ta không thấy được điều ấy. Lý do là đức Kim Cương Trì hiện tại đang ở giữa chúng ta dưới hình dạng những bậc thầy. Vua Mật điển Hevajra nói:

Trong năm ngàn năm thời vị lai,
Ta sẽ hiện thân thành những bậc thầy...
Hãy xem thầy như Ta, để sinh kính ngưỡng.
Vào thời đại suy đồi trong tương lai,
Ta sẽ hiện thân làm người tồi tàn;
Đây là những phương tiện Ta sử dụng.

Một quyển kinh nói với chúng ta:

Thật đầy ý nghĩa nếu nhìn thấy Ta!
Trong đời vị lai, Ta sẽ thị hiện
Thân tướng những vị trú trì.
Ta sẽ trú trong hình dáng những bậc thầy.

Nhiều Kinh tạng và Mật tạng bảo rằng trong đời mạt pháp, chính đức Kim Cương Trì sẽ hiện thân làm bậc thầy. Vì lòng từ bi Ngài dạy, "Các con sẽ gặp ta... đừng tuyệt vọng, các con sẽ nhận ra ta." Điều này rõ ràng có nghĩa như Kinh và Mật nói, và bạn nên xem thời nay như là thời đại suy đồi. Đức Kim Cương Trì với lòng từ bi nhìn thấy chúng ta và biết tình trạng chúng ta đã trở nên thê thảm như thế nào do phiền não và nghiệp chướng, nên ngài đã hóa hiện làm những bậc thầy của chúng ta. Trong đời hiện tại, nhờ thầy mà chúng ta có thể biết được làm thế nào để thay đổi cách hành xử, để thực hành những lời chỉ giáo, vân vân. Bởi thế Ngài biết rõ không có thời gian nào tốt hơn để làm việc lợi ích cho chúng ta.

Nếu bạn nghĩ sự thật không phải như vậy, và đưa ra những lý luận để nói bậc thầy này bậc thầy nọ không phải là hóa thân của Kim Cương Trì, thì tiến trình loại trừ của bạn sẽ không còn sót lại người nào là hóa thân của Kim Cương Trì hết trọi. Điều này mâu thuẫn với lời trích dẫn ở trên là, ít nhất trong số các bậc thầy cũng phải có một hóa thân của Phật. Hãy nghĩ lại điều ấy. Nếu bạn chỉ áp dụng những lý lẽ để chứng minh họ không phải là Phật, thì bạn sẽ không tìm ra hóa thân, vậy lỗi là ở tư duy của bạn. Thay vì thế bạn nên nghĩ: "Tất cả những bậc thầy đều là hóa thân của Phật."

Những trích dẫn này cũng đủ cho hạng người dễ dàng tin tưởng. Tuy nhiên nếu ta chứng minh bằng lý luận thì càng thuyết phục hơn nữa.

c(ii) Bậc thầy làm việc Phật

Như tôi đã nói ở đoạn trên về ruộng phước, vầng trăng duy nhất trong bầu trời hiện xuống mặt nước nhiều phản ảnh khác nhau do có nhiều bình chứa khác nhau. Cũng tương tự, căn bản trí của tất cả chư Phật – nghĩa là phối hợp giữa đại lạc và chân không – là cùng một vị với tất cả pháp giới, nhưng xuất hiện dưới nhiều hình dạng khác nhau tùy theo từng người đệ tử: làm Thanh văn đối với những môn đệ đáng được điều phục bằng Thanh văn, làm Độc giác đối với môn đệ đáng được điều phục bởi Độc giác, làm Bồ-tát hay Phật đối với những môn đệ đáng được điều phục bởi Bồ-tát hay Phật. Trong kinh *Cha con gặp gỡ* chúng ta đọc:

Vì lợi lạc cho hữu tình,
Chư Phật hiện thân làm Đế thích, Phạm thiên
Với một số người, Ngài hóa thân làm quỷ sứ.
Người thế gian không thể nhận ra điều này.

Nói cách khác, đức Phật hiện hình nhiều cách: Làm quỷ hay làm trời cho những người đáng được quỷ hay trời hàng phục, Ngài còn hiện chim chóc hay thú rừng, vân vân, cho những người đáng được hàng phục bằng những hình dạng ấy. Các Ngài hiện thân cho chúng ta như những bậc thầy phàm phu tùy giới hạn phước báo của chúng ta. Các Ngài không có cách nào khác để dẫn dắt chúng ta; các Ngài cũng có thể thị hiện những phương diện thù thắng hơn một vị thầy tầm thường, như là hiện ra Báo Thân, vân vân, nhưng chúng ta không thể thấy được thân ấy. Và nếu các ngài hiện hình thành những dạng thấp hơn chúng ta như chim thú, vân vân, thì cũng không ích gì, vì chúng ta không tin những loài ấy.

Trong quyển *Cúng dường Đạo sư* có nói:

Con khẩn cầu Ngài, chỗ quy y đầy từ mẫn,
người bảo hộ cho con:
Ngài là Mandala ba thân báu của chư Phật;
Nhưng với phương tiện thiện xảo,
Ngài hiện phàm phu để hướng dẫn hữu tình,
Như một cái lưới huyễn thuật để cứu vớt chúng con.

Ba thân Phật được chứa đựng trong ba sự huyền bí của bậc thầy (xem Ngày thứ mười hai). Bậc thầy là một hóa thân chư Phật tạo ra để làm các thiện sự. Giả sử trong lễ múa ở tu viện một vũ công khi đóng vai giáo thọ sẽ khoác y phục giáo thọ sư để múa; nhưng khi làm pháp vương ông lại mặc y phục của vua pháp để múa. Chỉ có phục trang thay đổi; còn vũ công vẫn chỉ là một người ấy. Hoặc, bạn có thể viết nhiều truyện khác nhau với cùng một thứ mực đỏ, nhưng tất cả đều có cùng một bản chất là mực đỏ. Bởi vậy hãy nghĩ: "Những bậc thầy chúng ta không ai khác hơn là những hóa thân của đấng Kim Cương Trì, đấy là những phương tiện khéo của ngài để điều phục chúng ta."

Củi không bắt lửa nếu bạn không dùng một cái gương hội tụ để bắt lửa mặt trời; bạn có thể có nhiều thức ăn khác nhau, nhưng chúng không đi vào bụng được nếu không qua cửa miệng. Cũng thế, sở dĩ bạn nhận những sự gia trì và bạch tịnh nghiệp của chư Phật, là nhờ nương tựa vào bậc thầy. Bậc thầy là tác nhân của tất cả thiện hành của chư Phật, vì thầy giúp cho bạn thực hiện tất cả những thiện nghiệp.

Nếu vậy thì đừng nghi ngờ gì nữa, thầy là một vị Phật. Thiện hành của chư Phật là những sự gia trì mà các ngài ban phát trong lúc hoạt động vì lợi lạc cho hữu tình. Nhờ nương tựa một bậc thầy mà bạn nhận được những sự gia trì này. Nếu cần thiết phải vậy, thì không thể nào bậc thầy lại là phàm phu: họ phải là những vị Phật. Nếu thầy là phàm phu thì hóa ra trung gian cho những thiện hành chư Phật chỉ là phàm phu. Như thế có nghĩa chư Phật cần đến sự giúp đỡ của phàm phu. Nhưng chư Phật không cần sự giúp đỡ ấy. Khi chư Phật làm việc lợi lạc hữu tình, các ngài còn không cần đến sự giúp đỡ của Thanh văn, Duyên giác hay Đại Bồ-tát, thì làm sao ta có thể nói các ngài cần đến sự giúp đỡ của người phàm?

Bởi thế chư Phật hóa thân làm những người thường để hữu tình có đủ phước duyên trông thấy được. Các ngài còn hóa hiện thuyền, cầu, vân vân, nhưng những vật này đối với ta dường như chỉ là công việc của những người thợ mộc, thợ hồ, chứ ta không thể thấy được cái gì khác từ nơi họ.

Sakya Pandit trích dẫn ví dụ về kính hội tụ:

Những tia mặt trời rất nóng,
Nhưng không thể phát ra lửa nếu không có kính hội tụ.
Cũng thế nếu không có bậc thầy,
Thì ta không thể nhận được ân phước của chư Phật.

Và Da Oe Rinchen, vị Lama Kagyu trích dẫn cùng một ví dụ ấy:

Hãy xen giữa những tia sáng mặt trời
Một tấm kính trong suốt,
Rồi tập trung tia sáng vào bùi nhùi...

Những môn đệ nhận được những thiện sự của chư Phật nhờ nương một bậc thầy. Nếu thầy không phải là Phật, thì Phật sẽ không cần đến sự phụ tá của ông ta, cũng như người giàu không nhờ kẻ ăn xin giúp đỡ. Bạn phải xét kỹ điều này: thầy và Phật là một, bởi vì nếu không thế, thì hóa ra Phật lại tùy thuộc vào thầy.

c(iii) Chư Phật Bồ-tát vẫn đang làm việc cho hữu tình

Đấng Kim Cương Trì hiện đang hóa thân để làm việc lợi lạc cho tất cả hữu tình. Chư Phật biết một cách không lầm hoàn cảnh của tất cả chúng sinh, thương chúng còn hơn bà mẹ thương con một, và luôn luôn cố hết sức để thi hành những thiện sự. Làm sao các ngài lại không làm việc vì chúng ta trong thời đại thống khổ hiện nay?

Khi chư Phật mới phát bồ-đề tâm lần đầu, các Ngài đã vì tất cả chúng ta mà phát. Các Ngài cũng vì chúng ta mà tích lũy phước đức và trí tuệ. Các ngài cũng đã đạt vô thượng bồ-đề vì lợi ích cho tất cả hữu tình. Bây giờ khi các Ngài đã đạt kết quả, thì không thể nào các Ngài lại không tiếp tục giúp ích chúng ta. Tất cả chư Phật không nỡ lòng nào bỏ mặc chúng ta mà không làm việc để cứu vớt. Chắc chắn các Ngài phải làm.

Nếu chư Phật quyết định làm lợi lạc cho chúng ta, thì các Ngài không có cách làm nào khác hơn là giúp ta mở con mắt tuệ.

Chư Phật không rảy nước phép để rửa tội,
Không lấy tay xoa đầu cho ta hết khổ đau,
Không ban cho ta quả giác ngộ như cho quà,
Mà cứu ta bằng cách khai thị chân lý.

Chính những hóa thân Phật đang làm việc ấy chứ không ai khác, đấy là những bậc thầy dạy ta những phương pháp để tái sinh lên thượng giới và để được những lợi lạc thù thắng.

Trong *Bài cầu nguyện của Ketsang Jamyang,* chúng ta đọc:

Chư Phật Bồ-tát quá khứ
Vẫn còn làm việc cho hữu tình.

Đây không chỉ là lời nói vu vơ,
Mà thực là thế, với một bậc chân sư.
Bậc tôn sư tôi bảo, "Có một vị Phật gia trì
đang ở trên đầu mỗi hữu tình."

c(iv) Tướng ngoài không bảo đảm

Bạn phải quả quyết rằng những bậc thầy hiện tại của bạn là Phật thật, họ là những tác nhân thi hành những thiện sự của chư Phật. Nhưng bạn vẫn không thấy thầy mình là Phật được, và bảo:

– Tôi chỉ thấy họ như người thường, vì tôi thấy nơi họ có những lỗi này lỗi kia.

Ta hãy phân tích điều này.

Những gì ta trông thấy thực không đáng tin cậy, không chắc chắn. Cái nhìn của chúng ta là do nghiệp của ta mà có. Có nghiệp ta đã tạo có nghiệp ta chưa tạo, nhưng ta không thể bảo mình có nghiệp này không có nghiệp kia. Chandrakìrti nói trong tác phẩm *Thực hành trung đạo* rằng: "Một quỷ đói thấy dòng sông là mủ chảy..." Khi nhìn một bát nước giải khát, chư thiên thấy ra là cam lồ, con người chỉ thấy là nước, còn ngạ quỷ thì thấy là mủ máu, vì ba chúng sinh ấy có nghiệp khác nhau. Đối với quỷ đói thì mặt trăng mùa hạ có vẻ nóng và mặt trời mùa đông có vẻ lạnh. Mật điển *Bánh xe thời gian* và luận *Abhidharma* (Thắng pháp) được lập cho hai hạng đệ tử; trong một bài giảng núi Tu-di được mô tả là tròn, trong bài khác lại nói vuông. Bậc thầy Vô Trước trông thấy Bồ-tát Di-lặc dưới hình dạng một con chó què hai chân sau, đầy dòi bọ hôi thối. Buddhajnàna trông thấy đức Văn-thù dưới dạng một thầy tu ăn ở với một phụ nữ, cày ruộng, và ăn cháo nấu bằng dòi. Tất cả những người địa phương chỉ thấy Tilopa là một ông chài điên khùng mà không bao giờ ngờ ngài là một hành giả vĩ đại, và ngay cả Naropa cũng thấy ông ta đang nướng một con cá sống. Krshnàchàrya trông thấy thần Vajravaràhi như một phụ nữ bị phong cùi. Bởi thế chúng ta phải mừng rằng vị thầy hướng đạo tâm linh cho ta không hiện tướng một con ngựa, con chó hay con lừa – mà ta thấy thầy là một con người. Chaen Ngawa Lodroc Gyaeltsaen nói:

Xét số lượng ác nghiệp của chúng ta
Và những chướng ngại do nghiệp,
Thì ta có thể cho mình may phước
Vì được thấy thầy như một con người.
Chúng ta có phước lớn
Đã không thấy thầy ra con chó hay con lừa.
Bởi thế hãy kính lễ bậc thầy từ đáy lòng ngươi
Hỡi người con của đấng Thích-ca.

Lại nữa, tướng bên ngoài là không đáng tin cậy: vì mọi sự có vẻ như thật có, nên ta có thể kết luận sai lầm rằng nó có thật.

Một lần có vị tỳ-kheo khát nước đi tìm nước uống và thấy một ngạ quỷ. Con quỷ không trông thấy sông Hằng mặc dù thực sự nó đang bước trên ấy.

Lại nữa, không phải chỉ vì bạn không thể trông thấy quỷ mà có thể bảo rằng quỷ không hiện hữu. Ở đây tôi nên nói đến *Luận về những pháp thực hữu* của Pháp Xứng (Dharmakìrti), trong đoạn nói về luận lý hình thức bàn đến những hiện tượng vô hình không thể trông thấy.

Bạn không có đủ phước để thấy bậc thầy như Phật thật, bởi vì bạn không có dòng tâm thức của một người có đủ phước đức để thấy như vậy. Nghĩa là bạn không có nhận thức đặc biệt giúp bạn trông thấy thầy là Phật.

Điều ấy hoàn tất sự phân tích của chúng ta. Ngay cả khi một người nào không có vẻ gì là Phật, thì cũng không có nghĩa rằng vị ấy không phải Phật. Và dù cho người ấy có vẻ như Phật thật, thì bạn cũng không thể bảo đảm ông ta thật là Phật. Một hôm tôn giả Ưu-ba-cúc-đa (Upagupta), vị tổ thứ tư trong Phật giáo, đang giảng pháp, bị quỷ Kàmadeva quấy rối. Khi hàng phục quỷ xong ngài bảo, "Ta chưa hề gặp Phật, ngươi hãy biến hình giống ngài cho ta xem." Quỷ liền hiện hình Phật đủ tướng hảo tướng phụ, vân vân, không thêm bớt. Tôn giả Ưu-ba-cúc-đa suýt sụp lạy vì được diện kiến đức Thế Tôn, nhưng quỷ liền biến mất không để cho ngài kịp đảnh lễ.

Trong quá khứ, những hành giả vĩ đại như Long Thọ hiện tướng những thầy tỷ-kheo thường, nhưng kỳ thực các vị ấy đều là Phật.

Lại nữa, khi phát sinh tà kiến tìm lỗi của thầy thì bạn không nên chấm dứt chúng ngay. Ví dụ trước khi giặt áo bạn phải xem kỹ từng vết bẩn. Cũng thế, bạn nên để cho những tà kiến ấy (về lầm lỗi của thầy) sanh khởi. Tại sao? Vì bạn không biết bậc thầy có những lỗi lầm dường – như ấy hay không. Như tôi đã vạch ra, tại sao những tướng do nghiệp thấy lại không thể sai lầm? Người có bệnh về mật sẽ thấy một vỏ ốc trắng thành ra vàng; một người bệnh phong sẽ thấy núi tuyết hơi xanh; người ngồi trên thuyền đang đi thì thấy cây trên bờ như chuyển động; người mắt bị vảy cá thì có ảo giác trông thấy tóc rụng, vân vân.

Nếu những nguyên nhân sai lầm tạm thời nhỏ nhặt ấy có thể che mờ chúng ta đến thế, thì làm sao chúng ta không thể sai lầm về những vật đang hiện hữu, khi chúng ta có vô số nguyên nhân để lầm lạc – nghiệp và những vọng tưởng vô minh.

Tôi biết có một Lạt-ma tái sinh bị bệnh mật, khi đi hành hương ở nhà trọ lúc đầu ông trông thấy rõ ràng ba hộp vàng đựng xá lợi nhưng về sau, khi hết bệnh, những hộp ấy lại hóa thành bạc.

Khi viếng thăm tượng đức Di-lặc ở Rong, Gyaelwa Ensapa tranh luận với một vài học giả Sakya. Ensapa trích dẫn *Bát-nhã Bát thiên tụng* bằng

Phạn ngữ để làm sáng tỏ ý nghĩa, nhưng vì không hiểu vài thuật ngữ Phật giáo những người phái Sakya bảo ông là một ác ma, không phải người phái Gelug. Vậy, bạn không nên nhìn bề ngoài, mà hãy tìm những đức tính của người ấy: những gì họ đã thực chứng, những gì họ đã từ bỏ.

Chỉ chư Phật mới thấy được Pháp thân, thân chân lý. Chư Bồ-tát cũng chưa thấy được Pháp thân mà chỉ có thể thấy Báo thân. Còn Thắng ứng thân của Phật thì muốn thấy, bạn phải là một người phàm có nghiệp thanh tịnh. Lamrim *Tinh túy của cam lồ* nói:

Khi bạn còn bị nghiệp chướng ngăn che,
Thì dù tất cả chư Phật hiện ra trước mặt,
Bạn cũng không đủ phước đức để trông thấy
Các tướng hảo và tướng phụ
Trang hoàng kim thân tối thượng,
Mà chỉ có thể thấy những gì
Đang hiện ra trước mắt.

Ngay cả thời Phật tại thế, ngoại đạo cũng không thể thấy được vẻ đẹp của Phật, mà chỉ thấy toàn lỗi lầm nơi Ngài. Thậm chí Devadatta còn xem những việc Phật làm chỉ là lừa bịp.

Kỳ thực, bậc thầy chính là thước đo giá trị của ta. Một tướng cướp từ miền thượng Golog Arig du hành đến Lhasa để chiêm bái pho tượng đức Thích-ca nhưng không thể trông thấy cả đến những ngọn đèn bơ thờ trước tượng. Theo lời khuyên của Oen Gyarlsae Rinpoche, tướng cướp làm một lễ dâng cúng gấp ngàn lần và đi nhiễu quanh chùa để thanh lọc nghiệp chướng, nhưng vẫn không trông thấy tượng mà chỉ thấy được những ngọn đèn.

Khi Lozang Droendaen Rinpoche ở đại học Gomang (một chi nhánh của tu viện Drepung) đang giảng thời pháp truyền khẩu về kinh *Pháp cú*, có một tỷ-kheo trong thính chúng không thể nghe lời giảng cũng không trông thấy quyển sách mà chỉ thấy thịt phay đặt trước mặt giảng sư. Khi giảng sư truyền pháp, vị tỷ-kheo ấy tưởng ngài đang ăn thịt, và cuối ngày ông thấy như là mọi người đang gom thịt lại.

Mọi sự đều có thể xảy ra, khi nhãn quan ta chỉ là hiện tướng của nghiệp lực. Những gì hiện ra cho bạn tùy thuộc vào mức độ bạn thanh lọc nghiệp chướng nơi mình.

Cái thấy của bạn không đáng tin cậy; bởi thế, không những bạn tuyệt đối không thể lượng giá bậc thầy, mà bạn còn không thể lượng giá bất cứ ai – người cộng sự, bạn bè, chó giữ nhà, chư thiên, quỷ thần, vân vân. Bạn chỉ có thể lượng giá chính mình. Vượt khỏi giới hạn ấy một bước là bạn rơi ngay vào hoài nghi.

Khi Gyaelwa Ensa sắp đạt đến sự hợp nhất (giữa Đại lạc và Tánh không), có người gọi ông là Ensa khùng. Ông vua pháp Karmayama giả trang làm một đệ tử của Tsongkapa; khi Tsongkapa sắp tiết lộ một vài điểm sâu xa khó hiểu liên hệ đến mật điển, Karmayama đã ngăn ngài lại. Điều ấy làm cho Gyaeltsaen Zangpo nổi cáu, nhưng Kaedrub Rinpoche (một đệ tử khác của Tsongkapa) bảo ông ta đừng có làm ồn náo lên.

Đức Phật Thế Tôn dạy:

– Chỉ có đức Như Lai mới có thể lượng giá một con người.

Ở Ấn, vì nghe đồn tất cả đàn ông ở đảo Vachigira đều là nam thần Dakas và tất cả phụ nữ ở đấy đều là nữ thần Dakinis, một tu sĩ tập sự đi viếng để biết rõ thực hư. Nhưng khi đến đấy, ông không thể thấy được đức tính nơi người nào cả, mà lại phát sinh lòng tin đối với một kẻ lừa bịp.

Nàro Boenchung nói như sau về Milarepa:

Ai chưa trông thấy Milarepa nổi tiếng,
Nói những điều lớn lối về ông ta:
"Ông ấy như những hành giả Ấn vĩ đại!"
Nhưng khi đã đi đến nơi,
Tôi chỉ thấy một ông già lõa thể đang ngủ...

Những câu chuyện như thế nhạo báng tất cả những gì ta trông thấy. Bởi thế chúng ta không biết gì ngay cả về những người bạn thân nhất của mình. Vậy, để chắc ăn, ta hãy tập nhìn thấy mọi sự vật đều trong sạch. Nhiều học giả cứ tưởng Shàntideva vĩ đại, một vị chân Pháp vương tử, là người chỉ sống vì ba chuyện: ăn, ngủ và thư dãn. Họ không thể thấy những thiện đức nơi ngài. Nhãn quan của chúng ta cũng tương tự như thế.

Bạn không thể chắc rằng điều gì mình cho là lỗi lầm thực sự là lỗi lầm. Bạn thấy sự vật cách nào thì bạn nhận thức sự vật cách ấy. Upadhàna, một vị sư thông ba tạng, vẫn giữ ý tưởng và quan niệm sai lầm (tà kiến), vì ông nghĩ, "Tôi thấy Phật đúng như thật: những lời dạy của ngài về những nguyên nhân của nghiệp đều là những trò bịp để phụng sự bản ngã. Nói rằng ngài không còn lậu hoặc là không đúng." Upadhàna mà còn có thể sai lầm, huống gì chúng ta!

Khi một vị thầy không ngủ mà tụng đọc suốt đêm ngày, thì những học trò rất ưa ngủ sẽ thấy tự thâm tâm họ rằng đấy là một lỗi lầm. Nếu học trò uống rượu, họ sẽ tự cho mình may mắn nếu gặp ông thầy cũng uống rượu; họ sẽ xem uống rượu là một đức tính. Vậy thì, không những điều bạn cho là lỗi có thể là không lỗi, mà bạn còn không biết chắc điều gì là đức hạnh nữa. Bạn không thể biết chắc thầy chỉ giả vờ lầm lỗi để giáo hóa bạn hay không. Kinh *Cha con gặp gỡ* và kinh *Đại bát Niết-bàn* nói rất nhiều về chuyện đức Như Lai thị hiện làm những người cừu địch, hà tiện, què quặt, điên cuồng, vô luân, vân vân, khi nào thấy cần phải làm như vậy.

Nói chung, kinh điển và mật điển thì có thể là liễu nghĩa (có tính cách quyết định) hoặc không liễu nghĩa (cần giải thích); ta có thể có cách giải thích khác nhau về một quyển kinh như theo nghĩa đen hay nghĩa bóng. Nhưng khi đấng Chiến thắng Kim Cương dạy rằng trong tương lai ngài sẽ xuất hiện dưới hình thức các bậc thầy, thì đấy là một lời nói có tính quyết định theo nghĩa đen, một lời nói mà chúng ta phải tin chắc. Chúng ta có thể hiểu rằng ngoài bậc thầy, không ai dạy cho ta đạo lộ đưa đến giải thoát và toàn trí. Vậy thì thật phi lý, mâu thuẫn, nếu ta nghĩ: "Thầy tôi, mà đức Kim Cương Trì nói là một vị Phật, thật sự không phải Phật vì ông có những lỗi này lỗi nọ."

Khi bạn tin chắc – theo lý luận và tham chiếu kinh điển như trên – rằng thầy là một vị Phật, tức là bạn đã khai triển một nhận thức sâu xa để biết cách tận tụy với thầy, biết cách đồng hóa bậc thầy với tất cả chư Phật.

Về sự hòa lẫn tâm bạn với tâm bậc thầy: khi đạt toàn giác, thì tâm bạn và tâm thầy – mà vốn dĩ vừa là đại lạc vừa là Pháp thân – hòa lẫn và trở thành một vị duy nhất. Ở điểm này bạn đạt giác ngộ, tự bản chất bạn trở thành một bậc thầy: bạn thành tựu tư cách bậc thầy. Thân lời ý của bạn hòa lẫn một cách chặt chẽ với thân lời ý của thầy. Đây là lý do bạn phải có liên lạc chặt chẽ với thầy: tâm bạn phải luôn luôn tiến gần hơn đến sự hòa hợp với tâm thầy.

IVA1.2.3.2 Phát khởi niềm kính trọng thầy bằng cách nhớ lại sự tử tế của thầy

Theo Ketsang Jamyang và môn đệ, đây có bốn tiêu đề: Bậc thầy tử tế hơn chư Phật rất nhiều; Tử tế ở chỗ giảng dạy pháp; Tử tế ở chỗ gia trì cho dòng tâm thức bạn; ở chỗ lôi cuốn bạn vào vòng tay ông bằng những quà tặng vật chất.

a) Thầy tử tế hơn chư Phật

Điều này có hai phần.

a(i) Thầy tốt hơn chư Phật nói chung

Bậc thầy, về phương diện đức hạnh, thì ngang với chư Phật. Nhưng thầy còn tử tế hơn cả chư Phật, vì từ vô lượng kiếp quá khứ, vô số Phật đã dẫn dắt vô biên hữu tình, nhưng ta lại không ở trong số ấy.

Cúng dường Đạo sư nói:

Con khẩn cầu thầy, chỗ nương đầy từ bi,
người che chở cho con,
Người giảng dạy một cách thiện xảo thánh đạo
của đấng Thiện Thệ,
Cho chúng sinh khó điều phục trong thời mạt pháp
Những kẻ mà vô lượng Phật quá khứ
không kham giáo hóa.

Nói cách khác, 75 ngàn vị Phật, rồi 76 ngàn vị nữa, và 77 ngàn vị, vân vân xuất hiện ra đời chỉ để làm mục tiêu cho đấng Đạo sư của chúng ta xây dựng kho công đức. Hơn nữa, chỉ trong kiếp này mà thôi, đức Phật Câu-lưu-tôn, Câu-na-hàm Mâu-ni, Ca-diếp, vân vân, đã hướng dẫn vô số đệ tử, mà các Ngài vẫn không thể làm cho chúng ta quy phục. Bây giờ bậc thầy đang dạy cho chúng ta con đường toàn diện không lầm lỗi mà ngay cả chư Phật xuất hiện trước đây cũng không thể làm tốt hơn. Vậy, mặc dù về phương diện đức tính, thầy ngang với chư Phật, song về lòng tử tế thì thầy vượt hơn cả chư Phật.

Geshe Potowa nói bậc thầy giống như người cho kẻ sắp chết ăn vào thời đói kém, trong khi chư Phật thì giống như người cho ăn thịt vào thời no đủ; như khi chúng ta đã thoát khỏi cơn nghèo khó, làm ăn khá giả mà được cho thêm thực phẩm và tài sản. Cũng thế, ta sẽ thấy nhiều Phật, nhận được cảm hứng từ các ngài khi ta đã đạt đến những đạo lộ cao siêu. Nhưng chư Phật không ích gì cho ta khi ta đang ở trong tình trạng thảm hại như bây giờ. Bậc thầy giống như người cho ăn khi đói khổ, dạy cho ta trong lúc ta sắp rớt vào hố thẳm của các đọa xứ. Đây là một phương tiện để dẫn dắt chúng ta, để ta có một vài hi vọng đạt thành Phật quả. Đây là lòng từ bi của bậc thầy. Kaedrub Rinpoche nói:

– Hỡi bậc thầy tối thượng vô tỉ, người tử tế hơn tất cả chư Phật...

Nghĩa là, chúng ta có thể có lòng tin ở chư Phật Bồ-tát đấy, nhưng chúng ta chưa từng gặp các ngài. Bây giờ ngay lúc ta đang thiếu thốn pháp, thì bậc thầy dạy cho ta, như vậy thầy còn từ mẫn hơn cả Phật.

a(ii) Thầy tốt hơn cả đức Thích-ca Mâu-ni

Ngày xưa vua Chuyển luân Aranemi có một ngàn con trai, người nào cũng phát tâm bồ-đề, hứa sẽ săn sóc một nhóm đệ tử. Nhưng họ thấy rằng những đệ tử sẽ khó điều phục vào thời đại hỗn mang khi mà thọ mạng con người chỉ còn một trăm năm, bởi thế họ đều tảng lờ những đệ tử này. Thầy chúng ta, khi ấy là Bà-la-môn Samandraràja (Phổ Hiền vương), cũng phát tâm bồ-đề và nguyện sẽ hàng phục hữu tình trong thời kỳ hỗn độn ấy. Bởi vậy đức Thích-ca Đạo sư chúng ta tốt hơn đối với những đệ tử thời kỳ đầu tiên, nhưng với những phàm phu như chúng ta, thì bậc thầy còn tốt hơn cả đức Thích-ca Mâu-ni nữa.

Sau đức Phật, còn có nhiều học giả và hành giả ở Ấn, như bảy vị tổ trong giáo lý, tám mươi vị đại lực thần thông, sáu viên bảo châu của đất Ấn, và hai viên tối thượng. Và Tây Tạng có biết bao bậc thánh: trong thời kỳ truyền pháp đầu tiên có Padmasambhàva, vua Trisong Detsaen, Shàntirakshita, và những người còn lại trong 25 đệ tử của Padmasambhàva; trong kỳ truyền bá lần hai có năm vị chúa tể là Sakya, Marpa, Milarepa, Atìsha và đệ tử ngài là Tsongkapa và đồ đệ, vân vân. Nhưng không vị nào trong số ấy giảng dạy cho ta cam lồ diệu pháp, phương pháp cứu ta ra khỏi biển lớn khổ đau[1].

Ở Tây Tạng, Padmasambhava là bậc thánh vĩ đại xuất phát từ vùng đất Oddiyana huyền bí đến để dẹp tan những chướng ngại cho việc hoằng truyền Chánh pháp dưới triều vua Trisong Detsaen và bậc thầy Ấn Shantarakshita – tổ sư phái Nyingma trong Phật giáo Tây Tạng. Năm vị chúa tể phái Sakya là năm bậc thầy đầu tiên đã sáng lập trường phái Sakya. Marpa và đệ tử Milarepa là những vị tổ sáng lập phái Kagyu. Atìsha và chư đệ tử sáng lập các hệ phái Kadampa. Je Tsongkapa phối hợp cả ba dòng Kadampa cùng những pháp hành của ba trường phái kia để khai sáng trường phái Gelug (Hoàng mạo).

Tóm lại, như Shàntideva đã nói trong quyển *Hành hạnh Bồ-tát:*

---

1. Trong đoạn này, Pabongka kể ra nhiều nhân vật có công truyền thừa giáo lý Phật ở Ấn và Tây Tạng. Bảy vị tổ của nền giáo lý là những vị tiếp theo sau đức Thích Ca Mâu Ni, được ngài giao phó trách nhiệm duy trì và quảng bá nền giáo lý. Tám mươi bậc đại thần thông là những hành giả đã thành tựu về mật điển trong Hệ phái Dâng hiến. Sáu viên bảo châu của Ấn Độ là những vị đại sĩ Long Thọ (Nagarjuna), Vô Trước (Asanga), Thánh Thiên (Aryadeva), Thiên Thân (Vasubandhu), Trần Na (Dignaga) và Pháp Xứng (Dharmakirti). Hai viên tối thượng là hai bậc thầy về Luật tạng Gunaprabha và Shàkyaprabha.

Nhiều đức Phật đã ra đời rồi tịch diệt
Sau khi làm lợi lạc vô số hữu tình.
Nhưng vì những ác nghiệp đã tạo,
Tôi đã không được ở trong số đó.

Nói cách khác, ta nên nghĩ: "Mình đầu thai không nhầm chỗ, không đến được những nơi chư Phật viếng thăm. Lại nữa, mọi bậc thánh quá khứ, người thì không dẫn dắt ta được, người thì bỏ rơi ta. Ta là những cặn bã của cặn bã. Quả thực thầy ta có lòng bi mẫn lớn xiết bao khi cứu vớt ta."

b) Sự tử tế của thầy trong việc giảng dạy pháp

Những đại Bồ-tát ngày xưa đã tự hiến mình, hiến con trai con gái, quyến thuộc... cho quỷ Dạ-xoa ăn thịt, chỉ để nghe một bài kệ về pháp. Khi đức Đạo sư chúng ta tái sinh làm Vyilingalita, ngài đã đâm vào cơ thể mình ngàn cọc nhọn để được dạy pháp. Khi tái sanh làm vua Gnashava, ngài đốt thịt mình bằng một ngàn ngọn đèn dầu và nhảy vào hố lửa; khi làm vua Paramavarna, ngài tự lột da làm giấy, lấy xương sườn làm bút. Đức Atìsha vượt biển chịu đựng bao hiểm nguy vì giông bão, thủy quái... suốt mười ba tháng để thụ giáo Lamrim. Những người như Marpa và Milarepa đã trải nhiều gian khổ để học đạo. Ngay cả ngày nay việc du hành đến Ấn cũng không dễ, thế mà những dịch giả ngày xưa đã liều thân mạng để đi du học; còn dâng thầy những mandalas bằng vàng để đền ơn giảng dạy. Ngay việc nhớ lại những gian nguy đã trải cũng đủ làm họ rùng mình. Vậy thật là tử tế xiết bao, khi bậc thầy dạy cho ta toàn thể đạo lộ mà lại không đòi hỏi ta phải chịu dù chỉ một gian nan nhỏ nhất. Ngay cả Phật cũng không cho ta một sự giáo hóa tốt hơn thế. Atìsha nói: "Bạn phải có công đức lớn lắm mới nhận được nền Giáo pháp sâu xa như thế mà không chút nhọc công. Hãy nghiêm túc và khéo thực hành."

Giả sử có người sắp chết vì đã ăn vào một lúc ba thứ: thuốc bổ, thực phẩm và độc dược. Một y sĩ đầy từ bi là người giúp người ấy nôn ra độc dược, chuyển thực phẩm thành dưỡng chất, và biến thuốc bổ thành cam lồ bất tử. Chúng ta đã làm những nghiệp bất thiện sẽ đưa ta xuống các đọa xứ – điều này giống như ăn phải chất độc. Bậc thầy làm cho chúng ta tịnh hóa những nghiệp ấy. Bình thường chúng ta tích lũy công đức chỉ để được hạnh phúc ở đời này như sức khỏe, tài vật, danh tiếng. Bậc thầy giúp ta chuyển hướng, khởi động lực tốt, lập nguyện thanh tịnh, và hồi hướng công đức. Thiện hành của ta được chuyển thành lợi lạc cho những đời sau là tái sinh tốt đẹp và thành đạt vô thượng bồ-đề. Còn ai tốt hơn thế nữa? Lamrim *Tinh túy của cam lồ* nói:

Nếu chúng ta không thể đền ơn
Người đã dạy cho ta một bài kệ,
Dù có cúng dường vị ấy nhiều kiếp
Bằng số lượng chữ cái trong bài,

Thì làm sao đền đáp được ơn lớn
Của người đã cho ta toàn thể đạo lộ?
Một người được xem là rất tử tế
Khi cứu ta thoát khỏi lao ngục
Rồi lại giúp ta được giàu sang.
Vậy thì bậc thầy cũng thật tử tế
Khi dạy ta phương tiện
Để thoát khỏi ba đường ác,
Và được làm trời, người giàu sang.
Thầy còn dạy con đường tối thượng
Lắng dịu mọi bất hạnh của sinh tử.
Thầy dẫn ta đến trạng thái Ba thân vi diệu:
Còn ân đức nào sánh kịp?

c) Thầy gia trì dòng tâm thức ta

Tất cả thực chứng mà bạn triển khai được trong dòng thức đều nhờ sự gia trì của bậc thầy, sau khi bạn khẩn cầu thầy ban phước. Nếu sử dụng pháp Đạo sư Du-già như nguồn sinh lực của đạo lộ, bạn sẽ đạt những tiến bộ nhanh trên đường tu: đây là điểm then chốt trong năng lực gia trì của bậc thầy. Khi Tilopa đánh vào mặt Nàropa bằng một mandala bằng đất sét, Nàropa liền có khả năng duy trì định "Nhất tướng" suốt bảy ngày đêm. Sở dĩ ta có thể nhớ lại những giáo lý ta chưa từng nhớ được, cũng là nhờ lực gia trì của thầy.

Năm nay, ngày 24 tháng tư, tôi nhận được một dấu hiệu rõ ràng về lực gia trì của bậc tôn sư tôi, người che chở tôi, nơi tôi nương tựa. Sự gia trì ấy làm cho khóa giảng Lamrim hiện tại được tiến hành tốt đẹp. Một lần tôn sư tôi, Người che chở tôi, nơi tôi nương tựa, làm một lễ dâng cúng tại Dagpo với chừng 25 Geshe tham dự. Tôi cũng có mặt, và tôi đã xúc động đến nỗi mắt tôi đẫm lệ suốt buổi lễ "Cúng dường Đạo sư", trong khi ngài thuyết giảng về tính bất khả phân giữa "Đại lạc và Chân không", một bản văn triển khai pháp Cúng dường Đạo sư. Ngay cả việc ấy cũng là năng lực gia trì của bậc thầy.

Khi khẩn cầu bậc thầy, bạn sẽ thành tựu tất cả thiện sự và mọi điều mong muốn trong đời này và những đời sau. Bậc đại thần thông Tilopa nói:

– Này Nàropa, điều lợi ích hơn tất cả là bậc thầy.

Và Gyaelwa Goetsang nói:

Nhiều người thiền về các giai đoạn tu tập,
Nhưng Đạo sư Du-già là pháp thiền cao nhất.
Nhiều người thực hành pháp tụng đọc,
Nhưng khẩn cầu Đạo sư là pháp cao nhất.
Nếu luôn luôn khẩn cầu bậc thầy,
Thì bảo đảm bạn sẽ thực chứng được
Trạng thái bất khả phân với thầy.

Kyabje Pabongka kể vài mẩu chuyện: chuyện một người ở Retreng cúng đèn bơ cho một bức tượng của Dromtoenpa nên những ước nguyện của ông được thành tựu; chuyện Atìsha được Dombhìpa gia hộ như thế nào; chuyện Drubkang Geleg Gyatso gia hộ Purchog Ngagwang Jampa, vân vân.

d) Sự tử tế của bậc thầy lôi cuốn ta vào vòng đệ tử bằng tài thí

Con người ngày nay chờ đợi tài thí, do vậy bậc thầy trước hết dùng tài vật lôi cuốn họ, rồi sau đó đưa họ vào chánh pháp.

Khi bậc tôn sư tôi – người che chở tôi, nơi tôi nương tựa – đang ở trong một am ẩn cư, có người tôi tớ trong gia đình Drimé Tengka, một người ở vùng thượng Kongpo, được phái đến để xin nhờ ngài xem bói, mang theo một túi da đựng đầy bơ để cúng dường. Thầy tôi đang ở tuốt trên đỉnh núi cao, nên khi lên tới, người kia rất mệt. Y đến trước mặt thầy tôi mà nói:

– Cái ông Lama này chắc phải là một con thú hoang mới ưa sống trên chót núi như thế này.

Thầy tôi cho uống trà, ăn thực phẩm ngon, và những quà tặng; người kia phát sinh tịnh tín và về sau phải công nhận: "Vị Lama ấy đã ban phúc lớn cho tôi. Những gì ngài cho tôi ăn thật tuyệt." Thế là y đã bị bậc thầy đưa vào tròng và đã phát sinh tịnh tín.

Nói đến "tài vật" thì không có một giới hạn nào về những gì mà bậc thầy cho ta: chẳng hạn đấy có thể là sự săn sóc của thầy đối với đệ tử.

Atìsha bảo rằng bất cứ đức tính nào ngài có được đều nhờ những bậc thầy. Ngài muốn nói nhờ sự tử tế từ bi của thầy mà ta có được mọi đức tốt lành. Chúng ta không phân tích sự việc cho kỹ, và cứ tưởng hạnh phúc hiện tại của ta, tiện nghi, tiếng tăm ta có được, đều do nỗ lực của riêng ta, song không phải vậy. Hãy lấy ví dụ hai anh em: người anh được đưa vào tu viện làm tu sĩ, trở thành một phần tử của Tăng đoàn, thành chỗ quy y của người em. Khi người em đến tu viện, ta sẽ thấy lối hành xử khác nhau giữa hai anh em: một người theo pháp, một người theo tài vật.

Sở dĩ bạn trở thành một tỷ-kheo có trách nhiệm cũng là nhờ lòng tử tế của tu viện trưởng và thầy truyền giới, vì bạn không giống như đấng Đạo sư mà giới thể tự nhiên đầy đủ không cần thầy. Sở dĩ hiện tại bạn có thể đọc nhiều ngàn trang sách mỗi ngày và phân tích ý nghĩa, cũng là nhờ sự tử tế của bậc thầy đã dạy vỡ lòng cho bạn. Nếu chưa được ban phép quán đảnh để chuẩn bị và làm thuần thục tâm mình, thì thậm chí bạn còn không được đọc những sách về mật giáo. Người được quán đảnh là đã đi vào ngưỡng cửa những mật điển, một điều hi hữu hơn cả Phật xuất hiện. Chính do lòng từ bi mà bậc thầy Kim cang thừa đã đặt vào dòng tâm thức bạn những hạt giống chắc chắn sẽ chín thành kết quả là bốn thân, chỉ trong vòng mười sáu đời nếu bạn không phạm giới. Bạn phải tính từng mỗi sự tử tế ấy của bậc thầy, và nghĩ, "Ngài đã cho ta cái này, cái này, cái này..." Nhưng chưa hết đâu. Sở dĩ bạn có được một thân người, được hạnh phúc trong đời này, có tài sản, vân vân, đều là hậu quả của sự giữ giới và hành hạnh bố thí trong những đời trước, và đấy là nhờ lòng tử tế của những bậc thầy đã khiến bạn thực hành những pháp ấy.

Bạn có thể nghĩ, "Không phải luôn luôn là một bậc thầy ấy: nhiều thầy khác nhau trong nhiều giai đoạn khác nhau, mỗi người đã đóng góp những sự tử tế của riêng họ." Nhưng những bậc thầy ấy xuất phát từ một căn bản duy nhất là tâm chư Phật, cái trí căn bản của phối hợp đại lạc và Tánh không, cùng một vị với pháp giới. Tất cả những bậc thầy đều là đấng Kim Cương Trì thị hiện nhiều hình dạng khác nhau. Ở Tây Tạng chẳng hạn, có chúng sinh là cha đẻ của giống nòi.[1]

Có những người thiết lập nền luật; những nhà dịch kinh; những ông vua và đình thần chuyên quảng

1. Theo huyền thoại Tây Tạng, giống nòi này phát xuất từ một nữ yêu quái mặt khỉ với một con vượn trắng lớn. Con vượn này là một hóa thân của Bồ-tát Quán Thế Âm, đã tu khổ hạnh thiền định nhiều năm trong lúc nữ yêu quái cứ đứng ngoài cửa động mà rên rỉ, muốn cặp bồ với vượn. Cuối cùng vượn phải đầu hàng, và hậu quả là sinh ra giống nòi Tây Tạng; nên họ ảnh hưởng của vượn tâm từ bi, và họ ảnh hưởng từ nữ yêu quái tính đa nghi, ương ngạnh, hà tiện và ưa nhục dục

bá và duy trì nền giáo lý; những bậc thầy dịch thuật và những bậc hiền trí; những tái sinh của đức Dalai Lama; vân vân. Tất cả những vị này đều là những hiện thân khác nhau của một Bồ-tát thánh Quán Tự Tại, Người cầm sen trắng. Những bậc thầy của chúng ta cũng thế, chỉ là một thực thể duy nhất.

Đức Je Rinpoche nói: – Người ta cần hiểu rằng những gì nói trên đều là chỉ giáo nổi tiếng về pháp Đạo sư Du-già. Nhưng sẽ không ăn thua gì nếu người ta chỉ thiền quán về đề tài ấy vài lần mà thôi.

Nghĩa là, muốn thấu hiểu rằng bậc thầy là hiện thân của tất cả chư Phật, rằng vị ấy "là" Phật cải trang, thì bạn phải thực hành pháp Cúng dường Đạo sư, vân vân. Nhưng nếu bạn không hiểu rõ ý nghĩa mà chỉ tụng đọc những lời văn, thì không được cái gì.

Vậy, khi bạn hiểu rằng tâm của tất cả chư Phật là đồng một vị với tinh túy của Pháp thân, đại lạc và Tánh không, và từ tinh chất này chư Phật thị hiện dưới dạng bậc thầy, thì bạn sẽ hiểu rằng tất cả Phật – nhóm một trăm Phật, ngũ bộ Phật, tam bộ Phật, và nhất bộ Phật – đều là bậc thầy trong nhiều hóa thân khác nhau. Nếu không hiểu điều này, bạn sẽ nghi ngờ ngay cả khi đảnh lễ những bậc thầy danh tiếng ngồi giảng trên tòa cao; bạn lại còn dễ coi thường ông thầy hèn mọn trong tu viện của bạn, người dạy cho bạn tập đọc. Khi có được hiểu biết này để chiêm ngưỡng thầy với tâm kính trọng như chiêm ngưỡng Phật, thì ta có thể tập xem tất cả thầy như Phật. Khi ấy, làm hài lòng một vị thầy cũng là làm hài lòng tất cả những bậc thầy. Ngược lại, làm phật ý một bậc thầy cũng là làm phật ý tất cả những bậc thầy. Bạn phải xem tất cả thầy ngang nhau, không phụng sự một cách thiên vị.

Mọi người bảo ta nên tụng đọc những bài kệ về lòng tử tế của thầy khi quán đề mục ấy. Những bài kệ sau đây được thốt lên bởi đồng tử Manibhadra (Bảo Hiền) trong chương nói về sự tử tế của bậc thầy:

"Những hướng đạo tâm linh cho con, người giảng dạy pháp, đủ tư cách dạy con tất cả pháp. Các vị ấy xuất hiện với ý định duy nhất: dạy cho con những phận sự trước mắt của Bồ-tát. Các thầy giống như mẹ con trên đường tu tập; như nhũ mẫu cho con bầu sữa của thiện đức. Thầy thiện xảo trong những ngành đưa đến giác ngộ.

Thầy chấm dứt cho con những nẻo đường hiểm nguy. Như lương y giải cứu con khỏi già chết, như vị trời Đế thích mưa xuống những giọt cam lồ, làm tăng trưởng bạch pháp như vầng trăng đang lên và như ánh dương soi đường đến an lạc.

Thầy như núi bất động trước thân thù. Tâm thầy không đầy vơi như biển lớn, thầy là người thân che chở con một cách toàn vẹn. Đấy là những ý tưởng đưa con đến với bậc thầy.

Chư Bồ-tát, những người đang khai hóa tâm con, những người con Phật đưa con đến giác ngộ, họ hướng dẫn con, chư Phật ca ngợi họ. Con đến với họ bằng tâm tưởng tốt lành.

Thầy như những anh hùng bảo vệ con khỏi thế gian, là thuyền trưởng, là chỗ nương và sự che chở. Thầy là con mắt, là nguồn an ủi. Bằng tư tưởng ấy, hãy kính trọng những bậc thầy."

Từ bản Lamrim *Tinh túy của cam lồ:*

Con đã từ bỏ đời sống tại gia: một hầm lửa rực. Trong cô tịch con thực hành những công việc của hiền nhân; Con được nếm vị ngọt của diệu pháp. Đấy là nhờ lòng tử tế của các bậc tôn sư. Con đã gặp giáo lý của đức Tsongkapa vĩ đại, trong muôn ngàn kiếp khó mà tìm được. Đây là lòng tử tế của những bậc thầy thánh thiện.

Thầy là người che chở con khỏi các đọa xứ, là thuyền trưởng giải thoát con ra khỏi biển luân hồi, là hướng đạo đưa con lên tái sinh cao và giải thoát. Là lương y chữa lành bệnh vọng tưởng kinh niên, là dòng sông dập tắt ngọn lửa thống khổ lớn. Là mặt trời soi sáng con đường giải thoát, là người giải cứu con ra khỏi ngục tù sinh tử, là vầng mây mưa xuống Diệu pháp nhiệm mầu, là bạn lành giúp con xua tan những điều tai hại, là cha mẹ nhân từ luôn luôn yêu thương..."

Hãy quán những điều ấy khi bạn tụng đọc, và nhớ lại sự tử tế của bậc thầy.

Sự tận tụy bằng việc làm sẽ được bàn theo quyển *Lời đức Văn-thù*. Bạn không nên lẫn lộn phần này với ba nghi thức chuẩn bị cuối.

(*Khi ấy Kyabje Pabongka Rinpoche trở lại nói về mỗi đề tài thiền quán, và trước mỗi đề tài ngài đều làm lễ khẩn cầu, và quán tưởng cam lồ tịnh hóa đang tuôn xuống.*)

Ngày thứ chín

Kyabje Pabongka Rinpoche kể một câu chuyện ngắn để giúp chúng tôi khởi động lực, trích dẫn đức Atìsha vô song:

"Có nhiều bằng chứng cho thấy cuộc đời ngắn ngủi, nhưng ta không biết rõ nó dài bao nhiêu năm. Hãy rút ra từ đấy những gì đáng ưa nhất, như con ngỗng chúa tách sữa từ nước".

(*Ngài nhắc lại những tiêu đề đã bàn và ôn lại vắn tắt đề tài phụng sự bậc thầy*)

IVA1.2.4 Tận tụy với thầy bằng việc làm

Trong *Trang nghiêm kinh* có câu:

Hãy nương tựa bậc thầy
Bằng cách dâng phẩm vật,

Bằng cách phục vụ thầy,
Và bằng cách tu tập.

Nói cách khác, có ba cấp bực tận tụy với thầy bằng việc làm: bực hạ là cúng dường phẩm vật, bực trung là hầu hạ, và bực thượng là tu hành. Thường khi theo thầy học đạo, người đệ tử thực hành cả ba cấp bực; bởi vậy cách thờ thầy đúng pháp là Đạo sư Du-già. Nếu sự nương tựa bậc thầy được căn cứ trên liên hệ cá nhân, thì bạn không cần tìm pháp quán nào để tu tập Đạo sư Du-già. Chỉ khi không ở bên cạnh thầy, bạn mới phải làm phép quán ruộng phước, làm lễ tắm rửa và khẩn cầu, lễ bái, dâng cúng, vân vân.

Cách cúng dường tốt nhất khiến thầy hài lòng chính là thực hành lời thầy chỉ giáo. Milarepa nói:

"Con không có tài sản hay quà cáp để hiến dâng thầy, nhưng con có sự tu tập để đền ơn sư phụ. Con dũng mãnh thực hành Pháp không kể gian nan. Đấy là quà con dâng lên bậc thầy như cha lành."

Cả hai truyền thống *Lời đức Văn-thù,* bản ngắn của Hệ phái phương Nam và bản dài của Hệ phái Trung ương, đều nói sự tận tụy bằng hành vi thuộc nghi thức chuẩn bị thứ tư. Trong bản văn này thì sự thờ kính bậc Đạo sư bằng ý nghĩ được dạy vào cuối nghi thức chuẩn bị thứ ba.

Khi ở chỗ không có thầy, bạn nên thờ thầy bằng cách làm ba nghi lễ chuẩn bị đầu là triệu thỉnh bậc thầy và ruộng phước, rồi cúng dường, vân vân. Bằng cách ấy, bạn làm thầy hài lòng do dâng hiến phẩm vật.

Bạn sái tịnh mặt đất như trên (xem Ngày thứ năm); rồi triệu thỉnh năng lực của chân lý. Quán mặt đất thành lưu ly với những kim cương chùy kẻ bằng vàng, có vẽ như hình nổi nhưng nếu sờ vào thì lún xuống. Theo Hệ phái Trung ương, giữa mặt đất ấy có một lâu đài hình vuông bốn mặt không có tiền đình nên giống như lâu đài trong mandala Phật Dược Sư. Tòa lâu đài thực khổng lồ, chính giữa có bốn sân thượng ở trên một bệ lớn được những con sư tử nâng đỡ giống như một cái tháp không có phần trên. Quán trên sân thượng cao nhất, phía sau có ba tòa sư tử; trên tòa giữa an tọa đức Thích-ca, tòa bên phải ngài là đức Di-lặc và bên trái là đức Văn-thù. Những bậc Đạo sư Hệ phái Hành vi quảng đại và Hệ phái Tri kiến sâu xa ngồi đằng sau hai vị này. Phần trước của sân thượng có ba tòa sư tử dành cho Atìsha, Nagtso vị dịch giả, và Dromtoenpa. Trên sân thượng thứ hai có một nhóm ba tòa sư tử. Đức Tsongkapa đấng Chiến thắng ngồi trên tòa giữa, Sherab Senge bên phải, Gedun Drub (vị Dalai Lama đầu tiên) bên trái. Trên sân thượng thứ ba có một nhóm ba tòa sư tử. Đức Dalai Lama đệ ngũ (đại Lạt-ma) an tọa ở tòa chính giữa, bên phải ngài là Jinpa Gyatso, bên trái là Jampa Choedaen, một bậc thầy sáng chói. Trên sân thượng thứ tư, vị bổn sư của bạn ngồi ở tòa giữa. Bản văn nói hai bên bậc thầy an tọa những đại đệ tử của thầy, nhưng theo chỉ giáo khẩu truyền thì sư phụ của thầy an tọa bên phải, và sư tổ của thầy bên trái. Những thầy khác của bạn ngồi trên những tấm bồ đoàn bằng lụa. Một truyền thống cho tất cả những vị thầy trong ba tạng ngồi trên ba mặt còn lại của sân thượng; chư Phật, Bồ-tát, Thanh văn, Duyên giác, Hộ pháp, vân vân, ngồi phía sau. Theo một truyền thống khác, bạn quán những bậc thầy trong các Hệ phái Hành động quảng đại và Tri kiến sâu xa an tọa theo thứ tự, bên phải và trái của những "nhóm ba" bậc thầy. Quán những bậc thầy Luật tạng an tọa bên phải sân thượng, bậc thầy Luận tạng ở bên trái và bậc thầy Kinh tạng ở phía sau. Bạn không phải quán thần bảo hộ, vân vân. Nếu muốn, bạn chỉ cần nghĩ đến sự hiện diện vô hình của họ. Những hình ảnh ngồi phía sau không bị che lấp bởi sư tử tòa của những bậc thầy ngồi phía trước, và đều hướng mặt về phía bạn. Nhà tắm có bốn lối vào, bên trong có một bộ tòa đầy đủ cho ruộng phước. Không có ao tắm, nền ở chính giữa được nâng cao. Sự cầu nguyện gồm bảy phần và những gì còn lại cũng như trước.

Hệ phái phương Nam thì khác hẳn. Quán trước mặt bạn một tòa lớn nâng đỡ bảy sân thượng; giống hình bảo tháp phái Kadampa. Những sân này làm bằng bảy báu, (xem chi tiết trong bài tụng). Những sư tử (nâng đỡ tòa lớn) đứng trên nền đất. Trước sư tử tòa này xây ba cầu thang. Sân trên hết có một tấm đệm hay vải lót lưng tương tự những đệm lót lưng nơi những tòa ngồi của những Lạt-ma cao cấp, hai góc trên có hoa văn hình lưỡi câu. Tấm đệm được trang trí bằng những chạm trổ bằng báu vật. Mỗi sân cũng có những cầu thang nhỏ bằng vàng dẫn xuống các cạnh của những sân dưới và đưa đến những cầu thang khác ở trước sư tử tòa. Đỉnh tấm đệm lót có hình cong như vòm cung lồi lên ở giữa, trên đó có một cái chóp bằng vàng hai bên treo tràng phan chiến thắng. Giữa sân thượng cao nhất có một pháp tòa với chỗ dựa lưng dành cho đức Thích-ca, được nâng bởi sáu con vật – rồng, kim sí điểu, vân vân – biểu trưng sáu Ba-la-mật. Có năm cái gối bằng gấm thêu trên pháp tòa của đức Thích-ca. Đức Di-lặc ngồi bên phải, Văn-thù bên trái, trên những tòa ngồi mỗi tòa có ba gối; những tòa này không có sư tử nâng. Bậc thầy của bạn ngồi trước mặt các ngài trong dáng điệu thường ngày, có hai cái gối, và không cần tòa. Sư phụ của thầy ngồi bên phải thầy, sư tổ ngồi bên trái. Những vị này chỉ ngồi trên một cái gối. Những bậc thầy còn sống của bạn thì ngồi giữa chiếu. Phần giữa của sân thượng để trống chừa lối đi. Thầy của bạn, trong dáng điệu thường ngày, tay phải bắt ấn thuyết pháp, tay trái cầm một quyển kinh từng tờ rời kiểu Tây Tạng đang nằm trong cái bao của nó với một cái đánh dấu sách trang hoàng bằng năm lớp lụa. Những bậc thầy thuộc Hệ phái Hành vi quảng đại ngồi bên phải đức Di-lặc, và Hệ phái Tri kiến sâu xa ngồi bên trái đức Văn-thù. Truyền thống Kadampa Lamrim tiếp tục cuối Hệ phái Hành vi quảng đại, và một biểu tượng quan trọng là chỗ ngồi cuối của hệ phái được để trống. Những vị thầy của bạn không ở trên sân đầu tiên thì sẽ chiếm sân thứ hai và ba. Truyền thống Kadampa Chỉ giáo ngồi một dãy trên sân thứ tư, Chaen Ngawa ngồi giữa. Chư Bồ-tát ngồi trên sân thứ năm. Chư Phật ngồi ở góc trái và phải của bốn sân đầu tiên. Thanh văn ngồi trên sân thứ sáu, Hộ pháp trên sân thứ bảy. Đây là một truyền thống thuộc kinh điển, nên bạn không quán những bậc thầy thuộc hệ phái Hành động Dâng hiến. Nếu bạn muốn để cả những vị này vào, thì hãy tưởng tượng họ ở dạng vô hình.

Hai hệ phái *Lời đức Văn-thù* đều thuộc truyền thống Kinh tạng, bởi thế bạn không được quán những thực thể dấn thân hành động, mà chỉ triệu thỉnh họ đến như khách tham quan. Lấy ví dụ: trước khi mời khách ăn ngồi vào bàn, ta phải sắp chỗ sẵn cho họ. Bởi thế bạn dâng hiến đồ cúng và thỉnh các thực thể trí tuệ ngồi vào nơi dành sẵn. Bạn mời các ngài, và quán tưởng họ đang đi đến "như cách Phật và tùy tùng đến Magadhabhadrì."

(*Kyabje Pabongka Rinpoche kể chuyện ấy và bàn chi tiết cách thực hành này.*)

Kế tiếp bạn tắm rửa thân các ngài. Khác cái nhà tắm trên kia, nhà này có bốn cửa kính ở mỗi phương hướng. Không có ao tắm ở giữa, nhưng có nhiều bình chứa nước. Trần nhà có hệ thống xà ngang và một cái lọng treo lủng lẳng những bao hoặc bình đựng hương bột có những lỗ thông. Trong lễ tắm, tưởng tượng nước tự tuôn ra từ những bình chứa. Những vị thầy tu trong ruộng phước xuống tắm từng nhóm ba người, ngồi vào chỗ như trên trong nhà tắm, và y phục họ thoát ra dưới dạng những tia sáng màu vàng. Còn lại cũng như đã nói trên.

Có thể bạn không có thì giờ để quán đầy đủ những bình nước, vân vân. Thực ra không phải luôn luôn cần phải làm lễ tắm trong phần nghi thức chuẩn bị; dù chỉ thỉnh thoảng làm một lần bạn cũng sẽ trừ được những chướng ngại, cấu uế trong tâm, vân vân. Phần còn lại của lễ tắm giống như phần tôi đã nói trong *Con đường Nhanh* (Ngày thứ năm).

Khi giảng dạy chỉ một bản *Lời đức Văn-thù* mà thôi, thì ở điểm này nên nói trong khi thực hành, đừng giải tán phép quán ruộng phước. Chẳng hạn, khi bạn đang tụng đọc nhiều lần nghi thức chuẩn bị, thì không nên tụng *Căn bản mọi thiện đức* của Tsongkapa ở cuối thời hành trì. Nếu chưa giải tán ruộng phước, thì hãy dừng một lúc để dâng đồ cúng dường trước khi tụng tiếp bản nghi thức. Nếu đã giải tán ruộng phước, thì chỉ làm lễ gồm bảy phần, lặp đi lặp lại.

Ngày nay, thay vì theo bản *Lời đức Văn-thù*, ta nên làm nghi thức chuẩn bị theo bản *Trang hoàng yết hầu những người may mắn*, vì bản này có sự chỉ dẫn đặc biệt sâu xa và có năng lực gia trì hơn bất cứ bản nào khác.

IVA1.3 Làm gì cuối thời thiền

Cuối thời thiền về một đề mục Lamrim đặc biệt, hãy tụng thần chú danh hiệu đức Thích-ca Mâu-ni, cầu nguyện và hồi hướng công đức.

IVA2. Phải làm gì giữa những thời thiền quán

Không lúc nào ta không ở trong một thời thiền hoặc ở giữa các thời thiền; và điều cốt yếu là sử dụng tốt thời gian ở giữa này. Nếu chỉ luyện tâm trong thời thiền nhưng sau đó lại để tâm tán loạn, thì điều ấy sẽ có hại cho thời thiền kế tiếp của bạn. Vậy cần sử dụng tốt thời gian rảnh rỗi để làm cho sự sống của mình có ý nghĩa, khi đã được may mắn tái sinh làm người. Vì thế trong giáo lý của ngài, đức Tsongkapa thường đặt nặng thời gian rảnh rỗi cũng như chính thời thiền quán.

Ví dụ khi đang tu tập đề mục thiền đặc biệt này (Đạo sư Du-già), thì giữa các thời thiền quán bạn nên đọc những mẩu chuyện về lòng hiếu kính thầy của các bậc tiền nhân như Nàropa đối với Tilopa, Milarepa đối với Marpa, Dromtoenpa đối với Lama Setsuen và Atìsha. Nếu đọc những sách khác, nhất là loại sách khiến bạn thêm thù hận thì không ích gì cho việc tăng trưởng trí tuệ.

Để khỏi khởi vọng tưởng trong thời rảnh rỗi, ta phải chế ngự giác quan làm thế nào để tâm không bị tán loạn. Vì chưa đạt đến trình độ tu cao nên ta rất cần tinh tấn tỉnh giác vào mọi thời, giữ gìn ba cửa ngõ thân khẩu ý để tâm khỏi bị đánh lạc hướng bởi những đối tượng hấp dẫn.

Bạn nên đọc chương "Duy trì chánh niệm" trong tác phẩm *Hành Bồ-tát hạnh* của Shantideva để biết thêm chi tiết. Cốt tủy của chương này là:

Hãy luôn luôn quán xét
Trạng thái thân và tâm,
Bản chất của tinh tấn
Là tên lính đi tuần.

Nghĩa là cốt yếu phải duy trì chánh niệm tinh tấn. Ta cần phải làm mọi hoạt động thân, lời và ý với tất cả chánh niệm tỉnh giác. Như nhờ canh chừng các ngõ ra vào mà ta ngăn kẻ trộm khỏi lọt vào phòng; cũng vậy nếu giữ gìn ba cửa thân lời ý, không từ bỏ chánh niệm, ta sẽ ngăn mình khỏi làm quấy.

Có câu chuyện về Geshe Baen Gung-gael.[1]

1. Một hôm trong chùa có lễ dâng cúng sữa cho một hội chúng rất đông chư tăng. Geshe Baen ở trong số những vị được phục vụ sau cùng; ông bắt gặp mình ganh tị với những người đã nhận phần sữa, nên khi người ta đưa sữa đến ông từ chối và la lên trước sự ngạc nhiên của mọi người: "Kẻ trộm ! Ta là kẻ trộm !"

Chúng ta cũng nên canh chừng tâm mình như thế. Nếu để tâm lang thang, ta dễ gặp trường hợp như sau. Có một người, sau nhiều ngày đắn đo suy nghĩ, đã chọn được cái tên "Gawa Dragpa" để đặt cho đứa con sắp sinh. Quá sung sướng, ông đứng lên nhảy múa và chết ngay trước khi đứa bé chào đời.

Atìsha dạy: "Hãy kiểm soát lời lẽ khi tụ hội, kiểm soát tư tưởng khi ở một mình."

Khi tâm tán loạn thiếu chánh niệm chúng ta thường làm quấy và lại còn không ý thức đấy là tội lỗi. Ví dụ khi đang nói chuyện ta có thể lơ đễnh giết một con rận, nhưng nếu có ý thức ta sẽ không làm. Bởi thế khi ở giữa đám đông bè bạn, đang nói đủ thứ vấn đề, ta nên dùng một phần ý thức của mình để kiểm soát bằng cách tự hỏi: "Mình sắp nói cái gì đây?" Nếu thấy mình sắp nói những lời gay gắt phù phiếm thì nên ngậm miệng lại. Khi ở một mình, ta hãy kiểm soát bằng cách tự hỏi: "Ta đang nhớ nghĩ chuyện gì?" Ta nên duy trì chánh niệm và tinh tấn với ý nghĩ: "Nếu quên giữ ý, ta sẽ không ý thức tư duy này đã khởi lên. Bởi thế ta đừng quên giữ ý."

Có lần Geshe Karag Gomchung viết bốn khẩu hiệu dán lên bốn vách phòng mình: "Không nghĩ tán loạn!" Chúng ta thì khác, đại loại, ta chỉ thích những khẩu hiệu như "Càng nhiều tiền càng tốt!"

Thời gian giữa các thời thiền vô cùng quan trọng, ngay cả trong thời kỳ nhập thất. Bạn có thể có một tảng đá bên cạnh cửa vào phòng để chứng tỏ mình đang nhập thất (xem Ngày thứ tư), và ở tuốt trên một đỉnh núi tuyết phủ, mà tâm bạn vẫn lang thang. Bậc tôn sư tôi dạy, "Bất cứ ai thân nhập thất cũng phải để tâm cùng nhập thất, nghĩa là có chánh niệm tinh tấn." Luôn luôn làm mọi sự kèm theo tinh tấn chánh niệm, đấy là phương tiện khéo để chấm dứt vọng tưởng.

Milarepa nói những việc tầm thường trên đời có thể có tác dụng như những quyển sách ta đọc. Nói cách khác, khi tiếp xúc bất cứ cảnh gì, ta phải kích động trong tâm mình sự thương xót, từ bỏ, vân vân. Ví dụ Drubkang Geleg Gyatso khi trông thấy một con kiến bị ong chích đã khởi lên niềm xác tín đối với luật nhân quả.

Khi đi vào chợ ta thường phát sinh những vọng tưởng như tham luyến; bởi thế tội lỗi theo liền mỗi bước ta đi. Đến lúc trở về nhà là ta đã mang trên lưng một bao đầy tội lỗi. Nhưng nếu có tâm phân tích đúng pháp, và đi chợ trong chánh niệm và tinh tấn, thì việc đi chợ có thể là một liều thuốc kích thích tối thượng cho ta phát tâm "từ bỏ" và thực chứng vô thường. Ta phải chuyển mọi sự việc tầm thường thành một kích thích tố để thực hành Pháp theo cách ấy.

(*Kyabje Pabongka Rinpoche nói về thức ăn và cách ăn. Ngài cũng nói đến việc cúng dường hàng ngày những bánh lễ cho ngạ quỷ. Bản văn bàn kỹ việc này gọi là Thời khóa hàng ngày mà chúng ta nên theo. Ngài nói đến lợi ích lớn mà những con quạ ăn bánh ấy có thể có được.*)

IVB. TRÌNH TỰ TU TẬP SAU KHI NƯƠNG TỰA MỘT BẬC THẦY

Có hai tiêu đề chính:

(IVB1) Kích thích để rút tỉa tinh hoa từ kiếp người

(IVB2) Làm sao để rút tỉa tinh hoa ấy.

IVB1. Kích thích để rút tỉa tinh hoa từ kiếp người

Kích thích này là do nghĩ đến những lợi ích lớn của thân người, và sự khó khăn được làm người. Có hai tiêu đề phụ:

(IVB1.1) Thảo luận để thuyết phục

(IVB1.2) Giảng dạy sơ lược cách tu.

IVB1.1. Thảo luận để thuyết phục

Hai tiêu đề sau cùng này lập thành một đồ biểu áp dụng cho tất cả đề mục thiền kế tiếp; đây là cách truyền thống để phối hợp tài liệu giảng dạy chính thức với tài liệu rút từ những buổi "nói chuyện thân mật." Bạn nên thay thế mỗi đề tài thiền – như đề tài tôi sẽ bàn dưới các tiêu đề nói trên – bằng tiêu đề làm sao để theo phần chính của thời thiền. Bạn phải làm những gì tôi giải thích trong phần nói về sự tận tụy với bậc thầy; nối đề tài thiền ấy vào phần cuối của nghi thức chuẩn bị, rồi tiếp theo bằng phần cuối của thời thiền, vân vân.

Chúng ta không thấy gì sai quấy khi mở miệng nói chuyện phiếm suốt ngày, chính vì không suy nghĩ về những lợi ích lớn và sự hiếm hoi có được thân người. Sự suy nghĩ về những điều này sẽ là một kích thích tố mạnh mẽ cho ta thực hành diệu pháp.

Khi nghĩ về những lợi ích lớn và sự hiếm hoi của việc tái sinh làm người, thì tự nhiên bạn cảm thấy hạnh phúc, và khi nghĩ đến sự chết và vô thường, thì tự nhiên bạn cảm thấy buồn sầu.

Ở đây có ba tiêu đề:

(IVB1.1.1) Nhận ra sự may mắn được làm người;

(IVB1.1.2) Nghĩ đến những lợi ích lớn của thân người;

(IVB1.1.3) Nghĩ đến sự khó khăn có được thân người.

IVB1.1.1. Nhận ra sự may mắn được làm người;

Có hai phần:

(IVB1.1.1.1) Những điều ta đã thoát khỏi;

(IVB1.1.1.2) Những điều ta có được.

IVB1.1.1.1 Những điều ta đã thoát khỏi;

Phải nhận ra sự may mắn có được thân người thì bạn mới có thể rút tỉa tinh hoa từ đấy. Những tảng đá lát lò sưởi của bạn có thể làm bằng vàng, nhưng nếu không biết điều ấy thì bạn vẫn nghèo khó. Bạn còn phải thấy được những điều mình đã thoát khỏi, đó là tám chướng ngại cho sự tu tập (tám nạn).

Tám nạn ấy được đề cập trong *Bức thư của Long Thọ*:

Có tà kiến, làm súc sinh,
Làm quỷ đói, sinh vào địa ngục,
Thiếu Phật pháp vì sinh nơi biên địa, mọi rợ man di,
Ngu si câm điếc, hoặc làm trời trường thọ;
Tái sinh làm hạng nào trong tám hạng ấy
Đều là những chướng nạn không thuận lợi.
Bạn đã có được một hoàn cảnh tiện nghi
Thoát khỏi tám nạn ấy, thì hãy nỗ lực.

Đừng bao giờ rơi trở lại vào những cảnh này.

Có bốn cảnh huống không thuận lợi trong loài phi nhân (địa ngục, quỷ đói, súc sinh, trời trường thọ) và bốn cảnh ở trong loài người (tà kiến, biên địa, mọi rợ man di, và đui điếc câm ngọng).

Bốn trạng huống phi nhân bất tiện là như sau. Địa ngục không tiện cho việc tu tập pháp, vì những nỗi khổ quá nóng hoặc quá lạnh. Nếu ai đặt một cục than hầm trên đầu bạn mà buộc bạn thiền quán trong lúc đó, thì sự đau đớn sẽ làm cho bạn muốn bắt đầu hành thiền cũng không thể được. Nếu bây giờ bị sanh vào địa ngục, ta sẽ cảm thấy trăm ngàn lần đau khổ hơn một con chuột bị đặt trên vỉ sắt nung đỏ; khi ấy ta hoàn toàn không thể nào thực hành pháp, ngay cả đến một chữ pháp ta cũng không nghe được, tâm ta khi ấy chỉ cảm thấy tràn ngập thống khổ. Vậy ta phải thấy mình may phước không bị sinh vào địa ngục.

Tái sinh làm ngạ quỷ thì không thuận lợi cho việc tu tập pháp vì quá đói khát. Ví dụ khi ta đang bị cơn đói dữ dội mà thầy bảo ta phải tập thiền thì ta chỉ khát khao được đồ ăn thức uống. Vậy tái sinh làm ngạ quỷ cũng không thuận lợi cho việc tu hành. Thực may mắn thay ta đã không bị sinh làm ngạ quỷ!

Tái sinh làm súc sinh không lợi cho việc học Pháp, vì súc sinh ngu tối, bị vô minh ám chướng. Ví dụ nếu ta bảo một con chó hay lừa rằng, "hãy niệm một chuỗi "om mani padme hum", ngươi sẽ được giác ngộ"; nó sẽ không hiểu gì ráo. Và nếu chỉ một âm thần chú cũng không biết, thì làm sao súc sinh học hiểu các pháp khác? Vậy, súc sinh chỉ sinh ra để chịu những kiểu đau khổ của riêng chúng, không lợi ích gì cho việc học pháp. May phước thay ta không bị sinh vào loài ấy.

Bây giờ, mỗi khi nói "may thay" là ta liên tưởng đến một món tiền mình đã kiếm được, nhưng điều ấy chưa hẳn thực sự là may mắn. Khi nhìn những thú vật như chó lừa, ta chớ nên xem chúng như những con vật gợi tò mò; mà nên nghĩ: "May thay mình không phải như chúng nó!"

Những vị trời trường thọ là như sau: được sinh vào cõi sắc và vô sắc là một trong những quả báo tốt nhất bạn có thể có, tuy nhiên khi những vị trời được sinh vào các cõi ấy họ nghĩ, "Ta đã được tái sinh làm một vị trời," và khi họ rời khỏi tái sinh ấy, họ nghĩ, "Ta đang rời khỏi tái sinh làm trời." Trong thời gian còn lại trên cõi trời thì họ chỉ có mê mẩn trong trạng thái nhất tâm tịnh chỉ tới nỗi họ giống như đang ngủ một giấc dài – họ lãng phí toàn thể cuộc tái sinh của mình một cách hoàn toàn vô nghĩa như thế. Tác phẩm *Trình độ Thanh văn* của Vô Trước cho ta biết những vị trời trong những cõi trời khác có thể có vài bản năng lớn lao về đức hạnh, nhưng thông thường họ dùng toàn thời gian để hưởng lạc thú, nên cũng không tiếp nhận được Pháp. Jìvaka Kumarabhrta lúc còn làm người là một y sĩ đệ tử của tôn giả Xá-lợi-phất. Mỗi khi cưỡi voi ra ngoài gặp tôn giả, ông lập tức xuống voi không chút ngần ngại. Về sau khi ông được tái sinh lên cõi trời, tôn giả lên đấy để thuyết pháp cho ông. Nhưng ông quá mắc bận các thiên lạc đến nỗi ông chỉ dơ lên một ngón tay chào rồi tiếp tục vui chơi, không để cho tôn giả có cơ hội giảng dạy pháp cho ông.

Đấy, ở cõi trời là như vậy, chư thiên tuyệt đối không nghĩ gì đến chuyện học pháp hay chuyện từ bỏ, xả ly. Họ chỉ có những tiếng trống, những con chim thần, vân vân, nói cho họ nghe về diệu pháp; nhưng không có những bậc thầy như chúng ta để chỉ giáo một cách chi tiết.

Bốn tình huống bất lợi trong loài người là như sau. Nếu sinh vào một vùng xa xôi mọi rợ man di, bạn sẽ không nghe được một lời pháp nào cả. Nếu bạn sinh vào một nơi mà đức Phật chưa từng đặt chân đến, bạn sẽ không biết làm sao để thực hành Pháp, và cho dù có tu, bạn cũng không biết tu đúng cách. Ta sẽ làm sao nếu bị rơi vào những tình huống ấy? May thay ta đã không rơi vào!

Ngay dù được sinh vào chỗ có Phật pháp lưu hành, mà nếu bạn làm người ngu đần, tinh thần bất túc, bị đui điếc câm ngọng, bạn cũng không thể hiểu được mục đích thực sự đằng sau lời pháp, hoặc chỉ bắt chước điệu bộ mà không hiểu gì, nên không thể tu tập đúng cách.

Làm người tà kiến là chướng ngại lớn nhất cho sự hiểu pháp – đó là lý do đức Long Thọ đề cập trở ngại này trước tiên. Thật là điều không may nếu bạn theo một niềm tin khác chẳng hạn, vì bạn sẽ không bao giờ có được công đức căn bản của việc đọc tụng dù chỉ một câu thần chú *om mani padme hum,* dù bạn có sống thật lâu.

Vậy, chúng ta đã xoay sở để có được tám điều thuận lợi là thoát khỏi tám nạn kể trên – mặc dù thực sự rất khó mà thành tựu được cả tám điều ấy một cách triệt để. Còn gì may mắn hơn có được tám điều rất khó được ấy?

IVB1.1.1.2 Những điều ta có được.

Có mười điều: năm thuộc cá nhân, năm liên hệ đến người khác.

a) Năm điều thuộc cá nhân

Quyển *Trình độ Thanh văn* nói:

Làm người, sinh chỗ trung ương;
Các căn đầy đủ; không năm tội nghịch;
Và có lòng tin kiên cố.

Điều thứ nhất ta đã có được là sinh làm người. Cõi người thù thắng hơn các nẻo luân hồi khác vì con người có tiềm năng thực hành những pháp tu có lợi cho những đời sau. Hiện tại đương nhiên chúng ta được làm người; song điều này dường như chưa giúp gì cho ta cả.

"Được sinh vào chỗ trung ương" có nghĩa là, vào thời mạt pháp, ở một nơi ít nhất có đủ tứ chúng tăng-già. "Các căn đầy đủ" nghĩa là sinh ra có đủ các giác quan. Lại nữa, những người có cả hai căn, người không có nam căn, vân vân, đều không đủ tư cách thọ giới biệt giải thoát (pratimoksha). Vì không sinh làm những hạng người như vậy, nên bạn được xem là có đầy đủ các căn. "Không phạm năm tội nghịch" là, một người đã phạm những tội ấy sẽ không đắc quả A-la-hán trong đời này được. Chúng ta cũng không bị rơi vào trường hợp này. "Lòng tin kiên cố" là tin vào giới luật, tin cả ba tạng và tin pháp Lamrim. Khi một người bản thân có đủ năm điều ấy, gọi là "thuộc cá nhân."

b) Năm điều liên hệ đến người khác

Một đức Phật đã ra đời và giảng Pháp;
Giáo lý còn đó và được người tin theo;
Những người khác thường có lòng yêu mến trong tâm khảm.

Ở một thế giới không có Phật xuất hiện thì cũng sẽ không có Pháp. Nếu có Phật xuất hiện, nhưng ta lại chết trước khi ngài giảng Pháp thì cũng vô ích. Hai điều kiện này nói một cách chặt chẽ thì quả ta không hội đủ, nhưng những bậc thầy chúng ta đang còn để thay Phật, nên có thể nói ta cũng có hai sự này.

Những giáo lý phải được giữ trong trạng thái chưa suy đồi và người nào thực hành sẽ đắc đạo lộ chân thực của các bậc thánh. Hiện tại thời gian năm ngàn năm truyền thừa giáo pháp của Phật chưa chấm dứt. Tuy nhiên, mặc dù giáo lý còn đang được truyền, mà quả của giáo lý chỉ được nẩy sinh trong dòng tâm thức của riêng bạn, nếu bạn có triển khai thực chứng đi sâu vào những lời dạy. Như những tu sĩ phái Kadam ngày xưa nói, thì điều này chưa xảy ra: chúng ta không có giáo lý trong dòng thức của mình, bởi thế đừng nên để cho phần giáo lý ta có được phải tiêu mất. Nghĩa là giáo lý Phật vẫn lưu hành rộng rãi bên ngoài, song nếu nó chết đi trong dòng tâm thức của bạn, thì như vậy là phần của riêng bạn về giáo lý đã mất.

Không những giáo lý Phật phải tồn tại, mà nó còn phải được bảo trì nguyên vẹn mới được. Trong tất cả những giáo điều của các tông phái Ấn Độ và những giáo lý của Phật giáo Tây Tạng tiền kỳ và hậu kỳ, những giáo lý quý nhất và vô cấu là những pháp phối hợp được tri kiến thuần tịnh và những pháp tu của cả kinh giáo lẫn mật giáo, chẳng hạn giáo lý của đức Tsongkapa nhà cải cách, hiện thân của Bồ-tát Văn-thù vị Hộ trì pháp, những giáo lý thuần tịnh như vàng ròng. Giáo lý ấy thịnh hành khắp Tây Tạng, và bạn đã được gặp. Điều ấy xảy đến cho bạn là chuyện hy hữu nhất trong những điều hy hữu. Giáo lý của đức Tsongkapa về kinh điển và mật điển hùng hồn hơn bất cứ thời nào trước đấy. Tagtsang dịch giả nổi tiếng, lúc về già mới thấy được những nét đặc thù của giáo lý đức Tsongkapa, và ông bảo ông đã bị chinh phục, vì giáo lý ấy đánh trúng chỗ. Còn nhiều lời ca tụng tương tự, nhưng nếu phải nói cho bạn nghe một cách chi tiết tại sao giáo lý về kinh và mật ấy lại thù thắng hơn mọi giáo lý khác, thì tôi phải bỏ cả mấy ngày để nói cũng không hết. Một lần một người Mông-cổ tặng đức Panchen Lama một món quà, và ngài cho biết ông ta sẽ được như nguyện, nghĩa là tái sinh làm người. Điều này cũng sẽ xảy ra nếu ông ta cầu nguyện được gặp giáo lý Phật. Ai biết được cái gì sẽ xảy đến nếu ông ta đã cầu nguyện gặp được giáo lý của Tsongkapa!

Bạn đã gặp được giáo lý như thế, và không chỉ thế mà thôi: điều có được thứ tư cũng thành tựu – giáo lý đang được theo – bởi vì không bị hoàn cảnh nào khác làm chướng ngại, bạn dễ dàng từ bỏ đời sống thế tục mà xuất gia. Thực sự "nền giáo lý đang được theo" có nghĩa rằng bạn có thể thấy rõ những người chứng bốn quả thanh văn là Dự lưu, Nhất lai, Bất hoàn, A-la-hán. Vậy điều có được thứ tư liên hệ đến người khác – như được bàn trong *Trình độ Thanh văn* – thì chỉ áp dụng cho những người như tỷ-kheo Udayì, chứ không phải cho người như Long Thọ chẳng hạn. Vào thời "giáo lý tuệ giác" (hay thời của Chánh pháp – thời kỳ đầu của nền giáo lý) những người đã đắc bốn quả thường nêu gương cho chúng tăng; ngày nay, những công hạnh của bậc thánh cũng nêu gương cho ta, bởi thế sự kiện này thay thế cho sự đáp ứng điều có được thứ tư.

Điều có được thứ năm liên hệ đến người khác – rằng con người nói chung phải yêu mến cha mẹ tận đáy tim. Đây ám chỉ những thí chủ cung cấp những điều kiện thuận lợi cho việc học Pháp, và người ta nói chung đều có tâm tốt. Vậy điều này cũng được hội đủ. Thật vô cùng khó được cả 18 lợi ích này, thế mà ta có đủ cả. Đó là nhờ trong đời quá khứ ta đã cầu nguyện đúng cách; chúng ta cầu mong có được mười điều và đừng bị rơi vào tám nạn. Vậy bây giờ ta đã thoát khỏi tám nạn và được mười điều tốt lành.

IVB1.1.2 Nghĩ đến những lợi ích lớn của thân người;

Có ba tiêu đề:

(IVB1.1.2.1) Lợi ích ngắn hạn;

(IVB1.1.2.2) Lợi ích dài hạn;

(IVB1.1.2.3) Nghĩ sơ lược về mỗi sát-na của thân người có thể rất lợi lạc như thế nào.

IVB1.1.2.1 Lợi ích ngắn hạn

Bất kể cõi cao nào bạn muốn hưởng và cõi thấp nào bạn muốn tránh, bạn cũng chỉ có thể thành công nhờ sử dụng tốt cuộc đời hiện tại của mình lúc làm người. Muốn tái sinh vào thượng giới bạn phải tu tập như sau: muốn giàu có bạn phải tu bố thí, muốn có nhiều quyến thuộc tùy tùng bạn cần thực tập nhẫn nhục. Tất cả điều này bạn có thể thực hành ngay trong đời hiện tại. Bạn có thể tự hỏi, "Làm sao tôi có thể được tái sinh cao như làm trời, người, giàu có hạnh phúc?" nhưng điều chắc chắn là bạn có thể làm được, chỉ cần có tu.

Nếu muốn sinh làm trời Phạm vương, Đế thích, hay Chuyển luân vương, bạn cũng có thể toại ý. Nếu bạn muốn một tái sinh có tám điều tốt lành do nghiệp quả (xem Ngày thứ mười ba) hay một tái sinh thù thắng với bảy thiện đức, hoặc một tái sinh có thân vật lý thích hợp để tu tập bốn cỗ xe Tối thượng thừa (bốn hạng mật điển), bạn cũng có thể toại ý.

Với tái sinh làm người này, bạn còn có thể thành tựu những nhân tố để sinh vào các cõi tịnh độ như cõi Cực Lạc, Shambala, vân vân. Longdoel Lama đã làm cho thân người may mắn của mình có ý nghĩa bằng cách tu hành trong một am thất; ông không mấy quan tâm đến chuyện ăn dù chỉ một bát bột lúa mạch. Ông tu để tích lũy công đức mong tái sinh làm vua xứ Shambala. Sau khi phát nguyện như vậy, ông nghĩ cần phải cúng dường đức Panchen Lama, và hỏi ngài:

– Con có thể đạt mục đích không?

Đức Panchen Lama hiểu ông muốn nói gì, nên trả lời:

– Ông Lạt-ma già này quả là tham lam. Ông sẽ đạt mục đích.

IVB1.1.2.2 Lợi ích dài hạn;

Muốn đạt giải thoát, bạn phải đào luyện con đường ba vô lậu học mà đầu tiên là giới. Hãy lấy ví dụ giới Biệt giải thoát của tỳ-kheo. Bạn phải đào luyện sự từ bỏ để phát triển hoặc in sâu những giới ấy vào dòng thức. Ở các cõi khác như ở cõi trời hay Bắc cu lô châu (Kuru, đại lục phương bắc) rất khó tu tập sự từ bỏ; nhưng người ở ba đại lục khác – một trong đó là Nam thiệm bộ châu hay Diêm-phù-đề – thì dễ tu từ bỏ.

Người ta phát tâm bồ-đề mạnh nhất trong thân tái sinh làm người. *Thư gửi một đệ tử* của Chandragomin nói:

Thân người dễ thành tựu bồ-đề tâm,
Trời và rồng không thành tựu được,
...Về những giới thuộc mật điển cũng thế.

Thân người cũng là tái sinh có nhiều khả năng nhất để đạt đến toàn tri. Ngay cả một người mới tu tập cũng có thể nhờ đạo lộ kim cương thừa mà đạt giác ngộ ngay trong đời này – điều ấy là do họ đã tạo nghiệp để được sinh làm người trong Nam thiệm bộ châu. Nay chúng ta đã có được một thân tái sinh như thế.

Ta nên cầu được một tái sinh như vậy trở lại; ngay cả những vị Bồ-tát ở cõi Cực lạc cũng cầu sinh vào lục địa này. Chúng ta không thể tìm được một tái sinh nào tốt hơn tái sinh hiện tại, nhất là thân nam tử.

Pho tượng Phật trong chùa Lhasa có một viên ngọc ước nơi đầu gối; có người lập lời cầu xin như sau, lúc đi nhiễu quanh tượng: "Cho con cầu gì được nấy." Thật là những lời cầu xin vụn vặt tầm thường. Nếu bạn có hàng trăm ngàn viên ngọc ước, mà cứ biến một vài viên thành gối kê, vài viên thành gối dựa, thì khi bạn chết chúng cũng chả giúp bạn thoát khỏi các đọa xứ. Nhưng nhờ thân tái sinh này, bạn có thể thành đạt mục tiêu tối hậu lớn lao như tôi đã nói trên kia. Tái sinh hiện tại của bạn còn lợi ích cho những đời sau hơn là có một viên ngọc ước, vì với thân này bạn có thể đạt được hạnh phúc vĩnh cửu.

Mỗi người chúng ta đã nhận được tái sinh như Milarepa, chỉ có điều ta chưa tu tập Pháp. Về phương diện tái sinh thì giữa chúng ta với Milarepa không có gì hơn kém nhau về phẩm chất. Chẳng hạn ta có thể hiểu sự khác nhau giữa Milarepa và Long vương: Long vương có từng đống ngọc ước và đầu trang sức nhiều châu báu; nhưng vẫn không khỏi tái sinh làm súc sinh, khoan nói tới chuyện tích lũy những nhân tố để đạt giác ngộ. Milarepa nghèo tới nỗi không có lúa mạch để ăn, nhưng nhờ có được thân người thuận lợi nên đã đạt giác ngộ ngay trong một đời này.

Những tư tưởng như vậy khiến ta thấy tái sinh làm người thực đầy ý nghĩa. Mahàyogi bảo Gesh Chaen Ngawa rằng chỉ cần tu tập bằng cách tưởng nghĩ như thế cũng đã quá đủ.

Bởi thế, thân người thuận lợi là điều rất khó được. Thật đáng hổ thẹn nếu nó không được sử dụng một cách đầy ý nghĩa; chẳng khác nào một người nghèo đã tìm ra một túi vàng nhưng chỉ tiêu xài được vài phân rồi mất hết.

IVB1.1.2.3 Nghĩ sơ lược về mỗi sát-na của thân người

Văn học không giải rõ tiêu đề này phụ vào hai tiêu đề trước, nhưng giáo lý truyền khẩu thì như sau.

Tái sinh này có thêm một lợi ích lớn là "nắm giữ lợi lạc lớn lao từng ngày, từng sát-na", bạn sẽ tạo vô số nhân giải thoát và toàn tri nếu bạn không lãng phí thời gian đốt cháy một nén hương, mà trái lại sử dụng nó để nỗ lực tích lũy công đức hay thanh lọc chướng ngại. Thật sai lầm khi ta không tiếc vì đã lãng phí tái sinh thuận lợi này mà lại tiếc vì đã mất một ít tiền. Bồ-tát Mã Minh nói: – Như kẻ lái buôn đã đến hòn đảo châu ngọc mà lại trở về tay không.

Nói cách khác, người lái buôn đến một đảo vàng bạc đã không được gì mà lại vướng nợ rồi trở về tay không. Chúng ta chỉ được thân người thuận lợi này một lần. Thực không có gì đáng tiếc hơn nếu không tu tập mà chỉ tích lũy tội nghiệp rồi đi xuống các đọa xứ.

IVB1.1.3 Nghĩ đến sự khó khăn có được thân người

Chương này có 3 tiêu đề.

IVB1.1.3.1 Tại sao thân người khó được

Sự tái sinh làm người của bạn, một điều có thể hết sức lợi lạc, là điều vô cùng khó khăn để đạt được:

không phải lúc nào bạn cũng được tái sinh làm người. Nếu thân người dễ có, thì bạn có thể để buông trôi đời này chờ đến kiếp sau mang thân khác sẽ tu. Nhưng kỳ thực, thân người mà bạn có được là phải do nhiều nhân và duyên. Bạn khá may mắn nhờ những công đức và ước nguyện mà bạn đã làm. Thật rất khó có được điều giống như vậy trong tương lai.

Có lần khi nghe một vị Lạt-ma Mông Cổ giảng về việc này, một người Trung Quốc bảo:

– Ông Lạt-ma này chưa bao giờ đi đến Trung Quốc; ở đấy người thiếu khối gì!

Điều này hoàn toàn sai lạc. Mặc dù nói chung có rất nhiều người, nhưng điều ấy có ích gì cho bạn khi bạn đi xuống các đọa xứ? Bất kể thế giới bên ngoài có bao nhiêu con người hay không có, bạn phải nhìn bằng cách suy luận để biết bạn có hay không trong dòng tâm thức, tất cả những nhân tố cần thiết để được tái sinh thuận lợi. Khi ấy bạn có thể nói mình sẽ được hay không được một tái sinh như thế trong tương lai. Chẳng hạn trong thế giới bên ngoài tất cả mùa gặt về thu như lúa mì, lúa mạch, vân vân, đều là kết quả của sự trồng trọt trong mùa xuân trước. Bạn sẽ không được một đóa hoa nào trong chậu nếu trước đấy bạn không trồng. Muốn nhận được tái sinh thân người cũng thế, bạn phải tạo nhiều nguyên nhân để việc ấy xảy ra.

Thông thường muốn có được tái sinh cao ở thượng giới như làm trời chẳng hạn, người ta phải tuân theo một vài hình thức về giới. Theo Long Thọ, muốn được tái sinh làm người, cần có những nhân như "bố thí đem lại tài sản, giữ giới đem lại hạnh phúc..."

Kinh *Bát-nhã* nói: "Nhờ giới người ta từ bỏ được Tám nạn và khỏi rơi vào loài súc sinh. Khi ấy người ta sẽ luôn luôn nhận được tái sinh may mắn."

Từ đấy ta biết rằng căn bản là giới thanh tịnh, những đức khác chỉ phụ giúp vào. Người ta bảo, bạn cũng nên gieo duyên bằng cách làm những cầu nguyện kiên trì, hoặc sống một đời không bị lòng tham làm ô nhiễm. Nếu bạn không giữ giới mà thực hành bố thí thì bạn sẽ tái sinh vào loài rồng. Nếu bạn giữ giới mà không bố thí, bạn sẽ tái sinh làm người nghèo, vân vân.

Chúng ta không tự xét nên mới tuyên bố rằng mình có đạo đức trong trắng hoàn toàn, nhưng một vị Geshe Mông Cổ nói:

"Khi bạn giữ giới thì bạn không biết luật. Bạn biết luật khi bạn không còn có giới."

Phân tích kỹ ta mới thấy rằng hiếm khi chúng ta giữ một loại giới cho viên mãn. Những tư tưởng chúng ta chỉ là vọng tưởng, những hành vi chúng ta chỉ là tội lỗi. Nếu chúng ta không biết cả đến bản kê những điều vi phạm và những sự hủy phạm nhỏ nhặt đối với những giới Mật tông, giới Bồ-tát, vân vân, cho đúng, thì làm sao chúng ta nói đến chuyện giữ giới?

Hy vọng có được hậu quả là tái sinh làm người trong khi bạn không gây nhân để có được quả ấy, thì cũng giống như hy vọng gặt lúa vào mùa thu khi bạn đã trồng những giống cây độc vào mùa xuân trước.

Trong quyển *Hành Bồ-tát hạnh,* Shantideva nói:

Nếu tội lỗi trong một sát-na
Sẽ làm người đọa vào ngục Vô gián nhiều kiếp.
Thì làm sao có thể nói rằng,
Người ta sẽ đi lên các thượng giới
Khi đã tích lũy tội lỗi từ nhiều kiếp luân hồi?

Nói cách khác, nếu chỉ một tội lỗi cũng đủ đưa bạn xuống các cõi thấp như vậy, thì bạn không còn hy vọng gì đạt đến cõi cao khi xét trong dòng tâm thức bạn có cả đống tội lỗi tích lũy từ vô thủy như một kho chứa của vua.

Chúng ta có thể nghĩ, "phải chăng đời tương lai của tôi sẽ không lỗi lầm nhờ sự tử tế của những bậc thầy?" Nhưng nếu không thực hành pháp, thì ta sẽ phá hủy mọi sự mà những bậc thầy đã đem lại cho mình, cũng như Phật không thể cứu Đề-bà-đạt-đa khỏi rơi vào địa ngục.

Nếu bạn đã có được tái sinh tốt đẹp này mà không chịu tu tập, lại chờ sang kiếp khác, thì chẳng khác gì một người nghèo tìm được một khối vàng nhưng lại ném nó xuống sông và nghĩ: "nếu có một khối vàng khác tôi sẽ sử dụng."

Thật khó đọc kinh cầu nguyện mà không mong mỏi một lợi lộc thuộc đời này. Khi cầu nguyện trước tượng Phật, ta thường chỉ cầu xin được sống lâu không bệnh, may mắn. Như trong *Hành Bồ-tát hạnh* nói:

Chắc chắn với những hành vi như thế,
Tôi sẽ không có được thân người.
Nếu không có được thân người,
Tôi sẽ tạo toàn điều ác, không một điều lành.

Nếu điều này xảy ra thì chúng ta sẽ rơi vào các đọa xứ; trong đời tái sinh ấy chúng ta lại chỉ tạo những nhân để tái sinh vào đọa xứ nữa, và cứ thế lang thang bất tận trong các cõi ấy. Chúng ta sẽ không có được một đức tính nào như lòng tin, trí tuệ hay sự từ bỏ; sự tái sinh sẽ làm cho chúng ta phạm các ác nghiệp như tham lam, hận thù, kiêu mạn – tất cả mọi chuyện đưa chúng ta đến đọa xứ. Chúng ta có thể hiểu được điều này chẳng hạn khi nhìn những con chó.

Một khi đã tái sinh vào các đọa xứ, ta càng khó đạt giác ngộ hơn khi ở trong thân người hiện tại. Có được thân người trong hiện tại cũng giống như đã mang được một tảng đá lên đến lưng chừng núi. Giả sử bạn phải mang nó lên đến đỉnh núi từ chặng giữa này, thì bạn phải leo cao hơn. Nhưng nếu không thể đi lên được thêm nữa thì bạn cũng không nên để cho tảng đá rớt xuống, khi ấy sẽ càng khó khăn vì bạn sẽ lại phải leo lên từ chân núi. Cũng tương tự, nếu trong đời này bạn không thực chứng các đạo lộ cao như giải thoát và toàn tri, thì ít nhất cũng đừng rơi vào các cõi thấp. Bạn không nên dùng sai cái thân người thuận lợi này, vì một khi rớt xuống, bạn sẽ phải lang thang từ đọa xứ này đến đọa xứ khác hầu như không còn cơ hội nào để thoát ra. Khi đã sai đường, thì bạn càng ngày càng lạc ra khỏi chánh đạo; bởi thế đừng sử dụng đời này để đi sai đường. Và cũng đừng bảo là đã quá muộn: nếu bạn đã già, thì đừng lười biếng, và rồi mọi sự sẽ tốt đẹp, như trường hợp gia chủ Shrijata (xem Ngày thứ mười bốn).

IVB1.1.3.2 Vài ẩn dụ về sự khó khăn được của thân người

Geshe Potowa nói: "cỏ trên mái nhà, cổ rùa..." điều này có nghĩa như sau:

Những tái sinh vào các cõi cao cũng thông thường như cỏ mọc trên sườn núi; nhưng tái sinh làm người mà thoát khỏi Tám nạn và có đầy đủ mười điều tốt lành là chuyện vô cùng hiếm hoi, như cỏ mọc trên mái nhà.

"Cổ rùa" có nghĩa như sau. Giả sử có một cái vòng bằng vàng trôi nổi trên biển theo hướng gió. Trong biển có con rùa mù, 100 năm mới thò đầu lên mặt nước một lần. Con rùa rất khó có dịp chui cổ qua cái vòng ấy. Chúng ta cũng thế, đang ở trong biển lớn sinh tử; do năng lực của vọng tưởng mê si, con mắt tuệ của chúng ta đã bị mù, và chúng ta phải lang thang từ chốn này đến chốn khác trong các đọa xứ. Thỉnh thoảng chúng ta thoát khỏi đọa xứ và tình cờ do quy luật xác xuất ta được tái sinh làm người. Nhưng thế giới thì bao la, trong bốn phương tám hướng có vô lượng thế giới; ta không thể biết nơi nào có giáo lý Phật, hoặc nơi nào nền giáo lý sắp lan đến. Giáo lý giống như cái vòng bằng vàng, và sự gặp gỡ được giáo lý ấy cũng vô cùng hy hữu tựa như cổ rùa lúc trồi lên mặt biển chui lọt được vào cái vòng vàng ấy.

Nếu con rùa mãi mãi bơi lội trên mặt biển thì có lẽ thỉnh thoảng nó cũng gặp được cái vòng; nhưng nếu nó chỉ trồi lên một lần sau mỗi 100 năm, thì nó chỉ gặp được cái vòng một lần. Như trong ẩn dụ ấy, nếu tái sinh nào ta cũng được làm người thì ta có thể gặp được giáo lý Phật bất cứ nơi nào giáo lý đang lưu hành. Nhưng sự thực là, thỉnh thoảng ta mới được tái sinh làm người.

Nếu cái vòng vàng cứ ở yên chỗ, thì cho dù trăm năm mới nổi lên một lần, ít nhất con rùa cũng có cơ hội gặp được cái vòng. Nhưng cái vòng ấy lại di chuyển khắp mười phương trên mặt biển bao la. Giáo lý Phật cũng thế, không ở mãi trong cùng một thế giới, nên ta khó mà gặp được giáo lý vào những dịp hiếm hoi được tái sinh làm người. Và cho dù có xuất hiện trong cùng một thế giới ấy hay di chuyển, giáo lý Phật cũng chỉ lưu hành một thời gian rất ngắn.

Người ta không thể nói cái vòng và con rùa không bao giờ gặp gỡ, nhưng sự thật cũng gần như vậy. Có được thân người thuận lợi lại càng hiếm khi, nhưng không phải là chuyện ấy không thể xảy ra.

Trong ẩn dụ này, biển lớn ám chỉ sinh tử; con rùa là chúng ta; mù chỉ vô minh; vòng vàng chỉ giáo lý Phật, vân vân. Lối giải thích này về sự quán tưởng thân người khó được là một chỉ giáo khẩu truyền từ đức Drubkang Geleg Gyatso.

Lại nữa tác phẩm *Ẩn dụ* của Geshe Potowa nói: "con trai của Loding..." Drom Loding có một đứa con trai có tài đoán được chỗ nào có vàng. Đứa bé này đi cùng với vài người bạn trong một chuyến buôn, những người địa phương nghe được tiếng tăm của nó và nói:

– Ôi ước gì tôi là con trai của Loding! Ước gì tôi biết cách đoán ra chỗ có vàng.

Đứa bé nghe lọt lời ấy, nhưng vẫn tiếp tục đi buôn. Chỉ về sau nó mới quyết định đi tìm chỗ có vàng. Chúng ta cũng đã được một tái sinh tốt đẹp đến nỗi chư Bồ-tát ở cõi Cực Lạc cũng phải thèm, thế nhưng thật đáng tiếc nếu ta không tận dụng cái thân người quý báu này.

Geshe Potowa nói: "Và con cá của người Tsang..." là như sau. Có lần một người ở vùng Tsang đi đến tỉnh trung ương ăn một thứ cá ngon nhưng khi nuốt xuống y cảm thấy buồn nôn và nghĩ: "Thật uổng biết mấy nếu mửa hết đồ ăn ngon này!" rồi buộc chặt cái cần cổ lại. Nếu bạn tiếc rẻ khi phải mửa một thức ăn ngon, thì lại càng đáng tiếc xiết bao nếu không tận dụng thân người hiếm hoi mà bạn chỉ có được một lần trong muôn ngàn kiếp.

Geshe Potowa lại nói về "Con giun quỳ lạy..." Thật là một điều nghe rất vô lý khi có một con giun lại có thể trồi lên khỏi mặt đất và lạy Phật. Cũng vô lý như vậy là những con giun như chúng ta lại trồi lên khỏi các đọa xứ, mang hình người, và lại còn được học Pháp và thiền quán.

Hãy nghĩ về những ẩn dụ ấy để thấy thân người thuận lợi của ta thật hi hữu xiết bao, và vô cùng khó được.

IVB1.1.3.3 Bản chất sự khó được của thân người

Có nhiều hữu tình làm bất thiện, ít người làm điều lành. Khi bỏ xác tại các thượng giới và hạ giới, phần đông hữu tình đi xuống các đọa xứ. Bởi thế rất ít người đi lên các cõi cao sau khi xả báo thân từ hai cõi cao và thấp. Nhưng Phật dạy trong giáo lý căn bản về Luật học rằng, những chúng sinh đi từ cõi cao xuống thấp hoặc từ thấp xuống thấp hơn, thì giống như bụi trên mặt đất bao la. Số chúng sinh đi từ cõi thấp lên cao hoặc từ cõi cao lên cao hơn nữa, thì giống như bụi ở đầu ngón tay. Trong sáu nẻo luân hồi, thông thường có rất ít chúng sinh làm người, dân ngạ quỷ ít hơn dân địa ngục, súc sinh ít hơn nữa, và trong số súc sinh thì loài ở đất ít hơn ở biển. Có thể lấy hình ảnh này để ví dụ: hàng trăm triệu con ruồi mới có thể chiếm khoảng không gian của mười con người. Có rất nhiều chúng sinh trong cõi trung ấm, nhiều tới nỗi giống như hàng trăm ngàn con ruồi tụ lại quanh một thi thể của con ngựa, hay cả trăm con ngựa.

Ngay trong những tái sinh làm người, cũng thật vô cùng hiếm hoi để được sinh vào những thời kiếp có ánh sáng của giác ngộ, nghĩa là có chư Phật xuất hiện ra đời. Mỗi thời kiếp có ánh sáng lại cách nhau hàng chục ngàn thời kiếp tối tăm. Ngay trong mỗi thời kiếp của ánh sáng cũng có tám mươi tiểu kiếp chia làm bốn thời kỳ: thành, trụ, hoại và không. Có sáu mươi tiểu kiếp trong đó chư Phật không xuất hiện, chỉ còn hai mươi tiểu kiếp "trụ" là có thể có Phật xuất hiện. Trong hai mươi tiểu kiếp này, thì Phật cũng không xuất hiện vào hai tiểu kiếp đầu và cuối. "Đầu" là khi mạng sống con người vô lượng, hoặc tuổi thọ đang tăng. Phật chỉ xuất hiện vào thời "kiếp giảm", nghĩa là tuổi thọ con người trên đà giảm dần.

Hãy nói về thời gian hiện tại của chúng ta. Chư Phật xuất hiện trong mười tám tiểu kiếp trung gian khi thọ mạng con người tuân theo một mẫu mực có tính cách chu kỳ. Chúng ta có thể sinh nhằm một thời mà đức Phật trước đấy đối với mắt phàm đã nhập

Niết-bàn, giáo lý Ngài đã tận diệt. Sinh ra vào lúc đó thì cũng chẳng khác gì sinh nhằm thời đại tối đen. Nhưng chúng ta đã không sinh nhằm một thời như vậy. Tương truyền sau khi diệu pháp diệt mất, còn 4,9 tỉ năm nữa Phật Di-lặc mới xuất hiện; thế nhưng chúng ta cũng không bị rơi vào thời đại hắc ám ấy: giáo lý Phật vẫn còn tồn tại và chúng ta lại sinh ra ở lục địa phương Nam nơi có Phật pháp lưu hành. Chúng ta lại sinh ra trong những nước hiếm hoi của châu lục này nơi mà nền giáo lý đang lan rộng. Những nước như Tây Tạng và Mông Cổ thuộc thành phần thiểu số. Chúng ta được sinh ra tại Tây Tạng, một trong những nền tảng cho phép giáo lý được thịnh hành. Nhưng đây là một ví dụ về những gì xảy ra tại Tây Tạng. Gushri Kaelzang (người Mông Cổ) có lần nói:

"Khi tôi đi đến tu viện Tashikyil ở Amdo, có nhiều ngàn tu sĩ. Trong số này, khoảng năm trăm là tiến sĩ Phật học, năm trăm là người buôn bán, còn năm trăm không thuộc hạng nào..."

Trong một gia đình có thể có mười anh em, nhưng chỉ hai ba người vào tu viện. Và ngay trong số những người đã vào tu viện, những người thực sự thuần túy tu tập bằng cách thực hành pháp Lamrim là hiếm hoi nhất. Nhưng dù sao, chúng ta cũng không bị sinh vào một nơi không có tự do để tu tập.

Theo chỉ giáo khẩu truyền của tôn sư tôi, tái sinh làm người thuận lợi rất khó được là bởi vì khó mà thành tựu được thân ấy, vì tự bản chất đấy là một cái gì khó tạo, và vì theo phép tính xác xuất thì tỉ số tái sinh làm người rất thấp.

(Khi ấy Kyabje Pabongka Rinpoche bàn làm thế nào để suy nghĩ về ba lý do ấy.)

Tái sinh mà ta đã có được này có thể hoàn thành những ước nguyện tha thiết nhất của ta, dù tốt hay xấu. Chúng ta đang ở lằn ranh giữa các cõi cao và các đọa xứ. Chúng ta đừng đặt hi vọng vào điều gì khác. Chúng ta có tự do để chọn lựa, nên đừng lầm lẫn về con đường nào đưa đến hạnh phúc, đường nào đưa đến khổ đau. Nếu chúng ta lầm lẫn, thì lỗi lầm không phải có thể điều chỉnh lại trong một hai ngày, mà nó sẽ làm hỏng tất cả những hi vọng về tái sinh tốt trong tương lai.

Thật tốt biết bao khi bạn chưa phải chết. Bây giờ bạn chỉ còn sống trên đời này một thời gian: hai năm, ba năm hoặc bao nhiêu cũng được. Nếu điều này không làm động lực thúc đẩy bạn khổ hạnh ngày đêm để tu tập diệu pháp, thì hãy nghĩ: "Ta có dám trở lui về các đọa xứ chăng?"

Điều cốt yếu là đừng lãng phí đời người may mắn này; một tái sinh quý báu mà ta chỉ có được một lần, một tái sinh vô giá có mười tám điều hi hữu. Giả sử một người buôn đi đến một đảo châu báu, mà thay vì hốt về những đá quý lại chỉ dùng thời gian mà ca hát múa nhảy, vân vân, lại còn mắc nợ những bạn hàng khác một món tiền lớn. Còn gì điên khùng hơn khi cuối cùng phải trở về tay không? Bây giờ bạn có thể thu nhặt những châu báu giải thoát và toàn tri. Không gì mù quáng hơn, ngu ngốc hơn nếu không lấy những châu báu ấy, mà lại tạo nhân duyên để đi xuống các đọa xứ. Shàntideva nói:

Không có sự tự dối nào tệ hơn
Sau khi được một cơ may như thế
Mà không dùng nó vào mục tiêu tốt đẹp.
Không gì mù quáng hơn!

Bạn phải rút tỉa được vài tinh hoa từ tái sinh tốt đẹp mình đã có – và chỉ cần được sinh làm người là bạn có thể rút tỉa tinh hoa ấy. Hãy tích lũy công đức và thanh lọc bản thân một thời gian tối thiểu bằng thời gian bạn uống một tách trà. Bạn có thể giác ngộ ngay trong một đời này và với cái thân này, nếu bạn tu tập tốt nhất. Nếu không, bạn cũng có thể giải thoát. Mà nếu điều này cũng không được, thì hãy rán ít nhất đừng để mình rơi xuống các đọa xứ. Kinh *Tam muội vương* nói:

Nếu bệnh nhân không chịu uống
Diệu dược chữa bệnh,
Thì lỗi không ở lương y,
Chỉ bệnh nhân mới đáng trách.

Cũng thế những người đã thụ giới trong giáo pháp này,
Có thể biết các thiền và mười lực
mà không có nỗ lực chính đáng
Làm sao Niết-bàn phát sinh?
Tôi đã giảng dạy Pháp,
Nhưng nếu bạn không vận dụng pháp ấy,
Thì như bệnh nhân cứ để thuốc trong hộp
Mà nghĩ "nó không thể chữa bệnh tôi."
Hành Bồ-tát hạnh nói:
Hãy sử dụng pháp này với cả toàn thân:
Chỉ nói suông không thành tựu được gì.
Liệu người ốm làm sao khỏi được,
Chỉ nhờ đọc đi đọc lại toa thuốc?

Nói cách khác, bậc thầy có thể dạy cho bạn đúng con đường đưa đến giải thoát và toàn trí, nhưng nếu không thực hành, thì bạn cũng giống như người bệnh không dùng thuốc toa thuốc lương y đã cho, nên không khỏi bệnh. Điều hoàn toàn tùy thuộc nơi bạn là bạn có thực hành chỉ giáo của bậc thầy hay không. Bạn phải cố gắng làm cho tái sinh thuận lợi của mình có ý nghĩa, bằng cách hội nhập Pháp vào đời sống cho đến phút cuối.

Bây giờ tôi sẽ ôn lại những gì đã nói, và dạy cách vắn tắt để thực hành pháp này. Hãy khẩn cầu với hình ảnh bậc thầy mà bạn quán trên đỉnh đầu. Rồi thiền quán theo các tiêu đề đã dẫn. Tiêu chuẩn để biết bạn có thực chứng đề mục này không, là như sau. Geshe Potowa nói:

Làm sao bạn có thể vui vẻ lãng phí đời mình,
Khi đã hiểu được làm người rất khó?

Đức Tsongkapa nói:

Nếu biết thân người khó được,
Bạn không thể nào sống đời trung bình.
Nếu thấy rõ những lợi lạc,
Bạn sẽ rất tiếc để đời mình thành vô nghĩa.
Nếu nghĩ về cái chết,
Bạn sẽ làm những chuẩn bị cho đời sau.
Nếu nghĩ về nhân và quả,
Bạn sẽ chấm dứt sống cẩu thả

Như Gampopa thiền giả vĩ đại đã nói, dấu hiệu chứng tỏ bạn đã thực chứng chân lý "thân người lợi lạc" và rất khó có, là như khi bị gai đâm vào bắp vế bạn cũng không dừng lại để rút nó ra, mà vẫn tiếp tục thiền quán.

PHẦN BỐN
PHẠM VI NHỎ

Ngày thứ mười

Kyabje Pabongka Rinpoche trích dẫn lời ca tụng sau đây từ tác phẩm của hành giả vĩ đại Gedun Taenzin Gyatso:

Đây không phải là Pháp bịa đặt,
Mà là tinh túy của giáo lý khẩu truyền.
Không phải nói chuyện ngông cuồng,
Vì rút từ cổ thư của các bậc tiền bối.
Không phải ảo ảnh chập chờn,
Vì những thánh giả đã thử nghiệm.
Không phải một mỏm đá cheo leo,
Mà là đại lộ đưa đến chứng ngộ cao nhất.

Ngài trích dẫn như trên trong một chuyện ngắn để giúp chúng tôi khởi động lực tốt. Ngài nói lại những tiêu đề trước, và ôn lại những điều đã nói sau tiêu đề phụ "Phục vụ thầy bằng việc làm," một phần của chương "Căn bản của đạo lộ: Phụng sự một bậc thầy."

Giữa các thời thiền, hãy đọc những sách dạy về sự tái sinh làm người thuận lợi. Nếu khi suy nghĩ về thân người khó được mà bạn phát sinh ước mong rút tỉa được gì từ nơi nó, thì bạn nên luyện tâm qua ba phạm vi của Lamrim. Tầm mức tu luyện của bạn trong ba phạm vi này quyết định sự việc bạn rút tỉa được tinh túy từ phạm vi nhỏ, trung bình hay lớn.

Nếu muốn thành Phật, trước hết ta phải thực chứng những phần đầu của đạo lộ; nếu không, ta sẽ không chứng được những phần sau. Ví dụ những người Khampa rời nhà để đi chiêm bái pho tượng đức Thích-ca tại chùa Lhasa. Con đường dẫn họ đến đấy từng chặng một; họ không thể bỏ qua một chặng nào. Cũng vậy, bạn không thể chứng ngộ phần cao hơn của con đường tu tập như lòng bi mẫn, nếu chưa hoàn tất phần thấp hơn của nó là từ bỏ, vân vân. Shàntideva nói trong tác phẩm *Hành Bồ-tát hạnh*:

Nếu bạn chưa từng mơ tưởng
Làm lợi lạc cho chính mình,
Thì làm sao bạn có thể lợi lạc cho người khác?

Khi nói đến những Phạm vi Nhỏ hay Phạm vi Trung bình, là ta muốn ám chỉ việc luyện tâm trong các giai đoạn của đạo lộ dự phần vào Phạm vi Nhỏ và Trung bình; chứ không phải luyện tâm trong những thành phần thực sự là Nhỏ và Trung bình của đạo lộ. Giả sử có ba người: một người đi Tashi Lhuenpo, một người đi Rong, và một đi Chushur. Người thứ nhất muốn đến Tashi Lhuenpo (xa nhất) trước hết phải đi chung với hai người kia một đoạn đường; người thứ hai cũng thế, mặc dù họ có những mục tiêu khác nhau.

Bạn phải cần đến những chương về Phạm vi Nhỏ và Trung bình của Lamrim cốt để thành Phật vì tất cả chúng sinh. Phát tâm bồ-đề là thực sự hành đạo, hai Phạm vi Nhỏ và Trung bình chỉ là bước đầu. Bạn có thể hỏi: "Vậy thì có lẽ chỉ cần dạy Phạm vi Lớn ngay từ đầu cũng đủ. Tôi e rằng hai phạm vi đầu tiên không cần thiết." Có hai lý do để bàn cả ba phạm vi. Có những người không thể luyện tâm trong Phạm vi Lớn ngay lúc đầu, bởi thế họ cần tu tập qua các giai đoạn Nhỏ và Trung bình. Cách này lợi lạc cho những người thuộc loại tâm tốt, tầm thường và hạ liệt. Lại nữa, nếu không quen thuộc với những phần đầu của đạo lộ, trong dòng tâm thức bạn sẽ không có chút gì là từ bỏ, nên cần phải đánh bại bất cứ tâm kiêu mạn nào có thể có như nghĩ "ta đây là một người thuộc căn khí Đại thừa" hoặc tín đồ của Kim cương thừa mật tông.

Muốn phát tâm bồ-đề, pháp tu thực sự, bạn phải khai triển tâm bi mẫn đến độ không thể chịu nổi ý nghĩ "có những người đang bị khổ đau dày xéo."

Nhưng muốn phát triển tâm bi này, bạn cần biết rõ chính mình cũng chịu nỗi khổ làm cho điêu đứng như thế nào. Và bạn cũng phải hiểu toàn bộ cõi luân hồi bản chất chỉ là thống khổ. Nhưng trước hết, bạn phải sợ hãi những đọa xứ, vì nếu không có nỗi sợ hãi này, thì bạn sẽ không phát tâm từ bỏ hạnh phúc cõi trời, người. Bởi thế bạn phải luyện tâm trong các Phạm vi Nhỏ và Trung bình của đạo lộ. Sự tu luyện này giống như nền tảng và bốn bức tường chống đỡ một ngôi nhà.

Chúng ta chưa thành đạt những kết quả cao hơn, nhưng chúng sẽ tự đến nếu ta luyện tập tài liệu dẫn nhập. Milarepa tu luyện những điều này dưới sự hướng dẫn của Marpa, và những bài ca của ông phần nhiều nói đến sự triển khai những thực chứng này. Và bạn cần Lamrim để làm những bước tiến đặc biệt nhanh chóng mà những mật điển Kim cương thừa đã hứa hẹn. Đây là ẩn ý của những danh từ Con đường Dễ và Con đường Nhanh. Sự kiện Milarepa đạt giác ngộ trong chỉ một đời không phải chỉ nhờ vào mật điển, mà nhờ ngài đã tu cả ba phạm vi của đạo lộ từ những đời trước. Chẳng hạn trong một tiền kiếp, ngài đã là người phái Kadam tên Chagtrichog.

Mặc dù những người tu Kim Cương thừa trước hết cần trải qua phần đường đi chung, song có người không làm thế: họ bước ngay lên Kim Cương thừa, không giữ giới mật tông và thiền quán về hai giai đoạn. Người ta bảo những người như vậy sẽ đi đến Địa ngục Kim Cương.

Bạn phải thấy xa ngay từ đầu. Phải khởi tâm như sau: "Tôi chuẩn bị dành trọn đời tôi để chỉ tu một đề tài của Lamrim." Nhưng ngược lại chúng ta thường chỉ lo xa về những chuyện thế tục. Hãy thiển cận với chuyện đời thay vì với pháp. Nếu bạn nghĩ, "Không thể nào thành tựu được gì trong Phật pháp" thì bạn sẽ không có can đảm tu tập, cũng không muốn bỏ ra một tháng hay một năm để tu dù chỉ một đề tài thiền quán.

Geshe Kamaba nói:

"Bạn bảo, chúng ta không quán được cái gì. Tại sao không? Đừng nói láo: ban ngày bạn có tán loạn, ban đêm bạn có ngủ".

Nói cách khác, đừng nề hà phải bỏ cả tháng để thiền định về một đề tài. Chúng ta chưa từng thiền định một đề mục thiền nào cả trong một thời thiền duy nhất. Thực phi lý khi bạn nghĩ: "Cho đến bây giờ tôi cũng chưa khai triển được thực chứng!" Chúng ta không lấy sự cương quyết tu tập làm khởi điểm, vậy mà ta vẫn lăn tròn đôi mắt tập trung lên đỉnh đầu (và làm bộ như thiền định) trong khi ta chỉ nhẩm đọc chẳng hạn một bài *Căn bản mọi thiện đức* của Tsongkapa. Làm như thế mà lại muốn đạt tuệ giác và thực chứng Lamrim, thì quả là một ước muốn tham lam. Lỗi nằm ở đấy.

Karag Gomchung Rinpoche thuộc phái Kadampa nói:

Hãy nhắm xa đằng trước.
Hãy thấy cho xa.
Hãy đến đúng mức.

Ba điều này là trọng yếu. Bạn phải nhắm đến mục tiêu toàn trí ở cách xa đằng trước; phải thấy xa về những Phạm vi Nhỏ và Trung bình; và thiền định để đạt đến đúng mức. Khi bạn thụ giáo truyền khẩu từ bậc thầy rồi thực hành một cách cuồng nhiệt chỉ trong vài ngày với một tâm từ bỏ nông cạn, thì đây là dấu hiệu chắc chắn bạn sẽ không tiến bộ chút nào.

IVB2. Làm sao để rút tỉa tinh hoa ấy

Có ba đoạn:

(IVB2.1) Luyện tâm trong những giai đoạn của đạo lộ chung với Phạm vi Nhỏ;

(IVB2.2) Luyện tâm trong những giai đoạn của đạo lộ chung với Phạm vi Trung bình;

(IVB2.3) Luyện tâm trong những giai đoạn của đạo lộ chung với Phạm vi Lớn.

IVB2.1 Luyện tâm trong những giai đoạn của đạo lộ chung với Phạm vi Nhỏ;

Có hai tiêu đề phụ:

IVB2.1.1 Phát sinh khao khát có được tái sinh tốt đẹp;

(IVB2.1.2) Giảng dạy những phương pháp để được hạnh phúc trong tái sinh kế tiếp.

IVB2.1.1. Phát sinh khao khát có được tái sinh tốt đẹp

Có hai phần nhỏ:

(IVB2.1.1.1) Nhớ rằng đời này không dài và bạn sẽ chết;

(IVB2.1.1.2) Nghĩ về khổ hay vui trong tái sinh kế tiếp ở một trong hai nẻo luân hồi.

I*VB2.1.1.1 Nhớ rằng đời này không dài và bạn sẽ chết*

Có ba đoạn:

(IVB2.1.1.1a) Lỗi không nhớ đến cái chết;

(IVB2.1.1.1b) Lợi ích khi nhớ đến cái chết;

(IVB2.1.1.1c) Cách niệm chết thực thụ.

a) Lỗi không nhớ đến cái chết

Có sáu lỗi:

a(i) Lỗi là bạn không nhớ pháp

Nếu bạn không niệm chết, thì bạn chỉ nghĩ về đời này, vướng vào nhiều đòi hỏi – thực phẩm, y phục, vân vân – và không thực hành Pháp. Nếu nghĩ đến cái chết, bạn sẽ tận lực chuẩn bị cho đời sau, như người sắp du lịch sửa soạn hành lý. Sở dĩ bạn ham chuyện thực phẩm, thời trang, danh tiếng... là vì bạn không nhớ đến vô thường. Mỗi ngày không nhớ vô thường là một ngày đời bạn bị lãng phí.

a(ii) Lỗi là bạn nhớ Pháp nhưng không thực hành

Đức Tsongkapa nói:

– Mọi người đều biết cái chết cuối cùng sẽ đến, nhưng họ lại nghĩ hôm nay mình chưa chết đâu, và cứ nghĩ thế cho đến khi cái chết đến với họ.

Bạn cứ bám vào ý niệm mình còn lâu mới chết, và nghĩ, "Để sang năm hoặc năm sau tôi sẽ tu." Bạn luôn luôn trì hoãn. Bạn nghĩ về Pháp nhưng không tu; đầu bạn tràn ngập những tư tưởng ham muốn vật này vật nọ, trong khi đó cuộc đời bạn đang tàn dần.

a(iii) Lỗi là có tu nhưng không đúng đường

Bây giờ chúng ta là những hành giả về Pháp, nhưng vì ta không làm ngơ được những chuyện tầm thường của đời này, nên sự tu tập của chúng ta không thuần tịnh. Chúng ta học hỏi, suy nghiệm mà trong tiềm thức vẫn muốn trở thành học giả nổi tiếng. Chúng ta thiền định, tụng đọc để mong thoát khỏi những hoàn cảnh khó chịu trên đời. Ngay cả những ẩn sĩ vĩ đại cũng không thoát khỏi ước muốn vô thức đối với tiếng tăm, vân vân. Đức Atìsha nói:

– Nếu hỏi chỉ nghĩ đến đời này có quả báo gì, tôi sẽ trả lời: sẽ có quả báo thuộc đời này. Hỏi cái gì sẽ xảy đến cho bạn những đời sau, tôi sẽ bảo: bạn sẽ sinh vào địa ngục, hoặc ngạ quỷ, hoặc súc sinh.

Nghĩa là bạn chỉ có được vài lợi lộc trong đời này, nhưng những đời tương lai bạn sẽ đi đến các đọa xứ.

Nếu hành xử như vậy, bạn không khác gì một người thế tục. Một hành giả về Pháp trước hết phải lơ hết việc đời. Tôi không nói bạn nên làm người nghèo khó. Những người nghèo không lơ việc đời, họ vẫn lang thang trong sinh tử. Điều mà bạn nên gạt phăng đi, ấy là tám mối bận tâm thế tục. Bất cứ gì lẫn lộn với tám mối bận tâm thì không phải Pháp. Hành giả Chagtrichog hỏi Atìsha:

– Con nên thiền quán hay nên giảng dạy? Hay là khi thì thiền quán, khi thì giảng dạy?

Atìsha nói:

– Những chuyện ấy không ăn thua gì.

Chagtrichog hỏi vậy nên làm gì, Atìsha bảo:

– Hãy từ bỏ mọi bận tâm thế gian.

Lama Gyampa nói:

Hỡi những kẻ điên, các ông không thành tựu được
Một loại tu tập nào cả,
Thế mà cũng hãnh diện vì mình là hành giả!
Hãy xem các ông có được hay không trong tâm thức

Cái điều đầu tiên trong tất cả Pháp:
Là làm ngơ chuyện thế gian.

Như Geshe Toelungpa nói, thật tốt nếu một người quý tộc thực hành bố thí, nhưng còn tốt hơn nữa nếu ông ta thực hành Pháp. Nói cách khác, Pháp và những chuyện thế tục là hai cái đối nghịch – ngay cả trong những việc làm như thế.

Geshe Potowa bảo ta không thể may vá với một cây kim cả hai đầu đều nhọn. Nếu bạn không nghĩ đến cái chết, bạn sẽ không lơ là với việc đời này. Nếu bạn không lơ là việc đời, bạn sẽ bị ảnh hưởng của tám ngọn gió thế gian: sung sướng khi được quà và buồn khổ khi không được; gặp thuận cảnh thì vui, gặp nghịch cảnh thì khổ; có tiếng tăm thì vui, không nổi tiếng thì khổ; được ca tụng thì vui, bị chê bai thì khổ. Long Thọ nói về tám điều này như sau:

Tám bận tâm thế tục nghĩa là:
Được và không được, thuận và nghịch,
Danh tiếng không danh tiếng, khen và chê.
Hãy giữ đầu óc thản nhiên.
Đấy không phải đề mục cho tư duy của ngươi.

So sánh với câu chuyện Geshe Potowa và sự hiến ngọc, Lingraepa nói:

Trong sinh tử, đô thị của những định kiến,
Lang thang những kẻ bị tám mối bận tâm thế tục.

Bạn đang ở trong một nghĩa địa kinh khủng;
Hãy nhờ bậc thầy làm lễ trừ tà.

Vậy hãy làm ngơ việc đời và để hết mình thực hành Pháp. Nếu sau đó bạn tự hỏi làm sao để sinh sống, thì hãy nghĩ cũng không sao nếu bạn không thể làm gì được, và sẵn sàng trở thành một kẻ nghèo khó. Bậc Đạo sư chúng ta đã từ bỏ gia đình thành một khất sĩ không nhà, từ bỏ tất cả tài sản vương vị, mặc y phấn tảo, vân vân. Ngài hoàn toàn dấn thân cho Pháp. Ngài sẵn sàng trở thành một người nghèo. Đức Tsongkapa cũng làm như thế. Nhưng bạn có thể nghĩ: "Nếu trở thành khó nghèo, liệu tôi có chết vì không có gì ăn hay không?" Bạn nên chuẩn bị để chết như một kẻ hành khất và nghĩ: "Nếu tôi phải chết trong lúc vì Pháp mà trải qua những gian khổ, thì cũng không sao."

Bạn nên tảng lờ cuộc đời này, nhưng không có câu chuyện nào về những hành giả bị chết đói sau khi chấm dứt kiếm ăn. Bậc thầy từ bi của chúng ta đã để dành cho ta công đức của sáu mươi ngàn lần tái sinh làm Chuyển luân vương để những đệ tử Ngài khỏi chết đói, ngay cả vào những thời đói kém đến nỗi bột ngũ cốc được đổi bằng ngọc trai. Và có câu nói:

Nếu thiền giả vĩ đại
Không lăn xuống đồi (để kiếm ăn),
Thì mì ống cũng sẽ lăn lên cho ông.

Geshe Baen Gung-Gyel cũng nói:

– Khi còn tại gia, tôi mang gươm bén, tên và chĩa ba nơi thắt lưng, nhưng tôi có nhiều kẻ thù, ít bạn. Khi ở độc thân, tôi có ruộng đem lại nửa tấn lúa mạch, nên người ta đặt tên tôi là Kẻ Cướp nửa tấn. Tôi thường giam cầm người ta vào ban ngày, cướp bóc những khu làng về đêm; nhưng mặc dù vậy, thực phẩm và y phục vẫn thiếu thốn. Bây giờ khi thực hành Pháp, tôi không thiếu gì về ăn mặc, và kẻ thù để tôi yên.

Ông nói:

Nếu lòng tham mà biến được thành một thây người
Thì những gì bạn ham muốn sẽ tụ đến như chim kên.

Những thiện sự của những người như đức Tsongkapa bao la như hư không, chính vì họ tảng lờ cuộc đời này và thực hành Pháp một cách chân chính. Theo một câu chuyện kể, có một người phái Sakya nghĩ rằng Tsongkapa đã đắc thần thông quy tụ của cải, nên đã hỏi ngài:

– Gì là năng lực sâu xa nhất để quy tụ tài sản?

Khi chết, xác bạn bị diều tha, bạn có còn cần chút tài sản vật chất nào nữa không? Vào lúc chết đến, hãy hoàn toàn chấp nhận nó và tự nhủ: "Dù có làm gì đi nữa, tôi cũng sắp chết, vậy hãy để yên cho tôi chết."

(Kyabje Pabongka Rinpoche tiếp tục nói chi tiết hơn, bảo chúng tôi cần phải gìn giữ kỹ mười tài sản của phái Kadampas[1]).

Ngài cũng nói đến sự chiêm nghiệm trọn vẹn của Milarepa: "Ta sẽ không có người than khóc, không người theo sau quan tài."

Bạn có thể nghĩ cần phải mướn người thanh toán xác chết của bạn; nhưng kỳ thực họ sẽ nôn mửa và sẽ tìm mọi cách tống khứ xác bạn cho nhanh. Hãy tin chắc rằng, người ta sẽ đưa xác bạn đi ngay khỏi cái giường trên đó bạn chết.

Vậy, hãy quyết định không màng đến tám điều mà thế gian bận tâm; rồi bạn sẽ nhận được những tiện nghi, hạnh phúc, danh tiếng... như thể là bạn đã theo

---

1. Đó là:
    1. Bất cần đời và hết mình tu tập Pháp.
    2. Sẵn sàng trở thành kẻ khó nghèo.
    3. Sẵn sàng chết như một kẻ nghèo.
    4. Sẵn sàng chết cô độc không cần ai lo tống táng.
    5. Quyết tu không màng danh tiếng.
    6. Quyết giữ trọn tất cả giới.
    7. Quyết tránh sự thối thất can đảm;
    8. Sẵn sàng làm một kẻ ngoại giai cấp;
    9. Chấp nhận quy chế thấp nhất;
    10. Đạt thành Phật quả vi diệu như kết quả tự nhiên của sự tu tập thành công.

đuổi chúng. Bởi thế, nếu bạn khát khao tám chuyện mà thế tục quan tâm, thì bạn là một người thế tục; nếu bạn không màng tới chúng, bạn là một người hành đạo. Geshe Potowa hỏi Dromtoenpa:

– Đường ranh giới tế nhị giữa Pháp và Phi pháp là gì?

Drom trả lời:

– Là Pháp nếu nó trở thành liều thuốc trừ vô minh vọng tưởng; không phải Pháp nếu nó không trừ được vọng tưởng. Nếu tất cả người thế gian đều không đồng ý với nó, thì nó là Pháp. Nếu họ đồng ý, thì không phải là Pháp.

Điều muốn nói là, Pháp và những chuyện thế tục là hai cái đối nghịch: có ai vừa đọc tụng lại vừa coi sóc nhà cửa? Thân ta chỉ là hình bóng mờ nhạt của những hành giả, trong khi tâm ta không khác gì tâm thế tục, biến tám bận tâm thế tục thành pháp hành căn bản!

Khi đã quay lưng với cuộc đời thì kỹ thuật chính yếu để thực hành Pháp một cách thuần túy là quán cái chết và vô thường. Nếu bạn không làm ngơ thế gian thì bất cứ pháp gì bạn tu tập cũng sẽ lọt trở lại vào đời này. Bạn phải đừng quay đầu lại vì tám bận tâm thế tục, phải tảng lờ lòng tham đối với thực phẩm, y phục, danh tiếng. Tiêu chuẩn về việc này là nếu bạn được như Lama Kaelzang Gyatso đức Dalai Lama đệ thất, hay như Lozang Geshe, đức Panchen

Lama. Đức Dalai Lama đệ thất nói ngài chỉ có sở hữu ba y, cái chuông và chùy kim cương, ngoài ra không có gì khác. Và người ta kể rằng dù có được cúng một trăm lượng bạc, đức Panchen Lama cũng không lấy làm vui.

Chúng ta có thể không nhất thiết phải tham cả ba thứ – ăn, mặc, tiếng tăm. Có người chỉ tham một trong ba thứ ấy, có người tham hai thứ và có người quả là tham cả ba. Nhưng cái tham khó bỏ nhất trong đó là tham danh. Nhiều người, bất kể họ là ai – học giả, tu sĩ, giáo sư, thiền giả – muốn được nổi tiếng, hoặc được tiếng tốt. Drogoen Rinpoche, Gyer Drowai Goenpo nói:

Trong đời này, bạn có thể
Là một học giả, tỷ-kheo, thiền giả;
Nhưng bạn muốn được gọi là
"Học giả" hay "tỷ-kheo".
Bạn có thể để bảng nơi cửa
Nói rằng bạn đang nhập thất.
Bạn có thể là một thiền giả lớn
Tránh tất cả mọi người,
Nhưng, thiền giả vĩ đại của đời này,
Bạn muốn người ta nói tốt về mình...
Ngay cả phẩm vật bạn cúng Tam Bảo,
Là cũng muốn cho người khác thấy...

Một vài người tưởng tượng mình là hành giả vĩ đại, thiền sư; họ từ bỏ ăn mặc, tu khổ hạnh như chỉ sống bằng tinh chất của hoa hay đá sỏi[1]. Tuy thế những người tự tâm khảm tuyệt đối không ham danh là điều rất hiếm. Geshe Potowa nói trong *Ẩn dụ*: "Con chồn và con khỉ lẻn đến gần ngưỡng cửa của con gà gô..." Nói cách khác, thay vì khám xét cái hầm lửa nằm ngay nơi ngưỡng cửa nhà bạn, bạn lại thám thính những nơi chốn xa xôi; bạn tìm tòi những con đường cao siêu, Phật thừa, mật điển, vân vân, mà không để ý đến lòng khát khao của bạn đối với những vật tầm thường trong đời này. Bạn không thoát khỏi những trói buộc ấy. Đây là một trong những lỗi của sự không nghĩ đến cái chết.

a(iv) Lỗi không tu tập một cách nghiêm túc

Nếu không niệm chết, bạn sẽ không thực hành Pháp một cách nghiêm túc, và cũng không thể thực hành liên tục. Sở dĩ ta không có sự kiên trì lớn lao đối với sự tu tập – chỉ tu chừng nào thấy chán – là vì ta không niệm chết và vô thường. Geshe Karag Gomchung vì nhớ vô thường, mà để mặc kệ bụi gai mọc tràn ngưỡng cửa không cắt. Milarepa khoác những

1. Pháp "ăn tinh chất" hay chue laen là một hình thức tuyệt thực theo mật giáo; những hành giả dùng nó để nhập thất lâu ngày không cần đến thực phẩm thô. Pháp thông thường là ăn một hay vài viên mỗi ngày, làm bằng những cánh hoa, khoáng chất hay những di cốt được ban phép, vân vân. Bằng cách ấy, hành giả nào thành công có thể sống hàng mấy năm không cần ăn mà thân thể và tinh thần càng thêm sức khỏe.

mảnh vải vụn và bao bột mì cho đến khi cuối cùng chúng rơi ra từng mảnh, ông cũng không buồn khâu lại, vì mải ham tu tập các thiện hành. Nếu cũng có chánh niệm về vô thường như vậy, ta sẽ không nỗ lực vào hoạt động nào khác ngoại trừ vui vẻ làm các thiện hành không chán.

a(v) Lối hành xử tầm thường

Nếu không niệm chết, lòng tham của bạn đối với những vật dụng thế gian càng tăng, và để đạt được chúng, bạn giúp người này hại người khác; phát triển tham sân si và luôn đấu tranh với người khác. Bạn trở thành mục tiêu cho những câu chuyện tầm thường và cuối cùng lối hành xử tầm thường còn đưa bạn đi đến lỗ đầu, sa đọa.

a(vi) Lỗi chết trong ân hận

Nếu không niệm chết, sự tu hành của bạn chỉ là một phản ảnh mờ nhạt, hòa tan vào những khao khát vật chất thế gian, cho đến một ngày bỗng chốc bạn đối diện với cái chết và tự hỏi "Ta đã làm chi đời ta?" Khi ấy tài sản, sở hữu, những gì bạn khát khao trong quá khứ bây giờ mất hết ý nghĩa, và bạn biết mình đã không được ích lợi gì từ nền diệu pháp, một điều chắc chắn sẽ có ích trong lúc này. Bạn sẽ phát sinh nhiều ân hận không thể chịu nổi, nhưng tất cả sẽ qua đi, chỉ trừ nỗi khổ của bạn. Khi suy sụp với một cơn sốt nổi lên đấy là "thời gian để cầu nguyện;"

cũng thế lúc biết mình sắp chết, bạn sẽ thốt lên những lời hối hận. Geshe Kamaba nói ta nên sợ chết ngay bây giờ. Ta mong mỏi chết đẹp, nhưng sẽ được điều ngược lại: bây giờ chúng ta không sợ nhưng vào lúc cái chết đến chúng ta sẽ đấm ngực. Nói cách khác, phải sợ chết và vô thường ngay từ lúc đầu, thì đến lúc chết ta sẽ không sợ hãi. Nhưng thường chúng ta thì ngược lại. Ta không bao giờ nghĩ cái chết có thể đến ngay bây giờ; vì không phòng bị nên khi nó xảy đến, ta hoàn toàn bất ngờ và kết cuộc thực là kinh khủng.

Bạn có thể giàu có cả trăm nghìn vàng, hay làm vua thống trị mọi xứ sở, nhưng những điều ấy thực trống rỗng, không ích lợi chút nào cho bạn vào lúc chết. Chúng ta có thể thình lình bị ngộ độc hoặc mắc bệnh hiểm nghèo trong khi ta chưa làm được chút gì để có thể nương cậy vào lúc chết. Nếu không chết ngay, ta có thể nghĩ, "Bây giờ chắc chắn tôi sẽ tu." Nhưng đời ta sẽ đi đến chấm dứt; chẳng khác một người tay cầm thức ăn nhưng chưa quyết định ăn thì một con chó đã đến tha mất.

Đấy là sáu lỗi.

b) Lợi ích khi nhớ đến cái chết; (niệm chết)

Có sáu lợi ích:

b(i) Đưa đến nhiều tốt lành

Điều lợi ích nhất là niệm chết. Đức Phật, đấng Đạo sư của chúng ta đã nói trong kinh *Đại Bát-niết-bàn*:

"Trong những dấu chân thú, dấu chân voi là to nhất; trong tất cả các pháp, niệm chết và vô thường là nhất".

Nói cách khác bạn sẽ tu tập Pháp không lầm lỗi khi nhớ cái chết. Nếu muốn có được tái sinh tốt, bạn hãy thực hành bố thí trì giới, vân vân. Tóm lại niệm chết sẽ đưa bạn qua toàn thể pháp tu Lamrim, qua ba phạm vi thẳng đến giác ngộ (mà nói theo mật tông, là sự hợp nhất giữa đại lạc và Tánh không.)

Khi thí chủ của Yungtoenpa (thầy của Milarepa) chết, Miralepa đã cảm khái thực hành pháp. Nhiều hành giả vĩ đại thường sử dụng những sọ người làm chén tách, xương ống làm kèn thổi... để luôn nhớ đến vô thường. Luật nói đến những bức họa bộ xương treo trong nhà tắm, vân vân, cũng với lý do ấy. Geshe Khacn Ngavva nói:

– Nếu mỗi buổi sáng bạn không làm ít nhất một thời thiền về vô thường, thì có lẽ suốt ngày bạn sẽ lo toàn những chuyện thuộc đời này.

Theo Zhangtsuen Yerpa thì nếu sáng dậy mà không niệm chết, bạn sẽ dành trọn buổi sáng cho cuộc đời này, và nếu không khai triển niệm chết lúc nghỉ trưa, bạn sẽ dành trọn buổi chiều cho đời này. Nếu vong thân cho cuộc đời này thì bất cứ gì bạn làm đều không phải là Pháp.

b(ii) Đem lại nhiều khả năng

Nếu luôn niệm chết và vô thường, bạn sẽ phá hủy những bất thiện như tham, sân..., có năng lực lớn để tích lũy công đức, làm tiêu tan những vọng tưởng và ác hành.

b(iii) Quan trọng ở chặng đầu

Lúc đầu niệm chết tác động như một nhân tố cho bạn khởi sự học Pháp.

b(iv) Quan trọng ở chặng giữa

Ở chặng giữa, niệm chết là một điều kiện để thúc giục ta nỗ lực với Pháp.

b(v) Quan trọng ở chặng cuối

Cuối cùng niệm chết sẽ giúp cho sự thực hành Pháp của bạn đi đến viên mãn.

b(vi) Làm bạn chết an vui

Vào lúc chết bạn sẽ có được niềm tin do đã tu tập không lỗi lầm, bạn cảm thấy mình như một đứa con trở về nhà cha mẹ. Longdoel Lama Rinpoche nói:

– Tôi không sợ chết; vì tôi sẽ được ngay thân của một vị trời khi bỏ cái xác ông thầy già này.

Vậy trước hết những hành giả được chết an vui tốt đẹp vì không có gì ân hận khi nghĩ mình đã sống thực hành Pháp. Milarepa nói:

Vì sợ chết tôi trốn vào núi,
Nhưng khi thực chứng tánh Không
–hình thái hiện hữu của tâm bản lai–
Bây giờ có chết cũng không ân hận.

c) Cách niệm chết thực thụ

Có 2 phần:

IVB2.1.1.1c(i) Phép thiền định gồm 9 phần về chết

IVB2.1.1.1c(ii) Thiền định về những khía cạnh của cái chết.

Ngay cả phái Kadampa tiền kỳ cũng không có được sự mô tả chi tiết này. Đây là những chỉ giáo rút từ tác phẩm của Tsongkapa. Tác phẩm này có nhiều độc đáo, chỉ dẫn sâu xa và chi tiết. Chúng chứa đựng những tư tưởng trong các bộ luận của Ấn Độ về Mật điển, có những điểm đặc biệt rút từ kinh nghiệm của Tsongkapa, những tiêu đề của chúng không lộn xộn, vân vân.

c(i) Chín suy ngẫm về cái chết

Có 3 căn bản:

– Nghĩ cái chết không thể tránh;

– Nghĩ đến sự sống đầy bất trắc;

– Nghĩ khi chết, chỉ Pháp giúp đỡ bạn.

Có 3 lý do cho mỗi căn bản, làm nên 9 phần.

** Nghĩ cái chết không thể tránh*

Có ba lý do:

– *Chết là chắc chắn, không thể cản*

Bạn sẽ chết, đó là điều không thể tránh. Dù thân thể bạn khỏe mạnh đến đâu, dù bạn có đi đến đâu, dùng phương pháp gì, khi cái chết đến bạn cũng không thể ngăn được. *Lời Phật dạy về vô thường* nói:

Chư Phật, Độc giác và Thanh văn,
Ai cũng phải từ bỏ thân xác,
Nói gì đến thân người thường?

Khi kể về đức Thế Tôn đã chứng pháp thân Kim Cương bất hoại, và về những hành giả Ấn, Tạng, những người đã giác ngộ, ta thấy dường như các ngài vẫn còn tồn tại với chúng ta, tuy vậy họ đã nhập Niết-bàn. Nếu với mắt phàm, ta thấy đức Đạo sư và những bậc thánh khác đã chết, nhục thân họ đã hủy hoại, thì làm sao những người như chúng ta lại không chết?

Khi đấng Đạo sư của chúng ta sắp nhập Niết-bàn trong rừng Câu-thi-la, nhiều ngàn quyến thuộc của ngài như Xá-lợi-phất, vân vân, đã nhập Niết-bàn trước ngài. Ngài ra lệnh sửa soạn chỗ nằm cuối cùng cho Ngài giữa hai cây sala. Ngài độ cho hai đệ tử cuối cùng là Pramudita, vua nhạc công cõi trời, và Bà-la-môn Subhadra. Vì không nỡ nào trông thấy đức Phật nhập Niết-bàn, Subhadra đã chết trước.

Đấng Đạo sư lật ngược tấm thượng y lên cho mọi người nhìn lại kim thân ngài một lần cuối vì rất khó mà thấy được thân thể một đức Như Lai. Lời dạy cuối cùng của Ngài nhấn mạnh vô thường; và để chứng minh pháp thiền này là căn bản, Ngài đã dạy:

Tất cả các pháp hữu vi đều vô thường.
Đây là lời dạy cuối của đức Như Lai.

Rồi Ngài nhập Niết-bàn. Khi hay tin, gần 500 vị La-hán đã chứng quả giải thoát một phần hay toàn phần cũng nhập Niết-bàn. Lại nữa những bậc hiền trí của xứ Ấn, như 7 vị tổ nền giáo lý, 80 hành giả vĩ đại... và ở Tây Tạng những người như Atìsha và các đệ tử, tất cả đều nhập Niết-bàn. Còn lại chỉ có danh tiếng về các ngài. Như thế thì làm sao chúng ta có thể thoát chết.

Khi Lama Tsechogling Rinpoche, một vị giáo đạo của đức Dalai Lama giảng dạy Lamrim, người ta bảo có nhiều ngàn người trong chúng hội. Bây giờ không còn một ai trong những môn đồ ấy còn sống sót. Và người ta bảo Chushang Lama Rinpoche giảng dạy rất giống với vị Lama hiện tại của chúng ta. Bây giờ cũng chỉ còn lại danh tiếng về các ngài. Trăm năm sau, tất cả những gì còn lại về chúng ta bây giờ chỉ là lời tường thuật về một cái gì đã xảy ra tại đất này. Nếu chỉ sau một trăm năm, tất cả mọi người đang sống trên quả địa cầu – kể cả những hài nhi mới sinh hôm nay – đều sẽ chết hết không còn một ai, thì còn có số phận nào tốt hơn chờ đợi chúng ta đâu?

Cũng thế, khi thời gian chết đến, bạn không thể trốn đi nơi nào cho thoát chết. Lời Phật dạy về vô thường trong kinh *Pháp cú*:

Dù bay lên không
Hay lặn xuống biển,
Hay vào trong hang núi,
Không nơi nào tránh được thần chết.

Một lần vua Lưu-ly (con vua Ba-tư-nặc) mang quân đi giết dòng họ Thích-ca. Mục-kiền-liên muốn vận thần thông khiến quân đội vua Lưu Ly bỏ cuộc, nhưng đức Phật dạy không thể nào ngăn được. Thần thức của một số nam nữ dòng họ Thích-ca được giấu trong bình bát đức Như Lai; một số giấu trong lâu đài trên mặt trời. Nhưng cuối cùng họ vẫn bị giết và ngày tàn sát họ cũng đã trôi qua từ lâu.

Chạy trốn, hối lộ, sức lực...
Hoàn toàn vô hiệu khi bạn phải chết.

Kinh *Pháp cú* nói:

Dù có thần thông như đại tiên
Có thể bay trên hư không,
Cũng không thể đến một nơi nào
Không ở dưới uy lực của thần chết.

Nói cách khác, nếu có thể trốn thoát thần chết, thì ta chỉ cần luyện thần thông để tránh xa tử thần. Nhưng ngay cả những vị đắc thần thông cũng không thoát chết.

Sức mạnh cũng không thể ngăn thần chết. Sư tử là loài thú mạnh đánh bại được cả những con voi, làm chúng nứt vỡ đầu, nhưng khi đến thời, sư tử cũng phải chết với móng vuốt què quặt. Ngay cả vua chuyển luân đầy quyền lực cũng phải chết, tất cả uy quyền của ông không thể làm gì được. Chúng ta ham thích tài sản nên tưởng những thứ ấy sẽ hối lộ được thần chết; nhưng cho dù viên ngọc ước của vua chuyển luân cũng không hối lộ được thần chết, nói gì đến chúng ta? Kinh *Lời chỉ giáo dành cho vua* nói:

"Giả sử có 4 ngọn núi ở 4 hướng; rất vững chắc, bền bỉ, bất khả hoại, không bị nứt nẻ, không nao núng, rất cứng... cả 4 ngọn núi ấy đang cùng áp đến; chúng động tới trời, và lao vào đất. Chúng sẽ nghiền nát tất cả thành bột: cỏ cây, cành lá, tất cả hữu tình, sâu bọ, 4 đại chủng... Không thể ngăn chúng lại bằng cách trốn tránh, bằng sức mạnh, bằng tài sản, bằng thần chú hay thuốc men.

Này đại vương, 4 nỗi kinh hoàng lớn tương tự đang đến; chúng không thể được ngăn lại bằng sự trốn tránh, sức lực, tài sản, thần chú hay thuốc thang. Bốn núi đó là gì? Tuổi già, bệnh, tàn tạ và chết. Đại vương, tuổi già sẽ đến phá hủy sự chín chắn của ông. Bệnh sẽ đến phá hủy sức khỏe của ông, sự tàn tạ sẽ đến phá hủy vẻ huy hoàng của ông, chết sẽ đến phá hủy sinh lực của ông. Sức mạnh, tài sản, thần chú, thuốc thang... đều không thể giúp ta trốn thoát già, bệnh, suy bại, chết chóc. Nói cách khác, nếu bốn ngọn núi lớn kiên cố di chuyển nhanh đang đến từ tứ phía ép lại, chúng có thể nghiền nát tất cả khó mà ngăn nổi, dù bạn làm bất cứ gì. Bốn ngọn núi già, bệnh, tàn tạ và chết cũng khó ngăn như thế.

– Mạng sống giảm dần

Bạn quyết định phải chết. Bất cứ gì do nghiệp quá khứ thúc đẩy đều không thể thay đổi, mạng sống của ta cũng thế. Từng mỗi lúc ta đang tiến dần đến cái chết. Shàntideva nói trong *Hành Bồ-tát hạnh:*

Tại sao tôi không chết,
Nếu từng ngày từng ngày
Mạng sống cứ ngắn dần
Chứ không thể dài thêm?

Kinh *Pháp cú* nói:

Ví như căng một sợi dây
Cho một đứa trẻ lần theo,
Nó sẽ đến đầu mút sợi dây.
Cũng thế là mạng sống con người.

Đức Dalai Lama thứ bảy nói:

Sau khi đã sinh ra,
Bạn không còn tự do nghỉ mệt một giây
Trong cuộc chạy đua đến tử thần.
Cái mà ta gọi "sống"
Chỉ là cuộc hành trình
Trên đại lộ tiến về cái chết.
Tâm của tử tội không vui
Khi bị dẫn đến pháp trường!

Nói cách khác khi bạn đã sinh ra thì chỉ có nước tiến nhanh hơn con ngựa đua đến cái chết, không được một chút nghỉ ngơi nào dù chỉ trong thời gian để hít thở vài hơi. Những người cưỡi ngựa đua còn có thể nghỉ ngơi chút đỉnh, nhưng người mà định mệnh bắt buộc phải chết thì không được nghỉ mệt dù chỉ một sát-na: từng sát-na đưa họ tiến gần hơn đến cái chết. Kinh *Pháp cú* nói:

Như con thú sắp bị giết,
Với từng mỗi bước đi,
Càng lúc nó càng gần lò mổ
Thọ mạng con người cũng vậy.

Cũng như khi một con cừu đang được dẫn đến lò mổ, mỗi bước nó tiến gần cái chết một ít; cũng vậy khi đã sinh ra, ta không có giây phút nào chuyển hướng khỏi cái chết. Chúng ta đã tiêu hết phần lớn đời mình, không còn lại bao nhiêu. Lại nữa chúng ta tiêu ma từng hơi thở, giờ, ngày, tháng, năm; cái ngày ấy đang đến, đó là ngày ta phải chết. Thời điểm phải chết lại đến bất thần. Bởi thế ta không nên tự mãn với ý nghĩ "Tôi sẽ không chết." Khi ngủ, ta có thể cảm thấy thư dãn và sung sướng, nhưng kỳ thực ta vẫn đang lao về hướng thần chết.

– Có thể chết trước khi muốn tu tập

Cuộc đời thực ngắn ngủi, có thể bạn sẽ gặp cái chết trước khi thu xếp đâu vào đấy để tu tập Pháp. Hãy giả thiết bạn sống sáu mươi năm. Bạn ngủ suốt đêm, vậy là tiêu mất nửa đời. Ba mươi năm còn lại bị gián đoạn bởi thời gian bạn dùng để ăn, vân vân. Như vậy chỉ còn khoảng năm năm để tu tập Pháp, dù bạn có dành suốt thời gian ấy để nhập thất và hành thiền bốn thời mỗi ngày. Vào dịp Tết, ta nói: "Hãy ăn Tết cái đã!" và ăn mừng năm mới. Mỗi tháng đều có tên gọi của nó theo một ngày lễ, như lễ Cầu nguyện lớn; một năm trôi qua nhanh gồm toàn những dịp nghỉ ngơi giải trí. Gungtang Rinpoche nói:

Có lẽ ta dành hai mươi năm để nghĩ rằng
"Mình nên tu tập."
Hai mươi năm nữa là dành để mãi mãi
Chuẩn bị cho việc tu hành,
Lại thêm mười năm nói câu
"Mình chưa hề tu tập."

Đấy là câu chuyện về một đời người trống rỗng.

Nói cách khác, lúc còn bé bạn không nhớ Pháp. Về sau bạn có thể muốn thực hành Pháp và nghĩ "Mình phải tu tập," nhưng bạn vẫn không tu được. Rồi khi về già, bạn không làm gì cả mà cứ bảo, "Bây giờ tôi chỉ còn nước cầu nguyện cho đời sau của tôi sẽ khá hơn."

Nhiều người hiện tại bù đầu với cuộc đời này và nghĩ rằng mình nên tu; nhiều người khác đã đến giai đoạn hối tiếc vì đã không tu. Khi gặp những người như vậy, ta phải thấy những công việc của họ đã làm hại họ như thế nào. Ta phải có can đảm chấm dứt đừng gán một tầm quan trọng nào cho những hoạt động vô nghĩa hàng ngày làm cho chúng ta không có thì giờ tu tập. Ta phải tu tập Pháp càng nhiều càng tốt trước khi bị Diêm vương thần chết đánh gục. Purchog Ngagwang Jampa nói:

– Giả sử có một đống lúa mạch khổng lồ đứng giữa đồng rộng. Những phụ nữ trong làng có thể thấy lụt sắp đến cuốn trôi đống lúa, nhưng họ không làm gì cả. Trận lụt sẽ cuốn trôi hết đống lúa không kịp cho họ có thể lấy được một hột nào. Thay vì thế, nếu họ nỗ lực mang về càng nhiều càng hay, thì cuối cùng họ cũng có thể vớt vát được một phần tư hay một nửa đống lúa. Nếu may mắn họ có thể lấy hết về để thỏa mãn nhu cầu của mình. Cũng thế, ta phải tu tập càng nhiều càng hay, cái đạo lộ gồm ba phạm vi trước khi chết đến.

Hãy nghĩ về những lý do ấy và bạn sẽ cảm thấy "chắc chắn mình sắp chết" và bạn sẽ quyết định cần phải tu tập.

** Hai là không biết sẽ chết lúc nào*

Có ba lý do cho điều này.

– Thọ mạng không cố định

Nếu có thể biết chắc lúc nào mình chết, bạn sẽ thu xếp việc đời – hàng phục kẻ thù, che chở người thân... – rồi khởi sự tu tập Pháp. Nhưng không thể nào biết chắc, bởi thế ta cần phải nghĩ về tính bất trắc của sự chết, nghĩa là không biết lúc nào mình sẽ chết.

Kho tàng siêu vật lý nói:

Những người dân xứ Kuru
Sống một ngàn năm;
Trên hai lục địa kia,
Thọ mạng chỉ bằng phân nửa.

Nói khác đi, ở phần lớn các lục địa khác, thọ mạng dân chúng có tính cách cố định. Nhưng ở đây thọ mạng không nhất định:

Lúc đầu là vô lượng,
Và rốt cuộc chỉ còn mười năm.

Theo truyền thuyết, lúc đầu dân cư ở lục địa phương Nam (Nam Diêm-phù-đề hay Nam thiệm bộ châu) có thọ mạng dài lâu tới nỗi không thể tính bằng số năm; thế mà cuối cùng chỉ còn lại mười năm. Vậy nói chung, thọ mạng dân cõi Nam Diêm-phù-đề không nhất định, nhất là vào thời đại suy đồi (mạt pháp).

Thông thường chúng ta không nghĩ mình sẽ không bao giờ chết, nhưng lại nghĩ, "Mình sẽ chết, nhưng không chết năm nay." Người thì nghĩ mình chưa chết vì còn trẻ. Nhưng còn trẻ cũng không ăn thua gì. Thần chết không chọn theo thứ tự tuổi tác để đánh gục người ta: có khi cha mẹ phải chôn con. Có nhiều người trẻ hơn bạn đã chết; có kẻ vừa sinh ra đã chết. Có người nghĩ: "Tôi sẽ không chết, vì tôi đâu có đau ốm gì." Nhưng điều này cũng không bảo đảm vì có những kẻ bệnh nằm liệt giường nhiều năm không chết, trong khi đó nhiều người khỏe mạnh lại chết đột ngột. Có người chết giữa bữa ăn, không ai ngờ được họ sẽ chết trong khi chưa ăn xong bữa cơm. Nhiều người đến chùa dự đại lễ, lúc đi thì đi bằng hai chân mà lúc về phải nằm trên cái cáng như một thây chết. Nhiều viên chức dự thảo những chương trình to lớn mà họ không bao giờ có dịp thi hành, vì vừa thảo xong đã chết. Trong nhiều toàn tập của các nhà trước tác thường xuất hiện những lời ghi chú "sách này còn dang dở" vì họ chỉ có đặt tên sách, viết vài đoạn rồi chết.

Giữa những bà con bè bạn ta thường báo cho nhau ông A bà B đã chết, mà không bao giờ nghĩ "Điều này cũng sẽ xảy đến cho ta." Chúng ta đề cập sự chết chóc như một chuyện gợi tò mò. Có người còn nói:

– Ồ ông ấy có một tấm y tuyệt đẹp; hi vọng tôi sẽ được nó.

Cái chết nhất định sẽ đánh gục bạn một lúc nào đó trong tương lai, dù không biết chắc. Người ta nói:

Không thể biết cái gì sẽ xảy ra trước:
Ngày mai hay đời sau của bạn.
Đừng vạch kế hoạch ngày mai,
Mà hãy nỗ lực cho đời sau của bạn.

Kinh *Pháp cú* nói:

Có người bạn vừa thấy buổi sáng
Đã chết mất vào buổi chiều.
Có người vừa trông thấy buổi chiều,
Bạn không còn thấy lại hôm sau...
Làm sao biết chắc ngày mai không chết?

Chúng ta không làm những chuẩn bị cho cái chết mà ta chắc chắn sẽ gặp, dù chưa biết lúc nào. Không chắc ta sẽ sống cho tới già. Hãy nhớ thật là một lỗi lầm khi chuẩn bị đủ thứ để an hưởng tuổi già.

Nếu bạn không thể chịu nổi ý tưởng mình sẽ chết hôm nay, ngày mai hay ngày mốt, thì ít nhất bạn cũng phải nghĩ cái chết có thể xảy ra với bất cứ ai trong vòng một năm. Bạn không biết chắc ai trong những người hiện diện ở đây sẽ chết trước – người ngồi hàng trước, hàng giữa hay hàng sau.

Bạn sẽ không nhận được giấy báo: "Hãy chuẩn bị để chết." Cái chết sẽ đến đột ngột một ngày nào đó, và bạn chỉ còn nước phải bỏ lại tất cả những gì đang làm dang dở. Ngay cả những thầy tu cũng phải ngừng uống trà bơ, ăn bánh bột lúa mạch và mì sợi mà đi đến đời sau: thời gian cái chết đến bất trắc là thế.

Sự bám lấy trường cửu đã lừa bịp bạn, khiến bạn nghĩ mình còn sống nhiều năm. Nhưng sẽ đến cái ngày bạn thình lình chết. Ngay những người bệnh sắp chết tới nơi cũng nghĩ: "Chắc mình chưa chết hôm nay." Khi xem số tử vi gặp năm xui tháng hạn, người ta có thể nhớ đến cái chết và tự hỏi không biết mình có chết không? Nhưng dù không gặp năm xui, thì trong một trăm năm của cuộc đời không có năm nào bạn có thể nói năm nay tôi sẽ không chết. Giả sử bạn hăm tám tuổi, thì hãy nghĩ "Tôi có thể chết năm nay. Anh A, chị B cũng chết vào lứa tuổi này."

Không ai có thể làm một lời thề như sau: "Tôi thề là năm nay chắc chắn tôi không chết."

Chúng ta thiếu phân tích, và có thể bị đánh lạc hướng khi sống trong những thành phố lớn, cộng đồng lớn. Chết và vô thường bởi vậy là những đề mục thiền thực tiễn vì nó không khó hiểu như lý vô ngã. Đấy là những điều ta có thể trông thấy tận mắt, sờ mó được.

Thầy tôi, bậc tôn sư, chỗ quy y và che chở tôi, có dạy:

– Nếu bạn không chết trong vòng một hai tháng, tôi cầu cho bạn có thể làm được vài lợi lạc cho những đời sau của mình; và nếu bạn không chết trong vòng một hai năm nữa, mong bạn thành tựu được niềm hi vọng vĩnh cửu của bạn về tất cả những tái sinh tương lai!

Bạn phải suy nghĩ kỹ chương này theo cách tôi đã giảng, cùng với những lời trích dẫn.

– Nhiều yếu tố hỗ trợ cho cái chết, ít yếu tố hỗ trợ cho sự sống

Chúng ta chỉ được che chở nhờ những cầu nguyện, những công đức quá khứ, và nhờ lòng bi mẫn của chư Phật. Có nhiều yếu tố hỗ trợ cho cái chết của ta. Như những con ruồi bu quanh thịt thối, có tám mươi ngàn loại phi nhân khác nhau ám quanh ta trong lúc ta đang sống, đấy là những yếu tố hỗ trợ cho cái chết của ta. Chúng tự hỏi: "Chừng nào chúng ta có thể ăn thịt người này? Khi nào thì chúng ta có thể hút tinh khí nó?" Bốn trăm lẻ bốn loại bệnh tật đoanh vây ta như một đám mây mù. Ba trăm sáu mươi loại ma quỷ, mười lăm đại ác ma chuyên môn tấn công trẻ nhỏ, ba trăm sáu mươi quỷ xé thây người... đều rất thèm thuồng mạng sống của ta.

Nhưng không chỉ có những yếu tố phụ thuộc bên ngoài ấy mà thôi. Khi đặt bốn con rắn vào trong một cái bình, thì con mạnh nhất sẽ ăn những con khác. Bốn đại làm nên thân thể hay ba khí chất phong, mật, đàm trong người bạn, khi mất quân bình đã là một yếu tố phụ giúp cho bạn mau kết liễu cuộc đời.

Nhiều yếu tố phụ lực cho bạn chết,
Rất ít yếu tố giúp cho sự sống.
Và cả đến những yếu tố giúp bạn sống
Cũng có thể làm cho bạn chết.
Bởi thế hãy luôn luôn tu tập.

Không những có nhiều yếu tố phụ thuộc bên trong và bên ngoài để làm bạn chết, mà ngay những yếu tố giúp cho đời sống cũng có thể làm chết bạn. Nhà có thể sập, thuyền bè có thể bị lật, ngựa xe có thể cán lên người bạn, bằng hữu có thể lường gạt bạn, thực phẩm có thể không hợp với bạn, vân vân, nhiều chuyện có thể là nguyên nhân khiến bạn mau chết.

Sinh lực của chúng ta giống như hơi nóng trong ngọn đèn dầu, như Long Thọ nói:

Thần chết cư trú trong mọi hoàn cảnh,
Như hơi nóng trong ngọn đèn dầu.

– Không biết lúc nào chết vì thân xác này thật vô nghĩa

Nếu thân xác rắn như bọc thép thì chúng ta sẽ không bị hại dù nhiều yếu tố có thể làm cho nó chết. Nhưng thân này giống như bọt nước: không cần có nguyên nhân to tát nào để chết, mà ta có thể chết chỉ vì bị gai đâm. Và dù thân xác chúng ta có được bọc thép đi nữa cũng không ăn thua gì. *Bức thư của Long Thọ* nói:

Bảy vừng mặt trời sẽ đốt cháy
Trái đất, núi Tu-di, biển cả,
Và tất cả chúng sinh luân hồi
Thành tro bụi – không gì tồn tại.
Thế thì nói gì đến thân phận
Những con người hoàn toàn vô nghĩa?
Nhiều yếu tố có thể làm hại thọ mạng,
Sự sống mong manh hơn bọt nước.
Lạ thay ta còn thở được khi thức dậy
Sau một đêm ngủ say.

Mỗi đêm lúc đi ngủ, hơi thở thô của bạn bị nén lại và phong đại vi tế có thể di chuyển tự do trong lỗ mũi; nên thực lạ lùng là bạn đã không chết mà trở lại hơi thở bình thường với phong đại thô.

Hãy nghĩ về điều này: không thể biết chắc lúc nào thì bạn chết. Vậy bạn nên nghĩ mình cần phải thực hành Pháp ngay bây giờ. Điều này cũng như khi biết chắc kẻ thù sẽ đến giết mình không biết lúc nào, thì bạn sẽ cố đề phòng. Nếu bạn muốn tu tập nhưng bận công việc hết năm này sang năm khác, và nghĩ mình sẽ tu khi nào xong việc, thế là bạn đang tự dối mình. Gungtang Rinpoche nói:

"Công việc này chỉ cần một tháng, một năm;
Khi xong việc tôi sẽ tu tập."
Tư tưởng này là ác ma phá hoại
Lừa dối tất cả mọi người.

Chúng ta nghĩ: "Tôi sẽ tu tập pháp sau khi làm xong việc này việc nọ", nhưng:

Công việc giống như râu ông già,
Càng cắt, nó càng mọc.

Nói cách khác, bạn không bao giờ ổn định được để tu tập, vì khi việc này xong đã có việc khác đến. Công việc thế gian giống như một dòng sông không bao giờ ngừng chảy. Guntang Rinpoche nói:

Điều rất có thể xảy ra là,
Cái ngày bạn định tu tập sẽ không đến,
Vì cái chết của bạn đã đến trước.
Bởi thế đừng để cho đầu bạn quay lại;
Nếu muốn tu tập, phải tu ngay bây giờ.

Nếu bạn cứ trì hoãn công việc và bảo: "Khi việc này xong tôi sẽ tu" hay "Tôi sẽ tu ngày mai," thì công việc sẽ không bao giờ xong mà giờ chết của bạn chắc chắn sẽ đến.

Phải nghĩ kỹ về ba lý do tại sao cái chết là bất trắc, thì bạn sẽ từ bỏ ngay chuyện thế gian và quyết định tu tập không lãng phí thì giờ. Những tu sinh trong các tu viện không cần phải cắt ngang việc học để đi đến một hang động xa xôi, mà hãy chuyển thành Phật pháp tất cả những gì bạn đang làm. Chẳng hạn thông thường bạn chỉ tụng những câu: "Cho đến ngày giác ngộ, con xin quy y Phật, quy y Pháp, quy y Tăng ..." hàng ngàn lần, nhưng bây giờ bạn hãy xét lại xem có bao giờ mình suy nghĩ sâu xa về câu ấy hay không – để thấy rất hiếm khi bạn làm việc ấy.

Bất kể bạn nỗ lực như thế nào trong việc kinh doanh, nông trại, vân vân, những việc ấy sẽ không bao giờ trở thành Phật pháp; nhưng chúng ta những người đã thọ giới cần phải chuyển hóa những gì ta làm trở thành pháp. Không có gì đáng tiếc nếu ta không biết đã xảy ra chuyện gì, nhưng thật đáng tiếc nếu ta không thường xuyên tu tập pháp.

** Ba là nghĩ khi chết, chỉ Pháp giúp bạn*

– Tài sản không thể giúp bạn

Dù giàu có như Phạm vương, Đế thích hay Chuyển luân vương, khi chết bạn chả mang theo được một sở hữu nào – tất cả tài sản trở nên vô dụng. Dù làm chúa tể thống trị toàn cầu, khi chết bạn không mang theo được cả đến một hạt lúa. Nếu là kẻ ăn mày, chết bạn không thể mang theo cây gậy. “Vua phải để lại những kho tàng; kẻ ăn xin phải để lại bị gậy.” Kinh *Cây sống* nói:

Người ta có thể đủ ăn cả trăm năm,
Nhưng khi chết phải ra đi đói khát.
Người ta có thể đủ mặc cả trăm năm,
Mà khi chết phải ra đi trần truồng.

Và trong tác phẩm *Hành Bồ-tát hạnh* có câu:

Tôi phải mất tất cả sở hữu
Mà vẫn không hiểu được điều này,
Và tôi đã phạm nhiều tội lỗi
Vì những người thân của tôi,
Và vì những người không thân...
Khi sinh ra bạn sinh một mình,
Khi chết đi bạn cũng chỉ chết một mình,
Bạn bè đông đúc có thể làm được gì,
Nếu không san sẻ được phần nào nỗi khổ?

Ngày xưa, có một người đẽo một tảng đá lớn thành hình khối. Người khác hỏi anh ta sẽ làm gì với nó. Anh ta trả lời:

– Ồ, không làm gì cả, tôi chỉ để nó lại.

Cũng thế, bạn sẽ để lại sau lưng tất cả tài sản và sở hữu mà bạn đã có được trong tái sinh này.

– Bạn bè quyến thuộc không thể giúp

Một người đang hấp hối có thể được vây quanh bởi những tôi tớ, đệ tử và bạn thân, người nắm tay kẻ lôi chân nhưng không ai làm gì được. Người chết không thể đem theo một người bạn nào; y phải đơn độc du hành con đường gian nan của cõi trung ấm. Maitriyoki, một hành giả vĩ đại nói:

"Tâu đại vương, dù ngài giàu có đến đâu,
Khi phải đi đến một tái sinh khác,
Ngài sẽ giống như người
Bị kẻ thù tấn công giữa sa mạc:
Một mình, không vợ con thê thiếp..."

Trong tác phẩm *Hành Bồ-tát hạnh:*

Khi Diêm sứ đến bắt hồn,
Thân bằng quyến thuộc làm gì được?
Bạn bè làm được gì?

Đức Panchen Lama Lozang Yeshe nói:

Bạn sẽ vĩnh viễn xa lìa
Những người thân yêu đang khóc bạn...

Có người chắc chắn chết giữa mùa Đông sau; khi ấy họ làm được bao nhiêu trong chương trình họ định làm năm tới?

Khi sắp du hành đến một nơi nào khác, chúng ta xem chuyện ấy rất quan trọng; lo chuẩn bị hành lý, chọn lừa, ngựa và gia nhân cùng đi. Nhưng khi làm cuộc du hành lớn lao đến tái sinh kế tiếp, ta sẽ không có bạn bè, không thể đem theo bất cứ vật gì.

– Thân thể bạn không giúp được

Khi bạn chết, sẽ không ích gì nếu tất cả những ngọn núi đều biến thành vàng, tất cả mọi người đều hóa thành người thân của bạn. Hoàn toàn tách khỏi tài sản, sở hữu, thân quyến, bạn sẽ phải để lại cả cái thân xác của mình – cái mà bạn gọi là "thân của tôi" sinh ra từ bào thai cùng một lượt với bạn, cái thân mà bạn vẫn che chở cho nó khỏi đói khát nóng lạnh, cái thân thể mà bạn không để cho một cái gai châm chích, và yêu quý nó như viên ngọc ước. Đức Panchen Lama Choekyi Gyaeltsaen nói:

– Thân này bạn bảo bọc yêu quý là thế, nhưng sẽ hóa ra lừa dối bạn khi bạn cần đến nó nhất...

Nói cách khác, hãy nghĩ về việc bạn sẽ hoàn toàn bị tách khỏi thân xác này, cái thân mà bạn đã từng nâng niu che chở.

Sau khi đã suy tư về ba lý do ấy, thì không ích gì để sợ hãi buồn sầu. Gungtang Rinpoche nói:

Pháp là hướng đạo hướng dẫn bạn đến
con đường không lừa dối;
Pháp cung cấp cho bạn tư lương trên đường dài,
Pháp là thuyền trưởng trên hành trình gian khó,
Từ giờ này hãy tu tập Pháp bằng thân lời ý của bạn

Milarepa nói:

Hỡi thiên thần Nyama Paeldarbum!
Ngươi có đủ chăng lương thực
Cho chặng đường dài,
Cho những đời tương lai?
Nếu ngươi không có đủ,
Thì hãy thực hành bố thí –
Đấy sẽ là hành trang của ngươi...
Này thiên thần Nyama Paeldarbum!
Ngươi có đủ chăng bạn bè
Để đối phó nỗi kinh hoàng lớn
Trong những đời sau?
Nếu ngươi không có đủ,
Thì hãy thực hành diệu pháp–
Đấy sẽ là hành trang của ngươi.

Nói cách khác, Pháp là hướng đạo của ta, thuyền trưởng và hành trang của ta để làm cuộc hành trình sang cõi chết. Nếu bạn chưa thực hành Pháp, thì cái chết của bạn chẳng khác gì cái chết của một con chó đi lạc trong ngõ hẻm. Đây là một cách suy nghĩ có nhiều lợi ích.

Những người sắp về thăm quê không làm gì ngoài ra dồn hết năng lực để thu xếp hành lý. Bạn cũng thế, cần phải quyết định chỉ thực hành Pháp – một cái không bị chi phối bởi những chướng ngại của đời này.

c(ii) Thiền về những khía cạnh của cái chết

Đây là một chỉ giáo từ bậc tôn sư tôi. Mặc dù nó chỉ tập trung cốt yếu vào cách làm thế nào để theo một thời thiền quán về "cách giảng thực tiễn" (xem Ngày thứ nhất), người ta bảo tốt hơn nên quán theo cách này.

Bạn nên nhớ lại những điều nói trong bản văn *Chỗ nương tựa đầy bi mẫn* hoặc *Những cầu xin để được giải thoát khỏi con đường gian nan của Trung ấm* của đức Panchen Lama Lozang Choekyi.

Hãy quán xét cái gì sẽ xảy đến khi bạn chết. Rồi, khi bạn đang tiến gần đến cái chết, như nói trong sách *Những cầu xin...*:

Khi những y sĩ đã bỏ tôi,
Khi lễ cầu an không còn công hiệu,
Khi bạn bè đã hết hy vọng tôi sống,
Khi mọi việc tôi làm đều vô ích,

Mong sao tôi được ân phước
Nhớ lại những chỉ giáo của bậc thầy.

Nói cách khác, cơn bệnh trở nên nặng hơn mặc dù đã chữa trị và làm lễ lạc đúng cách; những gì y sĩ bảo bạn không phải là những gì ông nói với những người khác; quyến thuộc bằng hữu chỉ nói với bạn những lời hay đẹp nhưng lại nhóm họp sau lưng bạn một cách bí mật và đều đồng ý là bạn sẽ chết; bạn cho thấy những triệu chứng xấu bên trong cũng như ngoài – hơi ấm cơ thể bạn tan biến, bạn thở một cách khó nhọc, mũi bạn xẹp lại, môi bạn cong lên, da xanh xám, vân vân. Bạn hối tiếc những tội lỗi quá khứ nhưng chưa sám hối một cách đầy đủ, hoặc không chịu lặp lại sự sám hối, hoặc chưa hành thiện đúng mức. Cơn bệnh chết người của bạn khiến bạn đau đớn, và những triệu chứng bốn đại tuần tự tan rã đã xuất hiện nơi bạn. Có những ám ảnh kinh hoàng ngăn bạn không thấy được những cảnh huống trong hiện tại. Năm uẩn của bạn cuộn tròn trong một cái chăn để ở một góc phòng, che sau một bức màn. Người ta thắp cho bạn một gọn đèn bơ leo lét. Nếu bạn là một thầy tu, họ sẽ mặc cho bạn một bộ áo lễ để làm cho bạn có vẻ dễ coi.

Bây giờ bạn có thể làm việc thật nhiều để có được một ngôi nhà tốt, áo quần mềm mại ấm áp, thảm trải nhà..., nhưng khi bạn chết, xác bạn sẽ bị chia thành ba phần, cột bằng dây da, đặt trên đất trơ trụi hay trên những tảng đá, vân vân. Hiện tại bạn có thể thưởng thức những món ăn thượng vị, mà trong tương lai bạn sẽ phải sống bằng mùi của những đồ cúng đốt cho người chết. Bây giờ người ta gọi bạn bằng những tên đẹp như "Geshe," "Đại đức" "Thượng tọa;" nhưng trong tương lai sẽ có lúc cái thân thể bạn được gọi là "xác chết" và bạn sẽ được gọi là "Vong linh ông này ông nọ." Mỗi khi các bạn, những tu sĩ, thấy những bộ áo lễ, thì hãy nhớ đến lúc mình chết, cái xác sẽ được tô điểm bằng chiếc áo ấy. Khi trông thấy chiếc mền, nó phải nhắc ta nhớ thi thể ta sẽ được quấn trong đó. Đấy là những gì ta nên nhớ nghĩ. Milarepa nói: "Cái tên ghê gớm là thây chết sẽ được gán cho thân thể của hành giả." Điều này cũng áp dụng cho thân thể bạn.

Sau khi chết bạn sẽ đi đến cõi trung ấm, ở đấy bạn sẽ bị nỗi kinh hoàng không thể tưởng, và sẽ có những ảo giác về những cơn bão bụi và bão lửa, bị chôn vùi dưới những khối đá lở hay đất lở, hoặc bị vây bủa bằng những vòng lửa quay cuồng, hoặc bị nước cuốn trôi, hoặc bị thổi bay theo gió, vân vân.

Một vài Lama tuyên bố họ khai thị cho thần thức người chết đi vào cõi trung ấm và làm nghi thức khai đạo bên đầu người chết, nhưng thực sự thời gian khai đạo để đi vào cõi trung ấm là ngay bây giờ: hãy làm điều này trước khi chết sẽ có lợi hơn. Chúng ta có thể luôn luôn bảo đảm được thưởng thức món ăn ngon thức uống tốt, nhưng điều này sẽ không xảy ra khi ta đang hấp hối và phải nói: "Đỡ tôi lên." Thật chắc chắn trăm phần là ta sẽ không tu tập được gì nữa vào lúc ấy, khi mà lúc còn khỏe mạnh ta không chịu tu tập. Tuy nhiên những nghi lễ khai thị ấy cũng có thể giúp ích phần nào, vì năng lực gia hộ của chư Phật thực bất khả tư nghì.

Một nguồn gốc của thiền định về những khía cạnh của cái chết là quyển *Hành Bồ-tát hạnh:*

Hãy đi vào nghĩa địa
Để thấy cho rõ ràng
Bộ xương của người khác
Và thân thể của bạn
Đều là vật khả hoại.
Bạn sẽ bình thản hơn.

Khi một người chết đi, xương xẩu phân tán khắp nghĩa địa, hãy quán xét rằng xương ấy không khác gì xương của chính bạn – khi ấy bạn sẽ bình thản hơn trong tương lai. Những thi thể trong nghĩa địa lúc đầu cũng như thân thể bạn: người ta thường ưa chuộng chúng. Những hành giả lớn ở Ấn thường cầm những xương đùi hay sọ của người chết không phải muốn dọa người khác hay muốn trông ra vẻ ghê gớm, mà chỉ để tăng ý thức của họ về những dáng vẻ của cái chết. Ngay cái tách làm bằng sọ người này, một thời đã ở trong đầu của một người nào đó; y đã quá yêu quý nó đến độ nếu bị móng tay cào phải, y cũng la "ối." Nếu bạn là một tu sĩ thường, gian phòng của bạn sẽ trống rỗng khi bạn chết, và một người khác sẽ dọn vào, bảo:

– Ồ, ông ấy đã chết vài ngày trước, và bây giờ tôi chiếm cái phòng ông ta.

Một người nào khác sẽ mặc cái y của bạn và bảo:

– Cái y này trước kia là của ông ấy. Tôi đã mua được.

Cũng thế, có một ngày chắc chắn sẽ đến, khi những người khác sẽ mua những đồ đạc áo quần của bạn và sử dụng chúng, trong khi bây giờ họ không dám động tới. Đấy là lý do đức Dalai Lama thứ bảy nói:

– Sẽ đến lúc tôi mất hết ngay cả những sở hữu này: tôi hài lòng vì đã mượn những viên ngọc ấy.

Nói cách khác, đấy là những vật bạn mượn tạm để dùng trong một thời gian ngắn.

Nếu bạn không nỡ lòng nào nghĩ đến cái chết của chính mình, thì hãy đi mà chứng kiến cái chết của một người nào khác; không thể nào bạn không nhớ những chỉ giáo này vào một lúc như vậy.

Chúng ta không nghĩ về những chuyện này, nhưng tại sao ta đâm sợ hãi khi trông thấy một sợi dây và lầm nó là con rắn? Đây là liều lượng sợ hãi ta cần có. Chúng ta có thể chết trước khi ta mặc rách một cái áo, chẳng hạn. Hãy nghĩ về điều ấy: đời chúng ta thật vô cùng ngắn ngủi.

Những điều này được bàn trong kinh *Dạy cho vua Lamrim Mũ đỏ* của Gedun Taenzin Gyatso, bàn về việc làm thế nào pháp thiền quán vô thường có thể là một liều thuốc chữa bệnh béo phì vào lúc bạn có được nhiều y phục thực phẩm, vân vân, tốt đẹp. Mỗi khi thấy những sở hữu của bạn, như y phục, vân vân, hãy nghĩ: "Đấy chỉ giả dạng là những sở hữu của tôi. Sẽ có ngày những người khác đem ra chia nhau, và chắc chắn họ sẽ bảo, những cái này là của người đã chết. Bây giờ tôi cưng quý cái thân tôi và săn sóc cho nó, nhưng sẽ có một lúc nó trở thành cái gọi là thi thể. Nếu lúc ấy tôi phải trông thấy nó, tôi sẽ kinh hãi; tôi sẽ nôn mửa nếu sờ nó. Nó sẽ được buộc bằng một sợi dây và người ta sẽ làm đủ thứ chuyện đối với nó." Hãy tưởng đến cái lúc bột ngũ cốc của bạn còn lại sẽ được sử dụng để cúng dường, lúc mà những nghi thức khai thị cho vong linh đi vào cõi chết sẽ được làm bên cạnh xác bạn, vân vân. Một người nào đó sẽ cầm cái sọ của bạn lên mà bảo: "Đây là cái sọ của ông ấy. Cũng không đến nỗi tệ." Thời gian như thế đang đến, và kể từ đây trở đi bạn hãy làm những điều mà bạn không phải ân hận về sau.

Tiêu chuẩn để biết bạn đã khai triển được thực chứng về chết và vô thường trong dòng tâm thức, là nếu bạn muốn được như Geshe Karag Gomchung.

(*Khi ấy Kyabje Pabongka Rinpoche ôn lại tài liệu này với chi tiết vừa phải*).

Ngày thứ mười một

Kyabje Pabongka Rinpoche bảo chúng tôi hãy điều chỉnh động lực nghe pháp và tu hành của mình:

Kinh *Màn kịch lớn* nói:

Ba cõi vô thường như mây mùa thu,
Hữu tình chết và tái sinh như trên sân khấu,
Đời sống ngắn ngủi như làn chớp,
Trôi qua nhanh như thác đổ núi cao.

Nói cách khác, ba cõi – quả đất, núi Tu-di và tất cả – giống như mây thu. Hữu tình sinh rồi chết như trong một màn kịch, những diễn viên thay đổi liền liền. Đời chúng ta không kéo dài, không đứng yên mà lướt nhanh qua như thác đổ trên núi xuống. Bởi thế các bạn phải nghĩ, "Tôi phải thực hành Pháp ngay tức khắc." Lamrim là cửa ngõ tốt nhất dẫn đến con đường độc đạo mà ba đời chư Phật đều theo. Bởi thế các bạn phải nghe giảng về Lamrim để thành Phật quả vì an lạc cho tất cả hữu tình; rồi bạn phải thực hành Pháp ấy...

Khi ấy ngài nhắc lại những đề mục đã bàn, và nói lại tài liệu hôm trước về vô thường.

Phần "Phát sinh niềm khao khát được tái sinh tốt đẹp" có một tiêu đề phụ thứ hai như sau:

IVB2.1.1.2 Nghĩ về khổ hay vui trong tái sinh kế tiếp, ở một trong hai nẻo luân hồi

Quán về những nỗi khổ thuộc các thượng giới sẽ bàn sau, trong phần Phạm vi Trung bình. Bây giờ tôi sẽ nói đến những thống khổ ở các đọa xứ.

Bạn chắc chắn phải chết, nhưng chưa biết chừng nào. Sau khi bạn chết, tâm thức bạn không chấm dứt; do vậy chắc chắn nó phải tái sinh. Chỉ có hai nơi trong đó nó có thể tái sinh, thượng giới hoặc hạ giới. Bạn có thể suy lường mình sẽ đi vào nẻo nào. Như tôi đã từng nói, chúng ta xem tử vi, bói toán để được báo cho biết đời sau ta sẽ tái sinh về đâu, nhưng điều ấy thực không cần thiết. Đức Phật đã tiên đoán cho ta rằng, ta sẽ đi lên cõi trên nếu ta đã sống hiền thiện, và đi xuống cõi dưới nếu bất thiện. *Bản sinh truyện* nói:

Hãy chắc chắn rằng đời sau của bạn
Sẽ vui hay khổ
Là do nghiệp thiện hay bất thiện.
Bởi thế hãy từ bỏ tội lỗi,
Và thực hành đức hạnh.

Chúng ta làm nhiều kế hoạch cho cuộc đời này, mà ta gọi là "Nghĩ đến tương lai." Nhưng nó không có nghĩa gì. Hãy nhìn xa hơn: hãy tìm xem bạn sẽ tái sinh về đâu trong đời kế tiếp. Nếu làm như vậy, bạn sẽ thấy mình không thể thoát một trong hai đường là đi lên hoặc đi xuống, và bạn không có tự do chọn lựa phải đi ngõ nào. Nếu ta có quyền chọn lựa, thì hiện tại ai dại gì còn ở trong các đọa xứ? Như vậy, tái sinh về đâu trong đời kế tiếp là tùy thuộc vào nghiệp lực.

Nếu bạn có nghiệp hỗn hợp, có thứ thiện, có thứ bất thiện, thì cái nào mạnh hơn (*nghiệp cực trọng*) sẽ chín trước. Nếu cả hai đều mạnh ngang nhau, thì thứ nào bạn quen thuộc nhất (*thường nghiệp*) sẽ chín trước. Nếu bạn đều quen thuộc với cả hai loại nghiệp, thì loại nào phát sinh sớm hơn (*nghiệp tích lũy*) sẽ chín trước. Luận của Thế Thân (Vasubandhu) về chính tác phẩm của ngài, *Kho tàng siêu vật lý,* nói:

Nghiệp quay bánh xe sinh tử,
Nghiệp nặng nhất chín trước;
Kế đến là nghiệp gần nhất;

Rồi đến nghiệp quen thuộc nhất;
Rồi những nghiệp được làm sớm nhất.

Đối với chúng ta, những nghiệp bất thiện mạnh hơn. Nhưng tư tưởng chúng ta thường chỉ thiên về tham, vân vân. Nếu sự tình quả là như thế thì đương nhiên những nghiệp phát sinh từ những tư tưởng ấy sẽ là bất thiện. Ngay cả những thiện hành của ta cũng vô tình bị rơi vào năng lực của những tư tưởng bất thiện, và có rất ít hành động hồi hướng cho những đời sau của ta.

Lấy ví dụ bạn mắng một đệ tử. Động lực thúc đẩy bạn là một cơn lôi đình. Do đó hành động thực thụ là, bạn dùng những lời lẽ làm cho đệ tử phải đau đớn. Còn bước cuối cùng là, bạn thích thú về những gì mình đã làm. Bởi thế động lực, hành động và bước cuối đều rất mãnh liệt.

Đa số những hành vi tội lỗi của chúng ta đều mãnh liệt tương tự như thế, nhưng những thiện hành thì như sau. Ngày xưa có một người hay bị tán loạn mỗi khi tụng *Một trăm chư Thiên cõi trời Đâu-suất*. Y thường nói chuyện với nhiều người khác trong khi tụng đi tụng lại nhiều lần từ đầu chí cuối. Chúng ta cũng lẩm bẩm cái lỗ miệng, nhưng tâm thì lại tràn ngập những chuyện thế gian. Chút ít đức hạnh ta có được thì lại bị phá hỏng bởi tức giận và tà kiến. Cả đến những hành vi bất thiện nhỏ nhất của chúng ta cũng mỗi ngày một tăng gấp đôi kích thước. Hơn nữa, trong những đời quá khứ, khi làm sâu bọ, côn trùng, thủy quái, thú săn mồi, vân vân, chúng ta đã phạm bao nhiêu tội khổng lồ. Những tội ấy, cùng với những tội ta đã phạm trong đời này, làm nên số lượng bao la những tội rất cường liệt mà ta đã tích lũy. Chúng ta không thể nào hối chuộc được tất cả những tội này trước khi chết bằng sự sám hối và hứa không tái phạm. Điều này vượt ngoài khả năng hiện tại của chúng ta. Căn cứ trên nhận thức, điều này chứng tỏ chúng ta quen thuộc với tội lỗi hơn là với đức hạnh; và nếu thế thì khả năng duy nhất là chúng ta sẽ đi đến các đọa xứ trong tái sinh kế tiếp.

Chúng ta không thể quyết chắc mình sẽ không rơi vào đọa xứ nếu chưa đạt đến mức "nhẫn" trong đạo lộ chuẩn bị. Người ta bảo ngay cả những Bồ-tát ma-ha-tát (đại hữu tình) cũng đã tái sinh vào đấy.

Giả sử đêm nay bạn ngủ trong một gian phòng đẹp trên giường êm dịu; nhưng rồi thình lình một tai biến đột ngột làm bạn chết. Vào cái giờ đáng lẽ bạn thức dậy theo lệ thường, thì có thể bạn đã đi đến một nơi mà tất cả đồi núi đều ngập lửa. Khi ấy bạn sẽ làm gì?

Bạn sẽ không phát sinh động lực mạnh đủ để từ bỏ nếu bạn chỉ thiền quán về sự có thể sinh vào đọa xứ như kiểu bạn nhìn chòng chọc vào một vật gợi tò mò. Như Long Thọ nói:

– Hãy quán niệm sự cực nóng hay cực lạnh của các địa ngục như thể là bạn đã ở đấy một ngày...

Nghĩa là, bạn phải thiền quán để phát sinh tuệ giác đi sâu vào sự tái sinh vào đọa xứ này hay khác (điều này cũng gần giống như giai đoạn "phát sinh" trong pháp quán về một vị thần bảo hộ). Bạn phải đâm ra sợ hãi.

Thường chúng ta rất xem trọng những phép thiền quán để thấy được thánh thể của một vị thần bảo hộ, nhưng còn lợi ích hơn nếu trong một lúc đầu ta quán ra một thân thể ở địa ngục. Những thống khổ của địa ngục cực nóng sẽ gây nên sự biến cải đầu tiên trong tâm thức ta và làm cho ta phát sinh ý thức từ bỏ. Đây là một kết quả tốt lành. Chúng ta cũng sẽ trở nên buồn sầu; sự buồn sầu có lợi ích lớn vì nó làm tiêu tan thói kiêu mạn, vân vân. Như Shàntideva nói:

Đức tính của đau khổ là
Nó tẩy trừ kiêu mạn,
Và khiến ta phát sinh thương xót
Chúng sinh trong cõi luân hồi;
Tránh gây tội lỗi, hoan hỷ với đức hạnh.

Chúng ta dễ phát tâm từ bỏ khi được tái sinh làm người. Vì lý do ấy mà ta nên thiền quán về khổ ở các đọa xứ.

Sự thiền quán về các nỗi khổ trong các đọa xứ có 3 phần: Suy tư về những nỗi khổ ở

(IVB2.1.1.2a) Địa ngục,

(IVB2.1.1.2b) Ngạ quỷ

(IVB2.1.1.2c) Súc sinh.

a) Nghĩ về những nỗi khổ ở địa ngục

Có 4 tiêu đề phụ:

IVB2.1.1.2a (i) Địa ngục cực nóng;

IVB2.1.1.2a (ii) Các địa ngục xung quanh;

IVB2.1.1.2a (iii) Các địa ngục lạnh;

IVB2.1.1.2a (iv) Các địa ngục cõi người.

a(i) Địa ngục cực nóng

Những địa ngục cực nóng có vị trí như sau. Địa ngục sống lại liên tục ở cách 32.000 do tuần dưới bồ-đề đạo tràng ở Ấn. Những địa ngục nóng khác nằm dưới địa ngục này cách nhau 4.000 do tuần. Tất cả nền đất và núi trong địa ngục ấy toàn bằng sắt nung đỏ. Mặt đất ở đấy cũng như ở cõi người, không bằng phẳng chút nào.

Khi bạn sắp bị tái sanh vào địa ngục nóng, thì bạn làm gì được? Gungtang Rinpoche nói:

Đời người vô thường,
Ngắn như một giấc ngủ
Đầy những chiêm bao vô nghĩa,
Một vài giấc vui, một vài giấc buồn.
Khi thình lình bạn thức dậy
Với một đời sống trong đọa xứ,
Thì bạn sẽ làm gì?

Nghĩa là vào lúc chết bạn có những ảo giác là mình rất lạnh, bởi thế bạn phát sinh một lòng khát khao hơi nóng, điều này khởi động cái nghiệp đưa đến tái sanh vào những địa ngục nóng. Khi chết giống như bạn rơi vào giấc ngủ. Khi kinh quá giai đoạn trung ấm là như bạn nằm chiêm bao. Rồi thình lình bạn thấy mình ở trong địa ngục nóng, là giống như khi thức dậy.

Lửa địa ngục 7 lần nóng hơn lửa ở cõi người. Hãy so sánh 2 loại lửa này. Ngọn lửa ở cõi người là quá lạnh so với lửa địa ngục đến nỗi nó giống như nước được làm cho mát lạnh nhờ trầm Goshirsha.

Tôn giả Mục-kiền-liên có lần mang một đốm lửa nhỏ ở địa ngục về đến cõi người và đặt nó trên bờ đại dương. Tất cả nhân loại nổi điên vì hơi nóng này, và không thể tiếp tục chịu đựng. Nếu bạn sinh ra giữa một đống lửa như thế, thì sẽ không có vấn đề nếu thân thể bạn nhỏ và bị ngọn lửa ngốn ngấu tức khắc. Nhưng thân thể chúng ta khi ấy lại to lớn khổng lồ như một dãy núi. Điều này thật cũng không sao nếu da bạn chai lì như da gót chân của một vài người. Nhưng không phải thế, khi ấy bạn có thân thể giống như một hài nhi.

Bởi thế nỗi khổ của địa ngục nóng thực không thể chịu đựng: khổ vì có một cái thân khổng lồ để bị đốt cháy; khổ vì có da thịt ít khả năng chịu đau như da thịt của một trẻ sơ sinh; khổ vì ngọn lửa đốt thân mình cực kỳ nóng bức; vân vân. Có 8 địa ngục nóng:

** Địa ngục sống lại liên tục*

Ở đây không có ngục tốt canh giữ. Những người sinh vào ngục này là những hữu tình tái sanh do năng lực của ác nghiệp. Những hữu tình này vừa thấy người khác là tức khắc nổi giận; bất cứ cái gì chúng tóm được cũng trở thành khí giới. Chúng chặt nhau ra thành từng mảnh; tất cả đều ngất xỉu té xuống đất. Rồi một tiếng nói từ trên trời nói với chúng: "Bây giờ ngươi sẽ được làm cho sống lại." Một ngọn gió lạnh đập vào thân thể chúng làm cho xương thịt tản mát của chúng liền lại với nhau như trước. Rồi chúng lại làm như cũ. Mỗi ngày chúng đều rơi vào những cơn chết ngất; mỗi ngày chúng có hàng trăm cái chết khác nhau và được sống lại hàng trăm lần. Chúng ta phải phát triển tuệ quán đi sâu vào hình ảnh ấy, cảnh tượng sẽ như thế nào khi ta sinh vào địa ngục ngay bây giờ, khi bị cắt bị xẻ, khi chết ngất được làm cho sống lại, vân vân. Trong đời này nếu ta bị đâm một nhát dao, nó chỉ giết ta một lần mà còn đau khổ kinh hoàng không thể kể xiết. Thế mà trong địa ngục ấy ta sẽ phải chết đi sống lại nhiều lần mỗi ngày và sẽ trải qua nỗi kinh hoàng và đau đớn ấy nhiều lần. Lại nữa đời chúng ta ở đấy rất dài, không thể so sánh với những đời người ngắn ngủi. Long Thọ nói:

Nỗi khổ bị đâm 300 lần trong chỉ một ngày
Cũng không thể sánh với nỗi khổ nhỏ nhất
trong địa ngục,
Không thấm vào đâu so với nỗi khổ của địa ngục.

* *Địa ngục đen tối*

Từ địa ngục này trở xuống có những ngục tốt canh giữ như là ngục tốt Đầu voi và dạ-xoa Đầu heo. Những ngục tốt này và những người làm việc trong địa ngục ấy có thân thể khổng lồ như núi, mắt đầy những tia máu đỏ khủng khiếp; chúng chỉ la lên những tiếng như "đánh," "giết." Trong lúc thiền quán bạn phải cảm thấy sợ hãi như thể chúng sắp đến giết mình. Những ngục tốt tóm lấy bạn đặt nằm ngửa trên nền sắt nung đỏ, chúng dùng giây thừng bằng sắt nóng quất vào thân thể khổng lồ của bạn để lại nhiều lằn roi và vết đen. Một vài ngục tốt cưa dọc theo những lằn roi này như một người thợ mộc cưa gỗ. Những ngục tốt khác lại lấy rìu, búa để chặt. Sau khi bạn đã bị cưa xẻ như thế, những miếng thịt và giọt máu nhỏ trên nền sắt nóng vẫn còn liên kết với ý thức của bạn, và nó làm tăng thêm nỗi thống khổ mà bạn trải qua.

Những nguyên nhân để bị sinh vào trong địa ngục này là làm 10 điều bất thiện, đánh đập súc vật, vân vân.

** Địa ngục ép lại để bị nghiến nát*

Tái sinh ở đây thường là do nghiệp sát đã đến thời kỳ chín mọng. Hai ngọn núi giống như hai cái đầu dê đực to lớn chạy xáp lại với nhau và bạn bị nghiền nát ở giữa không có lối thoát. Hai ngọn núi lại xa ra và cơ thể của bạn phục hồi như cũ. Việc ấy cứ tái diễn nhiều lần. Một số chúng sinh bị nghiến thành bột giữa hai khối đá; một số bị giã bằng chày như giã mè; một số bị nghiến nát trong những đinh sắt. Bạn có thể bị nghiền nát giữa nhiều dụng cụ khác nhau: những dụng cụ này là những thứ bạn dùng để giết người hay súc vật trong quá khứ. Chẳng hạn bạn giết một con rận với hai ngón tay thì về sau trong địa ngục bạn sẽ bị giết bằng cách bị nghiền nát giữa hai núi đá như hình móng tay.

** Địa ngục kêu gào*

Bạn bị đặt trong một cái nhà bằng sắt nung đỏ không có cửa ra vào, trong ngoài toàn là lửa. Bạn đau khổ vì nghĩ, ta sẽ không có cách nào thoát. Nỗi thống khổ lớn làm cho bạn gào thét rên la.

** Địa ngục kêu gào lớn*

Bạn bị đặt trong một cái nhà bằng sắt ở trong một cái nhà sắt khác giống hệt. Nỗi đau khổ của bạn cũng gấp hai lần vì nghĩ, ta chỉ có thể thoát khỏi một trong hai cái nhà này mà thôi.

Phạm mười điều ác, hoặc uống rượu bê tha có thể là nguyên nhân cho sự tái sinh vào trong những ngục này. Một quyển kinh cũng nói tương tự:

Nếu uống rượu thì bị tái sinh
Vào một nơi gào thét.
Người phục rượu sẽ bị sinh vào
Địa ngục vây quanh địa ngục này.

** Địa ngục nóng*

Bạn bị đâm bởi một cái dùi bằng sắt đỏ rực xuyên từ hậu môn lên, đâm ra đỉnh đầu, khiến cho tất cả ruột gan của bạn đều cháy và những ngọn lửa gầm thét toát ra từ miệng, mắt, vân vân, của bạn. Bạn bị nấu trong một cái lò lớn bằng nước đồng sôi. Sau đó những mảnh xương của bạn được ráp lại và cơ thể của bạn được phục hồi tình trạng cũ để rồi lại bị nấu.

** Địa ngục cực nóng*

Địa ngục này nóng gấp hai địa ngục trên. Thịt gân ruột của bạn đều bị hầm nấu, lìa khỏi xương. Khi chỉ còn xương, bạn lại được ráp lại như cũ. Một vài chúng sinh bị ép lại giữa hai dĩa sắt làm cho thân họ bẹp dí. Những dây sắt nóng đỏ quấn quanh thân thể một vài người và thịt xương lòi ra như bột nhồi dưới sức ép. Một vài chúng sinh bị đâm bằng chĩa ba nóng đỏ từ hậu môn lên đỉnh đầu; lưỡi chúng thè ra dài nhiều do tuần cho trâu kéo thành những luống cày, vân vân. Một vài chúng sinh bị ép giữa hai lá sắt như cái bìa sách, và thân thể chúng bị nghiền nát. Có nhiều cách trải qua thống khổ tương tự.

(Khi ấy Papongka Rinpoche kể câu chuyện về Kokalika, một đệ tử của Đề-bà-đạt-đa bị sinh vào địa ngục ấy.)

** Địa ngục không nghỉ ngơi (vô gián địa ngục)*

Trong địa ngục này không có cơ hội nào để nghỉ, và nỗi thống khổ ở đây lớn hơn bất cứ địa ngục nào ở trên. Khi chúng ta đốt đá hay sắt trong lửa, chúng trở thành như một với ngọn lửa, không thể phân biệt. Những thân thể của chúng sinh ở trong địa ngục này cũng thế, không khác với ngọn lửa. Người ta có thể bảo rằng có rất nhiều chúng sinh trong địa ngục này chỉ nhờ nghe âm thanh rên siết của chúng. Chúng bị đốt bằng 11 ngọn lửa: bốn ngọn lửa ở bốn phương chính, bốn ngọn lửa ở bốn hướng trung gian, hai ngọn lửa ở trên và dưới, và ngọn lửa ở bên trong thân thể của họ. Chúng giống như những que lửa; nỗi thống khổ của chúng không có cùng tận. Long Thọ nói:

Trong tất cả các nhân của hạnh phúc,
Ái diệt là chúa tể.
Trong tất cả các khổ,
Nỗi khổ ở địa ngục vô gián là nhất.

Nói cách khác địa ngục Vô gián có nhiều đau khổ hơn tất cả nỗi khổ trong ba cõi cộng lại, bao gồm cả địa ngục cực nóng.

Mặc dù những địa ngục có những đau khổ như thế, chúng ta nghĩ "Tôi sẽ không tái sinh vào đó." Nhưng ta không bao giờ có thể chắc chắn mình không tái sinh vào đấy khi từ giã cuộc đời này. Ta không thể bảo đảm là mình không đi xuống các đọa xứ. Chúng ta đã tích lũy nhiều nguyên nhân khiến ta chắc chắn sinh vào địa ngục; những nhân ấy rất mạnh và chưa hề giảm sút. Những trường hợp tệ nhất về vi phạm một trong mười bất thiện sẽ khiến ta tái sinh vào địa ngục, những trường hợp trung bình khiến ta sinh vào ngạ quỷ và nhẹ nhất thì vào súc sinh. Người ta bảo rằng chúng ta sẽ tái sinh trong địa ngục Sống lại liên tục vì phạm những tà hạnh không giữ giới Biệt giải thoát và sinh vào địa ngục vô gián nếu ta bất chấp mình có phạm trọng giới hay không. Vậy chúng ta hãy coi chừng.

Trong dòng tâm thức của chúng ta có nhiều ác nghiệp trầm trọng: phạm những tiểu giới và ác hạnh đi ngược lại giới điều của Biệt giải thoát và giới Mật tông, tức giận Bồ-tát, không kính trọng bậc thầy, vân vân. Nếu chúng ta phạm một giới trọng Mật tông, ta sẽ bị tái sinh vào địa ngục vô gián trong một thời gian dài bằng số lượng sát-na trôi qua từ khi phạm giới cho đến khi sám hối để giữ giới lại. Trong quá khứ chúng ta bất chấp khi phạm những tiểu giới trong giới Biệt giải thoát; chúng ta vi phạm những điều luật và đã tích lũy nghiệp để lần lượt tái sinh vào tám địa ngục nóng.

Trong những tái sinh này, chúng ta phải trải qua những thống khổ cho đến khi quả báo của nghiệp chấm dứt, vì chúng ta không thể tách rời ý thức với thân xác. Long Thọ nói:

Những nỗi khổ như thế hoàn toàn không thể chịu đựng,
Người ta sẽ kinh nghiệm chúng hàng tỷ lần.
Bao lâu ác nghiệp chưa dứt
Thì ta vẫn còn phải sống.

Thọ mạng trong tám địa ngục nóng rất dài. Những thọ mạng ngắn nhất là của chúng sinh trong địa ngục Sống lại liên tục. 50 năm của đời người bằng 1 ngày trong cõi trời Tứ thiên vương; 30 ngày là một tháng, 12 tháng là một năm; chúng sinh cõi này thọ mạng là 500 năm tính theo kiểu ấy. Vậy mà đây chỉ là một ngày trong địa ngục Sống lại liên tục. 30 ngày như thế thành 1 tháng; 12 tháng làm thành 1 năm. Một đời trong địa ngục Sống lại liên tục là 500 năm tại đấy, nghĩa là bằng một số năm tính theo nhân loại là:1.62 x 10 lũy thừa 12. *Lời Đức Văn-thù* nói rằng con số này là 1.66 x 10 lũy thừa 12, nhưng điều này sai. Bạn phải tham khảo bản văn này do tu viện Meru ấn hành hoặc những bản Lamrim thuộc Hệ phái phương Nam.

Có vẻ lạ lùng nếu ta nói rằng những địa ngục nóng này cách xa chúng ta nhiều do tuần, nhưng kỳ thật giữa bạn và các đọa xứ không cách nhau xa lắm. Sở dĩ bạn thấy còn xa chỉ vì bạn còn thở được. Hãy nghĩ về điều ấy: không thể chắc chắn bạn đi đến những địa ngục ấy sang năm tới hay vào ngày mai. Nếu phải đến những địa ngục ấy thì bạn sẽ làm gì?

Hiện tại chúng ta không thể chịu nổi khi thân xác bị lửa đốt hay kim đâm; vậy làm sao chúng ta có thể chịu đựng nổi nếu sinh vào những địa ngục ấy? Như những tu sĩ phái Kadam ngày xưa đã nói, hầu như chỉ có một chân của chúng ta là đứng trong cõi người; chúng ta đã để một chân kia trên mép nồi đồng ở địa ngục, vì đã tạo nhân để sinh vào đấy.

Sau khi sinh vào các đọa xứ thì không thể nào thoát khỏi nơi ấy hay tìm một nơi trú ẩn được. Vậy trước khi bị rơi vào đấy chúng ta phải nỗ lực với thời gian còn lại của mình trên đời này. Nếu không đạt được điều tốt nhất là Phật quả hay tốt nhì là một hành giả có thành tựu, thì ít nhất chúng ta cũng cố gắng làm cách nào thoát khỏi tái sinh vào các đọa xứ bằng cách sám hối tội lỗi, vân vân.

a(ii) Các địa ngục xung quanh

Bao quanh phía ngoài những địa ngục nóng như một hàng rào sắt nóng vây quanh thế giới hệ này, có bốn địa ngục: địa ngục hầm lửa, địa ngục ao thối, địa ngục dao nhọn và địa ngục thác nước không thể vượt qua.

Khi đến lúc nghiệp ác của chúng sinh ở trong địa ngục nóng bắt đầu giảm dần; những chúng sinh ấy thoát khỏi những địa ngục nóng và đi đến những địa ngục xung quanh. Cũng có những chúng sinh tái sinh ngay vào những địa ngục này.

Khi một số chúng sinh sẵn sàng để thoát khỏi địa ngục nóng, chúng nảy ra ý tưởng chạy trốn; chúng đi qua cổng địa ngục nóng đến địa ngục hầm lửa. Chân của chúng cháy lên đến gối, và vừa khi kéo chân ra chúng lại lành. Những ống chân chúng bị đốt cháy như vậy mỗi khi chúng bước đi; chúng trải qua hàng trăm ngàn năm để đi qua hầm lửa ấy, liên tục bị hành hạ bởi nỗi đau đớn này với hy vọng thoát khỏi nó.

Sau đó chúng thoát khỏi hầm lửa nhưng lại gặp ao thối. Chúng ngụp lặn trong đó cho đến cổ và quằn quại; nhiều sâu bọ có mỏ nhọn như chim rúc vào thân thể của chúng để ăn rồi thoát ra làm cho thân thể chúng lổ đổ như những cái rây.

Những chúng sinh ấy trải qua nhiều trăm ngàn năm để vượt qua đầm lầy với hy vọng trốn thoát.

Chúng đến được đồng bằng gồm toàn những mũi dao bén chĩa lên. Chúng phải chịu đựng nỗi đau đớn khi những mũi dao đâm vào đùi. Cuối cùng chúng thoát khỏi đồng bằng và đi đến một khu rừng, ở đấy những cây cối đều có lá là nhưng cái gươm. Chúng tưởng lầm đây là những cây thật nên bước đi trên ấy, và những lá như gươm sắc cắt vào thân thể chúng rồi lành, rồi bị cắt lại. Như thế đấy là những nỗi khổ mà chúng trải qua. Khi những chúng sinh này thoát khỏi khu rừng, thì chúng gặp thân cây Sala có nhiều lưỡi sắc bén. Chúng nghe thấy tiếng kêu của những người thân nhất từ trên ngọn cây, nhưng khi chúng leo lên thì những mũi dao sắt chĩa xuống đâm vào thân thể chúng. Chúng lần mò trèo lên trong khi phải chịu đựng những đau đớn như vậy. Khi chúng lên đến ngọn thì bị những con chim hung dữ móc mắt và não chúng ra ăn. Rồi những tiếng kêu vang lên từ bên dưới và chúng tuột xuống để bị những mũi sắt nhọn chĩa lên đâm vào thân thể. Khi chúng xuống tới gốc cây thì bị chó và thú dữ ăn thịt từ dưới chân trở lên. Những chúng sinh này phải trải qua nỗi đau đớn của sự leo lên tụt xuống như thế cho đến khi hết nghiệp.

Người ta bảo rằng ba loại tấn công bằng khí giới này phải được xem như là một trong các địa ngục xung quanh.

Khi chúng sinh thoát khỏi những địa ngục này, chúng lại đến địa ngục thác nước không thể vượt qua. Nước trong ấy hòa lẫn với lửa đốt nấu cơ thể chúng như nước sôi luộc chín đậu. Chúng phải trải qua nỗi khổ này trong một thời gian dài.

Tất cả chúng ta đều sẵn sàng bị tái sinh vào những địa ngục nóng. Bởi thế điều quan trọng là phải nỗ lực làm sao để khỏi bị sinh vào đấy bằng cách thay đổi cách cư xử của mình.

a(iii) Địa ngục lạnh

Những địa ngục lạnh nằm ngang tầm với những địa ngục nóng và ở về phía Bắc, chính vì vậy mà xứ sở của chúng ta mới lạnh đến thế. Những địa ngục lạnh cách xa nhau về chiều thẳng đứng hai ngàn do tuần. Bạn có thể tự hỏi: "Như thế thì những địa ngục lạnh không thể ngang với địa ngục nóng, vì những địa ngục nóng cách xa nhau chiều thẳng đứng là bốn ngàn do tuần." Có thể là bốn ngàn do tuần giữa mỗi mặt đất của địa ngục nóng. Nhưng mỗi địa ngục lạnh lại có những núi tuyết cao hai ngàn do tuần, bởi thế những địa ngục lạnh kỳ thật ngang hàng với địa ngục nóng.

Nếu khi sắp chết bạn muốn có những cảm giác mát lạnh trên thân thể, thì điều này tác động cái nghiệp tái sinh vào các địa ngục lạnh. Bạn kinh quá cõi Trung ấm như trong một giấc mộng rồi bạn tái sinh vào địa ngục lạnh giống như thức dậy. Có những ngọn núi tuyết phủ ở những nơi này cao nhiều do tuần. Không có mặt trời, mặt trăng, lửa, vân vân, trời tối đen đến nỗi bạn không thể thấy được những chuyển động của cánh tay mình. Mặt đất là một cánh đồng băng giá, một cơn bão hoành hành trên cao; và ở giữa là một ngọn gió lạnh buốt. Không có cách nào để sưởi ấm – không có lửa, mặt trời, y phục, không gì cả.

Có tám địa ngục lạnh như thế, mỗi địa ngục cái sau lạnh hơn cái trước. Có địa ngục nứt nẻ, ở đấy thân thể của bạn bị nứt ra. Địa ngục kế tiếp càng lạnh hơn: ở đây những vết nứt tuôn ra máu mủ. Địa ngục kế tiếp càng lạnh hơn nữa: thân thể cóng lại như đá làm cho bạn không thể cử động, không nói gì được ngoài ra hai môi đánh vào nhau kêu "Brr." Trong địa ngục kế tiếp bạn cũng không nói được tiếng nào mà chỉ có thể thốt ra một tiếng yếu ớt từ sau cổ họng. Trong địa ngục kế tiếp bạn lại không thể làm âm thanh này mà miệng bạn ngậm chặt, hai hàm răng nghiến lại. Địa ngục kế tiếp lạnh hơn nữa thì thân thể bạn cứng như một cái thây chết trở màu xanh và có tiếng nứt nẻ như một hoa sen xanh. Địa ngục kế tiếp lại càng lạnh hơn, da thịt bạn nẻ ra như những hoa sen đỏ. Trong địa ngục kế tiếp, thịt bạn nở ra trăm ngàn đường nẻ như cánh hoa sen. Trong địa ngục Ba Ba và những địa ngục dưới, những thân thể của chúng sinh nằm trên ruộng đồng băng giá và những đỉnh núi tuyết phủ giống như là những cái đinh bằng châu ngọc trang hoàng các bảo tháp; những thân thể này đông cứng lại đến nỗi chúng không di chuyển được. *Bức thư gửi một môn đệ* của Chandra Gomin nói:

Một ngọn gió lạnh buốt da
Cắn vào trong xương của chúng,

Những thân thể tiều tụy của chúng
Run lên và gập lại,
Những sâu bọ sản phẩm của nghiệp
Rỉa ăn trên hàng trăm vết nứt cơ thể,
Mỡ, mật và tủy của chúng nhỏ ra.

Nghĩa là nhiều con ruồi có mỏ độc bu quanh thân thể của chúng sinh địa ngục để tấn công. Ngay cả những giọt máu rơi xuống đất cũng còn nối liền với ý thức của chúng sinh này; chúng đau đớn khi những giọt máu ấy đông lại và nứt ra. Thêm nữa những chúng sanh này trải qua những đau đớn như đang bị hành hạ bởi những cơn bệnh thời khí.

Bản sinh truyện nói đến nguyên nhân tái sinh vào những địa ngục này như sau:

Những kẻ có tà kiến chấp không,
Đời sau sẽ ở trong những nơi này
Đầy bóng tối và gió lạnh.
Chúng sẽ mắc những bệnh
Ăn mòn đến xương tủy;
Vậy tà kiến như thế có ích gì?

Nói cách khác, nguyên nhân là ôm giữ tà kiến chấp không, chẳng hạn cho rằng luật nhân quả không thật có.

Chúng ta đã tích lũy nhiều nguyên nhân để sinh vào những ngục ấy và cho đến bây giờ chúng vẫn chưa giảm bớt. Những nhân ấy là ăn trộm áo quần của người khác, lột những tấm y đắp ngoài các pho tượng, hay ném những chúng sinh như rận rệp vào chỗ băng giá.

Thọ mạng của những chúng sinh trong địa ngục nóng là như sau. Mặc dù tác phẩm của Vô Trước nói rằng những hữu tình này có thọ mạng bằng nửa thọ mạng chúng sinh ở địa ngục nóng, Thế Thân lại nói:

Khi làm cho trống không một thùng mè
Bằng cách lấy ra từng hột
Cách khoảng một trăm năm,
Đấy là thọ mạng của
Chúng sinh trong địa ngục này.

Những địa ngục ở dưới mỗi tầng tăng lên gấp 21 lần.

Nói khác đi, thọ mạng ở đây dài bằng số lượng tất cả những hột mè ấy họp lại, mỗi hột kể như một trăm năm. Một phần tám mươi giạ mè (một giạ là 36 lít) có 15.000 hột mè. Bởi thế sẽ cần một số năm bằng 9,6 x 10 lũy thừa 9, để làm cho trống cái thùng mè. Đây là thọ mạng chúng sinh trong địa ngục lạnh đầu tiên. Trong những địa ngục dưới đó thọ mạng tăng lên 21 lần ở mỗi địa ngục.

a(iv) Các địa ngục cõi Người

Những địa ngục này ở trên bờ biển, vân vân. Một lần, một vài thương gia mời bậc thánh tăng Sangharakshita cùng đi đến một hòn đảo. Ngài đi chậm lại sau rốt đoàn người và đi đến bờ biển ở đấy có một ngôi chùa đẹp. Năm trăm tu sĩ ở đấy mời ngài vào. Buổi trưa họ gây gổ nhau, nhưng sau đó mọi sự trở lại bình thường. Ngài hỏi nguyên nhân và biết đấy là do trong đời quá khứ, vào thời Phật Ca-diếp, họ không thân thiện với nhau và thường đánh lộn. Vị thánh tăng cũng trông thấy những chúng sinh hình thù giống bức tường, cột nhà, cái chày, sợi thừng, cái chổi, ống nước, cái chảo nấu ăn. Về sau, khi trở về ngài đã hỏi Phật Thích-ca về chuyện này. Chúng ta đã nghe Phật trả lời nguyên nhân chúng sinh giống cái cột nhà ở trong chương bàn đến những nghi lễ chuẩn bị (Ngày thứ bốn). Chúng sinh giống cái chày đã từng làm một vị tăng vào thời Phật Ca-diếp, ông nổi nóng bảo một chú tiểu: "Ngươi phải bị giã ra bằng một cái chày mới được." Do lời mắng nhiếc này, hậu quả ông bị sinh làm chúng sinh có hình thù ấy.

(Kyabje Pabongka Rinpoche kể lại, những chúng sinh ấy đã kinh quá những điều trên từ thời Phật Ca-diếp cho đến hiện tại.)

Ngày xưa, có một thuyền trưởng tên Kotikarna sinh ra đã có một đôi hoa tai với viên ngọc trị giá mười triệu đồng vàng. Ông đã dong thuyền đi rất xa để kiếm châu báu. Ông nằm ngủ quên bên bờ biển nên những thương gia khác tiếp tục cuộc hành trình không có ông. Khi thức dậy, ông thấy một ngọn gió mạnh đã xóa mất con đường, và ngay cả con lừa chở hành lý cho ông cũng không thể tìm được lối đi. Ông lang thang khắp nơi không tìm được đường lối. Có một cái nhà trông như lâu đài trong đó có một người đàn ông được vây quanh bởi bốn thần nữ. Người thuyền trưởng thấy về đêm người ấy hưởng hạnh phúc như thần tiên, nhưng ban ngày thì gian nhà lại biến thành sắt nóng rực lửa, những phụ nữ biến thành bốn con chó nâu. Người đàn ông té úp mặt xuống đất và những con chó ngoạm từng miếng thịt của y. Rồi khi đêm về, mọi sự trở lại như đêm trước. Ông hỏi người đàn ông nguyên nhân gì mà ra như vây. Người ấy trả lời ngày xưa y là một đồ tể trong thành Sthirà, nhưng theo lời khuyên của thánh tăng Kàtyàyana ông đã phát nguyện không giết về đêm. Ông đã không thể giữ giới ấy vào ban ngày, cho nên hậu quả là như vậy. Y nói rằng y có con trai ở Sthirà cũng là một đồ tể, và yêu cầu Kotikarna nhắn tin về cho con như sau: "Con đừng giết hại nữa; khi con cúng dường cho ngài Kàtyàna đến khất thực, thì con nên hồi hướng công đức cho cha." Để làm bằng chứng, người ấy nói với Kotikarna rằng y có chôn một hũ vàng tại chỗ cất những cây gươm, trong nhà người con.

Kotikarna tiếp tục đi thì thấy một ngôi nhà đẹp trong đó có một nam hai nữ tuyệt đẹp đang hưởng tuyệt đỉnh của hạnh phúc. Nhưng về đêm thì hoàn

hoàn ngược lại: hai phụ nữ biến thành rắn ăn thịt người đàn ông từ trên đầu trở xuống. Kotikarna hỏi người ấy tại sao như vậy thì được trả lời rằng khi làm một người Bà-la-môn ở thành Sthirà y thường ngoại tình, nhưng y phát nguyện với Katyàyana sẽ không làm chuyện ấy vào ban ngày. Đây là hậu quả. Rồi y nhờ Kotikarna đem tin về cho con trai ở Sthirà. Để làm chứng, y bảo Kotikarna rằng y đã giấu một hũ vàng dưới cái lò sưởi.

Rồi thuyền trưởng đi tiếp và trông thấy một cái ngai có bốn chân, mỗi chân có một ngạ quỷ đỡ...

(Và Kyabje Pabongka Rinpoche kể phần cuối câu chuyện.)

Đấy là vài địa ngục trên nhân gian. Một lần ở Ấn Độ, khi thượng tọa Shrìmàn đi có việc, ngài trông thấy hình dạng một tòa nhà đẹp trên nền trời; nhà ấy rực lửa và trong ấy có một người kiếp trước làm đồ tể. Người tớ của y đang ở trong một ngọn núi đầy xương, phải chịu nhiều đau đớn.

Có câu chuyện về một người thiến súc vật bị tái sinh với một thân thể lớn như núi. Đây là nghiệp báo trầm trọng của y.

Chúng ta đã tích lũy nhiều loại nghiệp, mà hậu quả chắc chắn là ta sẽ gặp những cảnh tương tự. Ta có thể thề rằng những chuyện ấy sẽ xảy đến cho chúng ta.

Một hành giả vĩ đại có hôm trông thấy một con cá lớn trong hồ Yardrog. Con cá ấy chính là tái sinh của Tanag Lama ở tỉnh Tsang. Khi còn sống, ông thường ăn nhiều thứ người ta cúng dường. Thân cá bằng nửa chu vi cái hồ và đang bị nhiều sinh vật ăn bám rỉa xác nó. Vị hành giả chỉ con cá cho những người đứng xung quanh mà bảo: "Đừng ăn của cúng dường. Đừng ăn của cúng dường." Chúng ta ăn của cúng dường vì chúng ta là tu sĩ. Người ta bảo những con công có thể ăn độc dược (mà không chết). Vậy nếu ta tu tập Pháp và biết cách ăn của cúng dường, ta có thể ăn mà không bị những quả báo như vậy. Nhưng không nên cứ thản nhiên mà ăn của cúng dường chỉ vì mình đã thụ giới. Luật nói:

Thà ăn hoàn sắt nóng;
Người giới hạnh lỏng lẻo,
Không có sự tự chế,
Đừng ăn của cúng dường.

Nghĩa là khi những người không giới đức ăn của cúng dường của tín thí, thì cũng giống như đang nuốt sắt nung đỏ. Nhưng những người giữ giới và nỗ lực tu học, trừ diệt vọng tưởng, thì có thể ăn đồ cúng dường. Nếu bạn không nỗ lực theo hướng ấy, thì ăn của cúng dường cũng giống như mắc nợ. Thật quá dễ dàng để bỏ vào túi những thứ người ta cúng, nhưng sẽ có lúc cam go trong đời sau khi bạn phải trả nợ bằng cả xương thịt mình. Ngay cả những thầy tu khi được yêu cầu tụng kinh cho người nào, nếu họ chỉ ghi một biên nhận tiền rồi không tụng kinh để hồi hướng, thì chắc chắn họ sẽ phải trả lại món nợ bằng xương thịt trong đời sau.

Có câu chuyện như sau: Một con ếch lớn được tìm thấy trong một hốc đá, đang bị những sinh vật nhỏ rỉa ăn. Một hôm một vị Lama bảo thị giả đưa ông xem cái gì đang bị cuốn trôi theo dòng nước. Thì ra đó là một thân cây, và khi gỡ cái vỏ cây ra họ tìm thấy một con ếch lớn đang bị nhiều sinh vật nhỏ ăn thịt. Người ta bảo con vật đầu tiên là một vị Lama đã ăn của cúng dường và con sau là thị giả chính của một ông Lama.

Chính thầy tôi, hiện thân của Kim Cương Trì, đã bảo tôi rằng khi ngài đến tỉnh Kham có một con thú lớn giống như cái lều bằng lông trâu yak ở hồ Doshul. Con vật này thường chìm dưới đáy hồ vào mùa hạ, nhưng về đông, khi hồ đóng băng, thì nó trồi lưng lên mặt hồ và nhiều chim chóc và sinh vật khác tới ăn thịt nó.

Đấy là những địa ngục mà chúng ta đã tự tác tự thọ, và chúng ta vẫn đang tạo vô số nguyên nhân cho những tái sinh như vậy. Bởi thế ta phải suy nghĩ kỹ về việc mình có thể phải chịu những đau khổ ấy.

b) Nghĩ về những nỗi khổ ở cõi Ngạ quỷ

Lời đức Văn-thù bàn đến súc sinh trước. Ngạ quỷ có trí tuệ hơn súc sinh, có khả năng hiểu biết. Nếu giảng pháp cho quỷ đói, chúng có thể hiểu được.

Súc sinh thì ngu si, đấy là một tái sinh thấp kém và là một chướng ngại lớn cho việc tu tập hơn loài ngạ quỷ. Bởi thế, những đau khổ của súc sinh được nói trước. Tuy nhiên, *Con đường Nhanh* lại để ngạ quỷ trước, vì nói chung ngạ quỷ khổ hơn súc sinh.

Ở điểm này có hai phần phụ:

IVB2.1.1.2b(i) Nghĩ về những thống khổ chung của ngạ quỷ dưới sáu mục: nóng, lạnh, đói, khát, kiệt sức và sợ hãi

IVB2.1.1.2b(ii) Nghĩ về những thống khổ riêng của ngạ quỷ.

b(i) Nghĩ về những thống khổ chung của Ngạ quỷ

Hãy nghĩ như sau: "Bây giờ tôi chưa sinh vào địa ngục, nhưng nếu làm ngạ quỷ tôi sẽ bị hành hạ bởi những đau khổ không thể chịu nổi – đói, khát, nóng, lạnh, kiệt sức và sợ hãi – làm cho tôi không nhớ gì đến chuyện tu tập. Tôi chưa tái sinh vào đó là nhờ lòng tử tế của chư vị tôn sư. Tôi thực đã có phúc lớn biết bao mới có thể thiền quán về Pháp Lamrim, dù rất hời hợt. Thật may mắn xiết bao!" Nhưng chúng ta đã tích lũy trong dòng tâm thức của mình nhiều nghiệp sẽ ném chúng ta vào những tái sinh như thế, những nghiệp ấy vẫn còn mạnh, không thối giảm. Chúng ta biết mình không thể nào tịnh hóa được tất cả ác nghiệp trước khi chết.

Lại còn điều này. Tư tưởng ta vào lúc chết rất quan trọng. Có những người có thể đã phạm những tội lỗi lớn trong đời, nhưng nếu khi chết có những ý niệm lành trong tâm thức, những ý niệm ấy sẽ khởi động những thiện nghiệp từ một đời quá khứ. Thông thường, những ý niệm mà trong đời ta vẫn quen thuộc nhất sẽ xuất hiện vào lúc chết. Mà cái ta quen thuộc nhất chính là vọng tưởng, ba độc, nên ác nghiệp chúng ta chắc chắn sẽ bị kích động vào lúc ta chết.

Khi sắp chết ta có thể cảm thấy chán ngán đồ ăn thức uống, nghĩ "Mong tôi đừng bao giờ nghe đến danh từ thức ăn nữa." Điều ấy sẽ châm ngòi cho cái nghiệp tái sinh vào loài ngạ quỷ do tham hay sân. Bạn không thể chắc chắn mình sẽ không tái sinh vào ngạ quỷ; kỳ thực, thường là bạn dễ sinh làm một quỷ đói.

Chỗ tái sinh của loài quỷ đói là Kapilanagara, đô thị của quỷ đói nằm dưới mặt đất cách 500 do tuần. Nơi ấy tuyệt đối không có cây cỏ và nước uống; toàn thể mặt đất hoang vu như bị lửa mặt trời thiêu đốt. Thân thể tay chân của loài quỷ đói cực kỳ xấu xí. Tóc chúng bện lại trên những cái đầu khổng lồ, những nét mặt nhăn nhúm, cổ của chúng hết sức nhỏ không thể đỡ lấy cái đầu. Chúng có những thân thể khổng lồ và một số chân tay so le gầy như những cọng rơm không chống đỡ nổi thân hình. Chúng bước đi một cách khó nhọc trăm lần hơn những người già ở cõi người chúng ta. Trong nhiều năm chúng không tìm được cái gì để uống, bởi thế trong cơ thể chúng tuyệt đối không có một chút nước, không có máu đỏ máu trắng, vân vân. Những bắp thịt và sợi gân của chúng được gói trong làn da khô cằn trông như một que củi khô bọc trong da thuộc màu nâu. Khi chúng di chuyển thì những khớp tay chân kêu răng rắc như củi khô hay như hai cục đá gõ vào nhau. Những khớp xương của chúng tóe ra những tàn lửa vì ngạ quỷ đã không có gì để ăn uống trong hàng trăm ngàn năm nên chúng vô cùng đau khổ. Lại nữa, không có một nơi nào mà chúng không đến để tìm cầu thức ăn uống. Vì không cần biết đến những nhu cầu của thân xác trong cuộc lữ ấy nên chúng kiệt sức. Chúng rất kinh hoàng khi thấy chúa tể của đô thị quỷ đói vì sợ chết. Trong hơi nóng mùa hè, ánh trăng sáng cũng đủ đốt cháy chúng, và vào mùa đông thì ánh mặt trời cũng làm cho chúng rét lạnh, bởi vậy chúng đau đớn vô cùng.

b(ii) Nghĩ về những thống khổ riêng của ngạ qủy

** Loài quỷ đói mê ngoại cảnh*

Loài quỷ đói này trông thấy cây, nước... đều đầy những trái chín, chúng mệt mỏi lê bước trên những đoạn đường dài để đến đấy, nhưng khi đến nơi thì những vật ấy đều biến mất. Khi một vài quỷ đói đến được những nơi có thức ăn thì lại có những người vũ trang canh giữ không cho chúng ăn. Bởi thế, ngoài nỗi khổ đói khát, chúng còn bị khổ không thể tả vì thể xác kiệt sức và tâm hồn tuyệt vọng.

** Loài quỷ đói bị ám ảnh nội tâm*

Loài quỷ này thỉnh thoảng được thức ăn nhưng không cho vào miệng được. Cổ chúng có những gút mắc làm cho sự nuốt thức ăn rất khó khăn. Một vài ngạ quỷ phải uống tạm chất mủ hôi thối từ nơi những cái bướu của chúng. Như câu chuyện về Kotikarna đã nói, thức ăn mà chúng ăn mang hình dạng của những nghiệp khác nhau mà chúng đã tích lũy: những hoàn sắt nung đỏ, những hạt trấu, mủ hay máu thịt của chính mình, vân vân; những quỷ đói này phải chịu đựng những nghiệp báo không thể chịu nổi. Thức ăn uống có thể lọt xuống cổ một vài quỷ đói nhưng liền biến thành sắt sôi khi đến bao tử, nên chẳng những không đỡ khát mà còn làm cho đau đớn vô cùng. Lại có một loại quỷ đói không bị như vậy, nhưng bụng chúng lại quá lớn không thức ăn nào làm cho đầy được. Từng tờ lửa ngọn – lửa của cơn đói – tuôn ra từ miệng những quỷ đói này; lửa ma trơi chính là lửa phun từ miệng quỷ đói.

** Loài quỷ có những gút mắc làm chướng ngại*

Một hôm khi đi có việc, tôn giả A-nan trông thấy một nữ ngạ quỷ. Bà ta có 3 gút nơi cổ và la lên 5 thứ âm thanh ghê rợn. Ngạ quỷ này có một dọc 3 cục bướu nơi cổ, làm cho nó vô cùng đau đớn.

Long Thọ nói:

Loài quỷ đói hoàn toàn thiếu thốn
Những vật dụng chúng khát khao.
Do đó chúng luôn luôn đau khổ,
Lại thêm đói, khát, nóng, lạnh, mệt và sợ
Không thể chịu nổi.
Có loài quỷ miệng nhỏ như lỗ kim
Mà bụng thì to bằng quả núi.
Chúng điêu đứng vì đói,
Nhưng không thể tiêu hóa dù chỉ một chút đồ dơ
Một vài quỷ trần truồng da bọc xương,
Chúng gầy guộc như cây dương liễu.
Có quỷ tuôn lửa từ bộ sinh dục và miệng,
Thức ăn bỏ vào miệng liền cháy tiêu,
Thậm chí muốn ăn dơ cũng không có
– như máu mủ phân và tiểu.
Khi những quỷ đói này gặp nhau,
Chúng xin nhau để ăn thứ mủ thối
Nơi yết hầu của chúng.
Trong hai tháng nóng nhất mùa hè,
Ánh trăng cũng quá nóng đối với chúng.
Về đông mặt trời với chúng cũng lạnh.
Cây cối trở nên khô cằn không kết quả,
Chúng đành phải nhìn những con sông,
Làm cho sông khô cạn.

Thư gửi một đệ tử của Changdragomin nói:

Chúng rất khát nước, nên khi trông thấy
Ở đằng xa có dòng nước trong,
Chúng mong mỏi đến uống.
Nhưng khi chúng vừa đến
Thì nước lẫn với tóc rụng,
Rong rêu và mủ thối,
Nước đầy máu mủ và phân.
Một ngọn gió quật sóng lên
Bọt nước lạnh như núi băng giá.
Khi chúng đến rừng chiên đàn ở Malabar,
Chiên đàn biến ra gỗ cháy,
Nhiều mảnh lửa rớt xuống khắp mặt đất.
Khi chúng đến một cái hồ,
Những đợt sóng kinh hồn với bọt tung lên tột đỉnh
Thì nước bỗng trở thành những bãi cát sa mạc
Một nơi hành khổ với những cơn bão cát mịt mù
Bị cơn gió lốc nóng dữ dội thổi tung.
Khi những cụm mây bão nhóm lại trên đầu chúng
Thì lại mưa xuống cho chúng những mũi tên sắt
Và những tên ấy cứ cắm tại chỗ.
Những viên đá lửa và những làn chớp màu cam
Tuôn như mưa xuống trên thân thể chúng.
Trong khi chúng bị cơn nóng hoành hành,

Thì đá lạnh đối với chúng cũng quá nóng.
Khi chúng bị điêu đứng vì gió rét,
Thì đến lửa cũng làm chúng rét lạnh.
Những quả báo của nghiệp khó kham nổi khi đã chín
Hoàn toàn làm cho chúng mù lòa.
Chúng bị những cơn ám ảnh đủ loại,
hoàn toàn sai lạc.
Miệng chúng nhỏ như lỗ kim,
Bụng chúng khổng lồ chu vi nhiều do tuần.
Khi những chúng sinh tội nghiệp này
Muốn uống nước trong bốn biển lớn,
Nước không thể lọt xuống cổ họng,
Những lỗ miệng độc của chúng
Sẽ làm nước bốc hơi cho đến giọt cuối cùng.

Kelzang Gyatso vị Dalai Lama thứ bảy cũng nói tương tự:

Bụng chúng như những quả núi;
Cổ chúng bị bế tắc;
Tay chân chúng gầy như cọng cỏ;
Thân thể chúng khô cằn bọc trong bụi,
Khớp xương chúng tóe ra như tàn đá lửa,
Nội cái nhìn của chúng cũng đủ cho nước sông cạn khô;
Chúng luôn luôn nhọc mệt

Vì cơn đói hoành hành.
Mong sao một cơn mưa lớn
Đầy thực phẩm, nước uống, và cam lồ rơi xuống
Cho những quỷ đói này.

Chúng ta không thể chắc chắn năm tới ta sẽ không rơi vào loài quỷ đói. Nguyên nhân cho một tái sinh như thế là không rộng lượng, nghĩa là keo kiệt với những sở hữu của mình, lòng tham không đáy, đắm mê tài sản, ngăn cản người khác bố thí; ăn trộm của người, trộm của tăng chúng (xem Ngày thứ tư), phỉ báng việc bố thí, vân vân. Một nguyên nhân khác là gọi người ta là "đồ quỷ đói;" chẳng hạn nếu bạn gọi một thành phần của tăng chúng bằng danh từ ấy, bạn sẽ bị tái sinh làm quỷ đói năm trăm lần.

Khi một ngạ quỷ thuộc hạng cổ bị thắt gút nhận được giọt nước nào thì đấy là nhờ trong quá khứ nó đã không hà tiện khi cho nước; còn những quỷ đói khác thì không có cái may mắn để hưởng chút nước nào.

Buddhajnàna đi đến cõi ngạ quỷ. Có một bà quỷ hết sức đói có năm trăm đứa con đã nhờ ngài đem tin cho chồng ở cõi người khi ngài trở về. Bà nói:

– Mười hai năm trước chồng con ra đi tìm thức ăn, và con đã sinh ra năm trăm đứa con. Con đã trải qua nhiều cực nhọc đau khổ mà không kiếm được một giọt nước nào. Xin thánh giả bảo chồng của con tìm được cái gì ở cõi người thì mau mau trở lại.

Bậc thánh bảo:

– Ở trong cõi người có nhiều ngạ quỷ, làm sao ta biết ai là chồng của ngươi?

– Ông ấy có một vài đặc điểm khác hẳn các quỷ đói khác, đó là một mắt chột và một chân què.

Khi bậc thánh về lại cõi người, ngài trông thấy vài quỷ đói, có một quỷ giống với sự mô tả trên, ngài cho y biết tin của bà quỷ. Quỷ đói trả lời:

– Con đã đi thật xa, nhưng trong mười hai năm nay con chỉ được có cái này.

Y đang nắm chặt một nắm đờm khô, đó là tài sản quý nhất của y.

– Một tu sĩ giữ giới khạc một bãi đờm rồi hồi hướng cho loài quỷ đói. Nhiều con quỷ đói tranh nhau lượm, và con đã thắng cuộc.

Nếu không cẩn thận, thì chúng ta không thể biết chắc mình sẽ không có lúc phải ăn trưa bằng đờm khô.

Hai mươi lăm năm sau khi bà mẹ của chú sa-di Uttara chết, chú thấy một ngạ quỷ rất dễ sợ. Chú sắp chạy trốn nhưng quỷ nói:

– Đừng chạy!

Chú hỏi thì quỷ nói:

Này con trai độc nhất của ta,
Ta là mẹ yêu quý của con.
Do nghiệp ác ta đã làm,
Ta tái sinh làm quỷ đói,
Không có thức uống ăn.
Hai mươi lăm năm đã qua,
Từ cái ngày ta chết,
Ta không thấy một giọt nước,
Không thấy một miếng ăn.

Chú sa di xin Phật hồi hướng công đức cầu nguyện cho bà. Đức Phật dùng phương tiện khéo, khi chết quỷ tái sinh làm quỷ Mahidhikà hết sức giàu có, nhưng thói hà tiện của nó gấp sáu mươi lần trước, và nó nhất định không bố thí. Chú tiểu năn nỉ nó cúng Phật một cuộn vải, nhưng cúng xong nó tiếc và ăn trộm lại. Theo chuyện kể thì việc này xảy ra nhiều lần.

(Kyabje Pabongka Rinpoche kể chuyện một tỷ-kheo có một tấm y đẹp. Ông quá yêu mến nó tới nỗi sau khi chết đã tái sinh làm một ngạ quỷ đắp y vàng.)

Ngày nay những người hà tiện được khen là "khôn ngoan," nhưng đặc biệt thói hà tiện là một nguyên nhân để tái sinh làm ngạ quỷ. Chúng ta hành xử một cách hà tiện, nên điều chắc chắn là ta sẽ tái sinh thành quỷ đói sang năm, hay nhiều nhất là bốn mươi năm mươi năm sau, nếu chúng ta không vào địa ngục.

c) Nghĩ về nổi khổ ở cõi súc sinh

Có hai đoạn:

IVB2.1.1.2c(i) Nghĩ về nỗi khổ chung của loài súc sinh

IVB2.1.1.2c(ii) Nghĩ về nỗi khổ đặc biệt của từng loài súc sinh

c(i) Nghĩ về nỗi khổ chung của loài súc sinh

Súc sinh trải qua 5 khổ: ăn thịt lẫn nhau, ngu si ám chướng, nóng lạnh, đói khát, bị khai thác hoặc sai làm việc nặng.

Nỗi khổ súc sinh nhẹ nhất trong 3 đọa xứ, nhưng tái sinh vào đấy thì có nỗi khổ ăn thịt lẫn nhau. Những thú vật có thân thể khổng lồ như loài thủy quái, vân vân, thân thể dài nhiều do tuần. Nhiều thủy quái thuộc loài cá, những thủy quái khác làm cá voi có thể nuốt chúng và ngay những cá voi lớn cũng nuốt những cá bé. Nhiều sinh vật nhỏ cư trú trong thân thể của những thủy quái để ăn thịt. Đến khi chúng không thể chịu đựng được nữa, chúng cọ xát thân thể mình vào những tảng đá dưới nước làm cho những sinh vật ăn bám vào cơ thể chúng phải chết, và đại dương bị nhuộm đỏ nhiều do tuần.

Những sinh vật lớn nuốt những sinh vật bé trong khi những sinh vật nhỏ bé ăn rỉa những sinh vật lớn. Những thú vật ở đại dương chồng chất lên nhau và bị ăn thịt từ sau lưng. Những chúng sinh tái sinh dưới đáy biển sâu, giữa các lục địa, không nhận ra nhau, mẹ không nhìn ra con và ngược lại, chúng ăn bất cứ gì rơi vào mồm và bởi thế chúng sống nhờ ăn nuốt lẫn nhau.

Ngay cả những loài vật trong cõi người cũng ăn lẫn nhau: Diều hâu ăn chim, chim ăn sâu bọ, những con thú mồi và thú rừng ăn lẫn nhau, chó săn bắt những con vật để giết, vân vân.

Bạn không nên nhìn tất cả cảnh khổ này như thể nó đang xảy ra ở đằng xa mà phải thiền quán sâu xa và nghĩ rằng mình sẽ khốn đốn như thế nào nếu phải tái sinh làm một hữu tình như vậy.

Loài súc sinh thì u mê ám chướng. Chúng không biết mình đang bị dẫn đến lò sát sinh hay đến nơi ăn cỏ, chứ khoan nói biết chuyện gì khác. Chúng chịu khổ vì lạnh và nóng; mùa hè chúng bị mặt trời thiêu đốt, mùa đông chúng phải chết vì giá lạnh, vân vân.

(Khi ấy Kyabje Kapongka Rinpoche kể cho chúng tôi nghe thêm về những nỗi khổ không thể tưởng tượng của loài súc sinh.)

Một lần có vị Lạt-ma nhặt lên một con sâu dài màu đỏ cầm trong tay và hỏi nó:

– Có phải ngươi là một tỳ-kheo ở Khampa không?

Nó đáp "phải" bằng tiếng người. Chúng ta không thể chắc chắn mình có bị sanh làm con sâu hay không. Có câu chuyện như sau: Khi người cha của một nông dân theo đạo Bon chết, Milarepa đã tiên đoán ông ta sẽ tái sinh trong một đống phân. Chúng ta có thể ngạc nhiên: "Làm sao một tái sinh như thế lại có thể xảy đến cho ta!" Nhưng sự thực là, chuyện ấy có thể xảy đến cho bạn chỉ một giờ sau. Khi tái sinh làm sâu bọ, ta phải sống quằn quại dưới đất cho đến khi có người cuốc lật đất lên, và ta có thể bị chim tha. Và dù có bị ăn bớt một phần nửa thân thể, ta vẫn không thể chết, phần dưới vẫn tiếp tục ngo ngoe. Làm sao biết chắc được mình không phải ra nông nỗi ấy? Chúng ta phải nỗ lực đề phòng tái sinh vào một tình trạng đau khổ như thế.

Lại nữa phần nhiều súc sinh có hình thù và màu sắc xấu xí. Có thứ hình tròn không tay chân, bị đói khát và suốt ngày chỉ lo kiếm ăn và khổ sở vì không tìm được thứ gì.

Hiện tại ta không chịu nổi nếu ai gọi mình là "con chó già", nhưng nếu thực sự ta có một tái sinh như thế thì sao? Hãy nhìn thức ăn uống và chỗ ngủ của chó. Nơi duy nhất chó có thể tìm được thức ăn là ở trong nhà của người, nhưng khi chúng vừa đi vào, người ta đã nói: "Kìa, con chó đi vào!" và thẳng tay xua đuổi. Do nhân duyên gì mà ra như thế nếu không phải là do ác nghiệp? Trong vài ngôi chùa, những con chó tru lên khi còi hụ để tập họp tăng chúng. Đây là dấu hiệu chứng tỏ có vài thầy tu đã bị tái sinh làm chó.

Có lần một thầy tu ở Dagpro nhận bơ và thịt của hai thí chủ gửi cho một thầy khác, nhưng ông ta không đưa lại. Khi chết ông bị tái sinh làm con trâu cái sản xuất rất nhiều sữa cho gia đình thí chủ đã cúng bơ. Về sau con trâu bị rớt xuống vực thẳm và dòng sông mang xác nó đi. Vị thí chủ đã cúng thịt nhặt được xác con trâu. Khi làm thịt con trâu, ông khám phá ra dòng chữ khắc trên bộ xương sườn "Tôi đã trả nợ thịt cho thí chủ X, và nợ bơ cho thí chủ Y."

Những vị Lạt-ma, những chức sự trong tu viện, những tu sĩ học giả, vân vân, có thể được hưởng quy chế đặc biệt trong các tu viện, nhưng định luật nhân quả tuyệt đối không đặc biệt cho riêng ai. Nếu bây giờ ta không cẩn thận, thì chuyện dễ dàng xảy ra là một gia chủ có thể đổi địa vị với con lừa hay con chó giữ nhà của ông ta. Có một tu sĩ nghe theo lời trăn trối của cha, thường làm thịt súc vật cúng tế trước tượng thần tà giáo sau nhà ông mỗi khi gặp vận xui. Người cha tái sinh làm một con trâu đực, và người con làm thịt con trâu ấy để cúng. Lại còn câu chuyện về một tu sĩ tái sinh làm con cá ở trong ao hồ sau nhà. Chúng ta không thể đoan chắc việc ấy sẽ không xảy đến cho bản thân mình.

Nỗi khổ bị khai thác là như một con lừa phải bị mang những gánh nặng dù khi lưng nó đầy những mụt nhọt. Khi gần chết, nó bị vứt bỏ cho chết trong khi những con quạ đến móc mắt ngay khi nó chưa ngưng thở.

Chúng ta phải nghĩ về những việc này để khai triển tuệ giác thấy rõ nỗi thống khổ cùng cực của một kiếp tái sinh như vậy.

c(ii) Nghĩ về nỗi khổ đặc biệt của từng loài súc sinh

Có hai mục:

** Nghĩ về nỗi khổ của súc sinh sống trong môi trường chật hẹp*

Phần đông những súc sinh này ở rất sâu dưới đáy đại dương, những nơi đen tối ở giữa các lục địa. Một vài loài sống ở dưới thấp vài loài khác ở cao hơn, như những chồng lon bia bị vứt bỏ. Những con vật ở trên ép những con vật ở dưới làm cho chúng rất khó thở.

** Nghĩ về nỗi khổ của con súc sinh sống phân tán*

Đây là những con vật trong cõi người, và chúng có vô lượng cách chịu khổ.

Chúng ta có đầy đủ nguyên nhân – vừa mạnh mẽ vừa phong phú – để tái sinh làm những loài ấy. Nguyên nhân mạnh nhất là bất kính đối với pháp và người giảng pháp, và gọi nhau là "đồ con khỉ", "đồ con chó", vân vân. Điều này được chứng minh bằng câu chuyện Manavagaura (xem Ngày thứ tư). Một lần tại Ấn Độ có một thí chủ cúng toàn thực phẩm xấu cho tăng chúng an cư mùa mưa; sau tái sinh làm con dòi đầu trọc lăn lóc trong đống sình hôi thối, chịu nhiều đau khổ. Một người vì nói một tỷ-kheo nọ giống con khỉ mà phải 500 lần tái sinh làm khỉ. Những chuyện này rút từ trong kinh.

Những tội nặng đưa ta tái sinh xuống địa ngục; tội trung bình làm quỷ đói; và tội nhẹ thì làm súc sinh. Nặng hay nhẹ tùy thuộc vào ý định, vào ruộng phước hoặc vào vật gây tội. Nói "tội nặng" không có nghĩa là tội nặng rõ rệt như giết người; mà có khi ta có thể đọa chỉ vì cái nghiệp nói đùa hay xúc phạm người khác. Chúng ta chỉ bảo đảm không tái sinh vào đọa xứ khi đã đạt đến giai đoạn "nhẫn" trong đạo lộ chuẩn bị. *Kho tàng siêu vật lý* nói:

Những người đạt đến giai đoạn Nhẫn
Sẽ không bao giờ rơi vào đọa xứ.

Điều này không áp dụng cho chúng ta. Chúng ta biết rõ khả năng hiện tại của mình: Trước khi chết, chúng ta không thể sám hối những nguyên nhân dồn dập đưa ta đến đọa xứ. Và một khi đã sinh vào đọa xứ thì ta không có một phương tiện hay chỗ nương nào để giải thoát. *Hành Bồ-tát hạnh* nói:

Ai sẽ che chở tôi
Khỏi những kinh hoàng này
Với đôi mắt trợn dọc?

Tôi dò khắp bốn hướng
Tìm một nơi trú ẩn.
Nhưng khi không tìm được
Nơi nào trong bốn phương,
Tôi hoàn toàn tuyệt vọng.
Nếu không nơi trú ẩn
Tôi sẽ làm sao đây?

Nếu quan sát kỹ bạn sẽ thấy cõi súc sinh là tốt nhất trong ba đọa xứ; nhưng súc sinh không thể nào tụng dù chỉ một lần câu "*Om mani padme hum*". Chúng rất dễ có những si mê và ba độc tố nên dễ quy tụ ác nghiệp mới và luân hồi từ đọa xứ này đến đọa xứ thấp hơn. *Hành Bồ-tát hạnh* cũng nói:

Nếu tôi không làm việc lành
Trong khi còn có thể làm được,
Thì tôi sẽ làm gì khi hoàn toàn mù mịt
Vì những đau khổ ở đọa xứ?
Nếu tôi không làm phước hành
Mà lại tích lũy tội lỗi và ác hành,
Thì trong hàng tỷ kiếp,
Danh từ "thượng giới" tôi cũng khó nghe.

Nói cách khác, nếu không lo tìm một chỗ nương tựa, một phương pháp thoát khỏi đọa xứ trước khi chết, thì sẽ quá muộn khi ta thật sự bị rơi vào đó.

Giữa chúng ta và ba đọa xứ chỉ cách nhau một hơi thở. Trong một thời gian ngắn – cuối năm hoặc vài năm sau – vài người trong chúng ta có thể tái sinh vào địa ngục, thân thể chúng ta khi ấy không khác gì ngọn lửa địa ngục. Một số khác có thể tái sinh làm ngạ quỷ không tìm được một giọt nước uống, một chút thức ăn. Một số khác sẽ tái sinh làm súc sinh mang lông đội sừng. Chúng ta không thể đoan chắc mình sẽ không rơi vào những chỗ ấy: thực dễ dàng như tỉnh dậy từ một giấc chiêm bao.

Khi nhớ đến những điều này, đừng tưởng đấy chỉ là những chuyện vu vơ, những việc gợi tò mò. Điều cần thiết là ta phải có tuệ quán đi sâu vào những gì sẽ xảy ra nếu mình tái sinh vào đọa xứ, và chắc chắn sau khi chết mình có thể đọa vào đấy. Giả sử chúng ta đang xem cảnh tội nhân bị trừng phạt theo lệnh vua; và bỗng chốc ta cũng bị tóm bắt dẫn ra khỏi đám đông khán giả, và phải chịu những hình phạt như các phạm nhân trước mắt. Cũng vậy, bây giờ chúng ta thấy rất nhiều hữu tình đang chịu đựng đau khổ trong một vài nơi gọi là "đọa xứ," và chúng ta vẫn tiếp tục nhìn xem với vẻ tò mò. Khi thấy một người đồ tể dẫn đàn cừu đến nơi làm thịt, hãy tưởng tượng nỗi đau đớn sợ hãi ta sẽ trải qua nếu thình lình rơi vào tình cảnh ấy, hay tưởng tượng mình hóa thành con cừu đang bị đồ tể dẫn đi và thật sự cảm thấy con dao đồ tể đang cắt xẻ xương sườn mình. Chúng ta phải có được thứ tuệ quán như vậy. Đức Phật, đấng Thế Tôn đã tiên đoán như sau:

"Trong tương lai những chúng sinh sẽ đi xuống các đọa xứ nhiều như cát chảy xuống từ một bao cát lật úp."

Chúng ta giống như một tử tội sắp bị ném xuống vực thẳm đang ngồi nghỉ bên lề vực. Vì không ý thức điều ấy nên thay vì tu tập để giải thoát, chúng ta vẫn cứ thản nhiên không lo sợ: đấy là triệu chứng sẽ đi vào các đọa xứ.

Phải chăng bạn tưởng mình giống chút ít cát dính lại trong những đường chỉ may đẫy cát bị lật úp? Nếu thực sự có tuệ quán sâu xa vào nỗi khổ các đọa xứ, bạn phải phát tâm từ bỏ. Bởi thế đôi khi thiền quán về những nỗi khổ đọa xứ còn tốt hơn là thiền quán về những vị thần bảo hộ.

Mức độ chánh niệm cần thiết về những nỗi khổ đọa xứ như sau. Chị của tôn giả A-nan có hai con trai được đặt dưới sự dạy dỗ của tôn giả Mục-kiền-liên. Khi các cậu làm biếng tu học, tôn giả bèn hiện thần thông cho xem cảnh địa ngục và từ đấy họ tự nhiên phát khởi tâm từ bỏ.

(*Kyabje Pabongka Rinpoche ôn lại tất cả những gì đã trình bày, và giảng dạy vắn tắt cách tu tập*).

Ngày thứ mười hai

Kyabje Pabongka Rinpoche kể câu chuyện ngắn để khởi động lực cho chúng tôi, trích dẫn từ tác phẩm của đức Tsongkapa:

Tái sinh làm thân người
Là điều rất khó được.
Đời này không kéo dài,
Tâm thường quán như vậy,
Và lơ chuyện thế gian...

(Sau khi nhắc lại những tiêu đề đã giảng, ngài ôn lại tài liệu về nỗi khổ ở các đọa xứ, một phần của chương "Nghĩ về khổ hay vui bạn trong tái sinh kế tiếp ở một trong hai nẻo luân hồi.")

Những điều ấy làm cho bạn muốn rút tỉa tinh hoa của kiếp người may mắn hiện tại này. Khi nghĩ đến những thống khổ ở đọa xứ, bạn đâm kinh hoàng mong tìm chốn nương thân, và tìm cách làm cho đời sau được hạnh phúc. Chỗ nương mà bạn tìm được để che chở mình khỏi đọa chính là bậc thầy và Tam Bảo. Cách để được hạnh phúc ở đời sau là phát khởi niềm tin vào luật nhân quả – lòng tin này là gốc rễ của mọi sức khỏe và hạnh phúc – và thay đổi lối hành xử cho phù hợp với luật ấy.

IVB2.1.2 Giảng dạy những phương pháp để tái được hạnh phúc trong tái sinh kế tiếp

Có hai tiêu đề phụ:

(IVB2.1.2.1) Quy y: cánh cửa thiêng để đi vào nền giáo lý;

(IVB2.1.2.2) Phát khởi niềm tin vào luật nhân quả – gốc rễ của sức khỏe và hạnh phúc.

IVB2.1.2.1 Quy y: cửa vào giáo lý

Có năm đoạn:

(IVB2.1.2.1a) Nguyên nhân quy y;

(IVB2.1.2.1b) Nương tựa vào những gì;

(IVB2.1.2.1c) Làm thế nào để biết ta đã chân thật quy y;

(IVB2.1.2.1d) Lợi lạc của quy y;

(IVB2.1.2.1e) Lời khuyên sau khi đã quy y.

a) Nguyên nhân quy y

Sự quy y chính đáng hay không là do trong dòng tâm thức người ta có nguyên nhân chính đáng để quy y hay không. Những nguyên nhân ấy được bàn trong tác phẩm của Lozang Choekyi Gyaeltsaen nhan đề *Tiếng cười du dương* của Lozang Dragpa – trả lời cho những câu hỏi về lòng vị tha tinh khiết nhất:

Bản chất chân thực của quy y:
Quy y vì ta rất sợ chính ta,
Và vì ta biết
Tam Bảo có năng lực chở che.
Đây là điều mà ta gọi đấng Toàn Tri.

Nói cách khác, ta cần cả hai nguyên nhân: nỗi sợ khổ trong sinh tử và các đọa xứ; và niềm tin rằng, một khi ta đã đặt niềm tin vào Tam Bảo, thì Tam Bảo sẽ có năng lực che chở cho ta thoát khỏi những nỗi kinh hoàng. Nếu chúng ta không có hai nguyên nhân ấy, thì không quy y được một cách thuần túy. Nếu không sợ khổ thì ta không nghĩ đến chuyện tìm một chỗ nương. Nếu không tin tưởng vào đối tượng mình đã tìm đến để nương cậy (quy y) thì ta không nhớ đến niềm tin của mình, chỉ đọc lời quy y ngoài miệng mà tim ta không đặt hết tin tưởng vào đấy. Mỗi phạm vi trong ba phạm vi đều hàm chứa lý do chính yếu để quy y. Với Phạm vi Nhỏ thì lý do là sợ chính mình phải rơi vào các đọa xứ. Với Phạm vi Trung bình là sợ nỗi khổ trong luân hồi sinh tử. Với Phạm vi Lớn là tâm từ bi bao la khiến ta không cam lòng trông thấy cảnh khổ của chúng sinh. Trong phần đặc biệt này của Lamrim, lý do quy y là nỗi sợ hãi các đọa xứ.

b) Nương tựa vào những gì.

Có hai phần:

IVB2.1.2.1b(i) Nhận ra những chỗ đáng nương tựa;

IVB2.1.2.1b(ii) Lý do tại sao đấy là những chỗ đáng nương tựa.

b(i) Nhận ra những chỗ đáng nương tựa

Tác phẩm *Một trăm năm mươi bài tụng* nói:

Hãy nương tựa vào một người
Tuyệt đối không lầm lỗi,
Không mù quáng, và nơi người ấy
Có đủ mọi khía cạnh của thiện đức.
Khi bạn nghĩ về điều này,
Hãy tôn trọng người nào ca tụng Ngài,
Và an trú trong giáo lý Ngài giảng dạy.

Nói cách khác, khi bạn nghĩ làm sao để phân biệt cái gì đáng nương tựa cái gì không, thì bạn sẽ muốn nương tựa Phật, người giảng dạy Pháp, nương tựa Pháp, và nương tựa Tăng, những người sống theo Pháp. Phàm phu tìm chỗ nương là những sinh vật thế gian, như quỷ thần, rồng, vân vân. Những người không phải Phật tử tìm chỗ nương là Phạm vương, Đế thích, vân vân, nhưng chính những sinh vật này cũng đang ở trong sinh tử, bởi thế không phải là chỗ quy y xứng đáng.

Như vậy, ai là chỗ quy y xứng đáng? Tác phẩm *Bảy mươi bài kệ quy y* nói:

Phật, Pháp và Tăng,
Là ba chỗ quy y cho người cầu giải thoát.

Có nghĩa, chỗ nương tựa duy nhất là Ba ngôi báu Phật Pháp Tăng; nhưng nếu không nhận thức đúng, thì sự quy y của ta không thuần tịnh. Chúng ta không có tinh thần phê phán, nên dù tự cho mình là người biết Đại thừa, mà khi gặp chuyện rắc rối ta lại đi tìm trú ẩn trong những chỗ nương thế tục, như quỷ thần, thổ thần, vân vân. Chúng ta xông khói để làm lễ tịnh hóa hoặc đeo bùa, hoặc chạy bổ đến bất cứ một vị thần linh nào. Mọi hoạt động này chứng tỏ tình trạng nội tâm ta. Phật tử thì phải tin tưởng Tam Bảo. Có thể ta đã thực thụ làm người xuất gia, được một tu viện thâu nhận, thế mà ta không đủ tư cách làm Phật tử chứ đừng nói làm một người hiểu biết Đại thừa.

Trời, rồng, quỷ thần không có ba đức là toàn tri, từ bi và năng lực. Những chúng sinh này thậm chí còn không thể tự biết lúc nào chết. Thông thường chúng được liệt vào hạng súc sinh hay ngạ quỷ, sự tái sinh của chúng thấp hơn người. Không gì tệ hơn là tìm cách nương tựa vào đấy vì chúng hoàn toàn không thể che chở ta thoát khỏi sinh tử và nỗi khổ đọa xứ, hay tạm thời giúp đỡ ta mà còn làm hại là đằng khác. Câu chuyện sau đây có thể chứng minh: Một người bị bướu cổ đi đến một nơi có quỷ ăn thịt sống thường lai vãng, nhờ một con quỷ lấy đi cục bướu vì nó đang cần thịt để trả nợ cho một con quỷ khác. Thấy thế một người bị bướu khác cũng đến cầu xin quỷ với hy vọng khỏi bướu, nhưng con quỷ này chẳng những không phá hủy cục bướu mà lại làm cho bướu lớn thêm. Cũng tương tự như vậy, quỷ thần ở thế gian đôi khi giúp người nhưng lắm lúc cũng hại người; ta không bao giờ có thể tin cậy chúng.

Những người không phải Phật tử thường quy y cả Thiên Đế thích, thần Shiva, Thần Ca-lâu-la, Khẩn-na-la, vân vân; những thần này có khá hơn nhưng cũng chưa giải thoát khỏi sinh tử và đọa xứ nên không thể che chở người khác. Nhưng đức Phật, bậc thầy về giáo lý, thì không như vậy. Tác phẩm *Ca tụng những gì đáng ca tụng* nói:

Ngài tuyên bố: "Ta là bạn
Của những người không ai che chở".

Lòng bi mẫn bao la của Ngài bao trùm tất cả chúng sinh.
Hỡi đấng Đạo sư, Ngài có lòng thương rộng lớn
Ngài có từ bi và hành động do từ bi thúc đẩy.
Ngài tinh tấn không lười biếng,
Còn ai có thể được như Ngài?
Ngài là đấng che chở khắp tất cả hữu tình;
Ngài là quyến thuộc từ bi đối với tất cả.

Trong một chương khác, tôi sẽ bàn đến từng đức tính của Phật. Theo chương ấy Ngài có 3 đức tính vĩ đại là toàn trí, từ bi và năng lực thần thông. Không những quỷ thần, ma vương, không có dù chỉ một phần những đức tính này, mà tất cả những đức tính của những chỗ quy y trên thế gian như trời, rồng, vân vân, cộng lại cũng không thể sánh bằng những đức của một vị Dự lưu thuộc Thanh văn đạo.

Đức Phật là chỗ nương tuyệt đỉnh bởi vì Ngài đã đạt được hai thứ lợi lạc là tự lợi và lợi tha đến chỗ toàn hảo. Đấng Đạo sư của chúng ta đã trừ khử được tất cả lỗi lầm và có được tất cả đức tính.

Nói một cách giản dị thì Phật bảo tuyệt đối là hai Pháp thân (thân chân lý); còn Phật bảo tương đối là hai thân vật lý (tức là Báo thân và Hóa thân).

Pháp bảo là như sau: Pháp bảo tuyệt đối là bất cứ gì thuộc về Diệt đế và Đạo đế – đây là hai sự thật có khả năng tịnh hóa (ngược lại với hai sự thật khổ và tập) trong dòng tâm thức những bậc thánh. Một phần của Diệt đế có nghĩa là thoát khỏi hay chấm dứt một vài chướng ngại đặc biệt, để cho một đạo lộ đặc biệt nào đó không bị bế tắc. Đạo đế là phương tiện của các bậc thánh để hoàn thành diệt đế này và những thực chứng trong dòng tâm thức của họ. Những người chưa học những tác phẩm cổ điển và suy nghĩ ở tầng thấp kém có thể xem ba phạm vi của Lamrim cũng gần như Pháp bảo tuyệt đối. Thông thường, mười hai phần kinh điển được xem là Pháp bảo.

Tăng bảo là như sau: Bảo châu tối thượng về tăng là những bậc thánh có bất cứ giải thoát nào trong tám giải thoát.

Một nhóm gồm bốn phàm phu đã thọ và giữ cụ túc giới thường được xem là Tăng bảo. Nếu giúp đỡ hay làm hại những người này ta sẽ tạo những quả báo thuộc phước hành hoặc phi phước hành đối với tăng.

Ta không cần cả ba chỗ nương này để được che chở khỏi vài loại hiểm nguy; một trong Ba ngôi báu này cũng đủ che chở. Có lần một người đàn ông ở Dokham khấn cầu đức Quan Âm khi đang bị một con cọp lôi đi. Con cọp liền thả y ra và y được giải thoát khỏi hiểm nạn. Sau khi Phú-lâu-na chứng quả A-la-hán có một vài người bà con và thương gia đi biển để tìm trầm, nhưng chiếc thuyền của họ khởi sự tan rã. Những người bà con cầu khẩn đức A-la-hán Phú-lâu-na và thoát khỏi chết chìm. Vua của loài rồng phun một cơn mưa khí giới trên vua Ba-tư-nặc, Mục-kiền-liên liền hóa chúng thành mưa hoa.

Tuy nhiên cả Ba ngôi báu đều cần thiết để che chở chúng ta hoàn toàn thoát khỏi sinh tử và các đọa xứ. Muốn chữa một con bệnh khỏi chứng bệnh trầm kha cần phải có 3 điều: y sĩ, thuốc và người điều dưỡng. Cũng thế, muốn thoát khỏi bệnh khổ sinh tử và các đọa xứ, mối nguy Niết-bàn Tiểu thừa, hay thoát khỏi luân hồi, người ta đương nhiên phải cần tất cả: Đức Phật là bậc thầy chỉ dạy con đường đưa đến giải thoát như một y sĩ; Pháp là con đường giải thoát thuộc ba phạm vi giống như thuốc; Tăng là những người thực hành pháp giống như người điều dưỡng. Vậy ba điều này là những nơi để quy y.

b(ii) Lý do tại sao đấy là những chỗ đáng nương tựa

Lý do chính là những đức tính của Phật bảo. Có bốn lý do.

** Lý do thứ nhất*

Đức Phật đã giải thoát khỏi nguy hiểm. Những người chết đuối hay bị sa vào đống cát lở không thể cứu lẫn nhau. Nếu chư Phật – những đấng cứu thế mà chúng ta quy y– chưa thoát hiểm, thì các ngài không thể giải thoát kẻ khác. Đức Phật, đấng Đạo sư của chúng ta, đã giải thoát khỏi tất cả những hiểm nguy. Đề-bà-đạt-đa có lần muốn ám sát Phật, đã sử dụng một cái máy để tung đá vào Ngài nhưng không thể làm hại được Ngài. Tại thành Vương-xá, A-xà-thế thả ra một con voi say. Tất cả các A-la-hán khác đều sợ hãi bay lên không, nhưng đức Phật không sợ và đã hàng phục được con voi. Một gia chủ tên là Shrìgupta đặt kế hoạch ném Phật vào hầm lửa, nhưng Phật đã không bị đốt cháy. Shrìgupta còn đầu độc thức ăn của Phật nhưng cũng không thành công.

(Sau khi Pakongka Rinpoche kể chi tiết chuyện này, ngài tiếp.)

Shrìgupta, vợ ông ta và những người khác đã xem đấng Đạo sư như một người thường, có thể đem hầm lửa hay độc dược mà hăm dọa. Người ta dễ so sánh chuyện này với chương nói về Thờ kính bậc thầy trong đó nói ta không thể chấp tướng bề ngoài. Đức Phật đã giải thoát khỏi mọi nguy hiểm; điều ấy chứng tỏ rằng Ngài đã từ bỏ hai loại chướng ngại cùng với những bản năng của chúng.

** Lý do thứ hai*

Ngài thiện xảo về phương tiện giải thoát chúng ta khỏi hiểm nguy. Nếu Ngài giải thoát khỏi mọi nguy hiểm riêng tư mà không đủ thiện xảo để che chở những người khác, thì Ngài sẽ không làm gì được, cũng như người mẹ cụt tay không thể cứu đứa con đang chết chìm. Nhưng đức Thế Tôn rất thiện xảo trong cách hàng phục đệ tử. Ngài giải thoát cho những kẻ trọng tội như Chuỗi ngón Tay (Angulimala) người bị đốt cháy bởi ngọn lửa thù hận; Pramudita, vua của các nhạc thần; Ưu-lâu-tần-loa Ca-diếp, người bị ngọn lửa kiêu căng thiêu đốt; những sinh vật hùng mạnh như Dạ-xoa nữ Hariti và Dạ-xoa Atavaca; những người có năng khiếu chậm lụt như Châu-lợi-bàn-đà-già u mê ám chướng; những người già và ít công đức như gia chủ Shrijata; những người nhiều dục vọng như Nan-đà. Đó chính là sự thiện xảo của đức Phật trong cách hàng phục đệ tử.

** Lý do thứ ba*

Ngài đối xử với tất cả bằng tâm bi mẫn không thân sơ. Nếu không như vậy thì ngài chỉ giúp đỡ những người thân, không giúp những kẻ thù. Nhưng đức Phật không có thân sơ với bất cứ ai. Không có khác biệt nào trong sự giúp đỡ và thân tình của Ngài đối với Đề-bà-đạt-đa một kẻ thù và La Hầu La con ruột của Ngài. Đề-bà-đạt-đa ăn một lượng bơ rất nhiều để cạnh tranh với Phật, nhưng ông ta không thể tiêu hóa nên bị ốm nặng. Đức Phật đã cứu Đề-bà-đạt-đa khỏi cơn bệnh bằng cách thề rằng Ngài thương Đề-bà-đạt-đa và La Hầu La như nhau.

** Lý do thứ tư*

Đức Phật làm việc vì tất cả chúng sinh, dù chúng có giúp gì Ngài hay không. Chúng ta thì không thế: chúng ta còn không thèm chuyện trò với những người bị chà đạp, nói vài lời từ mẫn với họ, huống hồ là giúp đỡ. Chúng ta chỉ làm việc vì những người đã giúp chúng ta chứ không vì những người không giúp chúng ta; chúng ta không che chở những người cùng quẫn. Đức Phật thì không thế; Ngài làm việc vì tất cả mọi người, dù họ có giúp Ngài hay không. Ngài săn sóc kẻ ốm đau. Chẳng hạn, có lần Ngài đã lau rửa thân thể một tỷ-kheo ốm nặng đến nỗi thân thể ông đầy cả phân tiểu do chính ông bài tiết. Ngài săn sóc cho những người như người Bà-la-môn xấu xí có mười tám vẻ xấu và là một kẻ bị bỏ rơi ngay cả trong đám ăn mày. Đức Phật che chở và săn sóc những người bất hạnh như con gái xấu xí dị hình của vua Ba-tư-nặc (Prasenaji) tên Vajrì có mặt như mặt heo, hay con trai của gia chủ Mahàmati tên Svàgata (Không được đón chào), người quá vô phúc đến nỗi sinh ra thì gia đình mất dần hết tất cả tài sản. Ông thành một kẻ ăn xin, nhưng gia nhập vào đám ăn xin nào là đám ấy không xin được chút gì. Ông bị đặt tên là "Không được đón chào". Đi bất kỳ đâu cũng không ai cho ông thứ gì, bởi thế ngay cả trong đám ăn xin ông cũng là kẻ bị ruồng bỏ. Dù ông đi hành hương người ta cũng không cho ông trở về.

(Kyabje Pabongka Rinpoche kể chi tiết đức Phật đã che chở ông ta như thế nào.)

Vậy đức Phật có tâm đại bi thương xót tất cả, không có kẻ thân người sơ. Lại nữa, Ngài còn làm việc cho tất cả hữu tình dù họ có giúp đỡ Ngài hay không.

Nhưng Ngài đặc biệt thương những kẻ khốn cùng. Nếu Ngài không thương, không có lòng bi mẫn lớn thì dù có xin cầu Ngài cũng không che chở. Nhưng đức Phật có những thiện đức như thế, nên chắc chắn Ngài ban cho chúng sinh sự che chở dù chúng sinh không yêu cầu.

(Sau khi bàn sơ qua những lý do để quy y và quy y với ai, Kyabje Pabongka Rinpoche tiếp tục).

c) Làm thế nào để biết ta đã chân thật Quy y

Có bốn mục nhỏ.

c(i) Biết rõ những thiện đức của chỗ ta nương tựa

Ta phải quy y bằng cách biết rõ những thiện đức của từng ngôi trong ba ngôi báu. Vậy có ba phần: những thiện đức của Phật; những thiện đức của Pháp; những thiện đức của Tăng.

** Những thiện đức của Phật*

Đức Phật có bốn loại thiện đức: về thân thể; về lời; về ý; về hành động.

– Những thiện đức của thân Phật

Quyển *Trang hoàng cho thực chứng* nói:

"Tay chân Ngài đều có hình những bánh xe, lòng bàn chân bằng phẳng như ngực rùa...", nghĩa là thân thể Ngài được trang hoàng bằng ba mươi hai tướng tốt. Kinh ấy cũng nói đến "những móng tay màu đồng của đức Mâu-ni...", nghĩa là Ngài còn được trang hoàng bằng tám mươi tướng phụ.

"Tướng", nghĩa là Ngài có dòng tâm thức của một bậc đại nhân. "Tướng phụ" là loại đức tính Ngài có bên trong. Thật rất ích lợi nếu ta nghĩ về những đức tự nhiên của các tướng hảo và tướng phụ, những đức là nguyên nhân của các tướng ấy, vân vân. Quyển *Tràng hoa báu* của Long Thọ nói rằng nếu ta cộng lại tất cả công đức trong đời của những bậc Duyên giác và Vô học Thanh văn, Chuyển luân vương, vân vân, thì tất cả những đức ấy cũng không phát sinh được một lỗ chân lông của một vị Phật. Tất cả công đức cần có để phát sinh hết thảy lỗ chân lông Phật, nhân lên trăm lần mới phát sinh được một trong tám mươi tướng phụ của Ngài. Tất cả công đức cần có để phát sinh tám mươi tướng phụ, nhân lên trăm lần, mới sinh được một trong ba mươi hai tướng hảo. Những công đức cần có để phát sinh ba mươi (trong số 32) tướng nhân lên ngàn lần, mới sinh được tướng bạch hào (sợi lông xoắn giữa hai lông mày của Phật). Công đức cần có để sinh tướng lông trắng này, nhân lên trăm lần, mới sinh được tướng ushnisha (nhục kế). Công đức để sinh tướng hảo cuối cùng này, nhân lên với mười lũy thừa 14, sẽ sinh được tiếng Phạm âm của Phật. Lại nữa, mỗi phần trên thân thể của một đức Như Lai, các tướng tốt và tướng phụ, đều là một bậc thầy dạy Pháp, và đều làm được công việc của ý giác ngộ. Ngay cả tướng nhục kế của Ngài, những lỗ chân lông của Ngài cũng đều làm công việc của ý giác ngộ và bởi thế đều nhận chân được cả hai khía cạnh tương đối và tuyệt đối của mọi cái khả tri.

Tôi đã theo truyền thống những bậc thầy thuộc hệ phái Lamrim trong quá khứ khi giảng thiện đức của thân giác ngộ theo ba dòng kệ của Tsongkapa, đề cập thân, lời, ý:

Thân thể sinh ra do mười triệu đức tính tuyệt hảo
Lời nói thỏa mãn hi vọng của vô lượng hữu tình
Con thấy được như thật tất cả pháp khả tri:
Con kính lễ vị tối thượng trong dòng họ Thích-ca
Như thể đấy là thân giác ngộ biến
khắp tất cả pháp khả tri.

Bất cứ gì được thân Ngài thẩm thấu thì cũng thấu được bởi lời và ý của Ngài. Do vậy, "Tất cả cõi Phật hiện trong thân Ngài và thân Ngài có trong tất cả cõi Phật." Đấy là những huyền bí bất khả tư nghì của thân giác ngộ. Một bản kinh nói: "Bất cứ cái gì mà trí bản giác của Ngài thấm đến, thì thân thể Ngài cũng đến." Mỗi khi ta thấy tướng nhục kế trên đỉnh Phật thì ta chỉ thấy cao bốn tấc Anh, nhưng khi Bồ-tát Vegadhàrin muốn đo, ngài phải dùng thần thông lên cao vô lượng thế giới hệ mà vẫn không trông thấy được đỉnh nhục kế của đức Như Lai, và ngài quá mệt không thể hoàn tất việc đo đạc. Việc này được nói trong *Kinh về những việc bất khả tư nghì.*

Y phục của Phật thường cách thân thể của Ngài một khoảng cách bốn tấc, nhưng nhìn từ ngoài thì vẫn theo hình dạng của thân Ngài. Chân Ngài bước không chạm mặt đất mà vẫn để lại dấu chân có những hình bánh xe. Những con giun đến dưới bước chân Ngài đi qua cảm thấy được phúc lạc trong bảy ngày, và khi chết được sinh trên cõi trời. Tác phẩm *Xưng tán bằng ẩn dụ* nói:

Thân Ngài được trang hoàng bằng tướng hảo
Tuyệt đẹp, làm cam lồ cho những con mắt nhìn,
Như một bầu trời không mây
Được trang hoàng với những chòm tinh tú.
Hỡi đấng Mâu-ni, Ngài là sắc vàng ròng
Bao phủ một cách diệu kỳ trong lớp y phục,
Như một đỉnh núi vàng
Vươn lên trên bờ những áng mây.
Hỡi đấng Che chở thế gian,
Ngài không trang sức ngọc ngà
Mà gương mặt còn hơn cả
Vừng trăng rằm sáng chói

Trên nền trời không mây,
Như một đóa sen nở ra dưới ánh mặt trời.
Những đệ tử như bầy ong dạn dĩ bay đến.
Gương mặt sáng như vàng ròng của Ngài
Thật đẹp với hai hàng răng trắng,
Như một dãy núi bằng vàng ròng
Tắm dưới ánh trăng mùa thu.
Ôi hỡi đấng Ứng Cúng,
Bàn tay phải của Ngài
Được trang sức bằng dấu luân xa,
Đem lại can đảm cho những người
Sợ hãi vì bánh xe sinh tử.
Hỡi đấng Mâu-ni, mỗi khi Ngài cất bước
Thì hai bàn chân như nở những đóa sen
Để lại những đường nét trên mặt đất.
Ôi đấng như hoa Sen, Ngài thực đẹp làm sao!

Hãy nhớ lại những đức ấy. Nếu cần nhiều chi tiết hơn, bạn phải tham khảo tác phẩm *Trang hoàng cho thực chứng* cùng các kinh khác.

– Những thiện đức của lời Phật

Lời Ngài có sáu mươi vẻ khác nhau; một mật điển nói đến những đặc điểm căn bản là: “Mặc dù ngài chỉ nói một chuyện, mà trong đám đông mỗi người hiểu theo hoàn cảnh riêng mình." Tsongkapa, hiện thân của Văn-thù, nói trong tác phẩm *Những bài thơ về con người chân thật:*

Nếu tất cả hữu tình trên thế gian
Đồng loạt xin giải đáp nghi ngờ,
Ngài có thể hiện trước tất cả chúng
Đồng lúc, với cùng một lời nói
Sử dụng cùng một thân thể ấy,
Giải quyết tất cả quan niệm sai lầm của chúng

Nghĩa là nếu nhiều hữu tình khác nhau đồng thời hỏi đức Như Lai nhiều câu hỏi, ngài có thể thốt một lời duy nhất mà trả lời tất cả những câu hỏi ấy bằng chính ngữ ngôn của từng người và hợp với trình độ từng người. Đức Phật dạy ba loại Bát-nhã khác nhau, kinh dài, kinh trung bình và kinh ngắn, đồng một lúc. Do đó có ba kinh Bát-nhã vì các trình độ của đệ tử không đồng.

Lại nữa, lời Ngài dù cách xa mấy người ta cũng nghe được. *Kinh nói về những việc Bất khả tư nghì* nói rằng Mục-kiền-liên dùng thần thông đi qua nhiều cõi Phật để đo lường sức bay xa của lời Phật, nhưng dù đi xa đến đâu Ngài cũng nghe được lời Phật nói.

Lời ngài còn nhiều đức nữa, như trong *Một trăm năm mươi bài tán Phật* nói:

Gương mặt Ngài thật đẹp;
Giọng nói Ngài như cam lồ
Nhỏ xuống từ mặt trăng.
Lời Ngài như đám mây tuôn mưa xuống
Để rửa sạch bụi bặm tham ái.
Vứt bỏ con rắn hận thù
Như thần điểu garuda; chinh phục được
Những tia nắng ngu dốt
Như một cái lọng; như kim cương sắc bén
Chinh phục ngọn núi kiêu căng.
Vì Ngài đã thấy chân lý, nên Ngài không lừa dối,
Vì Ngài không lầm lạc, nên Ngài nói trước sau như một.
Khéo lập ngôn, và dễ hiểu làm sao.
Lời Ngài thật hùng hồn
Vượt trên tất cả,
Chinh phục được những người nghe;
Ngay cả khi nhớ lại
Cũng làm tiêu tan tham ái si mê.
Nó an ủi những người khốn đốn
Che chở người liều lĩnh,
Và làm cho người bình thản phải hăng lên;
Như vậy lời Ngài thích hợp cho tất cả.
Đem lại niềm vui cho học giả
Khai tâm cho kẻ tầm thường,

Và phá tan sự mù mịt của người bực hạ.
Lời Ngài là lương dược cho tất cả chúng sinh.

Nhưng vẫn chưa hết: lời giác ngộ có vô lượng đức tính, cũng như có thể làm công việc của thân giác ngộ và ý giác ngộ.

– *Những thiện đức của ý Phật*

Những điều này được đề cập chi tiết trong những cổ thư nói về những đức tính do 21 thành phần của sự tỉnh thức nguyên ủy: thập lực, mười tám bất cọng, vân vân. Những người học và quán những cổ thư cần quán giáo lý đặc biệt này để rút ra những lợi ích.

Nói tóm, có hai hạng thiện đức: thiện đức do toàn trí và do từ bi. Vì chư Phật toàn tri, nên ngay cả khi Ngài đang trú trong thiền định về chân đế, Ngài cũng biết được tất cả những pháp khả tri rõ ràng như nhìn trái xoài trên bàn tay. Ta có thể biết điều này qua tác phẩm *Ca tụng những gì đáng ca tụng:*

Đức Thế Tôn, tất cả pháp trong ba thời gian,
Tất cả những nguồn gốc của nghiệp,
Đều được trí Ngài phán xét
Như nhìn trái Am-la trong bàn tay.
Tất cả hiện tượng

Động hay bất động, một hay nhiều
Đều mở ra trước tâm Ngài,
Không bị chướng ngại
Như giữa bầu trời trong sáng.

Một lần có một người dòng họ Sakya tên Nandaka chết. Những thầy tu triệu thỉnh vong linh người chết khi cử hành tang lễ. Hình dáng người chết xuất hiện và những thầy cúng cho y thức uống ăn: y cử xử giống hệt như Nandaka. Thân quyến người này tưởng đấy là Nandaka thực, nhưng đấng Đạo sư cho biết đấy là do nhạc thần ở cõi trời tạo ra. Nhưng những thân quyến không tin lời Phật. Một quyển kinh kể rằng đấng Đạo sư mời mỗi người Sakya đem lại một hạt lúa và làm dấu trên hạt lúa của mình. Có rất nhiều người đến nỗi lúa họ đem lại có thể chất đầy một thớt voi. Đức Phật nhận ra từng hột của mỗi người không sai một hột. Việc này làm cho mọi người tin lời Ngài nói.

Truyền thừa Luật tạng kể rằng người ta đưa cho đức Phật nhiều mảnh gỗ đã cháy để dưới biển rất lâu mà Ngài vẫn nhận ra được đúng từng mảnh. Không cần yếu tố gì khác, Ngài có thể nhận ra mảnh gỗ này đến từ vùng nào, nó thuộc về phần ngọn cây hay gốc cây.

Năng lực thần thông của thân giác ngộ là khả năng thị hiện trước bao nhiêu đệ tử cũng được, như mười triệu, một tỷ, vân vân. Năng lực thần thông của ngữ giác ngộ là khả năng nói với mọi người; có thể dạy pháp đồng loạt mà mỗi hữu tình hiểu theo ngôn ngữ và ước muốn của chúng. Năng lực thần thông của ý giác ngộ là tịnh chỉ nhất tâm như sau. Khi đức Đạo sư của chúng ta có ý niệm về thế gian thì tâm của các hữu tình khác, kể cả những con kiến, cũng hiểu được Đức Như Lai muốn nói gì. Nhưng khi Ngài có một ý niệm siêu thế thì ngay cả những vị Bồ-tát trong thân thể cuối cùng cũng không thể hiểu được tư tưởng của Phật. Khi đức Phật giảng kinh *Bát-nhã Ba-la-mật*, Ngài làm cho tất cả các thế giới đều trở thành thanh tịnh. Bởi thế tâm Phật có vô lượng đức tốt lành.

Những đức từ bi của Ngài được vị Dalai Lama thứ bảy mô tả như sau:

Một người có thể ác độc đối với Ngài,
Người khác có thể giận dữ muốn giết Ngài,
Nhưng Ngài luôn luôn nghĩ đến chúng sinh
Như con của Ngài,
Ngài đã tránh xa
Tất cả những tư tưởng làm hại,
Lòng yêu mến mà ta có đối với chính bản thân
Cũng không thể sánh với đức bi mẫn
trong tâm Ngài.

Nói cách khác, loại tình yêu mà ta có đối với bản thân không thể sánh với dù chỉ một phần của tình yêu đức Phật đối với loài hữu tình. Lại nữa tình yêu của Ngài không như lòng thương xót "có cơn" như chúng ta: chúng ta chỉ cảm thấy thương xót khi ta trông thấy một hữu tình đau khổ, và không cảm thấy thương xót khi khuất mắt. Một đức Phật luôn luôn thấy được tất cả hữu tình đang đau khổ; bởi thế lòng từ bi bao la của Ngài đối với chúng không bao giờ gián đoạn mà luôn luôn vận hành. Lòng bi mẫn của một đức Phật là hậu quả của năng lực quen tập luyện từ khi Ngài mới bước vào đạo lộ. Điều này là ý nghĩa của bài kệ trong quyển *150 bài tán Phật:*

Tất cả những chúng sinh này không khác gì nhau
Chúng đều bị vọng tưởng trói buộc,
Ngài đã bị trói buộc từ lâu bởi lòng bi mẫn,
Và sẽ giải thoát những chúng sinh mê lầm.

Trong quyển *Những bài thơ về con người chân thật:*

Tâm của tất cả hữu tình luôn luôn bị che phủ
Bởi bóng tối vô minh,
Bậc đại thánh thấy được
Tất cả chúng sinh trong ngục tù sinh tử,
và phát tâm đại bi.

– Những thiện đức của hành vi Phật

Dòng tương tục cao cả Đại thừa của Di-lặc nói:

Như Đế thích, trống,
Mây, Phạm thiên, mặt trời,
Bảo châu, âm thanh, trái đất,
Đó là những ví dụ về đức Như Lai.

Sự quán tưởng của bạn nên theo lời dạy của bản văn này về chín ẩn dụ:

Hình ảnh phản chiếu của Đế Thích hiện ra trên mặt lưu ly trên đỉnh núi Tu-di, không tùy thuộc vào nỗ lực hay suy nghĩ nào của Đế Thích. Khi những vị trời thấp hơn trông thấy hình ảnh phản chiếu ấy, chúng nghĩ rằng: "Ta cũng sẽ hành động để được như thế." Rồi họ tích lũy những nguyên nhân để thành một vua trời. Cũng thế khi trông thấy thân Phật được trang hoàng bằng ba mươi hai tướng hảo và tám mươi tướng phụ, chúng ta nghĩ đến việc làm sao để được thân thể như thế, và cố tích lũy những nguyên nhân để thành Phật. Đây là những hành vi tốt đẹp của thân giác ngộ.

Trong cõi trời thứ 33 có một cái trống lớn do công đức của những vị trời phát sinh. Không cần ai đánh trống, nó cũng phát ra những âm thanh giảng dạy bốn dấu ấn của Phật pháp; những âm thanh này kích động cho chư thiên tầm cầu giải thoát. Chư Phật cũng thế không cần nỗ lực dụng công mà vẫn làm cho lời nói của ngài lan đến tất cả chúng sinh, đưa chúng đến tái sinh cao cấp và sự thù thắng quyết định.

Thiện hành của ngữ giác ngộ là khả năng giảng pháp cho những chúng sinh may mắn đủ trình độ.

Mưa rơi xuống từ những đám mây làm cho mùa màng tăng trưởng. Thiện hành của ý giác ngộ cũng thế, là khả năng làm cho những đức hạnh phát sinh trong dòng tâm thức những đệ tử.

Thân giác ngộ thi triển những thần thông để hàng phục hữu tình, thiện hành của ngữ giác ngộ là giải thoát. Chư Phật làm những thiện hành của ý giác ngộ tùy thuộc vào tâm tịnh chỉ không mê lầm.

Nói tóm lại chư Bồ-tát từ địa vị thứ tám trở xuống phải làm những nỗ lực thô; chư Bồ-tát ở trên địa vị thứ tám phải làm những nỗ lực vi tế để khởi động lực. Vì những Bồ-tát này còn phải nỗ lực nên thiện hành của họ không đồng thời lan đến tất cả hữu tình; nhưng hiện hành của chư Phật thì không phụ thuộc vào những nỗ lực như thế, hoặc vào những động lực như nghĩ rằng "ta sẽ làm việc vì tất cả hữu tình." Một ví dụ: mặt trăng trên trời không nghĩ ta sẽ chiếu xuống, tuy thế phản ánh của nó vẫn hiện ra trên những giọt sương đầu ngọn cỏ và trên mặt nước của hàng trăm ngàn bình chứa, miễn là nước ấy trong và lặng. Những hiện hành của đức Phật có hiệu quả một cách tự nhiên không cần nỗ lực trong những giòng tâm thức của các đệ tử khi đã đến lúc họ đáng được điều phục. Cũng thế, những thiện hành của Phật tùy thuộc vào căn bản trí của Pháp thân (pháp trí thân, Dharmajnàna-kàya) kể như một trong những nhân duyên gọi là duyên "hoàn cảnh." Những thiện hành này bởi thế được xem là kết quả của những thiện đức tích cực nơi Ngài.

** Những thiện đức của Pháp*

Nếu bạn đã học những cổ thư thì hãy nghĩ về pháp là con đường diệt trừ những chướng ngại, một nhiệm vụ của những con đường không gián đoạn trong đạo lộ kiến đạo. Nếu bạn không hiểu điều này thì hãy nghĩ như sau: từ đâu chư Phật phát sinh, những vị có được những điều bất khả tư nghị như trên? Các Ngài đã phát sinh và sẽ phát sinh tùy thuộc vào pháp sở chứng nghĩa là con đường diệt khổ vân vân, và tùy thuộc vào pháp sở truyền. Hãy nghĩ rằng Pháp có cái đức sản xuất ra chư Phật.

Người ta thường thường có thể xem Pháp bảo là mười tầng bậc, năm đạo lộ, vân vân – Nói cách khác, đó là chân lý về diệt, và những con đường không gián đoạn ở trong những đạo lộ về kiến và thiền (nghĩa là tri kiến và hành động). Tuy nhiên điều quan trọng nhất là điều phục chính tâm thức của mình; bởi thế, nói một cách giản dị và để cho bạn có được một hình ảnh cụ thể, ta cũng có thể nói Lamrim chính là pháp bảo. Tôi đã nói điều này.

** Những thiện đức của Tăng*

Ta hãy lấy ví dụ một vị Thanh văn trên đạo lộ tích lũy, vị ấy được thúc đẩy phải từ bỏ dòng sinh tử luân hồi, rồi đi vào đạo lộ tích lũy công đức; xây dựng 13 điều kiện để đạt giác ngộ Thanh văn, thành tựu ba ngành đầu trong 37 ngành giác ngộ, hóa thân để giúp đỡ những người khác, có được thần thông sáng suốt vân vân. Những bậc Thanh văn trên đạo lộ chuẩn bị đã hiểu được 16 khía cạnh của 4 chân lý nhờ những hình ảnh trực tiếp trong tâm. Thanh văn trên đạo lộ kiến đạo đã trực tiếp hiểu được tánh không không cần hình ảnh trong tâm; trên đạo lộ thiền quán, họ bỏ được 81 đối tượng cần từ bỏ. Khi những vị Thanh văn đạt quả A-la-hán, họ còn có nhiều thiện đức hơn nữa: Họ có thể phối hợp nhiều vật thể lại với nhau, họ có thể phát xuất nhiều hóa thân nhờ thiền định về đất nước lửa gió và hư không; họ có thể đi đến bất cứ đâu để giáo hóa một đệ tử, vân vân.

Quả thế, Thanh văn A-la-hán có vô lượng điều tốt lành. Sau khi đấng Đạo sư của chúng ta đã vào Niết-bàn, thì A-nan đã hàng phục các ngoại đạo, đưa 80 ngàn người đến chân lý trong vòng 7 ngày. Còn có câu chuyện về ngài Ưu-ba-cúc-đa, một lần khi ngài đang giảng pháp, vị trời cõi dục mưa xuống thực phẩm và châu ngọc, và còn hóa làm những vũ công nhảy múa. Bậc thánh Ưu-đa-cúc-đa quàng hoa cho những vũ công ấy trước khi họ bắt đầu khiêu vũ; nhưng ngài làm phép cho những tràng hoa ấy biến thành những vật hết sức ghê tởm. Người ngày nay xem Thanh văn là thấp kém, nhưng bất cứ vị nào có những thiện đức cũng được xem như là bậc hành giả vĩ đại.

Những vị Duyên giác hay Độc giác Phật có nhiều thiện đức trăm ngàn lần hơn Thanh văn, và đã tích lũy công đức trên 100 kiếp.

Những thiện đức của một Bồ-tát thì vô biên so với Độc giác Thanh văn. Trong khi còn trên những đạo lộ tích lũy và chuẩn bị, và còn hành động vì lòng tin, những Bồ-tát vẫn luôn luôn tăng trưởng về đề mục tánh Không. Họ huấn luyện về đức bi mẫn, tâm bồ-đề và tri kiến sâu xa, và như thế làm muội lược những thành kiến nhị nguyên rõ rệt nơi họ để hoàn tất những tích lũy vô lượng đầu tiên. Khi những Bồ-tát ở trên đạo lộ kiến đạo, trước hết họ hoàn tất hình thức bố thí phi thường (Ba-la-mật đầu tiên trong sáu Ba-la-mật). Khi họ ở tầng thứ 9 của đạo lộ thiền quán, họ hoàn tất hình thức siêu phàm của sáu Ba-la-mật và ba vô lậu học nhờ nhận thức đúng về chân như.

Bồ-tát ở sơ địa hóa ra hàng trăm thân thể, mỗi thân được vây quanh bởi hàng trăm Bồ-tát khác. Những Bồ-tát sơ địa thấy được hàng trăm kiếp, du hành qua hàng trăm thế giới, đi sâu vào hàng trăm thứ định, thấy hàng trăm chư Phật, nhận được sự gia hộ của chư Phật này, hóa thân vào hàng trăm cõi Phật, du hành đến hàng trăm chỗ, mở cửa hàng trăm pháp, thành thục hàng trăm loại hữu tình, và sống lâu hàng trăm kiếp. Trong mỗi một sát-na, những Bồ-tát sơ địa này làm được hàng trăm trường hợp về 12 loại công đức như thế.

Người ta có thể làm một sự so sánh về 12 đức này đối với những Bồ-tát ở các địa vị khác. Bồ-tát sơ địa thành tựu hàng ngàn đức, Bồ-tát tam địa hàng trăm ngàn, Bồ-tát tứ địa hàng tỷ, Bồ-tát ngũ địa hàng mười tỷ; lục địa hàng ngàn tỷ; thất địa, 10 lũy thừa 23; bát địa, một số lượng bằng vi trần trong một trăm tỷ thế giới, cửu địa, một số bằng vi trần trong một triệu tỷ thế giới và thập địa Bồ-tát thành tựu một khối lượng công đức bằng những vi trần trong một tỷ bất khả tư nghì vô số tỷ thế giới. Nói tóm lại, Bồ-tát ở thất địa không thuần tịnh đầu tiên cần phải hai vô số kiếp để tích lũy hai thứ công đức trong khi Bồ-tát ở ba địa thuần tịnh sau cùng chỉ cần thêm một vô số kiếp nữa để hoàn tất sự tích lũy.

Những cổ thư bàn những việc ấy rất chi tiết. Vậy, tăng-già có vô lượng công đức.

c(ii) Biết rõ khác nhau giữa ba ngôi báu

Có sáu loại khác nhau.

Sự khác nhau giữa những đặc tính của ba ngôi báu là như sau. Chư Phật có đặc tính giác ngộ rõ rệt: Các ngài thấy rõ hình thái hiện hữu của tất cả các pháp. Người ta nghĩ rằng âm *jang* trong danh từ *jangchub*, Tạng ngữ có nghĩa là "giác ngộ," có nghĩa là "huấn luyện," như khi học thuộc lòng một bài học, bởi thế ta có thể nói rằng một đức Phật đã đạt đến sự thực chứng toàn vẹn nhất. Pháp có đặc tính là hậu quả sự xuất hiện của Phật. Khi đức Phật chuyển bánh xe pháp Tứ Đế, thì 5 vị đệ tử đầu tiên của Ngài khai triển những thực chứng khác nhau trong dòng tâm thức của họ: địa vị kiến đạo, vân vân. Còn nhiều trường hợp tương tự đã xảy ra khi đức Phật chuyển pháp luân. Tăng có đặc tính là những người thực hành Pháp.

Sự khác nhau giữa những thiện sự của Tăng bảo là như sau: Chư Phật giảng Pháp bằng cách cho những giáo lý truyền khẩu. Thiện sự của Pháp thì khác: Pháp khiến ta từ bỏ những gì ta cần từ bỏ. Tăng thực hành Pháp, và khi họ được những kết quả của Pháp, thì những người khác thấy được điều này và khởi sự thực hành. Bởi thế những người thuộc thành phần tăng chúng và những người không thuộc, hai bên giúp đỡ lẫn nhau. Đây là thiện sự của Tăng, tăng chúng hoan hỷ trong giới đức.

Có nhiều cách khác nhau để nhìn Tam Bảo khi người ta quy y. Muốn cứu người chết đuối chẳng hạn, ta cần một người chèo thuyền, chiếc thuyền của ông ta và những người phụ giúp đi theo. Cũng thế, ta nên xem chư Phật như đối tượng của sự cúng dường và phụng sự, Pháp là cái cần làm hiển lộ trong dòng tâm thức; và Tăng là những người bạn chân thật.

Những pháp tu khác nhau liên hệ đến Tam Bảo là những phương tiện để thực hành 3 lối nhìn khác nhau đối với Tam Bảo.

Những cách khác nhau để nhớ đến Tam Bảo là cốt để nhớ lại những đức tính khác nhau của Tam Bảo. Điều này được giải thích trong Kinh *Nói về sự tưởng niệm Tam Bảo,* đoạn mở đầu, "Như vậy, chư Phật Thế Tôn..."

Những sự khác nhau trong việc 3 ngôi báu làm tăng trưởng công đức của ta thì như sau. Đối với chư Phật, công đức tăng trưởng tùy thuộc vào một người duy nhất; đối với Tăng công đức tăng trưởng tùy thuộc vào nhiều người. Bởi thế trong trường hợp Phật và Tăng, thì công đức tăng trưởng là nhờ người. Đối với Pháp thì có khác ở chỗ, công đức tăng trưởng nhờ một cái gì không phải người.

Khi bạn quy y, bạn làm vậy bởi vì bạn muốn cúng dường, phụng sự Phật, và khai triển Pháp trong dòng tâm thức của bạn.

c(iii) Quy y do lòng tin của mình

Lòng tin của ta là: Đức Phật dạy chỗ quy y, Pháp là chỗ quy y thực sự, và Tăng giúp đỡ cho những hành giả phát tâm quy y. Điều này được làm sáng tỏ bằng ví dụ con bệnh đặt hy vọng vào thầy thuốc, y dược và người điều dưỡng. Nếu qua tiến trình thực chứng và từ bỏ mà người ta phát triển được từng phần của Pháp trong dòng tâm thức, thì ta thoát khỏi mọi hiểm nguy. Bởi thế Pháp là chỗ quy y chân thực.

c(iv) Quy y Tam bảo, không chấp nhận một tôn giáo khác

Ở xứ Ấn Độ xưa có bậc Đạo sư tên là Udbhatasiddhasvamin có 2 người em lúc đầu không theo Phật. Họ đi đến núi tuyết để dâng cúng lễ vật cho thần Shìva, nhưng họ thấy thần này đang quy y Phật, bởi thế họ cũng trở thành Phật tử, và về sau làm giáo thọ sư trong Đại thừa. Udbhata soạn tác phẩm *Sự ca tụng Tối thượng*, nói về những đức tính vĩ đại của Phật.

Như tác phẩm này nói, chúng ta đã quy y bậc Đạo sư và đã trở thành những đệ tử trong giáo lý của Ngài. Chúng ta đã vĩnh viễn quy y Phật, không thể đổi sang một nơi nương tựa nào khác. Những pháp của các đạo Bon, các tà giáo, vân vân, đều không phải là Phật giáo, và không được xem là chỗ nương tựa. Có sự khác nhau về hơn kém giữa những bậc thầy trong và ngoài đạo Phật; về giáo lý và đệ tử cũng vậy. *Sự ca tụng Tối thượng* nói:

Con đã từ bỏ những bậc thầy khác
Và tìm chỗ nương nơi Ngài, hỡi đấng Thế Tôn.
Tại sao điều này dễ dàng như thế?
Chính vì Ngài không lỗi lầm và có nhiều thiện đức.
Con càng xem xét những phẩm bình của ngoại đạo,
Thì tâm con càng thêm tin tưởng nơi Ngài,
Hỡi đấng che chở cho con

Và trong tác phẩm *Ca tụng những người đáng ca tụng* cũng nói như sau:

Ta nên đi vào cái gì,
Và cái gì ta nên từ bỏ?
Hỡi bậc Anh hùng, Người tịnh trừ tất cả vọng tưởng,
Chỗ khác nhau chính là:
Lời của Ngài, và của những người khác.

Ở Tây Tạng không có những người tà giáo thật sự, nhưng có một vài người tự cho mình là những hành giả và học giả mà lại không thấy gì sai quấy khi nói về đạo Bon và về các pháp ngoại đạo để mua chuộc người khác, thâu thập tín đồ, hoặc để có lợi cho mình khi gặp chuyện khó khăn. Họ là những người quy y hai mặt; họ đã gạt hành động quy y ra khỏi dòng tâm thức và đã tự mình bước ra khỏi hàng ngũ Phật tử.

Một vài người nói: "Một ít đạo Phật, một ít đạo Bon," nhưng không có lý do gì những vị thầy đạo Bon, pháp và tín đồ của họ lại xứng đáng làm chỗ nương tựa; ba thứ này không có đủ những đức tính cần thiết. Những bậc thầy của đạo này không có những đức tính như từ bỏ mọi lỗi lầm vân vân, pháp của họ lại cũng không phải là một phương tiện để giảm trừ vô minh vọng tưởng. Họ tuyên bố tăng-già của họ căn cứ trên giới biệt giải thoát, nhưng giới của họ không có hệ truyền thừa.

Đạo Bon không phải là một chỗ quy y cho Phật tử; nó không xứng đáng là một chỗ nương. Tuy nhiên những người theo Phật và tín đồ đạo Bon thường nói chuyện với nhau vì thân hoặc thù, và điều này không đưa đến sự tranh luận thẳng thắn. Điều cốt yếu là bạn phải biết nguồn gốc của đạo Bon. Những nguồn gốc này được bàn trong những sử liệu và những trước tác của những học giả quá khứ. Bạn cần phải biết những điều này bằng cách đọc những tác phẩm như *Tấm gương về sự hùng biện* của tác giả Tukaen Dharmavajra; sách này nói về những gì mà các bậc thầy khác nhau công nhận, và nguồn gốc những giáo điều của họ.

Những pháp sư đạo Bon và giáo lý của họ cũng như những kiến chấp của họ đã làm hỏng những quan niệm và pháp hành của những người không phải Phật tử. Họ cũng đã ăn cắp giáo lý của Phật. Những tà pháp của họ được sáng chế rất lâu về trước, và ác pháp này hiện đang thịnh hành khắp nơi; nhưng đó không phải là một chỗ nương xứng đáng cho những người khát khao giải thoát, lại cũng không phải là một chỗ nương đáng tin cậy. Drigung Jigtaen Goenpo nói:

– Về pháp thiền và tri kiến của đạo Bon: theo giáo lý của họ thì có vẻ rằng vũ trụ được sinh ra từ những cái trứng hoặc sáng tạo bởi những vị thần Cha, thần Shiva, vân vân. Đây là những vay mượn từ các tà kiến ngoại đạo.

Lịch sử phái Kadampas hậu kỳ nói:

Ngoại đạo và những người theo đạo Bon
mau đắc thần thông.
Mặc dù bây giờ sung sướng,
Về sau họ phải sa đọa.
Ngoại đạo và đạo Bon giống như lửa:
Bạn cảm thấy ấm áp tiện nghi khi đứng hơi xa
Nhưng nếu sờ vào bạn sẽ bị đốt cháy.

Milarepa nói:

Nguồn gốc của đạo Bon là tà pháp,
Một sự sáng tạo của loài rồng.
Nó không đưa người ta đến con đường tối hậu.
Bon là đạo thấp nhất,
Sự khác nhau giữa đạo Phật và đạo khác
Là ở chỗ quy y: chỗ nương của Phật tử là ba ngôi báu;
Của người không Phật tử là Phạm vương, Đế thích.
Đức Phật đã giác ngộ hoàn toàn,
Tự mình thoát khỏi sinh tử,
Nên cũng có thể giải thoát người khác.
Những vị trời thuộc thế gian như thần Shiva
Chính họ cũng bị buộc vào sinh tử;
Họ có thể ban cho người những thành công ngắn hạn,
Nhưng làm sao họ có thể đem lại giải thoát hoàn toàn?

Họ nói "Mong tôi thành Phật quả
Trong Mandala của 5 bộ loại rồng
Được tìm thấy trong Tuyển tập về Rồng trắng."
Nhưng rồng được xếp vào loại súc vật.
Phần đông tín đồ đạo Bon làm những tượng thần như Kunzang,
Và những đồ hình khác nhau; nhưng tôi nghĩ đấy là tà pháp.
Do Đạo sư váy Xanh sáng chế...

(Kyabje Pabongka Rinpoche nói chi tiết về việc này)

Ngày nay có người nói rằng những vị thần đạo Bon như Shenrab và Oekar là một với đức Quán Thế Âm trong đạo Phật. Họ tuyên bố: "Để cho tất cả hữu tình đều thành đệ tử Phật, có nhiều hóa thân của chư Phật và Bồ-tát đã xuất hiện trong hàng ngũ tín đồ đạo Bon. Bởi thế theo đạo Bon cũng không sao, có thể là điều tốt." Họ tuyên bố ồn ào như vậy do sự mù lòa lớn lao của họ, bởi vì dòng tâm thức họ đã bị nhiễm tà kiến. Nếu những gì họ nói là đúng, thì cũng có thể nói rằng bắt chước những hành vi của chó và heo cũng không sao, có thể là điều tốt bởi vì cũng có thể rằng những hóa thân của chư Phật Bồ-tát đã xuất hiện trong loài thú vật. Người nào mong muốn điều tốt nhất thì nên từ bỏ những tư tưởng tà ác nôn mửa như thế, cũng như từ bỏ những cục đá họ sử dụng để chùi đít.

Chỗ nương duy nhất cho Phật tử là ba ngôi báu. Những Phật tử nên quy y một cách thuần tịnh, và điều cốt yếu là họ phải hoàn toàn quy phục chỗ mình đã quy y.

Tóm lại ta không chỉ cần đọc lên những lời suông "quy y" mà thôi. Cũng như một tử tội tìm sự che chở của một quan chức, chúng ta phải sợ những đọa xứ, sợ sinh tử, vân vân, và phải tin chắc Tam Bảo có năng lực che chở cho chúng ta. Rồi ta phải nghĩ một cách chân thành, bằng tất cả tâm vương và tâm sở, rằng chúng ta đang đặt hết niềm tin vào Tam Bảo. Đây là tiêu chuẩn của sự quy y chính đáng. Chúng ta đã khai triển sự quy y trong dòng tâm thức hay chưa, điều ấy tùy thuộc vào việc ta đã phát sinh những tư tưởng như thế hay chưa trong dòng tâm thức. Bởi vậy đừng giống như những người tụng đọc công thức quy y hàng tỉ lần mà không một lần phát sinh thực chất của quy y trong dòng tâm thức. Bạn phải nỗ lực theo những kỹ thuật để khai triển những nguyên nhân quy y và chính sự quy y trong dòng tâm thức bạn.

Có 2 cách quy y khác nhau: chỉ tìm sự che chở và xem Tam Bảo như là cái mà người khác đã thành tựu trong dòng tâm thức của họ, và hình thức đặc biệt của sự quy y xem Tam Bảo như một cái gì có thể được khai triển trong dòng tâm thức của mình, và quyết định rằng mình đã thành tựu được điều này. Có nhiều cách làm hai loại quy y này trong mỗi phạm vi của Lamrim, nhưng vì chúng ta là những người đang học và quán những cổ thư, nên chúng ta phải cốt làm pháp quy y đặc biệt. Tuy nhiên sự học thật nhiều có thể không giúp gì bao nhiêu khi nói đến chuyện quy y; nếu chúng ta học và quán chỉ như một sự luyện tập tri thức, thì có mối nguy là sự quy y của chúng ta sẽ không khác gì sự quy y của một cư sĩ già. Tuy nhiên ngay dù ta không biết gì về những cổ thư, chúng ta cũng nên có cả 2 nguyên nhân quy y và nên hoàn toàn quy phục ba ngôi báu. Đây là cách làm như vậy.

Hãy nghĩ đến cách những người bệnh phó thác mình cho y sĩ, thuốc và người điều dưỡng. Nếu bạn có những nguyên nhân để quy y và tin tưởng ngôi Tam Bảo tận đáy lòng, thì bạn sẽ phát sinh sự quy y một cách chân chính trong dòng tâm thức của bạn. Vậy đây là những điều cốt yếu mà nếu không, thì không ăn thua gì để đọc công thức quy y nhiều lần mà tự xưng mình là một Bồ-tát vân vân, như phái Kadampa tiền kỳ đã nói: "Vị trưởng lão trước mặt bạn ở trong chánh điện có thể chưa gia nhập hàng ngũ những người Phật tử."

d) Những lợi lạc của sự quy y

Có 8 điều lợi: Bạn trở thành một Phật tử, bạn trở thành một người có thể thọ tất cả giới, bạn sẽ tiêu trừ tất cả chướng ngại do nhiều nghiệp tích lũy từ trước, bạn sẽ dễ dàng tích lũy một lượng công đức khổng lồ, bạn sẽ không bị phiền nhiễu vì những hành vi tác hại của người hay chúng sinh khác, bạn sẽ không rơi vào các đọa xứ, bạn sẽ thành tựu không khó khăn tất cả những mục tiêu tạm thời và dài hạn của mình, và chẳng bao lâu bạn sẽ đạt giác ngộ.

Bởi thế khi làm pháp quy y, đừng nên chỉ nhẩm lại những lời như người khác nói, hoặc chỉ quy y ngoài miệng, mà phải quy y từ trong tâm. Bạn trở thành một Phật tử chỉ khi nào bạn phát triển được hành vi quy y một cách chân chính trong dòng tâm thức. Việc đọc tụng công thức quy y hàng trăm lần không làm cho bạn trở thành một Phật tử. Người ngày nay nói:

– Bạn phải đọc công thức quy y nhiều lần.

Nhưng rất ít người nói:

– Bạn phải khai triển việc quy y ngay trong dòng tâm thức của bạn.

Ngày xưa ở Dagpo, một thầy tu tên là Atar đang nhập thất cùng với bằng hữu, họ phải tụng đọc công thức quy y một số lần. Atar suy nghĩ sâu xa về ý nghĩa đằng sau sự quy y nên đọc chậm hơn những người khác. Họ nhanh hơn nhiều bởi vì họ chỉ lặp lại công thức quy y; họ hoàn tất gần một tỉ lần. Vì sợ Atar không hoàn tất được số lần cần thiết, họ hỏi ông đã đọc được bao nhiêu lần, và Atar đã nói:

– Bạn chỉ có tích lũy một số lần đọc cho nhiều hay sao?

Vậy nếu bạn tụng đọc công thức quy y mà đồng thời duy trì sự chú ý vào ý nghĩa của quy y, thì nhờ thế bạn sẽ trở nên thuần thục, và sự quy y có đầy ý nghĩa.

Khi bạn phát nguyện thọ bất cứ giới nào trong 3 loại giới, trước hết bạn phải quy y. Nếu không bạn không thể thọ giới. Cũng như đất nâng đỡ nhà, mùa màng, tường vách, rừng cây, vân vân, hành vi quy y là căn bản để thọ tất cả giới.

Bạn có thể đã phạm nhiều ác nghiệp trong quá khứ và tích lũy nhiều chướng ngại – chẳng hạn tội ngũ nghịch như A-xà-thế giết cha là vua Bình Sa người đã chứng quả Bất hoàn, hoặc phạm những tội nhỏ hơn – nhưng khi bạn đã quy y, bạn sẽ tịnh hóa được những nghiệp như thế và những chướng ngại phát sinh từ nghiệp, vì bạn đã tìm chỗ nương nơi đức Phật. Sau đó dù đọc danh hiệu chư Phật hay đọc bộ kinh *Bát-nhã Ba-la-mật* một lần cũng sẽ tịnh hóa nghiệp chướng nhiều kiếp. Kinh tạng nói rất nhiều về những lợi lạc này. Bản kinh *Bát-nhã* ngắn đã nói:

"Nếu công đức của sự quy y mà có hình tướng, thì 3 cõi cũng không đủ chỗ để chứa đựng."

Nói cách khác, công đức do hành vi quy y thật là vô lượng. Chư Phật là những đấng có tiềm năng thiện nghiệp mạnh đến nỗi những thiện căn phát sinh liên hệ đến các ngài đều chắc chắn sẽ làm nhân cho người ta đạt đến toàn giác, dù cho họ không có động lực thanh tịnh. Kinh *Sen trắng của lòng bi mẫn* nói:

– Này A-nan, việc ấy như thế này. Giả sử một gia chủ có một cánh đồng không đá, không gốc cây, sỏi, gạch vụn, mà có một thứ đất mầu mỡ. Người ấy chuẩn bị đất với những dụng cụ cày bừa. Người ấy làm đúng bằng cách gieo hạt giống trong khi đất còn mới, phì nhiêu. Nắng và gió không tác hại; hột giống không bị nẻ cũng không thối, và được gieo đúng lúc trên những luống đất đã cày. Khi thì người ta tưới nước, khi thì để khô, và bảo vệ nó khỏi mọi sự. Này A-nan, người gia chủ ấy có một ngày nào sau đó lại đi đến bờ ruộng nói: "Hỡi hạt giống, đừng làm hạt giống nữa. Đừng nảy mầm, đừng lớn lên. Ta không muốn kết quả. Ta không muốn phần thưởng." Này A-nan, ngươi nghĩ sao? Liệu những hạt giống có vì những lời ấy mà không còn là hạt giống nữa không?

– Không, bạch Thế Tôn. Không, bạch Thiện Thệ.

Đức Phật bảo:

– Có phải quả sẽ không là quả nữa, có phải người ấy sẽ không gặt được phần thưởng nào?

– Không, bạch Thế tôn. Không, bạch Thiện Thệ.

Khi ấy đức Phật dạy:

– Này A-nan, khi những người ca tụng sinh tử, vui thích trong sinh tử, cúng dường chư Phật, thì dù họ có cầu nguyện, mong rằng nhờ thiện căn này tôi sẽ không bao giờ đến Niết-bàn," cũng không thể nào họ không đạt đến Niết-bàn. Này A-nan, những thiện căn phát sinh liên hệ chư Phật sẽ có kết quả là Niết-bàn, dù chúng không muốn. Ta bảo ông, những thiện đức ấy sẽ chuyển biến cho đến khi chúng đạt Niết-bàn. Bởi thế, mỗi khi người ta phát thiện căn dù chỉ là một niệm tưởng đến chư Phật Thế Tôn, thì kết quả của những thiện căn như vậy sẽ là Niết-bàn. Ta bảo ông, những thiện căn ấy sẽ chuyển hóa cho đến khi người ta đạt tối hậu Niết-bàn.

Người ta sẽ không bị phiền nhiễu bởi những hành động tác hại của người hay loài khác. Đây là vài câu chuyện để chứng minh.

Có lần một người ngoại đạo làm một vòng bằng khí lực và cố bắt lấy một ưu-bà-di của Phật với chiếc vòng ấy, nhưng không thành công.

Một người Ấn bị vua kết án tử hình, phải bị quăng bỏ ở nghĩa địa. Tất cả những người bị đày đến đấy đều đã biến mất: chúng bị một loài phi nhân mang đi ăn thịt, không một ai sống sót trở về. Người Ấn này đặt trên đầu mình một mảnh vải y tỷ-kheo rồi làm pháp quy y. Sau đó y không bị các phi nhân quấy nhiễu hay làm hại.

Một kẻ du mục có lần bị bỏ lại một mình trong một ngày tại chỗ không người. Y bị một phi nhân yeti tấn công gần chết, còn để lại nhiều vết sẹo trên đầu. Một vị Lama hỏi nguyên do những vết sẹo ấy; y kể lại và vị Lama dạy nên quy y.

Về sau người ấy lại gặp một yeti. Ông làm pháp quy y; yeti đánh hơi đã không nhận ra mùi thịt người nên bỏ đi.

Một đêm, khi thấy mình sắp lạc vào nghĩa địa, gia chủ Cấp Cô Độc đọc bài kệ quy y nên những phi nhân ở đấy không làm hại ông. Sau đó ông lại quỳ trước một tượng thần ngoại đạo, nên đã mất sự che chở.

Một tên trộm có lần trông thấy người ta cúng y cho một tỷ-kheo. Anh ta trở lại về đêm để ăn trộm. Vị tỷ-kheo làm phép trói lại đánh ba hèo, vừa đánh vừa đọc lời quy y. Tên trộm bỏ chạy trốn dưới một cây cầu phi nhân thường lai vãng. Anh nhẩm lại những lời vị sư đã đọc và nhủ thầm: "May quá, chỉ có ba quy y chứ nhiều hơn nữa chắc mình sẽ chết." Đêm ấy những phi nhân không thể qua cầu.

(Kyabje Pabongka Rinpoche còn kể thêm vài mẩu chuyện khác.)

Khi gặp nguy chúng ta không nên sợ hãi, mà phải rút can đảm từ nơi Ba ngôi báu; và chỉ cần nương Tăng bảo cũng đủ thoát hiểm.

Quy y còn ngăn ta khỏi tái sinh vào đọa xứ. Một vị trời biết chắc mình sẽ tái sinh làm một con heo nên xin Đế Thích cứu, nhưng trời Đế Thích không thể cứu và thỉnh vấn đức Phật. Phật chỉ dạy cho ông pháp quy y. Vị trời theo lời dạy, quy y rồi chết. Đế thích tra tầm xem ông ta tái sinh chỗ nào; nhưng ông chỉ thấy được những tầng trời thấp hơn mình và không tìm thấy vị trời kia tại những nơi ấy. Ông hỏi Phật, Phật công bố rằng vị ấy đã tái sinh vào cõi trời Đâu-suất.

Chỉ có nhờ quy y, mà vị trời ấy không những đã khỏi tái sinh làm heo, mà còn được sinh vào một cõi trời rất thù thắng. Tuy vậy chúng ta lại không biết được tầm quan trọng như thế của sự quy y. Trong những buổi lễ, chúng ta ngồi thất thỏm bồn chồn trong khi nhẩm đọc: "Cho đến ngày giác ngộ, con xin quay về nương tựa Phật, Pháp, Tăng..." Khi đến đoạn "*Om svabhàva shuddhah sarva dharmah svabhàva shuddho 'ham*", chúng ta giả vờ đăm chiêu thiền định và lăn tròn đôi vòng mắt. Đây là dấu hiệu ta không biết cái cửa ngõ đi vào Phật giáo hay một phương tiện kỳ diệu để ngăn tái sinh vào các đọa xứ[1].

Atìsha thấy chỉ có quy y và luật nhân quả là quan trọng, nên ngài chỉ dạy hai pháp ấy. Người ta mệnh danh ngài là "vị Lama quy y" hoặc "Lama nhân quả." Ngài nghe được việc ấy và bảo:

– Những cái tên đặt cho tôi như vậy cũng sẽ giúp cho việc giảng dạy giáo lý.

1. Câu thần chú này được đọc lên trong lúc quán khoảng không bao la không có tâm điểm trước khi phát sinh hình ảnh một vị thần. Câu ấy có nghĩa "Tự bản chất tôi là thanh tịnh, như sự thanh tịnh nơi tự tánh của tất cả pháp."

Khi ta chết, việc thiền quán các giai đoạn phát sinh và hoàn tất có thể vượt ngoài khả năng ta, nhưng nếu ta làm pháp quy y một cách chân thật thì chắc chắn một điều là ta sẽ không sa vào các đọa xứ. Sangyae Oen nói:

Tóm lại, nếu tôi không phát triển
Thực chứng về chết và vô thường,
Thì cả đến mật điển Guhyasamàja
cũng không có gì sâu sắc.
Nhưng ba bài kệ quy y
Thật sâu sắc khi được phát sinh
Trong dòng tâm thức tôi vào lúc chết.

Cũng không có phương tiện nào tốt hơn để thỏa mãn các ước nguyện của ta hơn là quy y. Jangsem Retrenw nói:

– Đừng đặt hy vọng nơi con người – hãy cầu khẩn Tam Bảo!

Nói cách khác, những bậc thánh trong quá khứ đã thành tựu được những mục tiêu ngắn hạn và dài hạn của mình nhờ khẩn cầu Ba ngôi báu. Có lần vị Bồ-tát ở Retreng này vướng vào một vụ kiện tụng; ông đã được kiện nhờ nương vào Ba ngôi báu.

Bạn cũng sẽ sớm đạt giác ngộ. Sự quy y bây giờ của bạn sẽ có kết quả trong tương lai là những hành động tương ứng với nguyên nhân ấy. Trong đời này, mỗi khi gặp nghịch cảnh bạn liền quay về nương tựa Tam Bảo ngay. Và bởi vì điểm đặc biệt của tâm thức ta là đi theo cái gì nó đã quen thuộc, nên bạn sẽ nhớ Phật khi bạn chết. Kinh *Tam muội vương* nói:

Lại nữa, hãy làm những hình tượng đấng Chiến thắng,
Và nhớ nghĩ đức Thích-ca Mâu-ni,
Trí tuệ căn bản của Ngài thật vô lượng.
Nếu ta luôn luôn nhớ đến Phật,
Thì tư tưởng ta tự nhiên quay về nơi Ngài...
Với thân lời ý thanh tịnh,
Hãy luôn luôn ca tụng Phật.
Làm cho dòng tâm thức quen thuộc
với những ý tưởng ấy,
Bạn sẽ trông thấy Phật ngày đêm.
Khi nào bạn đau ốm hay bất hạnh,
Hay gặp thống khổ trước khi chết,
Sự tưởng niệm Phật nơi bạn cũng không giảm sút
Những cảm giác đau đớn cũng không làm
bạn mất chánh niệm.

Chúng ta sẽ được những tái sinh tốt đẹp trong tất cả đời kiếp, sẽ gặp được chỗ nương cậy, và sẽ không bao giờ xa lìa những người có quy y. Và khi ta tu tập đạo lộ tối hậu, ta sẽ thành tựu được Ba ngôi báu trong dòng tâm thức ta, và sẽ sớm đạt giác ngộ.

e) Lời khuyên sau khi Quy y

Có hai phần:

IVB2.1.2.1e(i) Lời khuyên liên hệ đến mỗi ngôi báu nói riêng;

IVB2.1.2.1e(ii) Lời khuyên liên hệ cả Ba ngôi nói chung.

e(i) Lời khuyên liên hệ mỗi ngôi báu nói riêng

Có hai tiêu đề phụ: khuyên cái gì không nên làm; cái gì nên làm.

** Điều gì không nên làm*

Đã quay về nương tựa Phật bảo, bạn không nên tìm nương tựa nơi những vị thần thế gian. Ngày nay có một vài thầy tu khi gặp việc không may lại đến quy phục một cách hèn hạ trước tượng thần thế gian. Đó là một điều sỉ nhục đối với những hành giả Phật giáo. Như tôi đã nói, chỉ cần ăn ở hai lòng là bạn đã tự đào thải mình ra khỏi hàng ngũ Phật tử, vì trước khi thọ giới là phải quy y. Tuy nhiên, cũng không hề gì nếu bạn cúng bánh, làm lễ sái tịnh bằng khói, đốt đồ cúng cho trời, rồng, quỷ thần... để cầu họ giúp đỡ về các pháp sự. Nhưng bạn không được nương theo họ. Việc cúng bái này cũng giống như hối lộ người nào để xin giúp đỡ, nhưng ta không cần phải quy y người đó.

Đã quay về nương tựa Pháp bảo, bạn không nên làm hại hữu tình như giết, đánh, cướp của chúng; cũng không nên bắt súc vật chở quá nặng.

Đã quay về nương tựa Tăng bảo, bạn không nên kết giao với những người tà kiến ngoại đạo. Ở Tây Tạng không có những người thực sự là tà kiến, nhưng có những người tương tự tà kiến. Họ bảo:

– Bạn có nghĩ rằng có cái gọi là Tam Bảo và luật nhân quả không? Đấy chỉ là những điều mà các ông Lamas và Geshes lém mồm miệng thường nhắc tới.

Không nên kết giao với những người như vậy. Chúng ta chưa đạt đến một sự an trú nào trong đầu nên đã bị những người như vậy lung lạc làm ta đổi ý. Phải tránh xa họ.

Có người khi đứng trước mặt Geshe Potowa đã nói rằng thật không có chuyện đức Phật xuất hiện ở đời. Vị Geshe đã nói lại:

– Vậy thì có lẽ anh cũng không có tổ tiên ông bà gì cả.

Người kia nói:

– Tôi có ông bà tổ tiên chứ! Có bằng chứng rõ ràng. Ngài phải biết là có bằng chứng.

Potowa liền nói:

– Vậy thì cũng có bằng chứng là đức Phật đã xuất hiện ở đời – đó là kinh điển Ngài để lại.

Khi ấy người kia mới tin chắc quả thực đức Phật đã xuất hiện.

** Điều gì nên làm:*

– Kính trọng tất cả hình tượng dù tạc vẽ rất tồi

Khi bạn đã quy y Phật thì như Long Thọ nói trong *Bức thư:* "Dù hình tượng đức Như Lai được tạo như thế nào, bằng gỗ cũng thế, người có học vẫn tỏ sự kính trọng." Nói cách khác, một tượng Phật có thể được tạc rất xấu hay làm bằng vật liệu tồi tàn, hoặc có thể có những mảnh tượng trong một ngôi chùa hoang, bạn vẫn phải có thái độ như đấy là Phật thực.

Chúng ta thường có niềm tin lớn đối với những tượng làm bằng đồng, vàng, đồng Ấn Độ, ta tôn trí những pho tượng như thế ở ngay chính giữa chùa. Nhưng ta lại không kính trọng những tượng Phật làm bằng đất sét, vân vân, khi tượng bị vỡ, chúng ta để ngoài hàng giậu hoặc đem đến một ngôi chùa hoang. Những Lamas ngày xưa bảo rằng mang những pho tượng như thế ra khỏi nhà cũng như là mang phước ra khỏi nhà. Lại nữa, một điều chứng tỏ lòng kính trọng của bạn đối với Tam Bảo đã bị thối rữa tận xương tủy là khi bạn không phục hồi tình trạng những tranh tượng bị hỏng vì thời gian.

– Tôn trọng một chữ trong kinh như thể đấy là Pháp bảo

Khi bạn đã quy y Pháp, bạn phải tôn trọng dù chỉ một mẫu tự trong kinh như thể đấy là Pháp bảo.

Thật là điều vô cùng tai hại nếu bạn không có niềm tôn trọng ấy, bạn sẽ bị u mê ám chướng từ đời này sang đời khác. Như một vị Geshe đã nói:

– Chúng ta xem Pháp như trò đùa và sự thiếu tôn trọng Pháp và những người giảng Pháp chính là nguyên nhân làm cho trí tuệ yếu kém. Chúng ta cũng đã khá vô minh, vậy không nên tích lũy thêm những nguyên nhân để vô minh hơn nữa. Chúng ta sẽ làm thế nào nếu ta còn vô minh hơn bây giờ!

Chúng ta quý tiền hơn là quý một trang kinh. Nếu chúng ta trông thấy tiền rơi trên một cống nước, chúng ta sẽ cố móc lên bằng cách dùng một cây gậy dài. Nhưng chúng ta sẽ không bận tâm nếu đó là một trang kinh. Chúng ta nên làm như câu chuyện sau đây: Một lần, khi Gyaelwang Choeje làm viên chức nhà nước, ông được chính phủ trung ương ra lệnh phải nộp một bản phúc trình về tài chính cho năm con Cọp Sắt (năm Dần thuộc hành kim). Trong khi ông đang làm việc này, có nhiều tài liệu của nhiều vùng trong xứ đang trải ra giữa nhà. Mỗi khi đi ra ngoài, ông lại dọn dẹp các hồ sơ ấy trước để khỏi dẫm lên trên.

– Tôn trọng tấm y vàng như tôn trọng Tăng bảo

Khi đã quy y Tăng bảo, bạn cần nên tỏ sự kính trọng như Geshe Dromtoepa Rinpoche và Mahàyogi (hành giả vĩ đại). Họ thường không bước lên một miếng giẻ rách màu vàng, dù nó nằm trên đường đi, họ sẽ rũ sạch mảnh giẻ ấy và mang đến một nơi sạch sẽ. Bạn nên tỏ sự kính trọng đối với những mảnh y của tăng, cả đến những mảnh vải vàng rơi trên đất như bạn kính trọng những người mang chúng. Kinh *Bánh xe thứ mười của Địa tạng* nói:

Ngay cả một đóa hoa champaka đã khô héo
Cũng còn tốt hơn những hoa khác nhiều.
Một tỷ-kheo có thể đã phạm giới
Và có thể là một người tội lỗi,
Nhưng vẫn còn hơn những người tà đạo.

Nếu thế thì, không kính trọng một người như vậy thuộc vào loại ác hạnh nào? Kinh *Khuyên hành hạnh vị tha* nói:

Những người tìm công đức cư trú trong rừng
Không đưa ra những lỗi lầm cho người khác thấy,
Không có một ý niệm gì như:
"Ta là thù thắng, ta tốt hơn."

Những hành vi ấy thật táo bạo từ căn bản; đừng khinh bỉ những vị sư thấp kém: Trong nhiều kiếp bạn sẽ không đạt được giải thoát.

Đây là những lời giáo huấn được truyền thừa.

e(ii) Lời khuyên liên hệ cả Ba ngôi nói chung.

Có 6 lời khuyên:

Bạn nên luôn luôn quy y và nhớ lại những công đức của Ba ngôi báu. Như tôi đã nói, hãy nhớ lại sự khác nhau giữa những bậc thầy Phật giáo và phi Phật giáo, và giữa những giáo lý của họ. Lại còn nhớ đến những gì mà cả Ba ngôi báu đều có, rồi quy y nhiều lần.

Hãy nhớ lại lòng từ bi của Ba ngôi báu. Mỗi khi ăn uống, trước hết bạn nên dành cúng một phần cho Phật, Pháp, Tăng để đừng quên 3 ngôi. Những sự cúng dường như thế hết sức lợi lạc vì không thể có ruộng phước nào thù thắng hơn là 3 ngôi báu. Nhưng bạn không nên làm hỏng sự cúng dường ấy vì ác cảm bất tận, lười biếng, vân vân, ngay cả khi bạn cũng dâng cúng những chén nước, thì tất cả chư Phật đều biết việc này nên bạn cần phải hành xử như một người đầu bếp mới rót trà cho ông chủ.

Hãy hướng dẫn những người khác quy y. Bạn nên ngăn người khác tích lũy ác nghiệp chẳng hạn khi họ tin theo những tà sư, tà pháp và đi theo những bạn xấu. Lại nữa bạn nên hướng dẫn những người không tin tưởng kính trọng Tam Bảo nhưng có thể dẫn dắt bằng luận lý, làm cho họ quy y bằng cách vô tình nói đến những đức tính của Ba ngôi báu trong câu chuyện.

Bạn nên nhớ lại những lợi ích của sự quy y; và hãy quy y ngày ba lần, đêm ba lần. Nghĩa là hãy nắm chắc Tam Bảo là nơi nương tựa toàn bích, phát triển đức tin vào Tam Bảo và quy y mỗi ngày 6 lần.

Bất cứ việc gì bạn làm, hãy đặt tin tưởng vào Tam Bảo, bất cứ làm việc lớn hay nhỏ, hãy đặt niềm tin vào Ba ngôi báu và cúng dường thì công việc sẽ được thành tựu. Đừng có những tư tưởng tà ác, nuôi dưỡng sự lừa bịp hay tin theo những thổ thần ma vương, vân vân.

Đừng bao giờ từ bỏ Ba ngôi báu dù bạn có phải mất mạng, hoặc dù chỉ nói chơi. Nếu bạn từ bỏ sự quy y mà bạn đã làm, tức là bạn đã tự ra khỏi hàng ngũ Phật tử. Và khi bạn không còn là một Phật tử thì bạn không còn là một chú tiểu, một tỷ-kheo, một người trong gia đình các Bồ-tát hay một người hành trì mật tông. Từ bỏ lời nguyện quy y có vẻ như không quan trọng, nhưng kỳ thật nó cũng có nghĩa là bạn từ bỏ tất cả những lời nguyện khác. Bởi thế như tôi đã nói, đừng bao giờ từ bỏ sự liên lạc với Ba ngôi báu cho dù bạn phải mất mạng hoặc ngay cả lúc nói đùa. Tsong-kapa viết trong tác phẩm *Những giai đoạn lớn của Đạo lộ*:

"Đừng từ bỏ Ba ngôi, dù bạn phải mất mạng. Nếu bạn vi phạm điều này thì bạn thực sự từ bỏ chỗ quy y. Cũng thế bạn có thể chưa từ bỏ Ba ngôi báu nhưng đồng lúc lại tin theo những thầy tà, những người chống lại Ba ngôi báu. Như vậy là bạn đã vi phạm lời chỉ giáo rằng, bạn không nên tin theo một tôn giáo khác hoặc từ bỏ niềm tin vào chỗ quy y."

Sau đây là một ví dụ về một người không bỏ Tam Bảo dù phải mất mạng. Một lần có người tà đạo bảo một tu sĩ Phật tử hãy bỏ Tam Bảo thì sẽ được tha mạng. Người cư sĩ này không chịu bỏ nên đã bị giết và được tái sinh vào các cõi trời.

(Khi ấy Kyabje Pabongka Ripoche tóm tắt phần tài liệu này)

Ngày thứ mười ba

Kyabje Papongka Rinpoche trích dẫn Tsongkapa, vị Pháp vương vĩ đại:

Bạn không bảo đảm được rằng
Sau khi chết ta sẽ không rơi vào đọa xứ...

Sau lời dẫn nhập ngắn gọn này, ngài nhắc lại những đề mục đã bàn, và ôn lại phần đầu của tiêu đề: "Dạy những phương pháp để được hạnh phúc trong đời sau." Phần đầu này nói đến sự quy y. Rồi ngài dạy vắn tắt làm cách nào để hành trì:

"Khi người ta dạy những giáo lý truyền khẩu, thì có những tiêu đề riêng cho sự quán khổ ở đọa xứ và tiêu đề riêng cho sự quy y. Tuy nhiên theo lối "giảng dạy thực tiễn" thì ta phải thiền quán tổng hợp hai đề mục này, như được giải thích sau đây.

Cách làm như sau: Sau khi bạn cầu khẩn với bậc thầy ở trên đỉnh đầu bạn (bằng phép quán), bậc thầy phóng ra từ nơi tim của ông một đồ hình quy y toàn vẹn, ví dụ ruộng phước, và hình ảnh này đứng trước bạn giữa hư không. Hãy suy nghĩ sâu xa về những thống khổ riêng của từng mỗi địa ngục, những thống khổ của súc sinh và ngạ quỷ; khi bạn đâm ra kinh hoàng trước mỗi đọa xứ ấy, hãy quy y Tam Bảo. Đây gọi là sự hội nhập. Một ví dụ: Nếu trong thế gian có một tên tội phạm được một ông lớn bao che, y sẽ được an tâm và nghĩ rằng: "Tự mình ta, ta không làm gì được, nhưng ta đã có thế dựa." Đấy là lý do kẻ ấy tìm sự bảo trợ của ông ta. Cũng thế nếu bạn kinh hoàng vì những đọa xứ, bạn sẽ muốn quy y và được an tâm vì nghĩ: "Ta đã được sự che chở của Tam Bảo, một nơi nương tựa không lừa dối ta."

Nếu bạn quy y nhiều lần, thì chỉ cần lặp lại phần đầu của nghi thức chuẩn bị. Tuy nhiên trong phần này của Lamrim, bạn nên phối hợp ba đề tài thiền quán của Lamrim, mặc dù chỉ cần nhẩm câu: "Con xin quy y bậc thầy, chư thần bảo hộ, và Ba ngôi báu" một số lần. Ta hãy lấy ví dụ phần "Nghĩ về nỗi khổ ở địa ngục Sống lại liên tục." Ba đề tài thiền quán như sau:

Trước hết một khi bạn đã tuệ quán đi sâu vào việc tái sinh ở địa ngục, bạn nghĩ điều ấy sẽ khó chịu như thế nào. Ở điểm này bạn sẽ nghĩ: "Bây giờ ta chưa bị tái sinh vào đấy." Đề tài thiền quán thứ hai xảy ra ở điểm này. Nghĩ rằng mặc dù bây giờ bạn chưa bị sinh vào địa ngục này, song bạn đã tích lũy nhiều nghiệp nặng để sinh vào đấy; nghiệp ấy vẫn chưa thối giảm, và bạn không thể nào tịnh hóa nổi trước khi chết. Và khi bạn chưa thể tịnh hóa ác nghiệp thì chắc chắn bạn sẽ sinh vào địa ngục. Điều này sẽ làm cho bạn kinh hoàng.

Khi ấy đến đề tài thiền quán thứ ba. Bạn nghĩ: "Chỗ quy y có thể che chở tôi khỏi đọa xứ này phải có vô lượng thiện đức như toàn trí, từ bi, năng lực, vân vân. Thật may mắn làm sao tôi đã tìm được một chỗ quy y như thế!" Và khi ấy bạn quy y.

Hãy theo một tiến trình như vậy đối với các đọa xứ thấp hơn.

(Sau khi cho ba bài giáo lý thù thắng về sự quy y – một bài dài, một bài trung bình và một bài ngắn – Rinpoche nói tiếp.)

IVB2.1.2.2 Phát triển lòng tin vào luật nhân quả – gốc rễ của sức khỏe và hạnh phúc

Vì bạn đã quy y Tam Bảo, bạn có thể chắc chắn rằng mình đã ngăn được một hay hai lần tái sinh vào đọa xứ, nhưng không phải là sẽ mãi mãi thoát khỏi đọa xứ. Nếu bạn muốn bảo đảm không bao giờ đi đến các đọa xứ, thì bạn phải cố tuân theo lời khuyên kèm theo sự quy y (xem Ngày thứ mười hai). Sau đây là một ví dụ. Khi một tội nhân tìm sự che chở của một ông lớn, ông ta có thể bảo y:

– Từ nay trở đi ngươi phải làm điều này, không được làm điều kia.

Nếu kẻ tội nhân không nghe lời mà chỉ phạm thêm nhiều tội khác, thì ngay cả ông lớn ấy cũng không có cách nào che chở y, và y lại phải sa vào lưới pháp luật.

Cũng thế nếu chúng ta không giữ lời khuyên kèm theo sự quy y thì Tam Bảo không thể làm gì được cho ta. Đó là lý do đấng Đạo sư của chúng ta dạy rằng Pháp là nơi quy y chân thực duy nhất để che chở ta khỏi các đọa xứ. Pháp chính là hành động thay đổi lối sống của ta cho phù hợp với luật nhân quả.

Nếu bạn không phát triển niềm tin ở luật nhân quả thì bạn chỉ muốn làm một ít điều lành và bỏ một ít điều ác. Bao lâu bạn chưa thay đổi những hành vi của mình cho phù hợp với luật nhân quả thì bạn đi đến địa ngục, dù bạn có thông ba tạng hay là một hành giả tu thiền vĩ đại đi nữa cũng mặc kệ. Một lần bậc thầy Avadhutipa ngoái nhìn Atisha đi sau lưng trong khi họ đang qua một chiếc cầu mà bảo:

"Cho đến khi ông từ bỏ chấp thủ vào một bản ngã, và khi ông còn coi thường luật nhân quả, thì hãy luôn luôn nhớ rằng, học giả nọ với hành giả kia đã tái sinh trong địa ngục."

Người ta bảo rằng ngay cả vị dịch giả vĩ đại tên Ra cũng đã ở vài tháng trong địa ngục. Một hành giả về mật điển Yamàntaka tái sinh làm một quỷ đói có hình thù rất giống vị thần bảo hộ này; quỷ du hành từ Ấn Độ sang Tây Tạng. Đức Atisha nói:

"Nếu quỷ ở lại thì Tây Tạng sẽ nguy khốn."

Bởi thế ngài cúng những bánh lễ cho quỷ và khiến nó đi xa.

Đề-bà-đạt-đa biết rất nhiều pháp nhưng điều này không giúp gì được cho ông khi ông bị tái sinh vào địa ngục Rất nóng. Một Bà-la-môn tên Chanakya đã thành tựu được phép quán về thần Yamantaka và đã giết nhiều người bằng thần thông. Người ta bảo ông ta tái sinh vào địa ngục Vô gián.

Nếu bạn không tuân theo luật nhân quả thì sự nhập thất tu mật tông không ăn thua gì. Một hành giả về mật điển Yamàntaka ở miền hạ Paenpo cũng bị sinh làm quỷ đói, có hình dáng giống như vị thần ấy, một vài người bạn đồng tu làm lễ đốt thức ăn cho người chết và hành giả ấy đi đến xin ăn.

(Khi ấy Kyabje Papongka Rinpoche kể chuyện một vị trưởng lão ở tu viện Vikramashila tái sinh làm quỷ đói có bàn tay dị dạng.)

Vậy nếu bạn không thể thay đổi lối hành xử của mình do tin tưởng vào luật nhân quả, thì dù bạn là học giả hay hành giả cũng không ăn thua gì. Có câu nói: "Nghiệp chín mùi bằng những cách bất khả tư nghì – ngay cả những chúa tể của từ bi cũng bị sinh làm thú vật."

Nói cách khác, người ta bảo rằng ngay cả những vị Bồ-tát ma-ha-tát cũng đã tái sinh vào các đọa xứ khi họ tảng lờ luật nhân quả. Đây là lý do khởi đầu mọi thời thiền định, ta đều phải xác định động lực tu hành và xem được tái sinh làm người là quý báu; và lại phải xem định luật nhân quả là bước đầu của sự hành trì Phật pháp. Định luật nhân quả đã từng được gọi là "Chánh kiến thế gian." Ở đây "thế gian" có nghĩa là những người thường; toàn thể câu ấy có nghĩa là những người thường trước hết cần phải hành xử đúng theo định luật ấy. Rất nhiều người ngày nay làm bộ xem tri kiến là rất quan trọng, nhưng trước hết ta cần phải phát triển lòng tin vào luật nhân quả rồi thay đổi lối hành xử cho thích hợp cái đã. Nếu bạn không làm điều này, bạn có thể lẩm bẩm những lời đọc tụng và làm như mình đang nhớ lại Pháp hay nỗ lực để bắt chước trạng thái tịnh chỉ thiền quán và giả vờ đây là thiền về chánh kiến. Nhưng đây chỉ là những dấu hiệu chứng tỏ bạn không hiểu "Pháp" có nghĩa gì.

Một vài người phạm tội suốt ngày đêm và còn ra lệnh cho những người khác, tôi tớ và học trò, làm nhiều hành vi tội lỗi ở khắp nơi. Những người này có thể sáng dậy sớm, tối ngủ trễ sau khi đọc các bài kinh, nhưng đây là một cách tu tập sai lầm.

Bạn phải nghĩ về luật nhân quả để phát triển đức tin vào luật ấy. Có ba phần ở đây:

IVB2.1.2.2a Nghĩ về nhân quả nói chung;

IVB2.1.2.2b Khuyên tạo nhân thù thắng;

IVB2.1.2.2c Sau khi suy nghĩ về những điều này, hãy thay đổi cách hành xử.

a) Nghĩ về nhân quả nói chung;

Có hai mục:

IVB2.1.2.2a(i) Nghĩ về nhân quả tổng quát;

IVB2.1.2.2a(ii) Nghĩ về một vài điểm đặc biệt của nhân quả.

a(i) Nghĩ về nhân quả tổng quát

Có bốn điều cần biết: nghiệp cố định; nghiệp chứng tỏ có tăng trưởng lớn; bất cứ gì ta gặp đều do ta đã tạo nghiệp tương ứng; nghiệp đã tạo thì sẽ không tự nhiên mà biến mất.

Đức Thế Tôn đã nói về nghiệp theo bốn cách ấy, bởi vậy nó rất quan trọng.

** Nghiệp cố định*

Sự Truyền thừa Luật tạng nói: "Bất cứ nghiệp nào đã được tạo ra sẽ đem lại một hậu quả tương ứng."

Nói cách khác, hậu quả của một vài thiện hành làm nhân thì chỉ có thể là hạnh phúc; nhân ấy không đem lại đau khổ. Hậu quả của một vài bất thiện hành làm nhân thì chỉ có thể đem lại đau khổ; nhân này không đem lại hạnh phúc. Đây là khía cạnh cố định của nhân và quả. Ví dụ, điều cố định là từ hột của một cây cay sẽ có trái cay. Hột của một cây đắng sẽ sinh ra trái đắng; hột của một cây ngọt sẽ sinh trái ngọt. Và "hiện tại" chính là thời gian mà chúng ta đang tạo những nhân của nghiệp, bởi thế ta phải hết sức cẩn thận, vì không thể nào điều chỉnh lại một khi nhân đã phát sinh ra quả.

Khi chúng ta đau ốm chẳng hạn, sự cúng bái đôi khi có thể không ăn thua gì; nghi lễ và cơn bệnh đi hai đường khác nhau. Nếu bạn gieo hột giống của một cây cay như cây ớt, rồi khi nó bắt đầu lớn bạn lại trồng những cây nho và mận xung quanh cây ớt để làm cho nó ngọt, thì những cây ấy sẽ mọc riêng rẽ, không thể có kết quả như bạn muốn.

Nhân và quả hết sức vi tế, bởi vì bất cứ một nhân nào mà người ta tích lũy sẽ đem đến hậu quả tương ứng của nó. Tỳ-kheo Priyabhadra có một thân hình rất xấu xí mà giọng nói rất thanh tao. Cả hai điều này có nhân như sau. Trong một đời quá khứ ông ta được sinh làm một người cu-li; khi ấy có vị vua đang xây một bảo tháp khổng lồ. Anh ta nói:

– Xây tháp gì mà lớn dữ vậy? Sẽ không bao giờ xong.

Về sau khi bảo tháp được hoàn tất, anh ta đã dâng cúng một cái chuông để sám hối điều mình nói.

Lúc Atisha ở Tây Tạng, có một người ngang nhiên phạm một vài tội nhỏ nhặt trước mặt ngài. Atìsha thấy điều này thật quá đáng, và ngài bảo:

– Than ôi, bạn không nên chai lì như thế. Nhân quả rất tế nhị! Nhân quả rất sâu xa!

Một lần có một vị tỳ-kheo đã làm vấy một ít mỡ trên tọa cụ của chư tăng trong buổi lễ công cộng. Khi tái sinh ông làm một người có cái lưng đen.

Một lần khác khi một vị tỷ-kheo nhuộm y, những cái y biến thành những miếng thịt bò; ông ta bị buộc tội đã ăn trộm một con bò tơ và ở tù 6 tháng. Điều này được xem là hậu quả của một hành vi đời trước. Trong một đời trước ông ta đã buộc tội một vị độc giác là ăn trộm bò. Vị độc giác bị ở tù 6 ngày.

Sagama bà mẹ của một ông bộ trưởng ở trong thành Xá-vệ, có 32 người con trai, tất cả đều là những người đô vật. Một bộ trưởng khác của vua Ba-tư-nặc làm cho chúng bị thất sủng; vua bắt tử hình tất cả những người con trai ấy và những cái đầu của chúng được đem đến cho mẹ chúng. Điều này là hậu quả của việc trong quá khứ 32 tên trộm đã trộm và giết một con bò đực. Còn bà Sagama là chủ nhà của những tên trộm trong lúc chúng sát sinh.

(Ngài kể những chuyện này với đầy đủ chi tiết)

Như thế gọi là nghiệp cố định.

** Nghiệp chứng tỏ có tăng trưởng lớn*

Những nguyên nhân bên trong phát sinh những hậu quả lớn hơn những nguyên nhân bên ngoài. Tuy thế, cũng có trường hợp nhân ngoài có hậu quả, như một cây đại thụ mọc lên từ một hột nhân rất nhỏ bé, và hàng năm nó còn cho hàng trăm ngàn thứ như lá và quả. Như vậy đây là một tăng trưởng to lớn. Nhân nội tâm còn cho những hậu quả lớn hơn nhiều.

Khi đức Thế tôn viếng thăm thành Nyagrodhikà, có người phụ nữ dâng cúng ngài một nắm kẹo mè. Ngài tiên đoán tương lai bà sẽ tái sinh làm một vị Phật hiệu là Susvasti. Người chồng nói một cách bất kính:

– Yêu cầu ông đừng nói như vậy chỉ vì bà ấy cúng ông một ít thực phẩm, này ông Phật.

Đức Phật lấy hình ảnh hột cây đa nhỏ xíu nhưng mọc thành một cây khổng lồ ngả bóng xuống che rợp cả năm trăm chiếc xe bò đặt không đụng chạm nhau. Phật dạy rằng những nghiệp nhỏ có những hậu quả lớn. Khi ấy người chồng mới chịu tin.

Có lần một tỷ-kheo bảo một người khác:

– Giọng anh như chó sủa, hay như cóc kêu, hay như khỉ lải nhải.

Và ông ta đã tái sinh năm trăm kiếp làm mỗi loài vật mà ông dùng để mắng nhiếc.

Ở Trung Hoa, có lần một người viết: "Những học giả ngày nay giống như rắn," nên quyển sách ông ta được đặt tên là *Luận xà dụ*. Thân thể tác giả về sau bị đau đớn quằn quại; tay chân co quắp vào trong mình, trở thành thân một con rắn. Rồi một cái đầu rắn chui ra từ một chỗ nứt trên đầu ông. Trong tái sinh ấy tác giả thực sự biến thành một con rắn.

Ở Ấn, năm trăm người chài lưới có lần bắt được một con giống như cá mà có 18 cái đầu. Phật dạy đấy là hậu quả của việc như sau. Con vật ấy xưa là Mànavagaura, mẹ ông đã khuyến khích ông nhục mạ những thầy tu khác là "giống như chó," vân vân. Nhưng khi đức Thế Tôn đi đến đấy để tuyên bố về nghiệp nhân của sinh vật kia, thì Ngài bị các ngoại đạo chỉ trích là "Cồ-đàm là bậc thánh giả mà cũng khoái những cảnh tượng thế gian." Tôi đã kể chuyện này một cách chi tiết trong phần nghi thức chuẩn bị. (Xem Ngày thứ tư)

Những hậu quả ghê gớm ấy đều do những lời mắng nhiếc nhỏ nhặt, chứ không cần phải do những tội lớn lao như giết người cướp của chẳng hạn.

Trước khi xuất gia, tỷ-kheo ni Utpalavarna (Liên Hoa Sắc) có hai con trai; một đứa bị chết chìm, một đứa bị chó sói tha mất. Chồng bà bị rắn cắn chết. Cha mẹ bà và nhà cửa đều bị thiêu cháy rụi trong một cơn hỏa hoạn. Sau đó bà kết hôn với một thầy cúng tế.

Trong khi bà sinh ra một bé trai, người chồng cùng bạn uống rượu say về giết đứa bé và bắt bà ăn thịt con. Bà bỏ chạy đến một nhà gia chủ chết vợ. Người này lấy bà làm vợ nhưng ông ta cũng chết, và bà bị chôn sống theo xác của ông theo phong tục địa phương. Một tên trộm chuyên trộm chỗ mồ mả đào bà lên và bà trở thành vợ y. Về sau người chồng này bị vua giết vì là đầu đảng bọn cướp, và bà cũng bị chôn sống theo cái xác. Sở dĩ bà trải qua những đau khổ như vậy là vì trong một đời trước, bà đã làm thứ phi của vua và đã giết con trai của hoàng hậu nhưng lại thề nhiều kiểu để chối.

Còn nhiều chuyện tương tự. Nhân và quả còn tinh tế và mờ mịt hơn cả tánh không: Thanh văn và Độc giác A-la-hán có thể hiểu và giảng dạy những chi tiết vi tế về tánh không, nhưng sự vi tế của luật nhân quả thì chỉ có chư Phật mới phán xét được, và người ta biết được chỉ nhờ sự công bố chân thật của ngài. Luật ấy quả là vi tế đến nỗi ta phải tránh né dù là tội lỗi nhỏ nhất. Kinh *Pháp cú* nói:

Đừng tưởng một tội nhỏ
Tương lai không quả báo.
Như nước nhỏ từng giọt
Làm đầy bình chứa to,
Những tội lỗi nhỏ nhặt
Kẻ hạ liệt tích lũy
Sẽ tràn ngập đời y.

Một đức hạnh nhỏ cũng sẽ tăng trưởng thành quả báo lớn. Vua chuyển luân Màbhvàtà cai trị cả bốn châu lục và các cõi trời; tương truyền đấy là hậu quả của việc ông đã ném một nắm đậu để cúng Phật Tỳ-bà-thi. Bốn trái đậu rơi vào bát của Ngài và một trái mắc nơi nhục kế của Ngài.

Khi Phật còn tại thế, có một Bà-la-môn tên Survanavasu. Tay ông thường tuôn ra những đồng vàng không bao giờ hết; đó là hậu quả từ một đời trước khi ông làm một người buôn gỗ. Một lần sau khi nhận được một đồng tiền vàng người ta trả, ông đã cúng dường Phật Ca-diếp bằng cách bỏ vào một bình đất sét đầy nước.

Kanakavatsa là một vị trưởng lão trong tăng đoàn. Vào ngày ngài ra đời, có bảy thớt voi vàng xuất hiện tự nhiên trong kho tàng của gia đình. Tất cả phân tiểu của voi đều là vàng ròng, nên Kanakavatsa được chu cấp rất chu đáo. Bảy lần vua A-xà-thế sai đến trộm voi, nhưng không thành công vì những con voi ấy biến mất xuống dưới mặt đất và trở về chủ cũ. Điều này được bảo là hậu quả của một đời quá khứ trong đó Kanakavatsa đã khôi phục và thếp vàng một pho tượng đất sét của con voi mà đức Phật Câu-na-hàm Mâu-ni (kanakamuni) đã cưỡi.

Khi tỳ-kheo-ni Shukla sinh ra từ bụng mẹ, cô đã mặc y phục lụa là. Khi cô thụ đại giới, thì y phục ấy biến thành pháp phục. Điều này được nói là do nhân đời trước, cô làm một người ăn xin, hai vợ chồng chỉ có một mảnh y phục nên phải thay phiên nhau để đi ra ngoài ăn xin. Thế mà họ đã cúng dường tấm y cho phật Câu-na-hàm Mâu-ni, mặc dù do vậy họ có thể chết. Hành vi ấy đã có quả báo ngay tức khắc: vua và hoàng hậu cho họ nhiều y phục.

Người ta không nên xem thường những việc lành nhỏ. Kinh *Pháp cú* nói:

Đừng nghĩ việc lành nhỏ
Tương lai không quả báo.
Như nước nhỏ từng giọt
Làm đầy bình chứa to.
Những việc lành rất nhỏ
Người tinh tấn tích lũy
Sẽ tràn ngập đời y.

Hai đoạn này nói về nghiệp có tính cách cố định như thế nào, và tăng trưởng như thế nào, làm cho ta quyết định mình phải làm lành tránh ác, và nên làm việc lành dù rất nhỏ, nên tránh việc ác dù rất nhỏ.

* *Bất cứ gì ta gặp đều do ta đã tạo nghiệp tương ứng.*

Khi có một cuộc chiến tranh hay ẩu đả xảy ra, có người bảo:

– Tôi không đeo bùa ngăn khí giới, vậy mà ở giữa súng đạn tơi bời tôi vẫn không bị hại.

Bạn có thể xem chuyện này lạ lùng, nhưng đây là trường hợp một người không gặp một sự gì chỉ vì họ đã không tạo nghiệp cho sự ấy xảy đến.

Một vài người lúc đầu không bị thương tích bởi khí giới nhưng về sau lại bị giết. Thấy vậy người ta bảo, "Chắc lá bùa của họ hết hiệu lực." Như vậy chứng tỏ họ không hiểu nhân quả. Sở dĩ như vậy là vì lúc đầu, họ không gặp hoàn cảnh do nghiệp họ tạo nên, sau đó lại gặp. Khi mà người ta không gặp hoàn cảnh do chính nghiệp họ tạo ra, thì họ sẽ không chết, dù có bị thiêu trong ngọn lửa. Gia chủ Agnibhu có lần bị thiêu trong lửa cùng với xác bà mẹ, nhưng ông không chết mà về sau còn chứng quả A-la-hán. A-xà-thế ăn trộm những con voi của Kanakavatsa bảy lần, nhưng không ích gì, vì lần nào chúng cũng lún xuống mặt đất.

Thứ phi của vua Udayana là Shyàmavatì đã đắc quả Bất hoàn (nên có thể bay). Năm trăm cung nữ tùy tùng cũng đạt đến địa vị kiến đạo. Nhưng khi Bà-la-môn Akàla châm lửa đốt phòng xá của bà (vì đời trước, họ đã đốt nhà của một người Bà-la-môn) thì họ chỉ bay được một đoạn. Shyàmavatì nói:

– Ai cai trị chúng ta nếu không phải chính nghiệp mà ta đã tạo và tích lũy?

Tất cả họ đều lao vào ngọn lửa mà chết thiêu như những con mối. Có một người tớ gái tên Kubjottarà, không có thần thông nào cả nhưng không cùng chung nghiệp ấy, nên thoát được ngọn lửa bằng cách trốn vào một hố nước.

Khi Virùdhaka gây chiến với dòng họ Shàkyas, bảy mươi ngàn người dòng Thích-ca đều đã đắc Dự lưu mà vẫn không thoát khỏi bị giết. Một số người không tạo nghiệp đáng bị giết như vậy nên đã trốn thoát được, trong khi đại danh của dòng Thích-ca bị xuống dốc.

Thành Ràvana bị chôn vùi dưới một trận mưa đất. Vua và đình thần đều bị chôn, nhưng có hai bộ trưởng thoát được.

Đấy là vài ví dụ về những người không gặp một sự việc gì vì họ đã không gây cái nghiệp cho sự việc ấy xảy ra.

** Nghiệp đã tạo thì sẽ không tự nhiên mà biến mất*

Một kinh nói:

Nghiệp của chúng sinh có thân thể
Không tiêu mất trải qua hàng trăm kiếp.
Khi có điều kiện và đúng thời,
Nghiệp sẽ chín thành kết quả.

Nghiệp không bị phai nhạt sau một thời gian dài, cũng không giảm bớt, trở thành không hiện hữu, vân vân. Sớm hay muộn nó sẽ chín thành kết quả, như trong câu chuyện bậc thánh Vibhudatta đã đắc quả A-la-hán mà vẫn không được của bố thí, cho dù có được thì của ấy cũng biến mất vì một lý do nào đó. Trước khi chết ngài nói: "Cháo nấu bằng tro." Rồi ngài từ giã thân xác.

Trong dòng tâm thức của gia chủ Shrìjàta có quá ít thiện căn, và thiện căn ông quá nhỏ để góp phần vào việc giải thoát ông, đến nỗi một vị A-la-hán như Xá-lợi-phất mà cũng không trông thấy được. Những thiện căn mà ông ta có được là như sau. Trong một đời quá khứ, Shrìjàta đã tái sinh làm một con ruồi. Nó bay theo mùi một cục phân trâu đã khô rớt trong cống rãnh, đậu được trên cục phân ấy. Khi nước cuốn cục phân trôi đi, nó bay theo và tình cờ trên đường bay nó có vòng quanh một bảo tháp.

Có lần một con heo bị chó rượt quanh một bảo tháp; về sau nó được tái sinh làm một vị trời.

Khi vua Lưu-ly tàn hại dòng họ Thích-ca, đức Phật Thế tôn cũng đã bị một cơn đau lưng, theo cái thấy phàm tình. Trong một đời quá khứ khi ngài còn là một cậu bé, một số dân chài bắt được hai con cá khổng lồ để ăn thịt, và ngài đã vui mừng trong việc này. Quả báo là sự đau lưng. Chuyện kể rằng chính vua Lưu-ly cũng bị lửa đốt cho đến chết, mặc dù xung quanh ông toàn là nước.

Đức Phật tiên đoán rằng một người theo Kỳ-na giáo tên Duhkhitaka sẽ chết vì ăn không tiêu. Người ấy bèn nhịn ăn, nhưng vẫn chết vì nước mía và nước mà ông ta uống không tiêu.

Long Thọ đã được trí bất tử, nhưng trong một đời quá khứ khi cắt cỏ ngài đã cắt trúng cổ của một con kiến, do nghiệp ấy ngài chết vì bị mất đầu.

Thánh Mục-kiền-liên đệ nhất về thần thông; thế mà một số thầy tu đầu cạo trọc chỉ trừ một nhúm tóc trên đỉnh, đã tìm cách đánh ngài bằng tích trượng của họ. Toàn thân thể Mục-kiền-liên trông như một cây cỏ chỉ. "Thịt xương ngài bị đòn nhừ tử thành một đống bột nhão." Xá-lợi-phất hỏi tại sao ngài không thi triển thần thông, Mục-kiền-liên đáp rằng ngài hoàn toàn ở dưới năng lực của nghiệp; làm sao thi triển thần thông khi mà ngay cả tìm một lối thoát ra cũng không xong? Trong một đời quá khứ, ngài đã nói một điều hỗn xược với mẹ; nghiệp ấy không tự biến mất, nên đây là hậu quả của nó.

Về phần quả báo của ác nghiệp, nếu bạn không tịnh hóa ác nghiệp nhờ bốn năng lực của sám hối và chế ngự, thì ác nghiệp không buông tha bạn dù vào đời cuối cùng của bạn làm Bồ-tát. Kinh *Hiền ngu*, kinh *Một trăm bài kệ*, *Một trăm mẩu chuyện đời*, *Truyền thừa tạng luật*, vân vân, đều nói, sau khi bạn đã tích lũy tội hay phúc, thì kết quả sẽ không mất. Không thể nào nghiệp trở thành phi – hữu, chính vì vậy mà bạn phải thay đổi lối hành xử ngay cả ở cấp độ tinh tế nhất.

Hai phần kế tiếp bàn về sự quán xét những kỹ thuật để bảo đảm công đức của bạn sẽ không bị phá hủy vì giận dữ. Thế nào bạn cũng phải quyết định thay đổi lối hành xử phù hợp với luật nhân quả. Bốn tiêu đề trên cốt là để tăng trưởng đức tin vào nhân quả. Khi bạn muốn thay đổi lối hành xử phù hợp với nhân quả do lòng tin, bạn nên nghĩ về 10 nghiệp đạo – một đồ hình mô tả thiện và ác – vì điều này làm cho công việc thay đổi lối hành xử của bạn trở nên dễ dàng. Tác phẩm *Thực hành Trung đạo* nói:

Ngoài giới, không có nguyên nhân
Cho tái sinh cao hoặc thù thắng:
Của phàm phu và của Thanh văn,
Phát sinh do ngữ giác ngộ,
Cho Độc giác hay cho Bồ-tát.

Nói cách khác, mười nghiệp đạo là nền tảng của tái sinh cao cho những người mới bước vào đạo lộ; nó là nền tảng cho loại giác ngộ của thanh văn và duyên giác; và cũng là nền tảng cho vô thượng bồ-đề của các vị Bồ-tát. Bởi thế điều cốt yếu cho phàm phu trong giai đoạn đầu tiên thuộc phần Phạm vi Nhỏ này, là giữ giới thay đổi lối hành xử của họ theo khía cạnh đen và trắng của nhân quả.

a(ii) Nghĩ về một vài điểm của biệt của nhân quả

Có 3 phần:

– Nghĩ về khía cạnh đen của nhân quả;

– Nghĩ về khía cạnh trắng của nhân quả;

– Dạy về những cửa ngõ vô tình đưa đến nghiệp cường liệt.

**Nghĩ về khía cạnh đen của nhân quả*

Phần này cũng có 3: Tiến trình nghiệp đen thực thụ; Những sự khác nhau làm nên nghiệp nặng hay nhẹ; Dạy về quả báo của những nghiệp này.

– Tiến trình nghiệp đen thực thụ

Nếu luật nhân quả là vô cùng quan trọng dù trên một cấp độ rất vi tế, thì cái gì là căn bản để thay đổi lối hành xử của ta?

Tác phẩm *Kho tàng vật lý siêu hình* nói:

Tiến trình nghiệp gồm 10 phần,
Dù là đen hay trắng,
Được chỉ dạy
Để tóm thâu tất cả các nghiệp.

Có nghĩa rằng thiện hay bất thiện có thể được tóm tắt dưới 10 loại. Ngay cả những người đã thụ giới, chứ không chỉ những người thế tục cũng phải thay đổi lối hành xử của mình. Đấy là lý do Longdoel Lama Rinpoche rất cẩn thận muốn cho mọi người biết ông đã vi phạm bất cứ điều bất thiện nào trong 10 điều – quả thế, ông làm cho họ chú ý đến những bất thiện của ông.

Tác phẩm *Hành Bồ-tát hạnh* nói:

Mặc dù bạn nghĩ rằng mình muốn tránh đau khổ,
Kỳ thực bạn đang thực sự vội vã đi đến đau khổ.
Bạn có thể mong muốn được hạnh phúc,
Nhưng vì vô minh si ám,
Bạn phá hủy hạnh phúc như một kẻ thù.

Nói cách khác, chúng ta có thể mong muốn hạnh phúc nhưng không hiểu làm thế nào để tạo việc lành, nguyên nhân để có hạnh phúc. Chúng ta có thể không muốn đau khổ, nhưng lại không hiểu rằng ta phải từ bỏ tội lỗi, nguyên nhân của khổ đau. Bởi thế chúng ta đánh gục hạnh phúc – chính cái điều mà chúng ta cần – làm như thể nó là kẻ thù của chúng ta. Chúng ta uốn nắn lối hành xử của mình một cách trái ngược hẳn.

Một số người suy nghĩ thấp kém có thể bảo: "Tôi không biết 10 điều bất thiện là gì?" Nhưng nếu ta có thể học 20 hay 30 bài hát thì không thể nào chúng ta lại không biết 10 bất thiện sau khi nghe về chúng.

Chúng ta không đi đến các đọa xứ bởi vì ta không biết pháp hay chưa học pháp, mà chính vì chúng ta đã biết pháp nhưng không thực hành. Vậy điều cốt tử là phải thực hành pháp.

Mười bất thiện, những điều cần phải từ bỏ là:

Thân nghiệp có ba,
Ngữ nghiệp có bốn, và ý nghiệp có ba.
Hãy sám hối mỗi một nghiệp
Trong mười bất thiện này.

Nói cách khác, giết, lấy của không cho, và tà hạnh về dâm dục là ba bất thiện của thân. Nói dối, nói ly gián, nhiếc mắng, và nói lời phù phiếm là bốn bất thiện của lời. Ba bất thiện của ý là tham, ác ý, và tà kiến.

Mỗi bất thiện này có 4 thành phần: "căn bản," "ý định," "hành vi" và "bước cuối cùng."[1]

(1) GIẾT

"Căn bản" của giết bao hàm một chúng sinh khác với mình, nghĩa là cái vật sẽ bị giết – một con

1. Tức là bốn yếu tố: Nhân, Duyên, Pháp và Nghiệp nói trong kinh Phạm Võng.– *DG*

cừu chẳng hạn. "Ý định" chính nó cũng có 3 phần: "sự nhận ra," "động lực," và "vọng tưởng." Ở đây sự nhận ra có nghĩa là không lầm lẫn về một vật gì. Động lực có nghĩa là muốn giết. "Vọng tưởng" là một trong ba độc. Một ví dụ về giết do sân là tức giận một kẻ thù và dùng khí giới để đánh. Một ví dụ giết do tham là giết một con cừu vì tham thịt của nó hay tham bộ lông của nó, vân vân. Một ví dụ về giết do ngu si là giết một hữu tình để lấy máu thịt của nó mà cúng tế với tư tưởng rằng đó không phải là một tội lỗi. "Hành vi" là sự thi hành việc giết bằng cách dùng độc dược, một trong 5 loại khí giới hay bất cứ gì khác. Sự giết không cần phải là một việc rõ ràng như dùng dao để đâm: nó cũng có thể được làm bằng thuật phù thủy, những bài chú vân vân. "Bước cuối cùng" là cái chết của chúng sinh kia.

Khi đầy đủ 4 yếu tố ấy thì tiến trình nghiệp giết thành tựu. Ra lệnh cho người nào khác giết thì cũng không khác gì tự mình giết. *Kho tàng siêu vật lý* nói, nếu 8 người giết một con cừu, thì không phải mỗi người "san sẻ" một phần tội, mà mỗi người nhận "trọn vẹn" cái tội giết con cừu. Khi một viên tướng phái nhiều người lính đi giết hại và một ngàn người bị giết, thì mỗi người lính đều phạm tội giết số lượng mà mình đã giết; nhưng viên tướng lại bị cái tội giết tất cả 1000 người.

Chúng ta có thể nêu một ví dụ rõ rệt tại đây ở tỉnh trung ương, nhưng khắp nơi ở Tây Tạng, tôi tin rằng những người tu đang khiến những người khác giết súc vật cho mình ăn, và tuyên bố "chúng là kẻ tôi tớ." Nhưng đồ tể và người sai giết, cả hai đều phạm tội giết. Nếu người tu sĩ chính tay mình giết con vật, thì chỉ có một người phạm tội. Vậy sẽ tốt hơn biết bao nếu vị ấy đừng bảo người khác làm mà chính mình làm, như thế sẽ không có thêm người phạm tội. Chúng ta có thể nghĩ rằng ta không có tội thực sự giết một chúng sinh, nhưng kỳ thực là chúng ta có tội, vì sai người khác giết cho mình cũng là một trọng tội.

Có một số tỷ-kheo và sa-di giữ một con dê, một con cừu và một con bò đực trong một cái chuồng. Khi những con vật sắp bị giết, con dê nói với 2 con kia:

– Họ muốn giết chúng ta.

Con bò đực nói:

– Nhưng ngày nào họ cũng quy y. Họ chắp hai tay lại, nhắm mắt mà nói: mong tất cả hữu tình có được hạnh phúc và nhân của hạnh phúc. Họ sẽ không giết chúng ta đâu.

Con cừu nói:

– Họ là những đệ tử của Phật. Khi họ bắt đầu học giáo lý họ đã hứa giữ lời khuyến cáo kèm theo sự quy y. Lời khuyên chính yếu là đừng làm hại chúng sanh. Chắc chắn họ sẽ không làm hại chúng ta.

Ba con vật bàn cãi rất sôi nổi. Rồi buổi sáng hôm ấy, người đồ tể cư sĩ đi đến nhà các thầy tu.

Những con vật trông thấy anh ta và lắng nghe. Người đồ tể nói, vẻ hơi bực:

– Hôm nay tôi bận. Thầy có thể người nhờ người nào khác giúp thầy không?

Một thầy tu năn nỉ:

– Tôi không còn gì để ăn trưa. Hãy giúp tôi làm thịt cả 3 con ngay hôm nay.

Người đồ tể phải hứa giết giúp. Ba con vật nghe chúng chắc chắn phải chết. Hai con đã từng bảo việc này sẽ không xảy ra bấy giờ đang khóc thảm thiết. Ngay khi ấy người tu sĩ đi đến vừa lần chuỗi đọc lời quy y và tụng câu "*Om mani padme hum.*" Ông ta đã đến để xem thử con dê, con cừu và con trâu đực có đủ mập hay không.

Ba con vật nói rằng thật không hợp lý nếu thầy tu mà giết chúng sinh hoặc sai người khác giết.

– Tốt nhất là chúng tôi không bị giết. Nếu chúng tôi phải chết thì này thầy tu, thầy nên tự tay giết chúng tôi.

Vị tu sĩ không làm gì cả, người đồ tể trở lại và lấy dây thừng cột chân 3 con vật lại. Anh ta lấy búa đập con bò đực một cú vào đầu bất tỉnh, thọc một nhát gươm nhọn vào sườn của con dê và con cừu, và dùng những lưỡi câu bén để cắt những động mạch chính của chúng. Như thế những con vật trải qua sự đau đớn không thể tưởng tượng. Con bò rống lên với một giọng bi ai thảm thiết:

– Nghe tôi đây này, hỡi tất cả chư Phật ở mười phương. Tôi thấy những điềm xấu. Những tỷ-kheo trên đất này chỉ là những hình ảnh mường tượng tỷ-kheo, vì họ sai giết những hữu tình đã từng là cha mẹ của họ.

Cờ chiến thắng của pháp đã bị hạ thấp và ngọn cờ của ma quỷ giương cao; tất cả chư Phật và Bồ-tát đều buồn bã.

Đây là cuộc đối thoại giữa vị tu sĩ, con dê, con cừu và con bò – tất cả chỉ vì bữa ăn trưa của một vài tỷ-kheo. Tác phẩm *Tấm gương trong* kể chuyện này rất dài.

Những điều như vậy lạc ra ngoài giáo lý; điều cốt yếu là tránh giết chúng sinh. Bậc tôn sư tôi, chỗ nương cậy của tôi, là người có biệt tài làm cho người khác hối hận từ bỏ sát sinh. Khi đến tỉnh Kham tôi cũng đã có thể chấm dứt việc tàn sát súc vật tập thể mà chùa Sog Tsaendaen và những tu viện khác thường làm để gây quỹ. Tôi nghĩ rằng đây là việc tốt nhất mà tôi có thể làm cho chánh pháp trong đời này.

(2) LẤY CỦA KHÔNG CHO

"Căn bản" là vật sở hữu của người khác. "Định" gồm ba phần: sự "nhận ra" phải không lầm lẫn, "động lực" là ý muốn lấy một vật, vì người ta sẽ không đem nó mà cho mình, "vọng tưởng" là một trong ba độc. Một ví dụ về ăn cắp do "sân" là lấy tài sản của một kẻ thù; một ví dụ về ăn cắp do "tham" là thích một vật gì của người khác và dùng mưu mô để lấy; một ví dụ về ăn cắp do "si" là truyền thống của người ngoài đạo Phật, theo đó "khi một người thuộc giai cấp Bà-la-môn bị sa sút về tài sản, thì người đó được phép ăn trộm," nghĩa là họ không cho đó là một hành vi quấy.

"Hành vi" không cần phải là sự đi lén lút về đêm. Sự lấy của không cho có thể bao hàm nhiều chuyện như: một người xuất gia lạm dụng của tín thí, một quan tòa xử phạt bất công, cái kiểu bố thí cho ra rất ít với hy vọng nhận lại thật nhiều ("thả tép câu cá"), vân vân. Khi một thầy tu vi phạm học giới, ông ta phải lạy sám hối, vân vân; mục đích là để chừa những hành vi quấy như trên.

Tóm lại: Bạn muốn có được một thứ sở hữu đặc biệt nào đó, mà khổ chủ của vật ấy không muốn lìa. Bạn dùng nhiều phương tiện lừa bịp để được nó, làm cho người kia không thể nào lấy lại. Không những chúng ta rất dễ phạm vào kiểu ăn trộm này, mà chúng ta còn phạm những kiểu trộm cướp như sau: Hoặc ta để cho người nào lấy của cải hay sở hữu của người khác, dù chỉ đáng giá vài xu. Hoặc ta mượn vật gì của người khác đã lâu rồi chiếm làm sở hữu của mình khi chủ quên đòi. Hoặc ta có thể nghĩ, "Lạy trời cho ông ấy quên," và nhận ra rằng ông ta đã quên.

"Bước cuối" xảy ra khi bạn nghĩ mình đã nhận được vật – khi ấy bạn thành một kẻ trộm cắp. Nếu bạn còn làm chú tiểu, thì việc ấy cũng gần như phạm một trọng giới, nếu bạn là tỷ-kheo, bạn phạm trọng giới thực.

(3) TÀ DÂM

Đối với cư sĩ thế tục thì "căn bản" là bất cứ một lỗ nào trừ bộ phận sinh dục; bất cứ thời gian nào không thích hợp, như khi người phụ nữ đang có bầu hoặc đang giữ giới bát quan trai; tại một nơi không thích hợp, như trước bậc thầy hay gần một bảo tháp; bất cứ người nào không thích hợp, như mẹ hay cha của mình.[1]

Đối với người xuất gia thì tất cả mọi hành vi dâm dục đều trở thành tà dâm.

Sự "nhận ra" là: người ta phải không nghi ngờ gì hành vi ấy là tà dâm; nhưng khi bạn là tu sĩ mà phạm hạnh bất tịnh thì không kể bạn lầm hay không.

"Vọng tưởng" là một trong ba độc. "Động lực" là muốn làm quấy. "Hành vi" là khi hai căn tiếp xúc,

1. Nhân, Pháp, Thời, Xứ – Người Tây tạng quan niệm về "tà dâm" có chỗ khác với Việt Nam; ví dụ về "người không thích hợp" thì chỉ kể mẹ hoặc cha, chứ không kể vợ hay chồng của kẻ khác.

vân vân. "Bước cuối" thành tựu khi người ta cảm thọ sự khoái thích.

(4) NÓI DỐI

Người ta có thể nói dối về tám điều:

1. Một điều gì ta đã thấy bằng nhãn thức, nghe bằng nhĩ thức, cảm nhận bằng tỉ thức, thiệt thức, thân thức một cách riêng rẽ;
2. Một điều gì ta đã thấy bằng nhãn thức, vân vân, một cách tổng hợp;
3. Một điều gì ta đã không thấy bằng mắt, vân vân, một cách riêng rẽ;
4. Một điều gì ta đã không thấy bằng mắt, vân vân, một cách tổng hợp;
5. Một điều gì ta đã kinh nghiệm bằng ý thức ta;
6. Một điều gì ta đã không kinh nghiệm bằng ý thức ta;
7. Một điều gì ta biết;
8. Một điều gì ta không biết;

Bạn phải nói với một chúng sinh hiểu được điều bạn nói bằng tiếng người. Thành phần của "ý định" là như sau. Sự "nhận ra" là nhận ra bạn đang nói (ví dụ) không thấy một điều gì, trong khi thực sự là bạn có thấy. "Động lực" là muốn nói như vậy. "Vọng tưởng" là một trong ba độc tố. "Hành vi" là nói những lời dối gạt, hoặc dối bằng cử chỉ như lắc đầu hay gật đầu mà không thốt ra lời. "Bước cuối" là khi người khác hiểu bạn muốn nói gì.

Tuy nhiên, thật không hợp lẽ khi trả lời một cách thật thà cho câu hỏi của một kẻ có thể giết người: "Nạn nhân của chúng tôi ở đâu?" Tuy nhiên nếu ai còn nghi ngờ về điều này thì nên làm như sau. Khi được hỏi: "Hắn đi ngõ này phải không?" thì bạn nên nói một điều gì để đánh trống lấp, làm cho kẻ ấy phải bỏ đi.

(5) NÓI LỜI LY GIÁN

"Căn bản" có thể là những người đang hợp nhau, hoặc không hợp. Sự "nhận ra" phải là không lầm lẫn; "động lực" là muốn gây chia rẽ; "vọng tưởng" là một trong ba độc. "Hành vi" là như sau: bạn muốn chia rẽ những người đang hòa thuận, hoặc muốn cho những người không hòa đừng giải hòa; không có gì khác nhau nếu lời nói ly gián của bạn là thật hay dối. Một vài người xem việc làm này là một đức tính, nhưng không phải. Lời ly gián gây ra tai hại lớn, nên không thể là điều phải.

"Bước cuối" là khi người ta hiểu ý nghĩa lời bạn nói. Nhưng nghiệp nói dối sẽ không thành tựu nếu những lời ly gián mà bạn nói ra có tác dụng ngược lại. Nghiệp ấy không thành nghiệp nói ly gián nếu lời bạn nói không làm người ta chia rẽ – những người đang hòa thuận, vân vân – vì họ không hiểu.

(6) NÓI LỜI NHỤC MẠ

"Căn bản" của lời nhục mạ có thể là một hữu tình dùng làm căn bản cho sự phát triển những ý định làm hại, hoặc một vật vô tri như một cái gai.

Sự "nhận ra" phải là không lầm lẫn. "Vọng tưởng" là một trong ba độc. "Động lực" là muốn nói những lời như vậy. "Hành vi" là nói về những lỗi trong đạo đức, dòng dõi, thân thể, vân vân. Bạn có thể nói sự thật hay điều dối trá, chẳng hạn bạn nói: "Anh đui rồi" cho một người mù thực hoặc không mù. Khi bạn nói những lỗi lầm về đạo đức, dòng dõi, thân thể, vân vân, dù là nói đùa, bạn cũng đã phạm vào hành vi nói lời nhục mạ, nếu lời bạn làm cho người kia bị tổn thương.

"Bước cuối" là khi người kia hiểu được ý nghĩa của lời bạn nói. Ngôn ngữ phải được hiểu; bởi thế tiến trình nghiệp không hoàn tất nếu bạn nói lời nhục mạ với một vật vô tri.

(7) NÓI LỜI PHÙ PHIẾM

"Căn bản" là một lời phù phiếm vô ích. Sự "nhận ra" là điều mà bạn muốn đề cập, là một điều phù phiếm không đáng nói. Đề tài của chuyện phiếm có thể là một vị vua nổi tiếng hoặc không; bất cứ gì cũng có thể làm căn bản thực sự của chuyện phù phiếm. "Động lực" là sự ham nói. "Vọng tưởng" là ba độc. "Hành vi" là nói về vua, về quân đội, hay bất cứ gì.

Ngày nay những tu sĩ chúng ta trong tu viện mỗi khi tụ họp lại là bàn luận đủ thứ chuyện: chuyện chính phủ, Trung Quốc, Ấn Độ, vân vân. Đấy là chuyện phiếm. Chuyện phù phiếm là nghiệp nhẹ nhất trong mười bất thiện, nhưng nó lại là cách tốt nhất để lãng phí cuộc đời chúng ta. Cái thói xấu tán gẫu làm hỏng những cuộc đại lễ công cộng trong tôn giáo và chư tăng liên tục tụ họp ăn trưa nói chuyện quá nhiều. Atìsha nói:

"Khi ở chung, hãy kiểm soát lời nói. Khi ở một mình, hãy kiểm soát tư duy."

Nói cách khác, bạn phải cẩn thận dù chỉ có một người bạn. Những câu chuyện và thảo luận về những luận đề không phải Phật giáo đều là chuyện phù phiếm. Mặc dù với sáu tà hạnh về thân và lời, bạn có thể bảo người khác làm thay bạn (trừ tà hạnh dâm dục), song chính bạn cũng bị vướng vào tiến trình nghiệp.

(8) THAM

"Căn bản" là tài sản của một người khác. Giả sử khi đi chợ, bạn trông thấy một món hàng hấp dẫn và nghĩ, "Ước gì ta có được!" và khát khao nó gần muốn ốm.

Sự "nhận ra" là biết được một vật đặc biệt nào đó làm căn bản cho lòng tham của bạn.

"Động lực," "hành vi," và "bước cuối" phải được xem là những nhiệm vụ của một ý định duy nhất. "Động lực" là ý nghĩ: "Ước gì vật này là của ta!" "Vọng tưởng" là một trong ba độc. "Hành vi" là khi ý nghĩ càng mãnh liệt, và bạn quyết định mình phải tìm cách nào khiến cho vật ấy biến thành của mình.

Bạn cũng có thể tham ngay cả những sở hữu của bạn.

Khi chúng ta đi chợ ở thủ đô Lhasa chẳng hạn, ta khởi lòng tham hàng trăm ngàn lần, vì bất cứ gì ta làm ở đấy ta đều làm trong sự không chánh niệm. Ta nên áp dụng thuốc chữa bệnh tham là nghĩ tất cả những vật ấy đều hư huyễn, không có thực chất.

(9) ÁC Ý

"Căn bản," "vọng tưởng" vân vân của ác ý cũng giống như của lời nhục mạ. "Động lực" là muốn gieo tai hại bằng cách đánh hoặc giết đối tượng ("căn bản") của ác ý, hay mong những điều như "Thật là tốt nếu người ấy bị tàn mạt." "Hành vi" là đặt nhiều nỗ lực vào ý tưởng ấy. "Bước cuối" là quyết làm hại người kia.

Chúng ta làm những hoạt động mật giáo như cầu sự an lạc, tăng trưởng, năng lực, phẫn nộ; nếu chúng ta không làm với những động lực tốt và bền bỉ, làm vì lợi ích của hữu tình, thì những việc ấy có thể trở thành những hình thái khác nhau của tâm tham, ác ý, vân vân; bởi thế cần phải cẩn thận.

(10) TÀ KIẾN

"Căn bản" phải là một cái gì hiện hữu: Nhân quả, Bốn chân lý, Ba ngôi báu, vân vân. Một tà kiến là xem những việc này là phi hữu; chẳng hạn chối bỏ những pháp ấy tức là bảo rằng chúng không có.

Ngoại đạo Akshipàda muốn làm tà hạnh với chính con gái của ông, nên đã soạn *Một trăm ngàn bài kệ* trong đó ông tuyên bố ngoài cuộc đời này, không còn có đời tái sinh nào khác. Ngoài ra những ví dụ về tà kiến là mười sáu quan niệm sai lầm, tà ác, bịa đặt, vân vân.

Sự "nhận ra" cũng giống như chín hình thức kia của sự nhận ra, ngoại trừ sự kiện người ta không nhận ra rằng cái điều mình chối bỏ kỳ thực là đúng. "Hành vi" là ý định chối bỏ cái điều dùng làm căn bản. "Bước cuối" là quyết định rằng điều đó không hiện hữu.

Chúng ta ít có cơ hội thực sự chủ trương những tà kiến, nhưng ta cũng có thể bị bạn xấu lung lạc để có chủ trương như vậy. Bạn xấu nghĩa là những người có rất ít công đức.

Khi ta đã biết rõ mười bất thiện ấy, điều cốt yếu là ta phải cẩn thận tránh làm.

– *Những sự khác nhau làm nên nghiệp nặng hay nhẹ*

Có sáu yếu tố:

1) NẶNG DO BẢN CHẤT

Bảy nghiệp của thân và được xếp hạng từ nặng nhất là giết cho đến nhẹ nhất là lời nói phù phiếm. Lý do là thứ tự này phản ảnh mức độ đau khổ mà hữu tình khác phải chịu. Ví dụ: dù chúng ta có thể khác nhau cách mấy, thì cũng có giống nhau một điều là, ai cũng yêu quý mạng sống của mình hơn những sở hữu của mình. Do vậy sự giết chết gây nhiều đau khổ cho người khác hơn là trộm cắp. Tuy nhiên, với ba điều bất thiện của tâm ý, cái nhẹ nhất nằm trước tiên, nặng nhất là cái cuối cùng.

2) NẶNG DO Ý ĐỊNH

Khi ý định phát xuất từ một vọng tưởng khá mạnh những điều bất thiện, chẳng hạn nhục mạ, bản chất lại nhẹ, như người ta nói: "Anh là con chó già" do vì rất tức giận, thì hành vi này khi ấy trở thành nặng.

3) NẶNG DO HÀNH VI

Một ví dụ về điều này là giết một cách tàn bạo. Lại nữa giết một con voi chẳng hạn, nặng hơn giết môt con sâu. Giết những con vật có thân thể khổng lồ và có sức mạnh vật lý lớn thì tội nặng hơn, vì chúng trải qua đau đớn nhiều hơn. Ở một vài xứ sở, người ta thiêu sống những con ếch, gà vịt và côn trùng; những hành vi này đều nặng theo cả 2 cách bởi vì bản chất của chúng và do chính hành vi giết hại.

4) NẶNG DO CĂN BẢN

Một tội được xem là nặng chẳng hạn như có cái nhìn dữ dằn đối với những bậc bề trên như là bổn sư, thầy truyền giới, những vị bồ-tát, những thành phần của tăng chúng, cha mẹ, vân vân.

5) NẶNG VÌ TÍNH CÁCH THƯỜNG XUYÊN

Nói phù phiếm, chẳng hạn, là nặng vì người ta luôn luôn làm.

6) NẶNG VÌ KHÔNG CÓ CÁCH CỨU CHỮA

Những tội trong dòng tâm thức của một người không bao giờ làm một thiện hành nào là rất nặng.

Có từ một đến sáu loại nặng trong bất cứ hành vi nào. Hai ví dụ về hai loại tội nặng là: nhìn một vị Bồ-tát một cách tức tối khi ta rất giận dữ, hoặc giết một con vật một cách tàn bạo. Hát múa do tham mạnh là một trường hợp chỉ có một loại nặng. Tất cả 6 loại nặng đều hiện hữu chẳng hạn nơi một người đồ tể luôn luôn phạm tội và không bao giờ làm việc lành, giận dữ với cha mẹ và giết một cách tàn bạo.

Dù tội lỗi của chúng ta nhẹ đến đâu, chúng ta luôn luôn làm cho chúng thêm trầm trọng.

– Dạy về quả báo của những nghiệp này

Có 3 loại quả báo: quả báo đã thuần thục, quả báo phù hợp với nguyên nhân và quả báo thuộc về hoàn cảnh[1].

Khi người ta phạm một điều nào trong bất cứ 10 điều bất thiện, thì ta trải qua 4 quả báo chứ không phải 3, vì quả báo liên hệ đến nguyên nhân được chia làm hai loại: Những kinh nghiệm phù hợp với nguyên nhân và hành động phù hợp với nguyên nhân.

Những bất thiện lớn lao sẽ đưa đến tái sinh ở địa ngục; trung bình thì đưa đến tái sinh làm ngạ quỷ, và nhỏ thì đưa đến tái sinh làm súc sinh. Hãy lấy ví

1. tức là "y báo"– *DG*

dụ giết. Quả báo đã chín có thể là tái sinh ở địa ngục. Về sau người ta thoát khỏi địa ngục và được tái sinh làm người, nhưng mạng sống ngắn ngủi, lại đau nhiều bệnh: đây là những kinh nghiệm phù hợp với nguyên nhân. Người ta cũng có thể ưa giết từ tấm bé: đây là hành vi phù hợp với nguyên nhân. Những "quả báo về hoàn cảnh" xảy ra trong môi trường sống: thức ăn, thức uống, thuốc men, vân vân, có ít hiệu lực. Sau khi chúng ta đã sinh vào địa ngục, có thân thể không khác gì lửa địa ngục rồi, chúng ta lại sinh làm người thích giết. Sự giết hại của chúng ta làm cho tiến trình này kéo dài bất tận và chúng ta lại bị ném xuống đọa xứ. Những hậu quả đáng buồn hơn tất cả là những hành động liên hệ đến nguyên nhân; đấy là lý do tại sao chúng ta cần phải nỗ lực tìm cách ngăn chặn những hành động tương ưng với những nguyên nhân bất thiện, và phát sinh những hành động phù hợp với nguyên nhân thiện.

Bây giờ chúng ta sẽ đề cập các điều bất thiện khác – lấy của không cho – theo thứ tự. Những kinh nghiệm phù hợp với nguyên nhân là: (đối với việc trộm cắp) bạn sẽ thiếu vật sở hữu, phải xài chung với những người khác; (đối với tà hạnh) bạn sẽ không thể giữ được đệ tử, tôi tớ, hay chồng vợ; (đối với nói dối) người khác không tin bạn; đối với lời ly gián, bạn sẽ có ít bạn bè, không có tín đồ tôi tớ vân vân; (đối với nói lời nhục mạ) những người khác sẽ nói xấu bạn; (đối với nói lời phù phiếm) lời bạn sẽ ít có hiệu quả vì người khác sẽ xem thường những gì bạn nói; (đối với tham) bạn sẽ không đạt được mục đích; (đối với ác ý) hoàn cảnh xung quanh bạn sẽ đáng sợ; (đối với tà kiến) bạn sẽ bị đui mù trước chánh kiến. Một số người phạm tội được sống lâu, mọi sự đối với họ đều suôn sẻ; ngược lại một số người tu hành nghiêm chỉnh thì lại bị đau ốm, mạng sống ngắn ngủi, vân vân. Có nhiều nguyên nhân cho việc này: những nguyên nhân ấy nằm trong các đời quá khứ. Khi một chuyện gì khó chịu xảy đến cho ta trong đời này, chúng ta cứ nghĩ đấy là do một nguyên nhân gần nhất, nhưng sự thật không phải thế. Thông thường những việc ấy được tạo tác bởi nghiệp từ những đời quá khứ.

Những hành động phù hợp với nguyên nhân là như sau. Trong đời này, có những người từ nhỏ đã thích ăn trộm đồ vật; điều này là do trong những đời quá khứ họ đã quen lấy của không cho. Có những trẻ con có tài làm cho những trẻ khác ăn cắp; những trẻ như thế ưa thích chuyện trộm cắp. Những hành vi khác phù hợp với nguyên nhân cũng tương tự như thế và dễ hiểu. Những hành vi phù hợp với những nguyên nhân là tham, ác ý và tà kiến làm cho tham sân si càng tăng trưởng.

Những quả báo về hoàn cảnh do lấy của không cho là: mất mùa, trồng cây ít kết quả, gặp sương mù, mưa đá, nuôi bò không có sữa, vân vân. Do tà hạnh, bạn phải sống trong những nơi bùn lầy hôi hám; do nói láo, xung quanh có nhiều kẻ lường gạt; do nói ly gián, bạn phải sống những nơi đất không bằng phẳng; do nói lời nhục mạ, bạn phải sống một nơi có nhiều gốc cây đã bị chặt; do nói phù phiếm, mùa màng thất bại, mưa trái thời; do tham, tất cả những lạc thú của bạn sẽ bị mây ám; do ác ý, sẽ có nhiều chiến tranh bệnh tật đói khát; do tà kiến, nguồn nước và những gì quý báu của bạn sẽ khô cạn.

Như vậy, nếu bạn đã biết được những gì sẽ xảy đến do hậu quả của bất thiện mà vẫn còn cố ý làm những điều bất thiện, thì cũng giống như đứng trên một mỏm đá cao mà nhảy xuống với đôi mắt mở lớn.

Đất đai trước kia khá tốt, bây giờ rất xấu, khô cằn, vân vân. Nghiệp đã làm việc ấy. Trong thời kiếp may mắn này, lúc đầu đất thật kỳ diệu nhưng nó đã dần dần thoái hóa và bây giờ đã bị ăn mòn, đầy những chỗ nứt nẻ và vực sâu.

** Nghĩ về khía cạnh trắng của nhân quả*

Có 2 phần:

– Tiến trình nghiệp trắng thực sự;

– Dạy về quả báo của nghiệp trắng.

– Tiến trình nghiệp trắng thực sự

Chỉ có tránh làm 10 bất thiện mà thôi thì không hoàn thành được tiến trình nghiệp trắng (tức là bạch nghiệp hay nghiệp thiện). Tiến trình đầy đủ như sau: nhận ra 10 điều bất thiện, kiêng làm những điều ấy sau khi thấy những lỗi lầm, và sau khi có ý nghĩ từ bỏ chúng, là sự hoàn toàn chế ngự. Điều thiện không giết hại chẳng hạn, có 4 phần: căn bản, ý định, hành vi và bước cuối. Lấy ví dụ bạch nghiệp là không giết một con cừu. Con cừu là căn bản. Bạn thấy lỗi lầm trong sự giết cừu nên muốn đừng giết nó và nghĩ "điều ấy không nên." Đây là động lực. Khi tư tưởng này càng mạnh hơn và bạn thấy rằng giết con cừu là một ác hành, bạn cố hoàn toàn kiêng sự giết, nỗ lực này là hành vi của bạch nghiệp từ bỏ giết. Tiến trình nghiệp hoàn tất khi bạn quyết định rằng mình sẽ không giết: bạn thấy rõ lỗi lầm của sự giết và nghĩ rằng mình sẽ hoàn toàn kiêng sát sinh: điều này cũng tương đương với hành nghiệp của thân. Đây là bước cuối của bạch nghiệp không giết cừu.

Khi bạn sắp ăn trộm một vật gì, thì *động lực* làm cho bạn không lấy là ý tưởng như sau:"vật này là căn bản của nỗi đau khổ và sa đọa của tôi; ác hành này sẽ là nguyên nhân đưa tôi xuống các đọa xứ, bởi vậy không nên làm. "*Hành vi* là nỗ lực của bạn để từ bỏ việc trộm cắp. Tiến trình nghiệp hoàn tất khi bạn quyết định từ bỏ trộm cắp. Hãy áp dụng cùng một nguyên tắc ấy cho những bất thiện khác, như tà hạnh về dâm dục, vân vân.

– *Dạy về quả báo của nghiệp trắng*

Có ba đoạn:

1. QUẢ BÁO ĐÃ THUẦN THỤC

Bạn được sinh làm một vị trời ở các cõi cao (nghĩa là ở Sắc giới và Vô sắc giới) do thiện nghiệp rất thù thắng; làm một vị trời Dục giới do thiện nghiệp trung bình; và làm một con người do thiện nghiệp nhỏ.

2. QUẢ BÁO PHÙ HỢP VỚI NHÂN

Có hai loại: "Kinh nghiệm" phù hợp với nhân là: trường thọ, có tài sản lớn, vợ chồng hòa thuận, nói gì người ta cũng chú ý, bạn bè thuận thảo, vân vân. "Hành vi" phù hợp với nhân là trường hợp xảy ra ở một vài người – như tái sinh của những bậc thánh chẳng hạn – từ lúc sinh ra đã tự phát ý từ bỏ và tâm đại bi.

3. QUẢ BÁO THUỘC VỀ HOÀN CẢNH (Y BÁO)

Điều này dễ hiểu: ngược lại với quả báo hoàn cảnh của mười bất thiện; đó là có thức ăn uống, thuốc men nhiều hiệu năng, vân vân.

**Dạy về những cửa ngõ vô tình đưa đến nghiệp cường liệt*

Có bốn phần.

– Cường liệt do ruộng phước

Quả báo của bố thí càng tăng lần lượt theo thứ tự sau: bố thí cho người thường, cho cha mẹ, cho người có đức hạnh, cho Bồ-tát tại gia hay xuất gia, cho chư Phật, và cho bậc thầy của mình. Nhìn một Bồ-tát với cái nhìn khinh bỉ thì tội báo còn nặng hơn là ném tất cả hữu tình trong ba cõi vào ngục rồi móc hai con mắt họ. Chắp tay kính chào vì lòng tin tưởng kính trọng đối với một vị Bồ-tát thì có công đức hơn là giải phóng tất cả những hữu tình ấy ra khỏi tù ngục và đem con mắt cho họ. Cũng thế, khi một thầy tu giết một súc vật, thì ông ta chỉ phạm một tiểu giới; nếu giết một con người, thì phạm trọng tội.

– Cường liệt do vì đã thụ giới

Một quyển kinh nói công đức một người hành thiện mà đã thụ giới thì lớn hơn là chưa thụ giới. Cũng vậy đối với phi công đức: một người xuất gia thụ giới mà làm một điều bất thiện nhỏ nhặt thì có tội nặng hơn là một người thường phạm cả mười bất thiện. Do vậy mà thật là trọng tội khi người đã thọ bồ-đề tâm và thọ giới mật tông mà vi phạm những tà hạnh. Có nhiều người cho rằng vì thụ giới thì bị tội nặng nên tránh thụ giới. Nhưng không cần thiết phải vậy. Quyển *Hành trung đạo* nói:

"Không có nhân nào để tái sinh thù thắng trong đời sau ngoài ra nhân giới."

Nghĩa là, muốn tái sinh làm người trong đời sau, thì bạn nhất định phải thụ giới và giữ giới. Nếu bạn không thụ giới, mà chỉ bố thí chẳng hạn, thì bạn có thể tái sinh làm một thú vật như con rồng.

Nếu bạn thụ giới, bạn sẽ liên tục nhận công đức. Và nếu bạn giữ một ác giới thì bạn sẽ liên tục nhận phi công đức: một người đồ tể và một bà bán rượu là những điển hình của người theo ác giới, và tội của họ sẽ liên tục tăng trưởng, dù là khi họ đang ngủ hay khi họ nghỉ mệt.

Giả sử hai người sống chung, một người đã thọ giới không giết, người kia chưa thọ. Cả hai người có thể suốt một thời gian không giết con gì, nhưng người không thọ giới thì không có công đức do sự từ bỏ sát sinh, trong khi người đã thọ giới thì công đức càng ngày càng tăng. Cũng tương tự, những người thọ giới cư sĩ tại gia, giới sa di hay cụ túc giới có thể không làm nỗ lực đặc biệt gì để tăng thiện căn công đức, nhưng ít nhất họ cũng thấy được sự tăng trưởng trong các loại giới: ngũ giới, 36 giới, 253 giới; ngay cả trong lúc ngủ. Và điều này cũng áp dụng cho những người thọ Bồ-tát giới, công đức càng tăng hơn bất cứ giới nào ở trên, không thể tính được. Như trong *Hành Bồ-tát hạnh* nói:

Sau đó ngay cả trong giấc ngủ của họ,
Hay trong những lúc không đề phòng,
Công đức của họ sẽ có nhiều năng lực.
Nhiều công đức liên tục đến với họ,
Và sẽ trở thành to lớn như hư không.

Những người thọ giới mật tông còn thấy tăng trưởng công đức trăm ngàn lần hơn. Bởi thế một người chưa thọ bất cứ giới nào thì không tạo được những thiện căn đặc biệt này; hãy so với người thọ giới ngày nào cũng thấy công đức mình tăng trưởng và như vậy có lợi lạc lớn. Những người hẹp hòi không nên có tà kiến, ngay cả những người thế tục cũng nên thọ giới một ngày, thọ giới nhịn ăn một ngày và thọ bồ-đề tâm.

Có 2 loại cấm chỉ: sự cấm chỉ tự nhiên và sự cấm chỉ có tuyên bố. Loại một là như sau. Một trong những sắc thái của loại cấm giới này là *nhân* của chúng: những động lực thực thụ của người ta là những động lực bất thiện. Một sắc thái khác là *bản chất*: bản chất chúng là tội lỗi, và chúng thể hiện sự bất thiện. Nhưng còn một sắc thái khác nữa là hậu quả của chúng: một phần của bản chất chúng là chúng có thể chín thành một hậu quả không vui. Bất kể một người đã thọ giới hay chưa thọ, nếu những điều căn bản này mà có mặt, thì người ấy sẽ phát sinh một tội thuộc loại *cấm chỉ tự nhiên*.

Loại hai, sự cấm chỉ có công bố, là một nghiệp hay nghiệp chướng đi ngược lại luật Phật chế. Loại này như sau. Một sắc thái của chúng là *nguyên nhân*: động lực thực sự là ý định tốt hoặc trung tính. *Bản chất* của chúng là một sắc thái khác: chúng thể hiện một bản chất trung tính. Một sắc thái khác nữa là quả báo của chúng: Một phần bản chất của chúng là, chúng không thể chín mùi thành hậu quả bất lạc.

Nếu bạn vi phạm một tiểu giới, và nguyên nhân tức động lực, được liên kết với một cái gì bất thiện, chẳng hạn tư tưởng bất chấp giới luật, khi ấy bạn sẽ phạm một tội và vi phạm một tiểu giới: đấy là một điều cấm chỉ tự nhiên và một điều cấm chỉ được công bố. Nếu bạn phạm một tiểu giới với một động lực trung tính, bạn phạm tiểu giới ấy bằng cách đi ngược lại giới Phật chế nhưng bạn không phạm tội – điều cấm chỉ tự nhiên. Nếu một tỷ-kheo giết một con vật, ông ta phạm một tội – điều cấm tự nhiên về giết súc vật – và phạm một tiểu giới – điều cấm có công bố, vì giết một con vật là một vi phạm trong tiểu giới của tỷ-kheo.

Những tội lỗi như thế và những tiểu giới vi phạm có thể có cùng bản chất nhưng chúng vẫn bị hạn chế vào những pháp riêng biệt. Bất kể người ta áp dụng một vài sự giải tội như thế nào, chẳng hạn 4 năng lực, và mặc dù người ta có thể hoàn toàn tịnh hóa tội lỗi có cùng một bản chất, việc làm này vẫn không phục hồi lại được một cách thích đáng cái tiểu giới đã phạm có cùng một bản chất như tội. Lại nữa mặc dù người ta có thể phục hồi một cách thích đáng tiểu giới đã vi phạm, song nếu người ta không sám hối tội nhờ bốn năng lực thì người ta vẫn chưa tịnh hóa nó.

Người ta thọ giới tỷ-kheo từ nơi vị tu viện trưởng, thầy truyền giới, và những thành phần của tăng-già; bởi thế người ta phải phục hồi những giới này trước mặt các tỷ-kheo hay thành phần của tăng chúng. Những tà hạnh ngược lại giới Bồ-tát thường phải được sám hối và tịnh hóa trước bậc thầy, chư Phật và các Bồ-tát; những tà hạnh ngược lại với giới Mật tông cần phải được sám hối và được tịnh hóa trước bộ loại chư thần của mandala đặc biệt.

Khi tạo công đức lớn, sẽ có lợi ích hơn nhiều nếu ít nhất ta giữ giới đại thừa một ngày bằng cách dâng cúng và xây dựng kho công đức.

– Cường liệt do hành vi đã làm

Bố thí Pháp tốt hơn bố thí tài vật, cúng dường bằng sự tu tập hơn là cúng dường vật chất, vân vân.

– Cường liệt do ý định

Nếu kèm với bồ-đề tâm mà lập một lời cầu nguyện với Tara hay cúng một cây đèn, thì công đức của ta sẽ rất mạnh, hơn là cúng một trăm ngàn cây mà không có tâm bồ-đề.

Những tiêu đề trên dạy cho bạn những phi công đức cần tránh, và những công đức nên thực hành.

Nếu bạn muốn trở nên thiện xảo trong việc tu tập, thì phải biết làm thế nào để xây dựng một kho công đức khổng lồ mà không phải nhọc sức, và làm thế nào để giảm bớt những điều phi công đức. Chẳng hạn nếu một tỷ-kheo làm những nghi thức chuẩn bị kèm theo tâm bồ-đề, thì phước nghiệp này cường liệt theo cả bốn cách, do lĩnh vực, do ông đã thụ giới, do việc làm, và do ý định.

Lại cũng có sự khác nhau giữa "dẫn nghiệp" và "mãn nghiệp." "Dẫn nghiệp" là một nghiệp lành khiến ta sinh vào thượng giới, hoặc một nghiệp ác khiến ta sinh vào đọa xứ. "Mãn nghiệp" không có tính cố định như thế: một "dẫn nghiệp" người ta làm có thể thiện, mà "mãn nghiệp" có thể hoặc thiện hoặc bất thiện. Một "dẫn nghiệp" có thể bất thiện nhưng mãn nghiệp có thể hoặc thiện hoặc bất thiện. Vậy có bốn khả năng.

Muốn có một tái sinh làm người hạnh phúc, làm chuyển luân vương, thì cả hai loại dẫn nghiệp và mãn nghiệp cần phải đều là thiện. Một tái sinh làm người đầy những đau khổ nhọc nhằn, ví dụ làm người ăn mày, là một trường hợp dẫn nghiệp là thiện nhưng mãn nghiệp bất thiện. Tái sinh vào địa ngục là một điển hình về dẫn nghiệp mãn nghiệp đều bất thiện. Điển hình về dẫn nghiệp bất thiện mãn nghiệp thiện là làm con ngựa hay lừa cho đức Dalai Lama hay Panchen Lama, hoặc làm những con chó của các ngài.

Một hành nghiệp duy nhất cũng có thể khiến người ta tái sinh nhiều đời kiếp liên tục, ví dụ nhục mạ người khác "Anh giống như ếch nhái" có thể có quả báo tái sinh năm trăm đời làm con ếch. Hoặc nhiều hành nghiệp có thể có quả báo trong một thân tái sinh duy nhất, vân vân.

Có nhiều loại nghiệp khác: nghiệp ta bắt buộc phải chịu, nghiệp ta không bắt buộc phải chịu, nghiệp ta tích lũy do một hành vi nào đó, những hành vi đã làm nhưng không tích lũy nghiệp, nghiệp đã tích lũy mà không cần làm gì cả.

Quả báo của nghiệp mà ta chắc chắn phải chịu có thể xảy ra trong ba thời gian khác nhau. Với những quả báo cụ thể: do vài động lực đặc biệt hay do ruộng phước đặc biệt, người ta kinh quá những quả báo ngay trong cùng một đời trong đó nghiệp ấy được tích lũy ("hiện báo"). Với nghiệp phải chịu sau khi tái sinh (đời sau, gọi là "sinh báo"), thì người ta kinh quá quả báo của nghiệp ấy trong đời sau. Với nghiệp phải chịu quả báo trong nhiều đời sau, thì người ta kinh quá quả báo của nó trong đời kế tiếp với đời sau, hoặc trong những kiếp tái sinh về sau. Bạn nên tham khảo những tác phẩm như của Tsongkapa *Những giai đoạn Lớn hay Trung bình của Đạo lộ* để hiểu những điều này một cách chi tiết hơn.

b) Khuyên tạo nhân thù thắng

Bởi thế chúng ta nên sợ quả báo của bất thiện và giữ giới từ bỏ mười nghiệp bất thiện. Nếu chúng ta làm mười nghiệp thiện một cách thích đáng, ta sẽ không rơi vào các đọa xứ, thay vì thế sẽ được sinh làm người hay trời. Nhưng chỉ riêng điều này mà thôi thì không đủ cho ta đạt giải thoát và toàn tri. Tuy thế, nếu ta có thể được loại tái sinh thù thắng đặc biệt có tám đức thuần thục, thì ta có thể tiến xa hơn trên đạo lộ. Bởi thế ta nên thành tựu cho được một tái sinh có tám điều thuần thục như thế. Đức Tsongkapa vĩ đại có nói:

Bạn sẽ không tu hành được bao nhiêu
Nếu không có một tái sinh
Có đủ điều kiện để thực hành tối thượng thừa.
Bởi thế hãy luyện tập để tạo nhân
Cho cả tám điều thù thắng ấy.

b(i) Những đức tính thuần thục

Có tám đức thuần thục là: sống lâu, thân thể đẹp, gia tộc thù thắng, tài sản lớn, lời nói đáng tin cậy, có danh tiếng lớn, làm thân nam nhi, thân thể và tâm hồn đều dũng mãnh.

Trên thế gian này, những trái quả tốt trong một thửa ruộng là do hột giống tốt. Chớ lầm lẫn: Sự kiện rằng chúng ta có tài sản, tái sinh thù thắng, vân vân, đều do những hành nghiệp trong đời quá khứ. Và nếu chỉ có những kết quả tốt cho mùa năm nay thì không ích gì lắm; ta cần phải cố gắng gieo trồng những giống tốt cho năm tới. Cũng vậy, không ích gì nếu ta không tò mò chút nào về những đời kiếp tương lai của ta, hoặc chỉ nghĩ về chúng rồi đâm ra hãi sợ. Ta sẽ không được cái gì nếu ta chỉ hoàn tất những nhân để có được tái sinh tốt bình thường; mà ta còn phải hoàn tất những cái nhân để có được một loại tái sinh đặc biệt thích hợp để tu tập Pháp. Lại nữa, ta cần phải có tám đức thuần thục – sống lâu, thân thể tốt đẹp, vân vân.

b(ii) Nhiệm vụ của những đức tính thuần thục

Đức đầu tiên trong tám đức ấy là sống lâu, vì nó sẽ giúp bạn tiến bộ trong Pháp nhờ có nhiều thời gian tạo công đức cho chính mình và cho người khác.

Do đức thứ hai (thân tướng tốt đẹp), bạn có thể thu hút tín đồ chỉ nhờ dáng vẻ của bạn. Atìsha là một trường hợp điển hình về phương diện này.

Đức thứ ba (dòng họ cao thượng) sẽ làm cho những người khác đặc biệc chú ý đến những mệnh lệnh của bạn.

Đức thứ tư là có tài sản lớn. Vì bạn có nhiều tài sản và đông quyến thuộc, trước hết bạn có thể lôi cuốn hữu tình nhờ những sở hữu vật chất, rồi sau đó lấy Pháp mà làm cho họ thuần thục. Như vậy đức này là một kích thích tố lớn cho việc giúp đỡ chúng sinh.

Đức thứ năm (lời nói đáng tin) khiến cho mọi người hiểu được chân lý về Tánh không.

Đức thứ sáu (có thế lực và danh tiếng) khiến người khác nhanh chóng làm theo lệnh của bạn, như thể là mệnh lệnh vua ban.

Đức thứ bảy (làm thân nam nhi) có nghĩa rằng bạn sẽ không bị khiếp sợ trước đám đông, và khi sống những nơi hoang vu bạn cũng ít bị trở ngại trong việc tu tập.

Đức thứ tám (có sức mạnh về thể chất cũng như tinh thần) có ba nhiệm vụ. Bạn cần có một thân thể khỏe mạnh để thực hành những khổ hạnh phi thường như Milarepa; khi ấy bạn mới có thể tu tập trong nghịch cảnh. Với tinh thần mạnh, bạn sẽ không tuyệt vọng, dù có xảy ra bất cứ gì trong việc tự lợi lợi tha – bạn sẽ luôn luôn vui vẻ làm bất cứ gì cần thiết. Bạn sẽ có được trí khái niệm mãnh liệt (tục đế?) và điều này sẽ làm nhân cho sự mau đắc thần thông.

b(iii) Những nguyên nhân để thành thự những đức thuần thục

Mặc dù thật tốt nếu những hành giả có được tám đức nói trên, song bạn có thể thắc mắc: "Tôi có sẽ được như vậy chăng?" Dĩ nhiên bạn sẽ được; đó cũng như một nông phu gieo giống về mùa xuân biết được ông ta sẽ gặt hái kết quả vào mùa thu. Nếu trong tái sinh này ta tạo nhân để có được tám đức thuần thục ấy và làm những lời nguyện thanh tịnh cho đời vị lai, thì ta sẽ được quả báo là tám điều thù thắng ấy trong những đời vị lai. Đây là vì khi nhân duyên tụ hội đầy đủ thì hậu quả sẽ xảy đến.

Ta hãy xét cả tám đức tính ấy. Nguyên nhân cho đức đầu tiên, sống lâu, là từ bỏ giết hại chúng sinh; cứu sống, tha mạng và cứu những con cá mắc cạn chẳng hạn; cho thực phẩm; tha thầy tu làm việc nặng; cấp thuốc cho người bệnh hay điều dưỡng họ, vân vân.

Nhân chính để có thân thể tốt đẹp là thực hành nhẫn nhục. Tuy nhiên còn có những nhân khác, như cúng những cây đèn sáng cho hình tượng Phật; xây dựng những vật biểu tượng cho thân ngữ ý giác ngộ; sửa sang những vật này; thếp vàng và trang hoàng cho những pho tượng, mặc áo mới cho tượng; bố thí cho người y phục mới và đồ trang sức, vân vân.

Một nhân để được sinh vào gia đình cao sang là không tự cao tự đại về những đức tính của mình, về dòng họ, đạo đức, trí tuệ, quyến thuộc, y phục, vân vân, dù bạn là cư sĩ hay xuất gia. Những nguyên nhân khác là hành xử một cách khiêm cung và từ bỏ tất cả kiêu căng và cảm giác tự tôn; và tỏ lòng kính trọng đối với những người trên như bậc thầy, bổn sư, thầy truyền giới, tu viện trưởng và những phần tử của tăng chúng. Những người tu phải kính trọng người đa văn, cao niên hơn mình. Những học giả cũng phải nhận sự phục vụ hay lễ bái mà những người trẻ làm đối với họ vì kính trọng và khi một người trẻ sắp thọ giới tỳ-kheo, phải đối xử với họ như một người ngang hàng. Người ta có thể có tục lệ kính trọng những hành giả hoặc những vị Lạt-ma tái sinh nhưng bạn nên kính trọng cả những học giả và những người cao niên như thời Phật tại thế.

Chính phủ Tây Tạng, chính phủ trong cung Đâu-suất, sử dụng 16 luật của cõi trời và cõi người gồm nhiều điều vô cùng quan trọng: người trẻ phải kính trọng người già, phải kính trọng những người có đức hoặc những người đã từng rất tử tế với mình, chẳng hạn cha mẹ; phải giúp đỡ những người sa sút vì bệnh tật nghèo khó, vân vân. Nếu những điều này được tuân giữ thì xứ sở sẽ được hạnh phúc. Trong quyển *Truyền thừa Luật tạng* có câu chuyện bốn con thú làm bạn, kính trọng nhau tùy theo tuổi tác. Do đạo đức của những con thú này mà dân chúng ở Kashi thọ hưởng hạnh phúc lớn. Bốn con thú vật mà còn biết chuyện kính trọng những kẻ lớn hơn mình; huống hồ chúng ta những người thực hành pháp, những người tu, điều ấy sẽ đem lại hạnh phúc còn lớn hơn nữa.

Nguyên nhân để được giàu có là bao bọc những lớp vải mới hay sơn lại những biểu tượng của thân ngữ ý giác ngộ; đem y phục thực phẩm đồ uống, châu báu, vân vân, mà cho những người xin; giúp đỡ người không cầu giúp đỡ và bố thí cúng dường càng nhiều càng tốt cho những người có đức hoặc cho những người đang trong cơn thống khổ.

Những nguyên nhân để có được lời nói đáng tin cậy là nói chính xác và nỗ lực từ bỏ bất thiện.

Những nguyên nhân để có thế lực lớn là: kính trọng và cúng dường những người trên như tu viện trưởng, thầy truyền giới, ba ngôi báu, cha mẹ, người lớn tuổi hơn mình, vân vân; làm những lời cầu nguyện để có được đức tính này.

Những nguyên nhân để được sinh làm nam nhi là thích tái sinh làm người nam, không thích tình trạng nữ nhân vì thấy rõ những khuyết điểm và cảm thấy không nên có một tái sinh như vậy; chấm dứt mong muốn có một thân nữ đáng muốn. Một nguyên nhân khác là tụng danh hiệu của những đại Bồ-tát như trong câu:

Con kính lễ các đấng
Jnanaguru, Prabhaketu, Pranidhanamati
Shantindyiya, và Manjushri.

Những nguyên nhân khác là không nói xấu những người chỉ trích mình, cứu chúng sinh khỏi bị thiến, vân vân.

Những nguyên nhân để có được thân thể và tâm hồn dũng mãnh là làm những việc vặt mà người khác quá bận không làm được; hoặc quá yếu không thể làm; giúp đỡ người khác; không đánh đập người khác; cho người ăn uống, vân vân.

Nếu bạn làm những lời cầu nguyện để trong kiếp tái sinh bạn có được 8 đức thuần thục này và còn là một dụng cụ cho đức hạnh, thì bạn có thể là những người giống như Atisha hay những vị Pháp vương ngày xưa. Nếu bạn không làm những lời nguyện cao cả ấy thì tái sinh của bạn có thể là bất thiện: mặc dù bạn có được một thân thể có 8 đức thuần thục, bạn có thể trở thành một năng lực ghê gớm để làm một việc bất thiện chẳng hạn như làm chúa tể một vùng biên địa. Bởi thế điều cốt yếu là phải tha thiết cầu xin chuyện này đừng xảy ra, để ta khỏi có một tái sinh bất thiện như thế.

Mặc dầu giáo lý về vô thường là quan trọng, trước hết, sau cùng và ở giữa, song pháp tu căn bản trong phần này về Phạm vi Nhỏ là thay đổi lối hành xử cho phù hợp luật nhân quả.

c) Sau khi suy nghĩ về những điều này, hãy thay đổi cách hành xử

Có hai phần:

IVB2.1.2.2c(i) Giáo lý tổng quát;

IVB2.1.2.2c(ii) Giáo lý đặc biệt: thanh lọc bản thân nhờ bốn năng lực.

c(i) Giáo lý tổng quát

Trong những thời thiền quán, bạn phải luôn luôn nghĩ về những thảo luận về thiện và ác. Giữa các thời thiền, bạn phải tinh tấn, tế nhị thay đổi cách hành xử. Geshe Paen Gung-Gyarl thường dùng những hòn sỏi trắng và đen để tính những phước và tội của ông mỗi ngày, và thay đổi lối hành xử bằng cách ấy. Bạn cũng nên làm như thế.

Tác phẩm *Hành Bồ-tát hạnh* viết:

Thực đúng là tôi phải suy nghĩ một cách siêng năng
Suốt thời gian cả ngày lẫn đêm.
"Từ bất thiện phát sinh đau khổ;
Vậy làm sao để thoát bất thiện?"

Đấng Mâu-ni dạy rằng:

Đức tin là gốc rễ của mọi việc lành,
Gốc rễ của đức tin là
Thiền định về nghiệp quả đang chín.

Nói cách khác, khi bạn biết được khía cạnh trắng và đen của nhân quả, bạn sẽ luôn luôn đào luyện đức tinh tấn và thận trọng. Khi bạn sắp gặp dịp sát sinh hay nói láo, vân vân, bạn phải chấm dứt ngay.

Nếu bạn thanh lọc bản thân khỏi những tội nhỏ, sám hối và chừa bỏ chúng, thì như ta sẽ thấy trong bức thư của Long Thọ:

Ai lúc đầu buông lung
Về sau trở nên tinh tấn,
Những người ấy sẽ sáng chói
Như trăng không mây che,
Như Nan-đà, Vô Não,
A-xà-thế và Sankara.

Tôi đã nói về bài kệ này trong phần nghi thức chuẩn bị (Ngày thứ sáu) Nan-đà bị tham dục khống chế, Vô Não giết 999 người, A-xà-thế giết cha mình là một vị đã chứng quả bất hoàn và Sankara giết mẹ, nhưng họ đã tịnh hóa được những tội lỗi ấy. Những tội lỗi bạn tích lũy trước đây cũng có thể được tịnh hóa. Bởi thế điều cốt yếu là bạn phải phối hợp sự sám hối tội lỗi với việc ngăn chừa tái phạm.

Nói tóm lại, trong phần Phạm vi Nhỏ này bạn nên đánh giá cao luật nhân quả bằng cách thực hành những điểm chính. Ngay cả đức Atìsha cũng đã luyện cho mình thiện xảo về việc này.

Một thời ở Paenpo có một người đàn ông thường tụng *Các dấu ấn* của Pangkong và một người đã đi cầm một bản kinh *Một ngàn bài kệ Bát-nhã*. Ngay sau khi họ chết, những sứ giả Diêm vương đưa họ xuống âm phủ đối chất với Diêm vương. Người thứ hai nói dối nhưng vô ích, người ta đưa cho y một tấm kiếng của Diêm vương. Trong tấm kiếng ấy hiện ra việc ông ta đã bán kinh, người nào đã mua kinh, những đồng tiền người kia đã dùng để mua và cả đến đứa bé lượm những đồng tiền khi rơi xuống. Người kia bị ném vào trong một cái nồi đồng. Còn người thường tụng quyển *Các dấu ấn* của Pankong nhờ quy y Tam Bảo đã được trở lại từ cõi chết.

Geshe Potowa đã bảo anh ta hãy kể lại câu chuyện cho người khác nghe.[1]

Bạn có thể nghĩ rằng "trong đời sau, những tội lỗi tôi đã tích lũy sẽ không hại tôi vì tu viện trưởng, thầy truyền giới, vân vân, không biết những tội ấy." Nhưng kinh *Tam muội vương* nói:

Những vì sao, trăng và tất cả có thể rơi rụng,
Quả đất, núi và những đô thị có thể tiêu diệt,
Ngay cả hư không cũng có thể biến thành cái gì khác
Nhưng lời của Phật nói ra không bao giờ sai.

---

1. Quyển *Các dấu ấn* của Pangkong là quyển sách đầu tiên của Tây Tạng; xung quanh nó có nhiều huyền thoại. Người ta bảo nó từ trên trời rơi xuống. Quyển *Một ngàn bài kệ Bát nhã* là một trong những kinh điển được tôn quý nhất và thường đặt trên bàn thờ để thờ.

Nói cách khác, lời của Phật về luật nhân quả là chân lý không bao giờ lừa dối ta.

Ngay cả điều thiện hay ác nhỏ nhất cũng không tự nó biến mất. Bởi thế bạn cần phải thay đổi lối hành xử cho thích đáng. Mặc dù vậy, bởi vì từ vô thủy kiếp đến nay, bạn đã quá quen với tội ác nhỏ nhặt, nên bạn đã bị vấy bẩn. Do vậy bạn cần sám hối và ngăn chừa tội lỗi xảy ra bằng cách sử dụng bốn năng lực đối kháng.

c(ii) Giáo lý đặc biệt: thanh lọc bản thân nhờ bốn năng lực.

Mặc dù tôi đã nói điều này trong chương nói về những nghi thức chuẩn bị, thật quan trọng để ôn lại những tiêu đề ấy ở đây.

** Năng lực thứ nhất*

"Từ bỏ," có nghĩa là hết sức ân hận về những tội lỗi của mình trong quá khứ. Điều này quan trọng nhất trong bốn năng lực vì nếu có điều này thì những điều khác sẽ tự nhiên đầy đủ. Năng lực này là hậu quả của lòng tin ở luật nhân quả.

** Năng lực thứ hai*

"Áp dụng mọi thuốc chữa", như tôi đã nói, có 6 thứ, tất cả đều được đề cập trong tác phẩm của Shantideva. Bất cứ một thiện hành nào được làm để thanh lọc tội lỗi đều trở thành một ví dụ về năng lực này.

** Năng lực thứ ba*

"Chừa bỏ tà hạnh", là quyết định dứt khoát không làm quấy và nghĩ: "Dù có bỏ mạng từ nay trở đi tôi sẽ không làm việc ấy trở lại". Thật khó trong lúc đầu để có thể từ bỏ vĩnh viễn tất cả ác hạnh của bạn, nhưng sẽ có vài điều mà bạn sẽ từ bỏ tận gốc rễ. Đối với những điều mà bạn không thể từ bỏ theo cách ấy thì bạn nên đào luyện một quyết định "Tôi sẽ không làm chuyện ấy hôm nay" và lập lại lời ấy mỗi ngày.

** Năng lực thứ tư*

"Năng lực căn bản", là sự quy y và phát tâm bồ-đề. Đây là lý do vì sao phải có hai phần cầu nguyện này ở đầu mỗi thời thiền định về Kim Cương tát-đỏa và tụng bài thần chú của ngài hay bài "Sám hối những tội phạm giới".

Chúng ta đã tích lũy đủ thứ nghiệp từ vô thủy đến nay; kho tội lỗi của chúng ta giống như cái kho báu của vua. Tuy nhiên như tôi đã nói trong phần nghi thức chuẩn bị, nếu ta mạnh mẽ sám hối nhờ bốn năng lực, và ngăn chừa tái phạm, thì ta có thể tịnh hóa được cả những ác nghiệp mà đáng lẽ ta phải chịu quả báo. Tốt nhất là dùng pháp sám hối *Hư không tạng*, sám hối tội vi việt, phối hợp với sự lạy dài; hoặc theo kinh sám hối của Suvarnabhasotama, như được bàn trong *Tạp tập* của Tsongkapa, vân vân.

Người ta bảo rằng tiến trình thanh lọc là hiệu nghiệm nhất nếu khi kết thúc thời sám hối, ta cảm thấy từng mỗi tội lỗi đã được tịnh hóa và nếu ta quán được khoảng không bao la càng nhiều càng tốt.

Một điều không ích gì là chai lỳ trước tội lỗi của mình, hoặc sợ hãi. Điều cốt yếu là những người sơ cơ chúng ta nên sám hối tội lỗi một cách tha thiết trong một thời gian dài cho đến khi nhiều lần xuất hiện những điềm báo rằng tội lỗi chúng ta đã được tịnh hóa, như nói trong quyển *Bùa chú của Kandakar*i. Như tôi đã nói những tu sĩ thường có thể thanh lọc tội lỗi bằng cách tham dự những buổi lễ thanh lọc tập thể hoặc thực tập thảo luận bằng cách học hành, quán tưởng, hoặc bằng cách tham dự những cuộc thi thảo luận giữa các trường khác nhau, nếu những việc ấy được làm với mục đích tích lũy công đức và thanh lọc bản thân, những hành vi này sẽ tích lũy công đức của họ. Phân tích nội dung của kinh điển cũng là một hình thức thiền quán phân tích: "Thiền định" không cần thiết phải có nghĩa là rút lui vào một hang động nào đó để ngồi theo một thế ngồi nhất định nào. Nhưng nếu chúng ta chỉ học trên phương diện tri thức hoặc học để đánh bại người khác trong cuộc tranh luận thì như thế không phải là pháp.

Khi thảo luận, chúng ta không nên xem việc này như là đứng về phe chống lại người đang bị khảo thí; chúng ta nên xem như mình phải chống lại một phe ở trong dòng tâm thức của chính mình. Điều này có nghĩa rằng chúng ta những người tu hành có thể luôn luôn thực hành pháp. Nếu chúng ta suy nghĩ theo cách này, thì những việc ấy đều là Phật pháp, không cần phải bỏ đi xa hay làm điều gì khác mới trở thành những hành giả. Ngược lại những người thế tục phải hướng một vài nỗ lực đặc biệt đến Pháp. Tuy nhiên mười thiện nghiệp đặc biệt rất khó thực hành đối với cư sĩ.

Bậc tôn sư tôi nói:

– Phần Lamrim sau đó, nghĩa là Phạm vi Trung bình, vân vân là một nối dài của những thực hành liên hệ đến luật nhân quả.

Đây là cách làm thế nào để tu tập. Hãy từ bỏ bất cứ tội lỗi nhỏ nhặt nào bạn có thể. Chẳng hạn khi sắp giết một con muỗi, bạn hãy từ bỏ hành vi ấy với ý nghĩ, "Thật không nên." Khi bạn định nói dối, hãy nhớ ngậm miệng lại. Bạn phải từ từ tích lũy thiện nghiệp như thế.

Một vài người nghĩ rằng phạm những lỗi nhỏ thì không hại gì, vì có thể sám hối dễ dàng. Nhưng có một sự khác nhau trời vực giữa không phạm tội với phạm rồi sám hối; khác nhau cũng như giữa sự không gãy chân và đã gãy rồi mà chắp nối lại. Nói cách khác, mặc dù ta không bị lãnh quả của tội lỗi nếu ta tha thiết sám hối và chừa tái phạm, song ta vẫn còn lâu mới đạt được những giai đoạn cao của đạo lộ, và vẫn còn lăn lộn trong sinh tử nhiều kiếp. Bởi thế làm ác nghiệp thật là tai hại lớn.

Đến đây là chấm dứt vấn đề. Trong quá khứ bạn xem đời này là trên hết, và tuyệt đối không khao khát có một tái sinh tốt. Bây giờ bạn đã học Pháp về thân người là thuận lợi, về vô thường, về những nỗi khổ ở các đọa xứ, về quy y và nhân quả. Bây giờ nếu bạn nghĩ: "Tôi phải làm việc cho những đời tương lai của tôi mà thôi," chỉ mong được tái sinh tốt, mà không còn quan tâm gì đến những việc vặt vãnh của đời này, thì thế là bạn đã phát triển được loại thực chứng đầu tiên vào Phạm vi Nhỏ của Lamrim. Dù bạn đã phát triển được điều ấy, bạn cũng còn phải thiền quán liên tục, như Tsongkapa nói:

– Mặc dù đã có được thực chứng này, bạn vẫn còn phải làm cho nó an trú bền bỉ, phải nỗ lực tinh tiến.

Đó là lý do suốt thời giảng dạy, tôi đã làm việc để cho bạn phát triển được loại thực chứng đầu tiên này trong Lamrim.

(Khi ấy Kyabje Pabongka Rinpoche dạy tài liệu này ở độ dài vừa phải. Kế tiếp ngài dạy cách tu tập)

Đầu tiên, hãy làm những nghi thức chuẩn bị. Rồi khẩn cầu bậc thầy của bạn bằng cách quán ông ngồi trên đỉnh đầu. Rồi nghĩ về những tính phổ quát và đặc thù của nhân quả như đã đưa ra trong các tiêu đề. Nhưng sự thay đổi lối hành xử là một điều mà bạn nên làm luôn luôn, bởi thế nó không cần được xem như một đề mục thiền quán.

Giữa các thời thiền, bạn phải luôn luôn tham khảo những kinh có luận về nhân quả như: *Kinh Hiền ngu, Một trăm bài kệ về Nghiệp, Một trăm Tiểu sử, Kinh nói về Niệm xứ*, bộ sách gồm bốn kinh làm nên quyển *Truyền thừa Luật tạng*, vân vân, vì tôi chỉ mới dạy rất vắn tắt về quyển này.

Bạn sẽ làm những chuẩn bị cho những đời sau
Nếu bạn nghĩ về nhân và quả,
Thì bạn sẽ chấm dứt sống cẩu thả.

Như Gampopa, thiền giả vĩ đại đã nói, dấu hiệu chứng tỏ bạn đã thực chứng về chân lý "thân người lợi lạc và rất khó có," là như khi bị gai đâm vào bắp vế bạn cũng không dừng lại để rút nó ra, mà vẫn tiếp tục thiền quán.

Mục Lục

www.ingramcontent.com/pod-product-compliance
Lightning Source LLC
LaVergne TN
LVHW060309051026
849517LV00004B/1036
9798215144046